ಎಚ್ ಆರ್ ಲೀಲಾವತಿ

ಕನ್ನಡ ಸುಗಮ ಸಂಗೀತ ಲೋಕದ ಬುನಾದಿ ಶ್ರೀಮತಿ ಎಚ್ ಆರ್ ಲೀಲಾವತಿಯವರು. ಕನ್ನಡದ ಕೋಗಿಲೆ, ಭಾವಗೀತಾ ಗಾಯನದ ಅಗ್ರಮಾನ್ಯ ಕಲಾವಿದೆ. 1934ರಲ್ಲಿ ಜನನ. ಇವರ ತಂದೆ ಶ್ರೀ ಹಾಸನ ರಾಮಣ್ಣ ಮತ್ತು ತಾಯಿ ಶ್ರೀಮತಿ ಜಯಲಕ್ಷ್ಮಮ್ಮನವರು.

ಲೀಲಾವತಿಯವರಿಗೆ ಚಿಕ್ಕ ವಯಸ್ಸಿನಿಂದ ಸಂಗೀತದ ಗೀಳಿತ್ತು. ಸಾಕಷ್ಟು ಸಂಗೀತ ಪ್ರಕಾರಗಳನ್ನು ಕಲಿತವರು. ಸಂಗೀತ ವಿದ್ಯಾನಿಧಿ ಶ್ರೀ ಎನ್ ಚೆನ್ನಕೇಶವಯ್ಯನವರಲ್ಲಿ ಕರ್ನಾಟಕ ಶಾಸ್ತ್ರೀಯ ಸಂಗೀತಾಭ್ಯಾಸ, ಪದ್ಮಚರಣ್ ಅವರಿಂದ ಸುಗಮ ಸಂಗೀತದ ಕಲಿಕೆ, ಹಾಗೂ ಕೊಲ್ಕತ್ತಾದ ರಾಬಿನ್ ರೇ ಅವರ ಬಳಿ ರಬೀಂದ್ರ ಸಂಗೀತದ ಶಿಕ್ಷಣ.

ಎಚ್ ಆರ್ ಲೀಲಾವತಿಯವರ ದನಿ 1950ರಿಂದ ಆಕಾಶವಾಣಿಯ ತರಂಗಗಳಲ್ಲಿ ಮೂಡಿ ಬರುತ್ತಿದೆ. ಕನ್ನಡ, ಸಂಸ್ಕೃತ, ಹಿಂದಿ, ಬಂಗಾಲಿ, ಅಸ್ಸಾಮಿ, ತೆಲುಗು, ಮಲಯಾಳಂ, ಹಾಗೂ ಮರಾಠಿ ಭಾಷೆಗಳಲ್ಲಿ ಹಾಡಿದ ಹೆಗ್ಗಳಿಕೆ ಇವರದು. ಭಾರತ ಮತ್ತು ಅಮೆರಿಕೆಯ ಹಲವು ನಗರಗಳಲ್ಲಿ ಇವರ ಸಂಗೀತ ಕಾರ್ಯಕ್ರಮಗಳು ನಡೆದಿವೆ.

ಲೀಲಾವತಿಯವರು ಭಾವಗೀತೆ, ದೇವರನಾಮ, ವಚನಗಳ ಜೊತೆಗೆ 'ಪಾಪ-ಪುಣ್ಯ', 'ಸಾವಿತ್ರಿ' ಮತ್ತಿತರ ಚಲನಚಿತ್ರಗಳಲ್ಲೂ ಹಾಡಿದ್ದಾರೆ. ಪತಿ ದಿವಂಗತ ಎಸ್ ಜಿ ರಘುರಾಮ್ ಅವರೊಡನೆ 'ಗೀತ ರಾಮಾಯಣ'ದ ಕಾರ್ಯಕ್ರಮಗಳನ್ನು ನೀಡಿದ್ದಾರೆ.

ಕರ್ನಾಟಕದಲ್ಲಿ ಸುಗಮ ಸಂಗೀತದ ಏಳಿಗೆಗೆ ಪ್ರಪ್ರಥಮವಾಗಿ ಸ್ಥಾಪಿಸಿದ ಸಂಸ್ಥೆ 'ಸುಗಮ ಸಂಗೀತ ಅಕಾಡೆಮಿ'. ಇದವರ ಕನಸಿನ ಕೂಸು. ಈಗ ಇದಕ್ಕೆ 40ರ ಹರುಷ.

ಇವರಿಗೆ ಸಂದಿರುವ ಪ್ರಶಸ್ತಿ ಪುರಸ್ಕಾರಗಳು ಅಗಣಿತ. ಅವುಗಳಲ್ಲಿ ಮುಖ್ಯವಾದವು 1981ರ ಕರ್ನಾಟಕ ಸಂಗೀತ ನೃತ್ಯ ಅಕಾಡೆಮಿ ಪ್ರಶಸ್ತಿ, 1992ರ ರಾಜ್ಯೋತ್ಸವ ಪ್ರಶಸ್ತಿ, 1997ರ 'ಸಂತ ಶಿಶುನಾಳ ಶರೀಫ್' ಪ್ರಶಸ್ತಿ ಮತ್ತು 2021 ಕೇಂದ್ರ ಸಂಗೀತ ನಾಟಕ ಅಕಾಡೆಮಿ ಪ್ರಶಸ್ತಿ. ಇವರು 2001ರಿಂದ 2004ರವರೆಗೆ 'ಕರ್ನಾಟಕ ಸಂಗೀತ ನೃತ್ಯ ಅಕಾಡೆಮಿ'ಯ ಅಧ್ಯಕ್ಷರಾಗಿದ್ದರೂ ಕೂಡ.

ಲೀಲಾವತಿಯವರ ಒಂದು ಕಣ್ಣು ಸಂಗೀತವಾದರೆ, ಮತ್ತೊಂದು ಕಣ್ಣು ಸಾಹಿತ್ಯ. ಇವರ ಮೊದಲ ಪ್ರಕಟಣೆ 'ಎಂಟು ಕತೆಗಳು'. ಭಾವಗೀತೆ, ಚೌಪದಿಗಳು, ವಚನ ಕವನ, ಪ್ರಬಂಧಗಳು, ಸಣ್ಣ ಕಥೆಗಳು, ಮಕ್ಕಳ ಕಥೆಗಳು ಮುಂತಾದ ಹಲವು ಪ್ರಕಾರಗಳಲ್ಲಿ ಇವರ ಕೃತಿಗಳು ಅಚ್ಚಾಗಿವೆ. 'ಹಾಡಾಗಿ ಹರಿದಾಳೆ' ಇವರ ಆತ್ಮಕಥೆ.

91 ಹರೆಯದ ಲೀಲಾವತಿಯವರು ಮಗ ಸುಕುಮಾರ್, ಸೊಸೆ ಮೃಣಾಲಿನಿ, ಮೊಮ್ಮಕ್ಕಳಾದ ಮಾಲವಿಕಾ ಮತ್ತು ಚಿತ್ರಲೇಖಾರೊಡನೆ ಸಂತೃಪ್ತ ಜೀವನವನ್ನು ಸಾಗಿಸುತ್ತಿದ್ದಾರೆ.

'ಗಾನ ಯಾನ-ಕಾವ್ಯ ಮಿಲನ' ಬಹುರೂಪಿಯ ಪ್ರಕಟಣೆ

ಗಾನ ಯಾನ
ಕಾವ್ಯ ಮಿಲನ
ನೆನಪಿನ ಕನ್ನಡಿಯಲ್ಲಿ ಕಂಡ ಮುಖಗಳು

ಎಚ್ ಆರ್ ಲೀಲಾವತಿ

ಬಹುರೂಪಿ

ಆರ್ ಪಿ ರಿಜೆನ್ಸಿ, ಎಫ್–1, 2ನೇ ಮಹಡಿ,
2ನೇ ಅಡ್ಡರಸ್ತೆ, ಪಿ ಅಂಡ್ ಟಿ ಕಾಲೋನಿ,
ಆರ್ ಟಿ ನಗರ, ಬೆಂಗಳೂರು–560 032
ದೂರವಾಣಿ: 7019182729

128

GAANA YAANA-KAAVYA MILANA
A collection of profiles of writers through the eyes
of noted music icon **H R LEELAVATHI**
h.r.leelavathi@gmail.com

Published By **Bahuroopi**
R P Regency, F-1, 2nd Floor, No.50/7, P&T Colony,
R T Nagar, Bangalore - 560 032

editor@bahuroopi.in

Mobile | WhatsApp Bookstore: **70191 82729**

online book store: **bahuroopi.in**

ISBN: 978-81-985214-5-3
First Edition: April 2025
Pages: 184 | Price: Rs. 250
Paper Used: 70 GSM N.S.Maplitho

Cover and Inside Design: **Bahuroopi**
Author's Introduction and Photos: **Sukumar**

Printed by:
Kamadhenu Print-N-Pack
Bengaluru

ಅರ್ಪಣೆ

ನನ್ನ ಬಾಳಿನ ಬೆಳ್ಳಿ ಬೆಳಕು
ಮಗ
ಸುಕುಮಾರ್(ಸೋಮಿ)

ಹಾಗೂ

ನನ್ನ ಬರವಣಿಗೆಯ ನಿರಂತರ
ಜೊತೆಗಾರರಾದ
ದುಂಡು ಮೇಜು, ಬೆತ್ತದ ಕುರ್ಚಿಗೆ

ಇವು ನೆನಪಿನಾಳದಿಂದ ಹೊರತೆಗೆದ ಮುತ್ತುಗಳು

ಹುಟ್ಟಿನಿಂದಲೇ ಸಂಗೀತವೇ ಉಸಿರಾದ ನಾನು ಕಲೆಯ ಪರಿಸರದಲ್ಲೇ ಬೆಳೆದವಳು. ತಂದೆ ತಾಯಿ ಒಡಹುಟ್ಟಿದವರೆಲ್ಲ ಸಂಗೀತ ಸಾಹಿತ್ಯ ಪ್ರೇಮಿಗಳಷ್ಟೇ ಅಲ್ಲದೆ, ವಿಭಿನ್ನ ಶೈಲಿಗಳ ಸಂಗೀತ ಹಾಗೂ ಎಲ್ಲ ಪ್ರಕಾರಗಳ ಸಾಹಿತ್ಯದಲ್ಲೂ ಅಪಾರ ಆಸಕ್ತಿ ಉಳ್ಳವರು. ಪರಿಸರದ ಪ್ರಭಾವ ಸಹಜವಾಗಿ ನನ್ನ ಮೇಲೂ ಗಾಢವಾಗಿಯೇ ಆಯಿತು. ಚಿಕ್ಕಂದಿನಿಂದಲೇ ಎಲ್ಲ ಶೈಲಿ ಭಾಷೆಗಳ ಹಾಡುಗಳನ್ನು ಹಾಡುತ್ತಿದ್ದ ನಾನು ಭಾವಗೀತೆಯ ಕಡೆಗೆ ಒಲಿದದ್ದು ಆಶ್ಚರ್ಯವೇ ಅಲ್ಲ. ತಂದೆಯವರು ಬಿಎಂಶ್ರೀ ಅವರ 'ಇಂಗ್ಲೀಷ್ ಗೀತೆಗಳು' ಕವನ ಸಂಗ್ರಹದ 95 ಭಾಗದ ಕವನಗಳಿಗೆ ರಾಗ ಸಂಯೋಜಿಸಿ ಹಾಡುತ್ತಿದ್ದರು. ಅವುಗಳನ್ನು ಕಲಿತು ಹಾಡುತ್ತಿದ್ದ ನಾನು ಕ್ರಮೇಣ ಗುರುಗಳಿಂದ ಭಾವಗೀತೆಗಳನ್ನು ಕಲಿತು ಆಕಾಶವಾಣಿಯಲ್ಲಿ ಬಿತ್ತರಿಸಲು ಆರಂಭ ಮಾಡಿದೆ.

ಭಾವಗೀತೆಗಳನ್ನು ಹಾಡುತ್ತ ಹಾಡುತ್ತ ಸಾಹಿತ್ಯದ ಪರಿಚಯದೊಂದಿಗೆ ಕವಿಗಳ ಒಡನಾಟದ ಭಾಗ್ಯವೂ ನನಗೆ

ದೊರೆಯಿತು. ಕವಿತೆ ಇಲ್ಲದೆ ಭಾವಗೀತೆ ಅಥವಾ ಸುಗಮ ಸಂಗೀತಗಾರರಿಗೆ ಅಸ್ತಿತ್ವವೇ ಇಲ್ಲ. ಅವರು ತೋಟದಲ್ಲಿನ ಹೂವಾದರೆ ನಾವು ಮಾಲೆಗಾರರು. ಹೀಗಾಗಿ ನಾನು ಹೆಚ್ಚು ಹೆಚ್ಚು ಕವಿಗಳ ಸಂಪರ್ಕಕ್ಕೆ ಬರತೊಡಗಿದೆ. ಕವಿಗಳೊಂದಿಗಿನ ನನ್ನ ಒಡನಾಟ ದಿನಗಳೆದಂತೆ ಗಾಢವಾಗತೊಡಗಿತು. ಸಾಕಷ್ಟು ಪತ್ರಗಳ ವಿನಿಮಯವೂ ಅದರೊಂದಿಗೆ ನಡೆಯಿತು. ಸ್ನೇಹ ಪ್ರೀತಿ ಗೌರವಗಳ ಭಾವ ಸ್ಪಂದನದ ಪ್ರತೀಕವಾಯ್ತು.

ಆ ಒಂದು ಪ್ರೀತಿ ಗೌರವದ ಕಡಲಿನಿಂದ ಹೆಕ್ಕಿ ತೆಗೆದ 18 ಅಣಿಮುತ್ತುಗಳ 'ಗಾನ ಯಾನ–ಕಾವ್ಯ ಮಿಲನ'ವಾಗಿ ಪೋಣಿಸಿಕೊಟ್ಟಿದ್ದೇನೆ.

'ಬಹುರೂಪಿ'ಯ ಕೃತಿಗಳೆಂದರೆ ಎಲ್ಲರಿಗೂ ಅಚ್ಚುಮೆಚ್ಚು. ಎಚ್ ಎಸ್ ವೆಂಕಟೇಶಮೂರ್ತಿ ಅವರ 'ಬೆಳಗಾಗಿ ನಾನೆದ್ದು' ರಂಜನಿ ಪ್ರಭು ಅವರ 'ವೈಶಾಖದ ಹನಿಗಳು' ಕೃತಿಗಳನ್ನು ನೋಡಿದ ನನಗೆ 'ಬಹುರೂಪಿ'ಯಿಂದ ನನ್ನ ಒಂದು ಕೃತಿಯಾದರೂ ಹೊರಬರಬೇಕು ಎಂದು ಅನಿಸಿತ್ತು. ಈಗ ಈ ಕೃತಿಯ ಮೂಲಕ ಅದು ಸಾಧ್ಯವಾಗಿದೆ. ಅದಕ್ಕಾಗಿ 'ಬಹುರೂಪಿ'ಯ ಶ್ರೀಯುತ ಜಿ ಎನ್ ಮೋಹನ್ ಅವರಿಗೆ ತುಂಬು ಹೃದಯದ ಕೃತಜ್ಞತೆಗಳು. ನನ್ನ ಹಸ್ತಪ್ರತಿಯನ್ನು ಅಡಕ ಮುದ್ರಿಕೆಯಲ್ಲಿ (ಟೈಪ್) ತಯಾರಿಸಿಕೊಟ್ಟ ನನ್ನೊಲವಿನ ಶ್ರೀಮತಿ ಶಾಂತಲಾ ಚಂದ್ರಮೌಳಿ ರೆಡ್ಡಿಯನ್ನು ಆದರದಿಂದ ನೆನೆಯುತ್ತೇನೆ.

–ಎಚ್ ಆರ್ ಲೀಲಾವತಿ

‘ಬೊಮ್ಮನಹಳ್ಳಿಯ ಕಿಂದರಿಜೋಗಿ’ಯ
ಗೀತೆಯನ್ನು ನಾನು ಮೊಟ್ಟಮೊದಲು
ಕೇಳಿದಾಗ ಚಪ್ಪಾಳೆ ತಟ್ಟಿ ಕುಣಿದಾಡಿದ್ದೆ.
ಕುವೆಂಪುರವರ ಹೆಸರನ್ನು ನನ್ನ ಎಳನೇ
ವಯಸ್ಸಿನಲ್ಲಿಯೇ ಕೇಳಿದ್ದೆ.

ಅವರೊಂದು ಗ್ರೀಕ್ ದೇವತೆ

ಕುವೆಂಪು

ಏನಿದು ಗುಜು ಗುಜು ಗುಂಪಿನಲಿ
ನೋಡಿದರೇನಾಶ್ಚರ್ಯವನು
ಆಲಿಸಿ ದೂರದಿ ಕಿಂದರಿನಾದ
ಬರುವನು ಯಾರೋ ಕಿಂದರಿಜೋಗಿ

ಇದೊಂದು ಅಭಿನಯ ಗೀತೆಯನ್ನು ನನ್ನ ಅಣ್ಣ ಬಾಪು ಸತ್ಯನಾರಾಯಣ ಪ್ರೈಮರಿ ಶಾಲೆಯಲ್ಲಿ ಕಲಿತು, ಸಂಜೆ ಮನೆ ಮಂದಿಯ ಮುಂದೆ ಅಭಿನಯ ಮಾಡುತ್ತ ಹಾಡಿದ. ಅದಿನ್ನೂ ನನ್ನ ಮನಃಪಟಲದಲ್ಲಿ ಅಚ್ಚಳಿಯದಂತೆ ನಿಂತಿದೆ. ‘ಬೊಮ್ಮನಹಳ್ಳಿಯ ಕಿಂದರಿಜೋಗಿ’ಯ ಗೀತೆಯ ಒಂದು ಭಾಗವನ್ನು ನಾನು ಮೊಟ್ಟ ಮೊದಲು ಕೇಳಿದಾಗ ಚಪ್ಪಾಳೆ ತಟ್ಟಿ ಕುಣಿದಾಡಿದ್ದೆ. ‘ಕಿಂದರಿಜೋಗಿ ಕವನವನ್ನು ಯಾರು ಬರೆದದ್ದು ಗೊತ್ತೇನೇ? ಕೆ.ವಿ. ಪುಟ್ಟಪ್ಪನೋರು’ ಅಂದ.

ಅದನ್ನು ಆಕ್ಷನ್ ಮಾಡಿಕೊಂಡೇ ಹೇಳಿದ್ದ. ಅಂದರೆ ಮೊಟ್ಟಮೊದಲು ನಾನು ಕೆ.ವಿ. ಪುಟ್ಟಪ್ಪನವರು ಅಥವಾ ಕುವೆಂಪುರವರ ಹೆಸರನ್ನು ಕೇಳಿದ್ದು ನನ್ನ ಏಳನೇ ವಯಸ್ಸಿನಲ್ಲಿ. ಮುಂದೊಮ್ಮೆ ನಾನು ಆಕಾಶವಾಣಿಗೆ ಸಂಗೀತ ಸಂಯೋಜಕಳಾಗಿ ಸೇರಿ ಇದೇ 'ಬೊಮ್ಮನಹಳ್ಳಿ ಕಿಂದರಿಜೋಗಿ'ಯನ್ನು ಸಂಗೀತ ರೂಪಕವಾಗಿ ಸ್ವರ ಸಂಯೋಜಿಸಿ ಪ್ರಸಾರ ಮಾಡಿದ್ದು ಒಂದು ಸುಂದರ ನೆನಪೀಗ. ನನ್ನ ಅಣ್ಣ 'ಕಿಂದರಿಜೋಗಿ' ಕವನವನ್ನು ಅಭಿನಯಿಸಿ ತೋರಿಸಿದಾಗ ಕುವೆಂಪು ಅವರದೇ ನೂರಾರು ಹಾಡುಗಳನ್ನು ಹಾಡುವ ಸೌಭಾಗ್ಯ ನನ್ನ ಪಾಲಿಗೆ ದೊರೆಯುತ್ತದೆ ಎಂಬ ಪ್ರಜ್ಞೆಯೂ ಇರದ ಎಳೆ ವಯಸ್ಸು ನನ್ನದು.

ಹಾಗೇ ದಿನಗಳುರುಳುತ್ತಿತ್ತು. ನಾನು ಪ್ರೈಮರಿಯಿಂದ ಮಾಧ್ಯಮಿಕ ಶಾಲೆಗೆ ಬಂದೆ. ಅಲ್ಲಿ ನಮಗೆ ಹಾಡುವ ಮೇಡಂ ಒಬ್ಬರಿದ್ದರು, ನಾಗಮ್ಮ ಅಂತ. ಅವರು ಗಮಕ

ವಾಚನ ಮಾಡುತ್ತಿದ್ದರು. ಅವರು ಬಸವಪ್ಪ ಶಾಸ್ತ್ರಿಗಳ ಶಿಷ್ಯೆ. ಇಪ್ಪತ್ತನೆಯ ಶತಮಾನದ ಮೊಟ್ಟಮೊದಲ ಮಹಿಳಾ ಗಮಕಿ ಎಂಬ ಹೆಸರಿತ್ತವರಿಗೆ. ಚಿಕ್ಕ ವಯಸ್ಸಿನಲ್ಲೇ ಅವರ ಗಮಕ ವಾಚನವನ್ನು H.M.V ರೆಕಾರ್ಡಿಂಗ್ ಕಂಪನಿಯವರು, ಧ್ವನಿ ಮುದ್ರಿಸಿ ಮಾರುಕಟ್ಟೆಗೆ ಬಿಟ್ಟಿದ್ದರು. ನಮ್ಮ ಮನೆಯಲ್ಲೂ ಅವರು ಹಾಡಿದ್ದ ಧ್ವನಿ ತಟ್ಟೆ ಇತ್ತು. ಆ ಕಾಲದಲ್ಲಿ ಕಲಾವಿದರು ಕಾರ್ಯಕ್ರಮದ ಕೊನೆಗೆ ತಮ್ಮ ಹೆಸರನ್ನೂ ಧ್ವನಿ ಮುದ್ರಿಸಿಬಿಡುತ್ತಿದ್ದರು. ನಾಗಮ್ಮನವರೂ ಹಾಗೇ ಮಾಡಿದ್ದರು. ಹಾಡಿನ ಕೊನೆಗೆ ಹನ್ನೆರಡು ವರ್ಷದ ಬಾಲೆ ನಾಗಮ್ಮ ಅಂತ ಹೇಳಿದ್ದರು. ನಾಗಮ್ಮನವರು ಶಾಲೆಯಲ್ಲಿ 'ಸಾವಿತ್ರಿ ಚರಿತ್ರೆ' ಎಂಬ ಪುಸ್ತಕದಿಂದ ಗಮಕ ರೂಪದಲ್ಲಿ ಪದ್ಯಗಳನ್ನು ಕಲಿಸುತ್ತಿದ್ದರು. ಚಿಕ್ಕಂದಿನಿಂದ ನಮ್ಮ ಮನೆಯ ಪುಸ್ತಕ ಭಂಡಾರದಿಂದ ಪುಸ್ತಕಗಳನ್ನು ಓದುವ ಅಭ್ಯಾಸ ನನಗೆ ತುಂಬಾನೇ ಇತ್ತು. ಅದರಲ್ಲೊಂದು ಪುಸ್ತಕ ಕುವೆಂಪುರವರ 'ಯಮನ ಸೋಲು' ಎಂಬ ನಾಟಕ. ಅದನ್ನು ಅಂಥಾ ಚಿಕ್ಕ ವಯಸ್ಸಿನಲ್ಲೇ ಓದಿಬಿಟ್ಟಿದ್ದೆ, ಎಷ್ಟು ಅರ್ಥವಾಗಿತ್ತೋ ಬಿಟ್ಟಿತ್ತೋ ಆದರೆ ನಾಟಕದಲ್ಲಿ ಯಕ್ಷ ಹೇಳುವ ಮಾತೊಂದು ಈಗಲೂ ನನ್ನ ತಲೆಯಲ್ಲಿ ಗಟ್ಟಿಯಾಗಿ ನಿಂತು ಬಿಟ್ಟಿದೆ.

> *ಯಕ್ಷ: ಗಾಳಿವಟ್ಟೆಯೊಳಿಂತು ವೇಗದಿಂದೋಡುತಿಹೆ*
> *ಯಾವೆಡೆಗೆ ಯಮದೂತ?*

ಅದೇ ಶಾಲೆಯಲ್ಲಿ ನಮಗೆಲ್ಲಾ ಒಂದು ಕಾವ್ಯ ಪಠಣದ ಸ್ಪರ್ಧೆ ಇತ್ತು ಅದೂ ಕುವೆಂಪು ಅವರು ರಚಿಸಿದ್ದ 'ಸ್ಮಶಾನ ಕುರುಕ್ಷೇತ್ರ' ನಾಟಕದಲ್ಲಿ ಬರುವ ಸಾಲುಗಳು

ಧರ್ಮಂ ಅಧರ್ಮಂ

ಧಾರ್ಮಿಗಳಾರ್ ಅಧರ್ಮಿಗಳಾರ್... ಅಂತ ಬರುತ್ತೆ.

ಸ್ಪರ್ಧೆಯಲ್ಲಿ ನನಗೆ ಮೊದಲ ಬಹುಮಾನ ಬಂದಿತ್ತು. ಮಾಧ್ಯಮಿಕ ಶಾಲೆ ಮುಗಿಸಿ ಪ್ರೌಢಶಾಲೆಗೆ ತೇರ್ಗಡೆಯಾದೆ. ನಾನು ಕ್ರೈಸ್ಟ್ ದ ಕಿಂಗ್ ಕಾನ್ವೆಂಟ್‌ನಲ್ಲಿ ಹೈಸ್ಕೂಲ್ ಓದಿದ್ದು. ನಮ್ಮ ಶಾಲೆಯಲ್ಲೊಂದು ರೇಡಿಯೋ ಇತ್ತು. ಮೈಸೂರು ಆಕಾಶವಾಣಿಯಿಂದ ಪ್ರಸಾರವಾಗುತ್ತಿದ್ದ ಶಾಲಾ ಕಾರ್ಯಕ್ರಮವನ್ನು ವಿದ್ಯಾರ್ಥಿನಿಯರೆಲ್ಲರೂ ಕಡ್ಡಾಯವಾಗಿ ಕೇಳಲೇಬೇಕಿತ್ತು. 1949ರಲ್ಲೊಂದು ದಿನ ಶಾಲಾ ಕಾರ್ಯಕ್ರಮದಲ್ಲಿ ಕುವೆಂಪುರವರ ಒಂದು ಕವನ 'ಜಯ ಜಯ ಜಯ ವಿಜಯೀಭವ ಹೇ ವೈಜಯಂತಿ' ಬಿತ್ತರಗೊಂಡಿತು, ಆ ಗೀತೆಯ ಸಾಲುಗಳು, ರಾಗ ಸಂಯೋಜನೆ ನನಗೆ ಹುಚ್ಚೇ ಹಿಡಿಸಿಬಿಟ್ಟಿತು. ರಾಗ ಸಂಯೋಜಕರನ್ನು ಹುಡುಕಿಕೊಂಡು ಹೋದಾಗ, ಆಕಾಶವಾಣಿಯಲ್ಲೇ ಕೆಲಸ ಮಾಡುತ್ತಿದ್ದ ಪಿಟೀಲು ವಿದ್ವಾಂಸರಾದ ಎ.ವಿ. ಕೃಷ್ಣಮಾಚಾರ್ಯರು–ಕಾವ್ಯನಾಮ ಪದ್ಮಚರಣ್ ಸಿಕ್ಕಿದರು. ಅವರಲ್ಲಿ ನನ್ನ ಶಿಷ್ಯ ವೃತ್ತಿ ಆರಂಭವಾಯ್ತು. ಆ ವೇಳೆಗೆ ನಾನು ಆಕಾಶವಾಣಿ ಏರ್ಪಡಿಸಿದ್ದ ಭಾವಗೀತಾ ಪ್ರತಿಭಾ ಶೋಧದ ಸ್ಪರ್ಧೆಯಲ್ಲಿ ಬಹುಮಾನವನ್ನು ಪಡೆದಿದ್ದೆ. ಗುರುಗಳ ಬಳಿ ಹೋದ ಹದಿನೈದು ದಿನಕ್ಕೆಲ್ಲಾ ನನಗೆ ಆಕಾಶವಾಣಿಯಲ್ಲಿ ಹಾಡಲು ಕರೆ ಬಂತು. 1950ರಿಂದ ನಾನು ಆಕಾಶವಾಣಿಯಲ್ಲಿ ಹಾಡಲು ಶುರುಮಾಡಿದೆ. ಆಕಾಶವಾಣಿಯಲ್ಲಿ ಹಾಡಿದ ಮೊದಲ ಭಾವಗೀತೆ ಕುವೆಂಪು ಅವರ ಕವನ 'ಶೂನ್ಯತೆ ಏನಿದು ಹೃದಯದಲಿ, ಚೆಲ್ವಿನ ನೇಸರಿನುದಯದಲಿ'

ನಾನು ಆಕಾಶವಾಣಿ ಕಲಾವಿದೆಯಾದಂದಿನಿಂದ ಕುವೆಂಪು ಅವರ ಪರಿಚಯ ಹಾಗೂ ಅವರ ಕವನಗಳ ಪರಿಚಯ ಹೆಚ್ಚಾಗುತ್ತಾ ಹೋಯಿತು. ಅದಕ್ಕೆ ಮುಂಚೆ ಆಗೊಮ್ಮೆ ಈಗೊಮ್ಮೆ ಅವರನ್ನು ನೋಡುತ್ತಿದ್ದೆ, ಸಯ್ಯಾಜಿರಾವ್ ರಸ್ತೆಯಲ್ಲಿ ಅವರ ಕರಿಯ ಬಣ್ಣದ ಫೋರ್ಡ್ ಕಾರಿನಲ್ಲಿ ಮನೆ ಮಂದಿಯೆಲ್ಲಾ ವ್ಯಾಪಾರಕ್ಕೆಂದು ಮಾರ್ಕೆಟ್ ಒಳಗೆ ಹೋದರೆ, ಇವರು ಮಾತ್ರ ಕಾರಿನಲ್ಲೇ ಕುಳಿತಿರುತ್ತಿದ್ದರು. ಒಂದೊಂದು ಸಾರಿ ಕುಕ್ಕರಹಳ್ಳಿಕೆರೆ ಏರಿಯ ಮೇಲೆ ವಾಯು ವಿಹಾರಕ್ಕಾಗಿ ನಡೆದು ಬರುತ್ತಿದ್ದುದನ್ನೂ ನಾವು ಗೆಳತಿಯರ ಗುಂಪು ನೋಡುತ್ತಿದ್ದೆವು. ಅವರ ಆ ಗುಂಗುರು ಕೂದಲು, ಶುಭ್ರವಾದ ಬಿಳಿಯ ಪೈಜಾಮ, ಅಚ್ಚ ಬಿಳಿಯ ಜುಬ್ಬ, ಗಾಂಭೀರ್ಯದ ನಡಿಗೆಯನ್ನು ಕಂಡಾಗಲೆಲ್ಲಾ ನನಗನ್ನಿಸುತ್ತಿತ್ತು 'ಒಂದು ಕಡೆದ ಸುಂದರ ಗ್ರೀಕ್ ದೇವತೆಯ ವಿಗ್ರಹದಂತಿದ್ದಾರೆ' ಎಂದು.

ದಿನದಿನಕ್ಕೆ ಅವರನ್ನು ಕಂಡು ಮಾತನಾಡಿಸಬೇಕೆಂಬ ಹೆಬ್ಬಯಕೆ ನನಗೆ. ಅವರ ಅಷ್ಟೊಂದು ಕವನಗಳನ್ನು ಹಾಡುತ್ತ ಹಾಡುತ್ತ ಅವರೊಂದಿಗೆ ಮಾನಸಿಕ

ಅನುಬಂಧ ಶುರುವಾಗಿತ್ತು. ಹಾಗಾಗಿ ಅವರ ಮನೆಗೇ ಹೋಗಿ ಅವರನ್ನು ಕಾಣಬೇಕೆಂಬ ಹಂಬಲ. ಅಂಥಾ ವ್ಯಕ್ತಿಗಳನ್ನು ಕಾಣಬೇಕಿದ್ದರೆ ಮೊದಲೇ ಅವರ ಅನುಮತಿ ಪಡೆಯದೆ ಹೋಗುವಂತಿಲ್ಲ. ಒಂದು ದಿನ ಹಾಗೆ ಅವರಿಂದ ಒಪ್ಪಿಗೆ ಪಡೆದು, ಒಂಟಿಕೊಪ್ಪಲಿನಲ್ಲಿ ಇರುವ ಅವರ ಮನೆ 'ಉದಯರವಿ' ಗೇಟಿನ ಮುಂದೆ ನಿಂತೆ, ನಾನು ಕಾಂಪೌಂಡ್‌ನೊಳಗೆ ಹೋಗಿ ಒಮ್ಮೆ ಸುತ್ತಲೂ ಕಣ್ಣಾಡಿಸಿದೆ, ಅದೊಂದು ಋಷ್ಯಾಶ್ರಮವನ್ನು ನೆನಪಿಸುವಂತೆ ಎಲ್ಲೆಲ್ಲೂ ಗಿಡ ಮರ ಬಳ್ಳಿ ಹೂವು ಹಣ್ಣುಗಳು. ಪ್ರಕೃತಿಯ ಮಡಿಲಿನಲ್ಲೇ ಬೆಳೆದ ಕುವೆಂಪು ತಮ್ಮ ಮನೆಯನ್ನೊಂದು ಉಪವನವಾಗಿಸಿದ್ದರು. ಅಲ್ಲಿಂದ ಕಣ್ ಕಿತ್ತು ಮೆಲ್ಲಗೆ ಅವರ ಮನೆಯ ವರಾಂಡದ ಮೆಟ್ಟಿಲುಗಳನ್ನು ಹತ್ತಿ ಬಾಗಿಲ ಬಳಿ ಹೋದೆ. ನನ್ನ ನಿರೀಕ್ಷೆಯಲ್ಲಿದ್ದ ಕುವೆಂಪುರವರೇ ಬಂದು ಬಾಗಿಲು ತೆರೆದಾಗ ಒಂದು ಕ್ಷಣ ತಬ್ಬಿಬ್ಬಾದೆ. 'ಒಳಗೆ ಬನ್ನಿ' ಅಂದರು, ಸಾವರಿಸಿಕೊಂಡು ಮೆಲ್ಲನೆ ಅವರ

ಮನೆಯೊಳಗಡಿ ಇಟ್ಟೆ. ನನ್ನ ತಂದೆಗೂ, ಕುವೆಂಪುರವರಿಗೂ ವಯಸ್ಸಿನಲ್ಲಿ ಒಂದೇ ವರ್ಷದ ಅಂತರ. ಅಂತಹ ಹಿರಿಯ ವ್ಯಕ್ತಿ ತಾವೇ ಆದರಿಸಿ ನನ್ನನ್ನು ಒಳಗೆ ಕರೆದು ಕೂರಿಸಿದರು. ಅಷ್ಟು ಹೊತ್ತಿಗಾಗಲೇ ಅವರ ಕೆಲವೊಂದು ಕವನಗಳನ್ನು ಆಕಾಶವಾಣಿಯಲ್ಲಿ ಹಾಡಿದ್ದೆನಲ್ಲ, ಹಾಗಾಗಿ ಮಾತಾಡುತ್ತ ನಾನು ಹಾಡಿದ್ದ ಅವರ ಕವನಗಳ ಬಗ್ಗೆ ಅವರ ಅಭಿಪ್ರಾಯವನ್ನು ಹೇಳಿದರು. ಅವರಿಗೆ ನನ್ನ ಹಾಡಿಕೆ ಬಹಳ ಮೆಚ್ಚುಗೆಯಾಗಿತ್ತು ಅನ್ನುವುದು ಅವರ ಮಾತಿನಿಂದಲೇ ವ್ಯಕ್ತವಾಯಿತು, ಹೀಗೆ ಅವರ ಭೇಟಿ ನಿರಂತರವಾಗಿತ್ತು. ಅವರು ತಪ್ಪದೆ ಎಲ್ಲಾ ಕಾರ್ಯಕ್ರಮಗಳನ್ನೂ ಕೇಳುತ್ತಿದ್ದರು ಮತ್ತು ವಿಮರ್ಶೆ ಮಾಡುತ್ತಿದ್ದರು.

ಮನೆ ತುಂಬಾ ನಿಶ್ಶಬ್ದವಾಗಿರುತ್ತಿತ್ತು. ನನ್ನನ್ನು ಕೂರಲು ಹೇಳಿ 'ಹೇಮಾ ಯಾರು ಬಂದಿದ್ದಾರೆ ನೋಡು' ಅಂತ ಅವರ ಹೆಂಡತಿಯನ್ನು ಕರೆಯುತ್ತಿದ್ದರು. ಆಕೆಯ ಪರಿಚಯವಾದ ಬಳಿಕ ಪ್ರತಿ ಸರಿಯೂ 'ಹೇಮಾ ಲೀಲಾವತಿಯವರು ಬಂದಿದ್ದಾರೆ ನೋಡು' ಅನ್ನೋರು. ಹೇಮಾವತಿಯವರು ಪ್ರತಿಸಾರಿಯೂ ಒಂದು ಲೋಟ ಹಾಲು ತಂದು ಕೊಡುತ್ತಿದ್ದರು.

ಕುವೆಂಪುರವರು ಹೆಚ್ಚು ಮಾತನಾಡುತ್ತಿರಲಿಲ್ಲ. ನನ್ನೊಂದಿಗೆ ಮಾತನಾಡುತ್ತಿದ್ದುದೆಲ್ಲಾ ಮುಖ್ಯವಾಗಿ ನಾನು ಹಾಡಿದ್ದ ಅವರ ಕವನಗಳ ಬಗ್ಗೆ ವಿಶ್ಲೇಷಣೆಯಾಗಿರುತಿತ್ತು. ಅವರೊಬ್ಬ ಕಲಾ ತಪಸ್ವಿ, ಮೌನ ಧ್ಯಾನವೇ ಅವರಿಗೆ ಹೆಚ್ಚು ಪ್ರಿಯವಾಗಿರುತ್ತಿತ್ತು ಎಂದು ಅನ್ನಿಸುತ್ತಿತ್ತು ನನಗೆ. ಆಕಾಶವಾಣಿಯ ಒಂದು ಕಾರ್ಯಕ್ರಮದಲ್ಲಿ ನಾನು

ಕುವೆಂಪು ವಿರಚಿತ ಗೀತೆ 'ತಾಯ ಮಡಿಲು' ಎಂಬ ಶೀರ್ಷಿಕೆಯಡಿಯ ಕವನ 'ಹಗಲೆಲ್ಲ ಧೂಳಿನಲಿ ಗೊಂಬೆಯಾಟವನಾಡಿ...' ಹಾಡಿದೆ. ಅದರ ಪ್ರಸಾರವನ್ನು ಕುವೆಂಪುರವರು ಕೇಳಿದ್ದರು. ಕಾರ್ಯಕ್ರಮ ಆದ ಒಂದು ವಾರದ ನಂತರ ನಾನವರ ಮನೆಗೆ ಹೋದೆ. ಎಂದಿನ ಅದೇ ಆದರ, ಪ್ರೀತಿ, ಕವನದ ಕುರಿತು ವಿಮರ್ಶೆ ಮಾತುಕತೆ.

ಆ ಸಂದರ್ಭದಲ್ಲಿ ಕವನದ ಹಾಡಿಕೆಯ ಬಗ್ಗೆ ಅವರು ಹೇಳಿದ ಮಾತನ್ನು ಎಂದಿಗೂ ಮರೆಯಲಾರೆ. ಮೆಲುಕು ಹಾಕುವಂಥ ಕವಿವರ್ಯರ ಮಾತುಗಳು 'ಲೀಲಾವತಿಯವರೇ ನೀವು 'ಹಗಲೆಲ್ಲಾ ಧೂಳಿನಲಿ ಗೊಂಬೆಯಾಟವನಾಡಿ...' ಕವನವನ್ನು ತುಂಬಾ ಸೊಗಸಾಗಿ ಹಾಡಿದ್ದೀರಿ, ಅದನ್ನು ಎಷ್ಟು ಚೆನ್ನಾಗಿ ಹಾಡಿದ್ದೀರಿ ಎಂದರೆ ಮತ್ತೊಮ್ಮೆ ಆ ಕವನವನ್ನು ನೀವೇ ಹಾಡಿದರೂ ಅಷ್ಟು ಚೆನ್ನಾಗಿ ಹಾಡಲಾರಿರಿ' ಎಂದು ಬಿಟ್ಟರು. ಅವರಿಗೆ ಅಂದು ನಾನು ಹಾಡಿದ್ದ ಕವನ ಅಷ್ಟು ಇಷ್ಟವಾಗಿಬಿಟ್ಟಿತ್ತು. ಒಬ್ಬ ಗಾಯಕಿಗೆ ಮಹಾನ್ ಕವಿಯಿಂದಲೇ ಬಂದ ಮೆಚ್ಚುಗೆಗಿಂತ ಬೇರಾವ ಪ್ರಶಸ್ತಿ ಬೇಕು?

ಮತ್ತೊಮ್ಮೆ ನಾನವರ ಮನೆಗೆ ಹೋಗಿದ್ದಾಗ ಲೋಕಾಭಿರಾಮವಾಗಿ ಕಾವ್ಯದ ಬಗೆಗೆ ಮಾತನಾಡುತ್ತಾ ಒಂದು ಮಾತು ಹೇಳಿದರು. 'ನೀವು ನನ್ನ ಕವನಗಳನ್ನು ಹಾಡದಿದ್ದಿದ್ದರೆ ನನ್ನ ಪುಸ್ತಕಗಳೆಲ್ಲಾ ಬೀರುವಿನಲ್ಲೇ ಇರುತ್ತಿತ್ತು' ಎಂದು. ಇದಕ್ಕಿಂತ ಹೆಚ್ಚಿನ ಬಹುಮಾನ ಕಲಾವಿದೆಗೆ ಬೇರಿನ್ನೇನು ಬೇಕು. ಅದೂ ಮಹಾಕವಿ, ರಾಷ್ಟ್ರಕವಿ ಕುವೆಂಪು ಅವರಿಂದಲೇ ಬಂದ ಮೆಚ್ಚುಗೆಯ ಮಾತು. ಅವರಂದ ಮಾತು ನಿಜವೇ. ಸಾಹಿತ್ಯ ವಲಯದವರು ಮಾತ್ರ ಕಾವ್ಯವನ್ನು ಓದಿಕೊಳ್ಳಬಹುದೇ ಹೊರತು ಎಲ್ಲರೂ ಅಲ್ಲ. ಕಾವ್ಯ ಹಾಡಿನ ರೂಪದಲ್ಲಿ ಜನ ಮಾನಸವನ್ನು ಬಹಳ ಸುಲಭವಾಗಿ ತಲುಪಿಬಿಡುತ್ತದೆ. ತನ್ಮೂಲಕ ಕವಿಗಳೂ ಜನತೆಗೆ ಹೆಚ್ಚು ಹೆಚ್ಚು ಪರಿಚಯವಾಗುತ್ತಾರೆ. ಹಾಡಿಗೆ ಆ ಶಕ್ತಿ ಇದೆ. ಆವರೆಗಾಗಲೇ ನಾನು ಸಾಕಷ್ಟು ಕುವೆಂಪು ಅವರ ಕವನಗಳನ್ನು ಆಕಾಶವಾಣಿಯ ಮೂಲಕ ಬಿತ್ತರಿಸಿದ್ದೆ. ವೇದಿಕೆಗಳಲ್ಲೂ ಲೆಕ್ಕವಿರದಷ್ಟು ಕವನಗಳನ್ನು ಹಾಡುತ್ತಿದ್ದೆ.

1960ನೇ ಇಸವಿಯಲ್ಲಿ ಮೈಸೂರಿನ ವಿಶ್ವವಿದ್ಯಾನಿಲಯದ ಅಂಗ ಸಂಸ್ಥೆಯಾಗಿ 'ಮಾನಸ ಗಂಗೋತ್ರಿ' ಆರಂಭವಾದದ್ದು. ಮಾನಸ ಗಂಗೋತ್ರಿ ಕುವೆಂಪುರವರ ಕನಸಿನ ಕೂಸು. 'ಮಾನಸ ಗಂಗೋತ್ರಿ' ಎಂಬ ನಾಮಕರಣ ಮಾಡಿದವರೂ ಕುವೆಂಪುರವರೇ. ಅದರ ಆರಂಭೋತ್ಸವಕ್ಕೆ ಕುವೆಂಪುರವರ ಆರು ಕವನಗಳನ್ನು ನಾನೇ ಹಾಡಿದ್ದು. ಕುವೆಂಪು ಅವರು ಆ ಕಾರ್ಯಕ್ರಮಕ್ಕೆ 'ಲೀಲಾವತಿಯವರ ಕೈಲಿ ಹಾಡಿಸಿ' ಎನ್ನುವುದರ ಜೊತೆಗೆ, ಅವರದೇ ಕವನ 'ಕಳಚಿ ಬೀಳುವೆನಯ್ಯಾ

ನಿನ್ನ ಸಿರಿಯಡಿಗೆ' ಈ ಕವನವನ್ನೂ ಹಾಡಬೇಕೆಂದು ಹೇಳಿ ಎಂದು ಹೇಳಿ ಕಳುಹಿಸಿದ್ದರು. ಅದು ನನ್ನ ಸೌಭಾಗ್ಯ. ಆಕಾಶವಾಣಿಯಲ್ಲಿ ಅದನ್ನು ಕೇಳಿದ್ದರು.

ಒಂದು ದಿನ ನಮ್ಮ ಮನೆಗೆ ಸಾಹಿತಿ ಚದುರಂಗ ಅವರು ಬಂದರು. ಅವರು ನನ್ನ ಹಾಡುಗಳನ್ನು ಕೇಳಿದ್ದರು. ನಾನು ಕಾದಂಬರಿಗಳನ್ನು ಓದಿದ್ದೆ. ಅದೇ ಮೊಟ್ಟಮೊದಲು ಅವರು ನಮ್ಮ ಮನೆಗೆ ಬಂದಿದ್ದು. 'ಲೀಲಾವತಿಯವರೆ, ವಾರ್ತಾ ಮತ್ತು ಸಾರ್ವಜನಿಕ ಸಂಪರ್ಕ ಇಲಾಖೆಗಾಗಿ ಕುವೆಂಪು ಅವರನ್ನು ಕುರಿತು ನಾನು ಸಾಕ್ಷ್ಯಚಿತ್ರವನ್ನು ತಯಾರಿಸುತ್ತಿದ್ದೇನೆ. ಅದರಲ್ಲಿ ಬರುವ ಎರಡು ಹಾಡುಗಳನ್ನು ನೀವು ಹಾಡಬೇಕು' ಎಂದರು. ಅದಕ್ಕಿಂತ ಸಂತೋಷ ಇನ್ನೇನಿದೆ. ಆ ಸಾಕ್ಷ್ಯಚಿತ್ರಕ್ಕಾಗಿ ನಾನು ಕುವೆಂಪುರವರ 'ಜೈ ಭಾರತ ಜನನಿಯ ತನುಜಾತೆ, ಜಯಹೇ ಕರ್ನಾಟಕ ಮಾತೆ' ಮತ್ತು 'ನಾನಿನಗೆ ನೀನೆನಗೆ ಜೇನಾಗುವ, ರಸದೇವ

ಗಂಗೆಯಲಿ ಮೀನಾಗುವ' ಕವನಗಳನ್ನು ಯಾವ ವಾದ್ಯದ ಹಿಮ್ಮೇಳವೂ ಇಲ್ಲದೆ ಹಾಡಿದೆ. ಮೈಸೂರಿನ ನವಜ್ಯೋತಿ ಸ್ಟುಡಿಯೋದಲ್ಲಿ ಧ್ವನಿಮುದ್ರಣವಾಯ್ತು. ಆ ಸಾಕ್ಷ್ಯಚಿತ್ರಕ್ಕೆ ರಾಜೀವ್ ತಾರಾನಾಥ್ ಅವರ ಹಿನ್ನಲೆ ಸಂಗೀತವಿದೆ. ಚಿತ್ರದ ಪೂರ್ತಿ ಸರೋದ್ ವಾದನವೇ ಹಿನ್ನೆಲೆಯಾಗಿದೆ. 'ಕುವೆಂಪು ಅವರು ನಿಮ್ಮ ಹಾಡುಗಳನ್ನು ತುಂಬಾ ಇಷ್ಟಪಟ್ಟರು' ಎಂದು ಚದುರಂಗರು ಹೇಳಿದರು. ಕುವೆಂಪು ಅವರಿಗೆ ಎಂದೂ ನನ್ನ ಹಾಡಿನ ಬಗ್ಗೆ ತುಂಬಾ ಅಭಿಮಾನವಿತ್ತು.

ಆ ಕಾರಣಕ್ಕೇ ಇರಬೇಕು 1960ರ ದಶಕದಲ್ಲಿ ಕುವೆಂಪುರವರು ಬೆಂಗಳೂರು ಆಕಾಶವಾಣಿಗೆ ಒಂದು ಪತ್ರವನ್ನು ಬರೆದಿದ್ದರು. 'ಎಚ್.ಆರ್. ಲೀಲಾವತಿ ಮತ್ತು ಪಿ. ಕಾಳಿಂಗರಾವ್ ಹೊರತು ನನ್ನ ಕವನಗಳನ್ನು ಬೇರೆ ಯಾರೂ ಹಾಡಬಾರದು' ಎಂದು. ಅವರಿಗೆ ನಮ್ಮಿಬ್ಬರ ಹಾಡಿಕೆಯ ಶೈಲಿ ತುಂಬಾ ಮೆಚ್ಚುಗೆಯಾಗಿದ್ದಿರಬೇಕು. (1955ರಲ್ಲಿ ಮೈಸೂರು ಆಕಾಶವಾಣಿ ರಾಜಧಾನಿ ಬೆಂಗಳೂರಿಗೆ ವರ್ಗಾಯಿಸಲ್ಪಟ್ಟಿತ್ತು) ಹಾಗೇ ಅವರಿಚ್ಚೆಯಂತೆ ಮೂರು, ನಾಲ್ಕು ವರ್ಷಗಳು ನಾನು ಹಾಗೂ ಕಾಳಿಂಗರಾಯರು ಮಾತ್ರ ಆಕಾಶವಾಣಿಯಲ್ಲಿ ಕುವೆಂಪು ಅವರ ಕವನಗಳನ್ನು ಹಾಡಿದ್ದೋರು. ಕಾಲಕ್ರಮೇಣ ಎಲ್ಲಾ ಆಕಾಶವಾಣಿಯ ಕಲಾವಿದರೂ, ಕುವೆಂಪು ಅವರ ರಚನೆಗಳನ್ನು ಮತ್ತೆ ಹಾಡಲು ಶುರು ಮಾಡಿದರು.

ಕುವೆಂಪುರವರು ಕನ್ನಡ ಭಾಷೆಯ ಪ್ರೇಮವನ್ನು ಎಷ್ಟರಮಟ್ಟಿಗೆ ಮೈಗೂಡಿಸಿಕೊಂಡು ಬಿಟ್ಟಿದ್ದರು ಅನ್ನುವುದಕ್ಕೆ ಈ ಒಂದು ಘಟನೆ ಸಾಕ್ಷಿಯಾಗಿದೆ.

1972ನೇ ಇಸವಿಯಲ್ಲಿ ನನ್ನ ತಮ್ಮನ ಮದುವೆ ನಡೆಯಿತು. ನಾನು ಕುವೆಂಪು ಅವರಿಗೆ ಮದುವೆಯ ಆಹ್ವಾನ ಪತ್ರಿಕೆಯನ್ನು ಕೊಡಲು ಅವರ ಮನೆಗೆ ಹೋದೆ. ಅವರಿಗೆ ಮದುವೆಯ ಕರೆಯೋಲೆ ಕೊಟ್ಟೆ. ನೋಡಿದರು, ಓದಿದರು, 'ನಿಮ್ಮ ಮಾತೃಭಾಷೆ ಯಾವುದು? ಕನ್ನಡವಲ್ಲವೇ? ಇದೇಕೆ ಹೀಗೆ ಆಹ್ವಾನ ಪತ್ರಿಕೆ ಇಂಗ್ಲಿಷ್‌ನಲ್ಲಿದೆ. ಇದು ಸರಿಯಲ್ಲ, ತಪ್ಪು, ಕನ್ನಡದಲ್ಲೇಕೆ ಮಾಡಿಸಲಿಲ್ಲ?' ಎಂದರು. ಅವರ ಮಾತು ಕೇಳ್ತಿದ್ದ ಹಾಗೇ ನಾನು ಪೆಚ್ಚಾದೆ 'ನನ್ನ ತಮ್ಮ ಹತ್ತು ವರ್ಷಗಳಿಂದ ಕಲ್ಕತ್ತೆಯಲ್ಲಿದ್ದಾನೆ. ಅವರಿಗೆಲ್ಲಾ ಕೊಡಬೇಕಲ್ಲ ಅಂತ ಇಂಗ್ಲಿಷ್‌ನಲ್ಲಿ ಮಾಡಿಸಿದೆ' ಅಂತ ನಾನೇನೋ ಸಮಜಾಯಿಷಿ ಕೊಟ್ಟೆ. ಆದರೆ ಕುವೆಂಪುರವರಿಗೆ ನನ್ನ ಮಾತು ತೃಪ್ತಿಯಾದಂತೆ ಕಾಣಲಿಲ್ಲ.

ಕುವೆಂಪು ಅವರು ಭಾವಗೀತೆಗಳನ್ನು ಎಷ್ಟು ನಿಷ್ಠೆಯಿಂದ ಕೇಳುತ್ತಿದ್ದರು ಎನ್ನುವುದಕ್ಕೆ ಈ ಒಂದು ಘಟನೆಯೂ ಸಾಕ್ಷಿಯಾಗಿದೆ. 1975ನೇ ಇಸವಿಯಲ್ಲಿ ಆಕಾಶವಾಣಿಯ ಒಂದು ಕೇಂದ್ರ ಮರಳಿ ಮತ್ತೆ ಮೈಸೂರಿನಲ್ಲಿ ಆರಂಭವಾಯ್ತು. ನಾನು ಸಂಗೀತ ಸಂಯೋಜಕಿಯಾಗಿ 1976ರಲ್ಲಿ ಮೈಸೂರು ಆಕಾಶವಾಣಿಯ ನಿಲಯದ ಕಲಾವಿದೆಯಾಗಿ ಸೇರಿಕೊಂಡೆ. ಭಾವಗೀತೆಗಳ ಸಾಹಿತ್ಯವನ್ನು ಪರಿಶೀಲಿಸುವುದು ನನ್ನ ಪಾಲಿಗೆ ಬಿತ್ತು. ಆಕಾಶವಾಣಿಯಲ್ಲಿ ಹಾಡಲು ಹೊರಗಿನ ಯಾವ ಕಲಾವಿದರು ಬಂದರೂ ಅವರು ಹಾಡುವ ಸಾಹಿತ್ಯವನ್ನು ನಾನೇ ಪರಿಶೀಲಿಸಬೇಕಾಗಿತ್ತು. ಅಂಥದೊಂದು ಸಂದರ್ಭದಲ್ಲಿ ಕುವೆಂಪು ಅವರ ಕವನ 'ನನ್ನ ಕೃತಿ ಕಳೆಯಲ್ಲ, ನಾನು ಕವಿಯೂ ಅಲ್ಲ' ಎನ್ನುವ ಕವನವನ್ನು ಒಬ್ಬರು ಕಲಾವಿದರು ಹಾಡಿ ಪ್ರಸಾರವಾಯ್ತು. ಮಾರನೆಯ ದಿನ ಕುವೆಂಪು ಅವರ ಫೋನು. 'ಸಾಹಿತ್ಯ ತಪ್ಪಿದೆ ಯಾಕೆ ಸರಿಮಾಡಲಿಲ್ಲ ಅಂತ'. ಅವತ್ತು ದುರದೃಷ್ಟವಶಾತ್ ನಾನು ರಜೆಯ ಮೇಲಿದ್ದೆ. ಯಾವ ಸಾಹಿತ್ಯವೇ ಆಗಲಿ ನಾನು ಮೈಯೆಲ್ಲಾ ಕಣ್ಣಾಗಿ ನೋಡುವವಳು. ಕುವೆಂಪು ಅವರದ್ದು ಎಂದರೆ ಇನ್ನೂ ಒಂದು ಪಟ್ಟು ಹೆಚ್ಚು ಎಚ್ಚರಿಕೆ. ಅನುಮಾನ ಬಂದರೆ ಲೈಬ್ರರಿಯಿಂದ ಪುಸ್ತಕ ತರಿಸಿ ನೋಡ್ತೀನಿ. ಅಂಥದರಲ್ಲಿ ತಪ್ಪಾಗಿ ಹೋಗಿತ್ತು. 'ಕ್ಷಮಿಸಿ ಇನ್ನು ಮುಂದೆ ಹಾಗಾಗದಂತೆ ಎಚ್ಚರಿಕೆ ವಹಿಸ್ತೀನಿ' ಎಂದೆ. ಕಾರಣ ಅವರು ಭಾವಗೀತೆಗಳ ಜವಾಬ್ದಾರಿ ಸಂಪೂರ್ಣವಾಗಿ ನನ್ನದೇ ಅಂದುಕೊಂಡಿರಬೇಕು. ಸಾಮಾನ್ಯವಾಗಿ ಹಾಡುವ ಎಲ್ಲ ಸಾಹಿತ್ಯದ ಪರಿಚಯವೂ ನನಗಿರುತ್ತಾದರೂ ನಾನೇನು ಸರ್ವಜ್ಞಳಲ್ಲವಲ್ಲ.

ಮುಂದಿನ ವರ್ಷಗಳಲ್ಲಿ ನಾನು ಅವರ ಮನೆಗೆ ಹೋದಾಗಲೆಲ್ಲಾ ಕುವೆಂಪು ಅವರ ಮಗಳು ತಾರಿಣಿ ಇರುತ್ತಿದ್ದರು. ನಾನು ಹಲವಾರು ಸಲ ನನ್ನ ವಿದ್ಯಾರ್ಥಿಗಳನ್ನೂ ಕರೆದುಕೊಂಡು ಅವರ ಮನೆಗೆ ಹೋಗಿದ್ದೆ. ಮಕ್ಕಳೆಲ್ಲಾ ಅವರ ಮುಂದೆ

ಹಾಡಿ, ಅವರ ಆಶೀರ್ವಾದ ಪಡೆದಿದ್ದಾರೆ. ಕುವೆಂಪುರವರಿಗೆ ಅವರ ಕವನ 'ಓ ನೋಡದೋ ರಂಜಿಸುತಿದೆ ರಜನಿಯ ಕೈ ದೀಪ' ಹಾಡಿಸಿ ಕೇಳಬೇಕೆಂಬ ಆಸೆಯನ್ನು ವ್ಯಕ್ತಪಡಿಸಿದರು. ನನಗೆ 'ಆ ಕವನವನ್ನು ಹಾಡಿ' ಅಂದರು. 'ಮುಂದಿನ ಸಾರಿ ನಿಮ್ಮಲ್ಲಿಗೆ ಬಂದಾಗ ಹಾಡ್ತೀನಿ. ಆ ಕವನಕ್ಕೆ ಇನ್ನೂ ನಾನು ರಾಗಸಂಯೋಜನೆ ಮಾಡಿಲ್ಲ' ಎಂದೆ. ಗಾಯಕಿಯಾಗಿ, ಕವಿಯ ಇಚ್ಛೆಯನ್ನು ಪೂರೈಸುವುದು ನನ್ನ ಧರ್ಮವಾಗಿತ್ತು. ಹಾಗಾಗಿ ಮನೆಗೆ ಬಂದ ತಕ್ಷಣ ಆ ಕವನವನ್ನು ಹುಡುಕಿ ತೆಗೆದು ರಾಗ ಸಂಯೋಜನೆ ಮಾಡಿದೆ. ನಾನು ಹೇಳಿದ್ದಂತೆ ಅವರ ಮನೆಗೆ ಹೋಗಿ ಕವಿಯ ಮುಂದೆ ಹಾಡಿ ಧನ್ಯತಾಭಾವವನ್ನು ಪಡೆದೆ. ಮತ್ತೊಮ್ಮೆ ಅವರ ಮನೆಗೆ ನನ್ನ ಶಿಷ್ಯರೊಂದಿಗೆ ಹೋಗಿ, ಅವರುಗಳಿಂದಲೂ ಆ ಕವನವನ್ನು ಕವಿಯ ಮುಂದೆ ಹಾಡಿಸಿದೆ.

ಕುವೆಂಪುರವರಿಗೆ 1987ರಲ್ಲಿ ಪ್ರಪ್ರಥಮ ಪಂಪ ಪ್ರಶಸ್ತಿ ಬಂತು. ಪ್ರಶಸ್ತಿ ಪ್ರದಾನ ಕಾರ್ಯಕ್ರಮ ಜಗನ್ಮೋಹನ ಅರಮನೆಯಲ್ಲಿ ಏರ್ಪಾಡಾಗಿತ್ತು. ಅಂದು ಪ್ರಾರ್ಥನೆಯಾಗಿ ಕುವೆಂಪು ಅವರ 'ಜಯ ಭಾರತ ಜನನಿಯ ತನುಜಾತೆ, ಜಯ ಹೇ ಕರ್ನಾಟಕ ಮಾತೆ' ಕವನವನ್ನು (ಆ ಕಾರ್ಯಕ್ರಮಕ್ಕಾಗಿಯೇ ರಾಗ ಸಂಯೋಜನೆ ಮಾಡಿದ್ದೆ) ನನ್ನ ಮೂವರು ಶಿಷ್ಯರೊಂದಿಗೆ ಹಾಡಿದೆ. ತುಂಬಾ ಇಷ್ಟವಾಯ್ತು ಎಂದು ಬಳಿಗೆ ಕರೆದು ಹೇಳಿದರು.

ಕುವೆಂಪು ಅವರ 'ಪ್ರೇಮ ಕಾಶ್ಮೀರ' ಕವನ ಸಂಗ್ರಹದಿಂದ ಒಂಬತ್ತು ಕವನಗಳನ್ನು ಆಯ್ಕೆ ಮಾಡಿ, (ಕ್ಯಾಸೆಟ್ ತರುವ ಉದ್ದೇಶದಿಂದ) ನಾನು, ನನ್ನ ಪತಿ ರಘುರಾಂ, ಕವಿಯ ಒಪ್ಪಿಗೆಯನ್ನು ಪಡೆಯಲು ಅವರ ಮನೆಗೆ ಹೋದೆವು. ನನ್ನ ಆಯ್ಕೆಯ ಕವನಗಳನ್ನೆಲ್ಲಾ ನೋಡಿದರು. 'ಎಲ್ಲಾ ಸರಿ ಇದೆ' ಎಂದು ಹೇಳಿ ಒಪ್ಪಿಗೆಯನ್ನೂ ಕೊಟ್ಟರು. ಗೌರವ ಧನದ ಬಗ್ಗೆ ಮಾತುಕತೆಯೂ ಆಯ್ತು. 'ಹಾಡುಗಳ ಬಗ್ಗೆ ಮೊದಲು ನಿಮ್ಮ ಧ್ವನಿಯು ಬೇಕು ನಮಗೆ. ಕವನಗಳ ಬಗ್ಗೆ ದಯಮಾಡಿ ಒಂದು ನಾಲ್ಕು ಮಾತಾಡಿ, ಆಶೀರ್ವಾದ ಮಾಡಿ' ಎಂದು ಕೇಳಿಕೊಂಡೆ. ಒಂದು ಕ್ಷಣ ಸುಮ್ಮನಿದ್ದರು, ನಂತರ ಇಂಥ ದಿನ ಇಷ್ಟು ಗಂಟೆಗೆ ಬನ್ನಿ ಎಂದು ಅವರು ಹೇಳಿದರು. ಅವರು ಹೇಳಿದ ದಿನ ನಾನು, ನನ್ನ ಪತಿ ರಘುರಾಂ, ಗೆಳೆಯರಾದ ಬಿ.ವಿ. ನಂದೀಶ್ವರ್ ಅವರ ಮನೆಗೆ ಹೋದೆವು. ಕುವೆಂಪುರವರ ಮಾತುಗಳನ್ನು ನಂದೀಶ್ವರ್ ಅವರು ಟೇಪ್ ರೆಕಾರ್ಡರ್‌ನಲ್ಲಿ ಧ್ವನಿ ಮುದ್ರಿಸಿಕೊಂಡರು.

ಅದನ್ನೇ 'ಪ್ರೇಮ ಕಾಶ್ಮೀರ' ಕ್ಯಾಸೆಟ್‌ನ ಮುನ್ನುಡಿಯಾಗಿ ಹಾಕಿ, ನಂತರ ನಾವು ದಂಪತಿಗಳು ಹಾಡಿದ ಗೀತೆಗಳನ್ನು ಅಳವಡಿಸಿದ್ದೇವೆ. ಕುವೆಂಪು ಅವರ ಪರಮ ಆರಾಧಕರಾಗಿದ್ದ, ವಿದ್ಯಾಮಂತ್ರಿಗಳೂ ಆಗಿದ್ದ ಮಂಡ್ಯದ ಶಂಕರೇಗೌಡರು ತಕ್ಷಣ ಇನ್ನೂರು ಕ್ಯಾಸೆಟ್‌ಗಳನ್ನು ತರಿಸಿಕೊಂಡರು.

ನಾನೊಮ್ಮೆ ಕುವೆಂಪು ಅವರ ಮನೆಗೆ ಹೋದಾಗ, ಕವಿಗಳು ಅವರ ಹಸ್ತಾಕ್ಷರ ಹಾಕಿ ಕನ್ನಡ ಡಿಂಡಿಮ, ಕದರಡಿಕೆ, ಅನುತ್ತರ– ಈ ನಾಲ್ಕು ಪುಸ್ತಕಗಳನ್ನು ಕೊಟ್ಟರು. ಹಾಡಲು ಬೇಕೆಂದು ಯಾರೋ ಅದನ್ನು ಪಡೆದುಕೊಂಡು ಹೋದರು, ಯಾರಿಗೆ ಕೊಟ್ಟೆ ಅಂತ ನನಗೆ ನೆನಪಿಲ್ಲ, ತೆಗೆದುಕೊಂಡು ಹೋದವರು ಮರಳಿ ಹಿಂದಿರುಗಿಸಲಿಲ್ಲ. ಮತ್ತೊಮ್ಮೆ ನಾನು ಕುವೆಂಪು ಅವರ ಮನೆಗೆ ಹೋದಾಗ ಈ ವಿಷಯವನ್ನು ಹೇಳಿದೆ. 'ಹಾಗೆಲ್ಲಾ ಯಾರಿಗೂ ಪುಸ್ತಕಗಳನ್ನು ಕೊಡಬಾರದು' ಅಂತ ಹೇಳಿ ಮತ್ತೆರಡು ಪುಸ್ತಕಗಳನ್ನು ಕೊಟ್ಟರು.

ಕುವೆಂಪುರವರಿಗೆ ಒಂದು ಕಾಲದಲ್ಲಿ ಆಕಾಶವಾಣಿಯ ಮೇಲೆ ವಿಪರೀತ ಸಿಟ್ಟಿತ್ತು. ಕಾರಣ ಒಮ್ಮೆ ಧಾರವಾಡದ ಆಕಾಶವಾಣಿಯಲ್ಲಿ ಕುವೆಂಪುರವರ ಭಾಷಣಕ್ಕೆ ಕತ್ತರಿ ಪ್ರಯೋಗ ಮಾಡಿದ್ದರಂತೆ. ಹಾಗಾಗಿ ಆ ಸಂಸ್ಥೆಯ ಮೇಲೆ ಸಿಟ್ಟಿತ್ತು. ನಾನು ಆಕಾಶವಾಣಿಗೆ ಸೇರಿದಾಗಿನಿಂದ ಅಂದರೆ 1976ರಿಂದ 1984ರವರೆಗೂ ಆಕಾಶವಾಣಿಗೆ ಕಾಲಿಟ್ಟಿರಲಿಲ್ಲ. ಜ್ಯೋತ್ಸ್ನಾ ಕಾಮತ್‌ರವರ ಅವಧಿಯಲ್ಲಿ ಅವರು ಹರಸಾಹಸ ಮಾಡಿ ಕುವೆಂಪು ಅವರನ್ನು ಆಕಾಶವಾಣಿಗೆ ಬರುವಂತೆ ಮಾಡಿದರು. ಅವರ ಭಾಷಣದ ಧ್ವನಿ ಮುದ್ರಣವೂ ಆಯ್ತು. ಎಲ್ಲರೊಂದಿಗೆ ಅವರ ಫೋಟೋ ಕೂಡ ಆಯ್ತು. ಇದೊಂದು ಮಧುರ ನೆನಪು.

ಒಮ್ಮೆ ಕುವೆಂಪುರವರ ಸನ್ಮಾನದಂದು (ಸ್ಟೇಟ್ ಬ್ಯಾಂಕ್ ಆಫ್ ಮೈಸೂರು ಅವರಿಂದ) ಕುವೆಂಪು ಅವರ ಮನೆ 'ಉದಯ ರವಿ'ಯ ಮುಂದೆಯೇ ನಾನು, ರಘುರಾಂ ಒಂದು ಗಂಟೆ ಕುವೆಂಪು ಅವರ ಗೀತೆಗಳನ್ನು ಹಾಡಿದ್ದೆವು. ಅವರು ಭೌತಿಕವಾಗಿ ಅಗಲಿದ ಮೇಲೆ, ಅವರ ಕುಪ್ಪಳಿಯ 'ಮನೆ, ಮನೆ, ಮುದ್ದು ಮನೆ'ಯಲ್ಲಿ ನಾನು, ರಘುರಾಂ, ಡಾ॥ ಮಾಧವಿ, ಪುಷ್ಪಲತಾ ಹಾಡಿದ್ದೆವು.

ನನ್ನ ಒಂದೇ ಒಂದು ಆಸೆ ಮಾತ್ರ ಕೈಗೂಡಲಿಲ್ಲ, ನಮ್ಮ ಸುಗಮ ಸಂಗೀತ ಅಕಾಡೆಮಿಗೆ ಅವರನ್ನು ಕರೆಸಬೇಕೆಂಬ ಆಸೆ ಇತ್ತು. ಅವರನ್ನು ಭೇಟಿ ಮಾಡಿ ನಮ್ಮ ಅಕಾಡೆಮಿಯ ಗೌರವವನ್ನು ಸ್ವೀಕರಿಸಬೇಕೆಂದು ಅವರನ್ನು ಆಹ್ವಾನಿಸಿದೆ. ನಮ್ಮ ಅಕಾಡೆಮಿಗೆ ಬರಲು ಒಪ್ಪಿದರು. ಆದರೆ ಒಂದು ನಿಬಂಧನೆಯನ್ನು ಹಾಕಿದರು. ಅವರ ವಿಶ್ವಮಾನವ ಸಂದೇಶದ ಐನೂರು ಕರಪತ್ರಗಳನ್ನು ಮುದ್ರಿಸಬೇಕೆಂದು ಹೇಳಿದರು. ನಮ್ಮ ಅಕಾಡೆಮಿಗೆ ಆ ಹೊರೆ ಹೊರುವುದು ಅಂದು ಸಾಧ್ಯವಿರಲಿಲ್ಲ.

ಹಾಗಾಗಿ ಕುವೆಂಪು ಅವರು ನಮ್ಮ ಸುಗಮ ಸಂಗೀತ ಅಕಾಡೆಮಿಯ ಗೌರವವನ್ನು ಸ್ವೀಕರಿಸಲು ಬರಲಿಲ್ಲ, ನನ್ನ ಕನಸು ಕನಸಾಗಿಯೇ ಉಳಿದುಬಿಟ್ಟಿತು.

ಕುವೆಂಪು ಅವರ ಬಗ್ಗೆ ಮತ್ತೇನು ಹೇಳಲಿ? ಅವರನ್ನು ಕಳೆದುಕೊಂಡ ಬಳಿಕ ಅವರ ಮನೆ 'ಉದಯರವಿ' ಕಡೆ ನಾನೆಂದೂ ಹೋಗಿಲ್ಲ. ಭೌತಿಕವಾಗಿ ಉದಯರವಿಯೇ ಅಸ್ತಂಗತವಾದ ಬಳಿಕ, ಆ ಸುಂದರ, ಸ್ಮರಣೀಯ ಅನುಭವಗಳೇ ನನ್ನ ಹೃದಯದಾಳಕ್ಕಿಳಿದಿರುವುದು. ಅದೆಂದಿಗೂ ಅಸ್ತಂಗತವಾಗುವುದೇ ಇಲ್ಲ. ಹಚ್ಚಹಸುರಾದ ಸವಿನೆನಪುಗಳು ಅವು. ನಾನಿರುವವರೆಗೂ ಆ ನೆನಪುಗಳನ್ನು ನನ್ನೆದೆಯಲ್ಲಿ ಭದ್ರವಾಗಿ ಕಾಪಾಡಿಕೊಂಡಿರುತ್ತೇನೆ. ಅದು ನಿಜವಾಗಿ ಹೇಳುವುದಾದರೆ ಕಾವ್ಯ ಗಾಯನದ ಅನುಬಂಧ, ಕವಿ ಗಾಯಕಿಯ ಅನುಬಂಧ. ಅದೆಂದಿಗೂ ಚಿರನೂತನ.

ಅದೊಂದು ದೈತ್ಯ ಸಾತ್ವಿಕ ಶಕ್ತಿ.
ನ್ಯಾಯನಿಷ್ಠ ನಿಷ್ಠುರವಾದಿ. ಮಾನವೀಯ
ಗುಣಗಳ ಖಣಿ. ನೋವಿಗೆ ಮಿಡಿಯುವ
ಒಂದು ದಿವ್ಯ ಚೇತನ.

ಎಮ್ಮ ಮನೆಯಂಗಳಕ್ಕೇ ಬಂದರು...

ಶಿವರಾಮ ಕಾರಂತ

'ಕಡಲ ತೀರದ ಭಾರ್ಗವ' 'ನಡೆದಾಡುವ ವಿಶ್ವಕೋಶ' ಎಂದೇ ಖ್ಯಾತರಾದವರು, ಆಡು ಮುಟ್ಟದ ಸೊಪ್ಪಿಲ್ಲ ಎನ್ನುವ ಹಾಗೆ ಸಾಹಿತ್ಯದ ಎಲ್ಲಾ ಪ್ರಕಾರಗಳಲ್ಲೂ ಕೆಲಸ ಮಾಡಿದವರು, ಕಥೆಗಾರ, ಕವಿ, ಕಾದಂಬರಿಕಾರ, ನಾಟಕಕಾರ, ವೈಜ್ಞಾನಿಕ ಬರಹಗಾರ, ಅನುವಾದಕ, ಬಾಲ ಪ್ರಪಂಚದ ರಚನಕಾರ, ಯಕ್ಷಗಾನ ಪಟು, ಯಕ್ಷಗಾನದಲ್ಲಿ ಹಲವು ಹೊಸ ಹೊಸ ಆವಿಷ್ಕಾರಗಳನ್ನು ಮಾಡಿ ಹೊಸ ಪ್ರಯೋಗಗಳಿಗೂ ನಾಂದಿ ಹಾಡಿದವರು. ಯಕ್ಷಗಾನ ತಂಡಗಳನ್ನು ಕಟ್ಟಿಕೊಂಡು ದೇಶವಿದೇಶಗಳಲ್ಲಿ ಅದರ ಪರಿಚಯ ಮಾಡಿದ ಯಕ್ಷಗಾನ ರಾಯಭಾರಿ. ಅವರಿಗೆ ದಣಿವಿಲ್ಲದ ಜ್ಞಾನ ದಾಹ. ತನ್ನ ಜ್ಞಾನ ವಿಕಸನಕ್ಕಾಗಿ ದೇಶವಿದೇಶಗಳ ಸಾಂಸ್ಕೃತಿಕ ಕೇಂದ್ರಗಳಿಗೆ ಭೇಟಿ... ಜೊತೆಗೆ ಸಂಗೀತ ನೃತ್ಯ ಕಲೆಯನ್ನೂ ಅಭ್ಯಾಸ ಮಾಡಿದವರು. ಇವರು ಬೇರೆ ಯಾರೂ ಅಲ್ಲ, ನನ್ನ ಪ್ರೀತಿಯ ಶಿವರಾಮ

ಕಾರಂತರು. ಅದೆಂಥ ಜೀವನ ಪ್ರೀತಿ ಕಾರಂತರದು. ಒಬ್ಬ ವ್ಯಕ್ತಿಗೆ ಎಷ್ಟೊಂದು ಕಾರ್ಯಕ್ಷೇತ್ರಗಳಲ್ಲಿ ಆಸಕ್ತಿ ಎಂದು ಯೋಚಿಸಿದಾಗ ಆಶ್ಚರ್ಯವಾಗದೆ ಇರದು.

ಶಿವರಾಮ ಕಾರಂತರು ಅವರ ಯೌವ್ವನವನ್ನು ಪಡುಕೋಣೆ ರಮಾನಂದರಾಯರು ಹಾಗೂ ಸೀತಾದೇವಿಯವರ ಮನೆಯಲ್ಲೇ ಕಳೆದವರು. ಆ ದಂಪತಿಗಳಿಗೂ ನಾಟಕಗಳು, ಮೂಕಿ ಚಿತ್ರಗಳು ದಿನನಿತ್ಯದ ಆಹಾರವಾಗಿದ್ದವು. ಅದೊಂದು ಕಲಾ ಪ್ರೀತಿಯ ಸಂಸಾರ. ಕಾರಂತರು ನಾಟಕ, ಸಂಗೀತದ ಗೀಳಿದ್ದವರು. ಕಾರಂತರು ಲಕಡಿಬುವಾ (ಮೋತಿ ಸಿಂಗ್) ಇವರಿಂದ ಸಂಗೀತವನ್ನು ಕಲಿಯುತ್ತಿದ್ದರು.

ಒಮ್ಮೆ ರಮಾನಂದರಾಯರು ಹಾಗೂ ಸೀತಾದೇವಿಯವರ ಮಗಳು ಚಂದ್ರಭಾಗಾದೇವಿ ತಾನು ಕಲಿತ ಒಂದು ಕೃಷ್ಣ ಗೋಪಿಯರ ಸುಂದರ ನೃತ್ಯವನ್ನು ಮಾಡಿದಳು. ಅದೊಂದು ಅತ್ಯಂತ ಸುಂದರ ನೃತ್ಯವಾಗಿತ್ತು. ಆ ನೃತ್ಯವನ್ನು

ನೋಡಿದ ಶಿವರಾಮ ಕಾರಂತರು ತಾವು ರಚಿಸಿದ 'ಮುಕ್ತದ್ವಾರ' ಎಂಬ ನಾಟಕದಲ್ಲಿ ಅವಳ ನೃತ್ಯವನ್ನು ಅಳವಡಿಸಿದರು. 'ಮೇಘ ಮಯೂರ' ಕಾರಂತರ ಇನ್ನೊಂದು ನಾಟಕ. ಅದರಲ್ಲೂ ಆ ಹುಡುಗಿಯಿಂದ ನೃತ್ಯ ಮಾಡಿಸಿದರು. 'ಶುಭದತ್ತ', 'ಶೀಲ ಭಂಗ' ಈ ನಾಟಕಗಳೂ ಕಾರಂತರ ರಚನೆಗಳೇ. ಆಗ ಶಿವರಾಮ ಕಾರಂತರು ಕಲಿಸುತ್ತಿದ್ದ ಲಘು ನಾಟ್ಯದ ಶೈಲಿ ಮಾತ್ರ ಸಂಪ್ರದಾಯ, ಶಾಸ್ತ್ರೀಯತೆಯ ಬಂಧವಿರದ ಒಂದು ಸ್ವೇಚ್ಛಾ ನೃತ್ಯವಾಗಿತ್ತು. ಇದು ಕಾರಂತರ ಯೌವ್ವನದ ದಿನಗಳ ಪ್ರಯೋಗ.

ಇನ್ನು ನನ್ನ ಹಾಗೂ ಶಿವರಾಮ ಕಾರಂತರ ಪರಿಚಯದ ಬಗ್ಗೆ ಸಿಂಹಾವಲೋಕನ ಮಾಡಿದಾಗ, ನಾನು ನನ್ನ ಬಾಲ್ಯದ ದಿನಗಳ ಕಿಟಕಿಯಲ್ಲಿ ನನ್ನನ್ನು ಕಾಣಬೇಕಾಗುತ್ತದೆ. ನಾನು ಹುಟ್ಟಿ ಬೆಳೆದಿದ್ದೆಲ್ಲ ಮೈಸೂರೇ (ಹುಟ್ಟಿದ ಒಂದು ತಿಂಗಳು ಮಾತ್ರ ಬೆಂಗಳೂರು) ನನ್ನ ಬಾಲ್ಯವನ್ನು ಕಳೆದದ್ದು ಮೈಸೂರಿನ ಕೃಷ್ಣಮೂರ್ತಿಪುರಂನಲ್ಲಿದ್ದ ವೀವರ್ಸ್ ಲೇನ್‌ನಲ್ಲಿ, ಅದನ್ನು ರಾಮಯ್ಯರ್ ಸ್ಟ್ರೀಟ್ ಅಂತಲೂ ಕರೆಯುತ್ತಿದ್ದರು ಆ ಒಂದೇ ಸಾಲಿನ ಮನೆಗಳಿಗೆ. ಆ ರಸ್ತೆಯ ಮೊದಲ ಮನೆಯಲ್ಲಿ ರುಕ್ಮಿಣಮ್ಮ, ವಾಸುದೇವಾಚಾರ್ಯ ದಂಪತಿಗಳಿದ್ದರು. ಅವರ ಮಗನೇ ಡಿ.ವಿ. ಕೃಷ್ಣಮೂರ್ತಿ, ಡಿ.ವಿ.ಕೆ. ಪ್ರಕಾಶನದ ಮಾಲೀಕ. ಅವರ ಮನೆಯ ಪಕ್ಕದ ಮನೆಯೇ ನಮ್ಮ ಮನೆ, ಅಂದರೆ ನಮ್ಮ ತಾತನ ಮನೆ. ನಮ್ಮ ತಾತನ ಜೊತೆಗೆ ನನ್ನ ತಾಯಿ, ತಂದೆ, ನನ್ನ ಇಬ್ಬರು ಅಣ್ಣಂದಿರು, ಒಬ್ಬ ತಮ್ಮ, ಚಿಕ್ಕಪ್ಪ,

ಚಿಕ್ಕಂದಿನಲ್ಲೇ ಗಂಡನನ್ನು ಕಳೆದುಕೊಂಡ ನನ್ನ ಸೋದರತ್ತೆ, ನನ್ನನ್ನೂ ಸೇರಿಸಿ ಒಟ್ಟು ಒಂಬತ್ತು ಜನರ ಕುಟುಂಬ ನಮ್ಮದು. ಕಾಲಕ್ರಮದಲ್ಲಿ ನನ್ನ ದೊಡ್ಡಣ್ಣ, ಚಿಕ್ಕಪ್ಪ, ಬೆಂಗಳೂರಿಗೆ ಓದಲು ಹೋದರು. ಆ ಸಂದರ್ಭದಲ್ಲಿ ನಮ್ಮ ತಾತ, ಅದೇ ಕಾಂಪೌಂಡಿನಲ್ಲಿ ಇನ್ನೊಂದು ಮನೆಯನ್ನು ಕಟ್ಟಿಸಿದರು. ನಾವಿದ್ದ ಮನೆಯನ್ನು ಬಾಡಿಗೆಗೆ ಕೊಟ್ಟು ನಾವೆಲ್ಲ ಸ್ವಲ್ಪ ಚಿಕ್ಕದಾಗಿದ್ದ ಹೊಸ ಮನೆಗೆ ಹೋದೆವು.

ಆ ಮನೆಗೆ ಬಾಡಿಗೆಗೆ ಬಂದವರು ಹಿರಿಯ ಸಾಹಿತಿ, ಕವಿಗಳಾದ ವಿ.ಸೀ. ಅಂದರೆ ವಿ.ಸೀತಾರಾಮಯ್ಯನವರು. ನನಗೆ ನೆನಪಿರುವ ಹಾಗೆ ಪ್ರಾಯಶಃ ಅದು 1941ನೇ ಇಸವಿ, ನನಗಾಗ ಏಳು ವರ್ಷ, ವಿ.ಸೀ.ಯವರು ರಚಿಸಿದ್ದ 'ಎಮ್ಮ ಮನೆಯಂಗಳದಿ ಬೆಳೆದೊಂದು ಹೂವನ್ನು ನಿಮ್ಮ ಮಡಿಲೊಳಗಿಡಲು ತಂದಿರುವೆವು' ನಮ್ಮ ತಂದೆ ಹಾಡ್ತಿರೋರು. ಹಾಗಾಗಿ ನಾನೂ ಹಾಡ್ತಿದ್ದೆ. ವಿ.ಸೀ. ಯವರು ಕವಿ ಅಂತ ಗೊತ್ತಿತ್ತು. ವಿ.ಸೀ. ಅವರ ಹೆಂಡತಿ ಸೀತಮ್ಮ ಅವರಿಗೆ ನನ್ನ ಕಂಡರೆ ತುಂಬಾ ಇಷ್ಟವಾಗಿತ್ತು. 'ಲೀಲಾ ಬಾ, ಲೀಲಾ ಬಾ' ಅಂತ ಕರೆದೂ ಕರೆದೂ ಯಾವಾಗಲೂ ಏನಾದ್ರೂ ತಿಂಡಿ ಕೊಡ್ತಿರೋರು. ವಿ.ಸೀ. ಅವರು ಮಾತ್ರ ತುಂಬಾ ಮಿತಭಾಷಿ ಅನಿಸುತ್ತಿತ್ತು ನನಗೆ. ಸದಾ ಹಾಲಿನಲ್ಲಿ ಕುಳಿತಿರೋರು. ಏನಾದ್ರೂ ಬರೀತಾನೆ ಇರೋರು.

1942ನೇ ಇಸವಿಯ ಒಂದು ದಿನ ಅವರ ಮನೆಗೊಬ್ಬ ಅತಿಥಿ ಬಂದರು. ಬಿಳಿ ಕಚ್ಚೆ ಪಂಚೆ, ಬಿಳೀ ಅಂಗಿ. ತೀಕ್ಷ್ಣವಾದ ಕಣ್ಣುಗಳು. ಎಂಟು ವರ್ಷದ ನನಗೆ ಸೆಳೆದದ್ದು ಅವರ ಕೂದಲು. ಕುತ್ತಿಗೆಯವರೆಗೂ ಇಳಿಬಿಟ್ಟ ಕೂದಲು ಅಂದವಾಗಿ ಮೇಲಕ್ಕೆ ಬಾಚಿದ್ದರು. ಓ ಇವರ ಮನೆಗೆ ಯಾರೋ ನಾಟಕದವರು ಬಂದಿದ್ದಾರೆ ಅಂತ ತೀರ್ಮಾನಿಸಿಕೊಂಡುಬಿಟ್ಟೆ. ನಾಟಕದವರು ಮಾತ್ರ ಹಾಗೆ ಉದ್ದುದ್ದ ಕೂದಲು ಬಿಡ್ತಾರೆ ಅಂತ ನಾನಾಗ ತಿಳಿದುಕೊಂಡಿದ್ದೆ. ಕಾರಣ ನಮ್ಮ ಮನೆಯಲ್ಲಿದ್ದ ಷೇಕ್ಸ್‌ಪಿಯರ್ ನಾಟಕಗಳ ಪುಸ್ತಕದಲ್ಲಿ, ಗಂಡಸರೆಲ್ಲಾ ಸಾಮಾನ್ಯವಾಗಿ ಉದ್ದುದ್ದ ಕೂದಲು ಬಿಟ್ಟಿದ್ದ ಚಿತ್ರಗಳೇ ಇತ್ತು. ಆಮೇಲೆ, ನಾಟಕದವರು ಅಂದ್ರೆ ಉದ್ದ ಕೂದಲಿರುತ್ತೆ ಅಂತಲೂ ಎಲ್ಲರೂ ಹೇಳ್ತಿದ್ದರು. ಹಾಗಾಗಿ ವಿ.ಸೀ. ಅವರ ಮನೆಗೆ ಯಾರೋ ನಾಟಕದವರು ಬಂದಿದ್ದಾರೆ ಅಂತಲೇ ತಿಳಿದುಕೊಂಡಿದ್ದೆ.

ಆದರೂ ಧೈರ್ಯ ಮಾಡಿ ವಿ.ಸೀಯವರ ಪತ್ನಿಯವರನ್ನು 'ಅವರ್ಯಾರು ಬಂದಿರೋದು' ಅಂತ ಕೇಳಿಯೇ ಬಿಟ್ಟೆ. ಅವರು ಶಿವರಾಮ ಕಾರಂತರು ಅಂತ ದೊಡ್ಡ ಕಾದಂಬರಿಕಾರರು. ಅವರು ಬರೆದ ನಾಟಕಾನ ಟೌನ್ ಹಾಲಿನಲ್ಲಿ ಆಡಿಸ್ತಾರಂತೆ. ಅದಕ್ಕೆ ಬಂದಿದ್ದಾರೆ ಅಂದರು. ಅಷ್ಟರಲ್ಲಿ ನಂಗೆ ಕುತೂಹಲ 'ಯಾವ ನಾಟಕ' ಅಂದೆ 'ಕಿಸಾ ಗೌತಮಿ' ಅನ್ನೋ ನಾಟಕವಂತೆ. ನಾಟಕದಲ್ಲಿ

ಮಾಡೋರಿಗೆಲ್ಲ ಕಲಿಸಬೇಕಲ್ಲ, ಅದಕ್ಕೇ ಮುಂಚೆ ಬಂದಿದ್ದಾರೆ' ಅಂದ್ರು. ಅವರು ವಿ.ಸೀ.ಯವರಿಗೆ ತುಂಬಾ ಸ್ನೇಹಿತರಂತೆ.

ನನ್ನ ಭಾವ ಬೆಸುಗೆಯಲ್ಲಿ ಗಾಢ ಪ್ರಭಾವವನ್ನು ಬೀರಿದ, ನನ್ನ ನೋವು, ದುಃಖ, ಸಂಕಟಗಳ ದಿನಗಳಲ್ಲಿ ಸಂತೈಸಿ ಧೈರ್ಯ ತುಂಬಿದ ಶಿವರಾಮ ಕಾರಂತರೆಂಬ ವಿರಾಟ್ ವ್ಯಕ್ತಿತ್ವವನ್ನು ಗೌರವ ಪೂರ್ವಕವಾಗಿ ನನ್ನೆದೆಯಲ್ಲಿ ಸ್ಥಾಪಿಸಿಕೊಂಡ ಆ ಜೀವವನ್ನು ನಾನು ಮೊಟ್ಟಮೊದಲು ಕಂಡಿದ್ದು ಹೀಗೆ ನನ್ನ ಎಂಟನೇ ವಯಸ್ಸಿನಲ್ಲಿ, ನಮ್ಮ ಮನೆಯ ಕಾಂಪೌಂಡಿನಲ್ಲೇ.

ಕಾಲ ಉರುಳುತ್ತಿತ್ತು, ವರ್ಷಗಳು ಕಳೆಯುತ್ತಿತ್ತು, ಚಿಕ್ಕ ಹುಡುಗಿಯಾಗಿದ್ದಾಗ ಕಾರಂತರನ್ನು ಕಂಡ ನೆನಪು ಮಸುಕಾಗುತ್ತಾ ಹೋಯ್ತು. ನಮ್ಮ ಮನೆ ಮಂದಿಗೆಲ್ಲಾ ಓದುವ ಹುಚ್ಚು ಬಹಳ. ಆ ಹುಚ್ಚು ನನಗೂ ಅಂಟಿಕೊಂಡಿತ್ತು. ಹಾಗಾಗಿ ನಾನು

ಹೈಸ್ಕೂಲು ಕಾಲೇಜು ದಿನಗಳಲ್ಲಿ ಕಾರಂತರು ಬರೆದ ಸಾಕಷ್ಟು ಕಾದಂಬರಿಗಳನ್ನು ಓದಿದ್ದೆ. ಅವರ ಕಾದಂಬರಿಗಳೆಂದರೆ ನನಗೆ ಪಂಚಪ್ರಾಣ. ಊಟ ತಿಂಡಿ ಬಿಟ್ಟು ಓದುತ್ತಿದ್ದೆ. ಅಷ್ಟು ಮೋಡಿ ಮಾಡುತ್ತಿತ್ತು ಅವರ ಕಾದಂಬರಿಗಳು. ನನ್ನ ಮನಸ್ಸು ಅವರು ಸೃಷ್ಟಿಸಿದ ಪಾತ್ರಗಳಲ್ಲೇ ಐಕ್ಯವಾಗಿ ಬಿಡುತ್ತಿತ್ತು. ನನ್ನನ್ನೇ ನಾನು ಮರೆತುಬಿಡುತ್ತಿದ್ದೆ. ಕನ್ಯಾಬಲಿ, ಸರಸಮ್ಮನ ಸಮಾಧಿ, ಗರ್ಭಗುಡಿ, ಚೋಮನ ದುಡಿ, ಕುಡಿಯರ ಕೂಸು, ಚಿಗುರಿದ ಕನಸು, ಸನ್ಯಾಸಿ ಬದುಕು, ಔದಾರ್ಯದ ಉರುಳಲ್ಲಿ, ಮರಳಿ ಮಣ್ಣಿಗೆ, ಮೂಕಜ್ಜಿಯ ಕನಸುಗಳು, ಮೊಗ ಪಡೆದ ಮನ, ಧರ್ಮರಾಯನ ಸಂಸಾರ, ಹೀಗೆ ಇದೊಂದು ಮುಗಿಯದ ಪಟ್ಟಿ ಬೆಳೆಯುತ್ತಲೇ ಹೋಗುತ್ತದೆ. ಅವರು ಸೃಷ್ಟಿಸಿದ ಪಾತ್ರಗಳು ಅವರು ಕಂಡ ವ್ಯಕ್ತಿಗಳದ್ದೇ. ನಿಜ ಜೀವನದಲ್ಲಿ ಕಂಡ ವ್ಯಕ್ತಿಗಳೇ ಕಾದಂಬರಿಗಳಲ್ಲಿ ಪಾತ್ರವಾಗಿ ಬಂದಿದ್ದಾರೆ ಎಂದು ಅವರೇ ಒಮ್ಮೆ ನನಗೆ ಹೇಳಿದ್ದರು. ಪಾತ್ರಗಳು ಆಡುವ ಮಾತುಗಳು ಎಷ್ಟು ಸಹಜವಾಗಿ, ನೈಜವಾಗಿರುತ್ತಿತ್ತು, ಮನಮುಟ್ಟುವಂತೆ ಇರುತ್ತಿತ್ತು. ಪಾತ್ರಗಳಂತೆಯೇ ಕಾದಂಬರಿಯಲ್ಲಿ ಬರುವ ಪ್ರಕೃತಿ ವರ್ಣನೆ ಕೂಡ ಅಲ್ಲದೆ ಅವರು ಕಂಡ ಜಾಗಗಳ ವಿವರಣೆ ಕೂಡ ಕರಾರುವಾಕ್ಕಾಗಿರುತ್ತಿತ್ತು. ನನಗೆ ಇನ್ನೂ ಮನದ ಮೂಲೆಯಲ್ಲಿ ಅಚ್ಚಳಿಯದೆ ಮನೆ ಮಾಡಿರುವ ಒಂದು ಪಾತ್ರವೆಂದರೆ ಕಾರಂತರ 'ಅಳಿದ ಮೇಲೆ' ಕಾದಂಬರಿಯ ಯಶವಂತನ ಪಾತ್ರ. ಯಶವಂತ ನನ್ನ ಮನದ ಮೂಲೆಯಲ್ಲೆಲ್ಲೋ ಜೀವಿಸುತ್ತಿದ್ದಾನೆ.

ಮೊಟ್ಟಮೊದಲು 1942ರಲ್ಲಿ ಪುಟ್ಟ ಹುಡುಗಿಯಾಗಿ ಕಾರಂತರನ್ನು ನಮ್ಮ ಮನೆಯ ಕಾಂಪೌಂಡಿನಲ್ಲೇ ಕಂಡ ನಾನು ಮತ್ತೆ ಅವರನ್ನು ಭೇಟಿಯಾದದ್ದು 1962ರಲ್ಲಿ. ಅಂದರೆ ಇಪ್ಪತ್ತು ವರ್ಷಗಳ ಬಳಿಕ. ನನ್ನ ಗುರುಗಳು ಅವರನ್ನು ಪರಿಚಯಿಸಿದರು.

ಕಾರಂತರನ್ನು ಭೇಟಿಯಾದಾಗಿನಿಂದ ನೇರ ಅವರ ಮಾತುಗಳನ್ನು ಕೇಳುತ್ತಾ ಕೇಳುತ್ತಾ ಅವರ ಬಗೆಗಿನ ಗೌರವ, ಆದರ, ಪ್ರೀತಿ, ಭಕ್ತಿ ಹೆಚ್ಚಾಗುತ್ತಾ ಹೋಯಿತು. ಎಂಟರ ಪೋರಿ ಬರಿಯ ಅವರನ್ನು ಕಂಡದ್ದಷ್ಟೆ. ಎಂಟರ ಪೋರಿಗೆ ಅರ್ಥವಾಗದ ಕಾರಂತ ಭಾವ ಇಪ್ಪತ್ತೆಂಟರ ತರುಣಿಗೆ ದಿನ ಕಳೆದಂತೆ (ಅವರ ಕಾದಂಬರಿಗಳ ಪ್ರಭಾವವೂ ಆಗಿತ್ತು) ಗಾಢ ಪ್ರಭಾವ ಬೀರತೊಡಗಿತು. ಕಾರಂತರು ಮೈಸೂರಿಗೂ ಸಾಕಷ್ಟು ಸಾರಿ ಬರುತ್ತಿದ್ದುದರಿಂದ ಅವರೊಂದಿಗಿನ ನನ್ನ ಒಡನಾಟ ಹೆಚ್ಚಾಗತೊಡಗಿತ್ತು. ಕಾರಂತರು ಮೈಸೂರಿಗೆ ಬಂದಾಗಲೆಲ್ಲಾ, ಅದು ನನ್ನ ಕೈಂಕರ್ಯವೆಂಬಂತೆ ಅವರನ್ನು ತಪ್ಪದೇ ಭೇಟಿಯಾಗಲು ಹೋಗುತ್ತಿದ್ದೆ. ಅವರನ್ನು ಪ್ರತಿ ಸಾರಿ ಕಂಡು ಮಾತನಾಡಿದಾಗಲೂ ನನ್ನ ಬೆಳವಣಿಗೆಗೆ ಹೊಸ ನಾಂದಿ ಗೀತೆಯನ್ನು ಹಾಡುತ್ತಿದ್ದಾರೆ ಎಂಬ ಭಾವನೆಯಂತೂ ಬರುತ್ತಿತ್ತು ನನಗೆ. ಅವರು ನಿಜಕ್ಕೂ ಒಂದು ಓಡಾಡುವ ಜ್ಞಾನದ ಗಣಿಯೇ ಸರಿ. ಸಹೃದಯತೆ, ಮಾನವೀಯತೆ ಉಳ್ಳ ಒಂದು ಚಂದದ ಜೀವ. ಅನ್ಯಾಯದ ವಿರುದ್ಧ ಹೋರಾಡಿ ಪ್ರತಿಭಟಿಸುವ ಜೀವ ಅದು. ಹಾಗೆಂದೇ ನನಗೆ ಅವರೆಂದರೆ ಅತ್ಯಂತ ಗೌರವ.

ಕಾರಂತರು ಮೈಸೂರಿಗೆ ಬಂದಾಗೆಲ್ಲ ಮೈಸೂರಿನ ಮಾರ್ಡ್ರನ್ ಹಿಂದೂ ಹೋಟೆಲ್‌ನಲ್ಲೇ ಇಳಿದುಕೊಳ್ಳುತ್ತಿದ್ದರು. ರೂಮ್ ನಂಬರ್ ಎಂಟು ಅವರಿಗಾಗಿಯೇ ಮೀಸಲಾಗಿರುತ್ತಿತ್ತು. ಅವರು ಅದೊಂದೇ ರೂಮಿನಲ್ಲಿ ಉಳಿಯುತ್ತಿದ್ದುದು.ಅವರು ಮೈಸೂರು ವಿಶ್ವವಿದ್ಯಾನಿಲಯದ ನಿಘಂಟು ಕಮಿಟಿ ಮೀಟಿಂಗ್‌ಗಂತೂ ತಪ್ಪದೆ ಬರುತ್ತಿದ್ದರು. ಹಾಗೆ ಹೋದಾಗ ಅವರ ಸಾಹಿತ್ಯದ ಬಗ್ಗೆ, ಅವರ ಕಾದಂಬರಿಯ ಪಾತ್ರಗಳ ಬಗ್ಗೆ ಪ್ರಶ್ನೆಗಳನ್ನು ಕೇಳುತ್ತಿದ್ದೆ. ಕೆಲವು ಸಲ ನಿಮ್ಮ ಅಭಿಪ್ರಾಯ ನನಗೆ ಸರಿಯೆನಿಸಲಿಲ್ಲ ಎಂದು ಹೇಳುತ್ತಿದ್ದುದುಂಟು. ಅಪರೂಪಕ್ಕೆ ಮಕ್ಕಳ ಗುಂಪನ್ನೂ ಕಟ್ಟಿಕೊಂಡು ಹೋಗುತ್ತಿದ್ದೆ. ನಾನು ಮಕ್ಕಳ ಜೊತೆ ಹೋದಾಗ ಕಾರಂತರು ನನ್ನ ಇರವನ್ನೇ ಮರೆತಂತೆ ಮಕ್ಕಳೊಂದಿಗೆ ಮಗುವಾಗಿ ಬಿಡುತ್ತಿದ್ದರು. ಮಕ್ಕಳ ಕೈ ಹಿಡಿದುಕೊಂಡು ರೂಮಿನಿಂದ ಹೊರಗೆ ಬಂದು, ಮೋಡವನ್ನು ತೋರಿಸುತ್ತಾ ಇಂಥ ಮೋಡಕ್ಕೆ ಈ ಹೆಸರು, ಇನ್ನೊಂದು ರೀತಿಯ ಮೋಡವನ್ನು ತೋರಿಸಿ ಈ ಮೋಡಕ್ಕೆ ಇಂಥ ಹೆಸರು ಎಂದು ಎಲ್ಲ ಮಕ್ಕಳಿಗೂ ತಾಳ್ಮೆಯಿಂದ ವಿವರಿಸುತ್ತಿದ್ದರು. ಅಲ್ಲೇ ಕಾಂಪೌಂಡಿನಲ್ಲಿ ಬೆಳೆದಿದ್ದ ಗಿಡ ಮರಗಳ ಹೆಸರನ್ನು ಮಕ್ಕಳಿಗೆ ಪರಿಚಯಿಸುತ್ತಿದ್ದರು. ಎಷ್ಟೆಂದರೂ 'ಬಾಲ ಪ್ರಪಂಚ' ಬರೆದ ಮಕ್ಕಳ ಅಜ್ಜನಲ್ಲವೇ. ನಂತರ ಒಳಗೆ ಬಂದು, ಶಾಲೆಗಳಲ್ಲಿ ಕಲಿಸುವ ವಿದ್ಯೆಯ ಬಗ್ಗೆ ತಮ್ಮ

ಅತೃಪ್ತಿ, ಅಸಮಾಧಾನ ವ್ಯಕ್ತಪಡಿಸುತ್ತಿದ್ದರು. ಮಕ್ಕಳಿಗೆ ನಮ್ಮ ಸುತ್ತಮುತ್ತ ಇರುವ ಗಿಡ, ಬಳ್ಳಿ, ಮರಗಳ, ಹೆಸರು ಗೊತ್ತಿಲ್ಲ. ಹೂವುಗಳ ಹೆಸರು ಗೊತ್ತಿಲ್ಲ. ಪ್ರಾಣಿ ಪಕ್ಷಿಗಳ ಹೆಸರು ಗೊತ್ತಿಲ್ಲ. ನೈಲ್ ನದಿ ಎಷ್ಟು ಉದ್ದ ಇದೆ. ಯಾರ್ಕ್‌ಶೈರ್ ಹತ್ತಿಗೆ ಪ್ರಸಿದ್ಧಿ, ಇಂಥವುಗಳನ್ನು ಕಲಿಸುತ್ತಾರೆ' ಎಂದು ತುಂಬಾ ಪೇಚಾಡಿಕೊಂಡಿದ್ದರು.

ಒಮ್ಮೆ ಹೀಗಾಯ್ತು. ಕಾರಂತರನ್ನು ನೋಡಲು ಮಕ್ಕಳ ದಂಡನ್ನೇ ಕರೆದುಕೊಂಡು ಹೋಗಿದ್ದೆ. ಯಾವ ಬಸ್ಸೂ, ಗಾಡಿಯಲ್ಲೂ ಅಲ್ಲ, ಎಲ್ಲ ಮಕ್ಕಳನ್ನೂ ಸುಮಾರು ನಾಲ್ಕು ಕಿಲೋಮೀಟರ್ ನಡೆಸಿಕೊಂಡೇ ಹೋಗಿದ್ದೆ. ಈಗಿನಂತೆ ಆಗ ಇಷ್ಟು ಸೌಕರ್ಯಗಳೆಲ್ಲ ಇರಲಿಲ್ಲ. ನನ್ನ ಉದ್ದೇಶವಿದ್ದದ್ದು ಮಕ್ಕಳಿಗೂ ಆ ಹಿರಿಯ ಚೇತನದ ಆಶೀರ್ವಾದ ದೊರೆಯಲೆಂದು. ಎಲ್ಲರೂ ಹಾಲಿನಲ್ಲಿ ಕುಳಿತು ಮಾತನಾಡುತ್ತಿರುವಾಗ ಕಾರಂತರು ಸಿಗರೇಟ್ ಹಚ್ಚಿ ಸೇದತೊಡಗಿದರು. ನನ್ನ ಚಿಕ್ಕಪ್ಪನ ಮಗಳು ಆರು ವರ್ಷದ

ಪೋರಿ ಕಾರಂತರನ್ನು ನೋಡುತ್ತಿದ್ದವಳು, ಇದ್ದಕ್ಕಿದ್ದಂತೆ 'ಥೂ ಸಿಗರೇಟ್ ಗಬ್ಬು ವಾಸನೆ' ಅಂದುಬಿಟ್ಟಳು. ನನಗೋ ಮೈ ಮುದುಡಿಕೊಳ್ಳುವಷ್ಟು ಸಂಕೋಚವಾಗಿ ಹೋಯ್ತು. ಮಕ್ಕಳು ತೀರ ಮುಗ್ಧರಲ್ಲವಾ ಅನ್ನಿಸಿದ್ದನ್ನು ಯಾವ ಸಂಕೋಚವೂ ಇಲ್ಲದೆ ಹೇಳಿಬಿಡುತ್ತವೆ. ಕಾರಂತರು ಮಗುವಿನ ಮಾತಿಗೆ ಬೇಸರ ಪಡದೆ 'ಹಾಗಾದ್ರೆ ಸಿಗರೇಟ್ ಸೇದೋದು ಬೇಡ್ವೋ' ಅಂದರು. ಆ ಪೋರಿ ಮತ್ತೆ 'ಬೇಡ' ಅಂದುಬಿಟ್ಟಳು. ಕಾರಂತರು 'ಆಯ್ತು ನೋಡು ಸಿಗರೇಟ್ ಸೇದೋದ್ ಬಿಟ್ಟೆ' ಅಂತ ಹೇಳುತ್ತಾ ಸಿಗರೇಟ್ ಆರಿಸಿ ಆ್ಯಷ್ ಟ್ರೇನಲ್ಲಿ ಹಾಕಿಬಿಟ್ಟರು. ನಂತರ ಪ್ರಾಯಶಃ ಅಂದು ಮಗುವಿನ ಮಾತಿಗೆ ಸಿಗರೇಟ್ ಬಿಟ್ಟವರು ನಾಲ್ಕು ವರ್ಷಗಳು ಸಿಗರೇಟ್ ಸೇದಲೇ ಇಲ್ಲ. ನಾಲ್ಕು ವರ್ಷಗಳ ಬಳಿಕ ಅವರನ್ನು ನೋಡಲು ಹೋದಾಗ ಅವರ ಕೈಯಲ್ಲಿ ಸಿಗರೇಟ್ ಇತ್ತು. ಈ ಸಾರಿ ಅವರನ್ನು ಪ್ರಶ್ನಿಸಿದವಳು ನಾನು. 'ಸಿಗರೇಟ್ ಸೇದುವುದರಿಂದ ನಿಮಗೆ ಏನು ಸಿಗುತ್ತೆ'? ಅಂದೆ, 'ಏನೂ ಇಲ್ಲ' ಅಂದರು. 'ಮತ್ತೆ ಯಾಕೆ ಸೇದುತ್ತೀರಿ?' 'ಏನೋ ಅಭ್ಯಾಸ' ಅಂದರು. ಸುಮ್ಮನಿರಲಿಲ್ಲ ನಾನು ಕೇಳಿದೆ 'ನಾಲ್ಕು ವರ್ಷ ಬಿಟ್ಟಿದ್ದಿರಲ್ಲ ಆಗ ಏನನ್ನಿಸಿತು?' ಎಂದೆ. 'ಆಗಲು ಏನೂ ಅನ್ನಿಸಲಿಲ್ಲ' ಅಂದರು. 'ಹಾಗಾದರೆ ಮತ್ತೇಕೆ ಶುರು ಮಾಡಿಕೊಂಡಿರಿ?' ಒಂಥರ ನನ್ನ ತನಿಖೆ. 'ಏನೋ ಯಾರೋ ಕೊಟ್ಟರು ಶುರು ಮಾಡಿದೆ. ಸೇದಿದರೂ ಒಂದೇ ಸೇದದಿದ್ದರೂ ಒಂದೇ. ನನಗೆ ಯಾವ ವ್ಯತ್ಯಾಸವು ಇಲ್ಲ' ಎಂದು ಕಾರಂತರು ಪ್ರಾಮಾಣಿಕವಾಗಿ ನುಡಿದಾಗ, ಅವರ ಸ್ವಭಾವದಲ್ಲಿ ಅದು ಒಂದು ರೀತಿಯ ಸ್ಥಿತಪ್ರಜ್ಞತೆ ಇರಬಹುದೋ ಏನೋ ಎಂದುಕೊಂಡೆ.

ಒಮ್ಮೆ ಆ ಹಿರಿಯ ಜೀವವನ್ನು ಪುತ್ತೂರಿನ ಬಾಲವನದ ಅವರ ಮನೆಯಲ್ಲೇ ಕಾಣುವ ಅಮೃತ ಗಳಿಗೆ ದೊರೆಯಿತು. ಎರಡು ದಿನ ಕಾರಂತರು ಹಾಗೂ ಅವರ ಪತ್ನಿ ಲೀಲಾ ಕಾರಂತರೊಡನೆ ಕಳೆದ ಕ್ಷಣಗಳು ನನ್ನ ಪಾಲಿಗೆ ಮರೆಯಲಾಗದ ಧಿವ್ಯಗಳಿಗೆಗಳು. ಪ್ರಶಾಂತ ವಾತಾವರಣ, ಆ ಕಾಲದ ಹಳೆಯ ಚೆಂದದ ಮನೆ. ಮನೆಯ ಅಂಗಳದ ಮತ್ತೊಂದು ಕಡೆ ಬಾಲವನದ ಜಾಗ. ಕಾರಂತರು ಓದು ಬರೆಯಲು ಮನೆಯ ಮುಂದೆಯೇ ಸ್ವಲ್ಪ ದೂರದಲ್ಲಿ ಒಂದು ಗೋಪುರದಂಥ ಕಟ್ಟಡ. ಅವರು ಓದುವ ಬರೆಯುವ ಜಾಗ ಹಾಗೂ ಮಲಗುವ ಜಾಗ ಅದು. ಅವರ ಪುಸ್ತಕ ಭಂಡಾರ ಅದೂ ಅಲ್ಲೇ. ಅವರ ತಿಂಡಿ, ಊಟಕ್ಕೆಲ್ಲ ಒಂದು ನಿಗದಿತ ವೇಳೆ ಇರುತ್ತಿತ್ತು. ಪ್ರತಿದಿನವೂ ತಪ್ಪದೇ ಅದೇ ವೇಳೆಗೆ ಅವರ ಊಟ ತಿಂಡಿ ನಡೆಯುತ್ತಿತ್ತು. ಬೆಳಿಗ್ಗೆ ಎಂಟಕ್ಕೆಲ್ಲಾ ತಿಂಡಿ. ನಾ ಕಂಡ ಹಾಗೆ ಕಾರಂತರು ಬಹಳ ಕ್ಲುಪ್ತವಾಗಿ ತಿನ್ನುತ್ತಿದ್ದರು. ಒಂದು ಅಥವಾ ಒಂದೂವರೆ ಇಡ್ಲಿ, ಒಂದು ದೋಸೆ, ನನಗೆ ಮಾತ್ರ ಆ ದಂಪತಿಗಳ ಉಪಚಾರ. ಅಷ್ಟು ಕ್ಲುಪ್ತವಾಗಿ ತಿಂದು ಮೈಲಿಗಟ್ಟಲೆ ನಡೆಯುವ, ಊರು ಸುತ್ತುವ ದೈತ್ಯ ಶಕ್ತಿ ಎಲ್ಲಿಂದ ಬರುತ್ತದೆ ಎನಿಸಿತು. ಪ್ರಾಯಶಃ ಮನೋಬಲದ ಶಕ್ತಿಯೇ ಅದಕ್ಕೆ ಕಾರಣವಿರಬೇಕು. ಮತ್ತೆ ಅವರ ಊಟ ಸರಿಯಾಗಿ 11 ಗಂಟೆಗೆ. ಅವರು ಊಟಕ್ಕೆ ಕುಳಿತುಕೊಳ್ಳುತ್ತಿದ್ದ ಕೋಣೆಯ ಹಿಂಭಾಗಕ್ಕೆ ಒಂದು ಮರದ ಉದ್ದನೆಯ ಕಿಟಕಿ. ಕಿಟಕಿಯಿಂದ ಕಾಣುವ ಹಾಗೆ ಒಂದು ಮರ. ಮೇಜಿನ ಸುತ್ತಲೇ ಊಟಕ್ಕೆ ಕೂರುತ್ತಿದ್ದುದು. ಕಾರಂತರು ಹನ್ನೊಂದು ಗಂಟೆಗೆ ಊಟಕ್ಕೆ ಕೂರುತ್ತಿದ್ದುದೇ ತಡ, ಎಲ್ಲಿರುತ್ತಿತ್ತೋ ಏನೋ ಒಂದು ಕಾಗೆ ಆ ಮರದ ಮೇಲೆ ಬಂದು ಕೂರೋದು. ಕಾರಂತರು ಒಂದು ಪಿಡಿಚೆ ಅನ್ನವನ್ನು ಆ ಕಾಕರಾಜನಿಗೆ ಕೊಟ್ಟು ಬಂದು ನಂತರ ಊಟ ಮಾಡುತ್ತಿದ್ದರು. ಎರಡೂ ದಿನಗಳು ನಾನು ಆ ಸೋಜಿಗವನ್ನು ಕಂಡೆ. ಅಮ್ಮ ಅಡಿಗೆ ಮಾಡಿ ಊಟಕ್ಕೆ ಬಡಿಸುವ ಸಮಯಕ್ಕೆ ಸರಿಯಾಗಿ ಮಕ್ಕಳು ತಟ್ಟೆ ಹಾಕಿಕೊಂಡು ಕೂರುವಂತೆ, ಆ ಕಾಕರಾಜ ಕಾರಂತರು ತನಗೆ ಉಣಬಡಿಸುವ ಸಮಯವಾಯಿತೆಂದುಕೊಂಡು ಮರದ ಮೇಲೆ ಬಂದು ಕೂರುತ್ತಿದ್ದುದು. ಎಂಥ ಚಂದದ ನೋಟ? ಪ್ರಾಣಿ ಪಕ್ಷಿಗಳಿಗಿರುವ ಆ ಸಮಯ ಪ್ರಜ್ಞೆಯನ್ನು ಬುದ್ಧಿವಂತನೆನೆಸಿಕೊಳ್ಳುವ ಎಲ್ಲಾ ಮನುಷ್ಯ ಜೀವಿಗಳೂ ಕಲಿಯಬೇಕು. ಕಾರಂತರಿಗೆ ಪ್ರಾಣಿ ಪಕ್ಷಿಗಳ ಬಗೆಗೆ ಅಪಾರ ಪ್ರೇಮ. ಒಮ್ಮೆ ಒಂದು ನಾಯಿಗೆ ಮೂರು ನಾಲ್ಕು ಹುಡುಗರು ಕಲ್ಲು ಹೊಡೆಯುತ್ತಿದ್ದುದನ್ನು ಕಂಡ ಕಾರಂತರು ಹುಡುಗರನ್ನು ಅಟ್ಟಿಸಿಕೊಂಡು ಹೋಗಿ ನಾಲ್ಕು ಬಿಟ್ಟು ಬಂದ ಪ್ರಸಂಗವೂ ಉಂಟು. ಕಾರಂತರ, ಕಾಗೆಯ ನಡುವಿನ ಬಾಂಧವ್ಯವನ್ನು ಕಂಡ ನನಗೆ ಕಾರಂತರು ಬರಿಯ ಸಾಹಿತಿಯಾಗಿ ಕಾಣಲಿಲ್ಲ, ಒಬ್ಬ ದಿವ್ಯ ಮಾನವ ಜೀವಿಯಾಗಿ

ಕಂಡರು. 'ಸರ್ವೇ ಜನಾಃ ಸುಖಿನೋ ಭವಂತು' ತತ್ವವನ್ನು ಅವರು ಬಾಳಿನಲ್ಲಿ ಅಳವಡಿಸಿಕೊಂಡಿದ್ದರು.

ಕಾರಂತರಿಗೆ ಜೀವನದ ಬಗ್ಗೆ, ನಂಬಿಕೆಗಳ ಬಗ್ಗೆ ಅವರದೇ ಆದ ಪರಿಕಲ್ಪನೆಗಳಿದ್ದರೂ, ಮತ್ತೊಬ್ಬರ ಭಾವನೆ, ನಂಬಿಕೆಗಳನ್ನೂ ಗೌರವಿಸುತ್ತಿದ್ದರು. ಅವರು ನಾಸ್ತಿಕವಾದಿ. ದೇವರನ್ನು ನಂಬುತ್ತಿರಲಿಲ್ಲ. ಮನುಷ್ಯ ಪ್ರಯತ್ನಕ್ಕಷ್ಟೇ ಬೆಲೆ ಕೊಡುತ್ತಿದ್ದುದು. ಆದರೆ ಅವರ ಹೆಂಡತಿ ಲೀಲಾ ಕಾರಂತ ತುಂಬಾ ಆಸ್ತಿಕರು. ಈ ಬಗ್ಗೆ ನಾನವರ ಹತ್ತಿರ ಮಾತನಾಡುತ್ತಿದ್ದೆ. ಒಮ್ಮೆ ಅವರೇ ಹೇಳಿದರು. 'ನನಗೆ ದೇವರಲ್ಲಿ ನಂಬಿಕೆ ಇಲ್ಲ, ನನ್ನ ಹೆಂಡತಿಗೆ ಎಲ್ಲಾ ದೇವಸ್ಥಾನಗಳಿಗೂ ಹೋಗುವ ಆಸೆ. ಹಾಗಾಗಿ ನನಗೆ ನಂಬಿಕೆ ಇಲ್ಲದಿದ್ದರೂ ನಾನು ಅವಳನ್ನು ಅವಳು ಹೇಳಿದ ದೇವಸ್ಥಾನಗಳಿಗೆಲ್ಲಾ ಇದೇ ಕಾರಿನಲ್ಲಿ ಕರೆದುಕೊಂಡು ಹೋಗ್ತೀನಿ. ಅವಳು ದೇವಸ್ಥಾನಕ್ಕೆ ಹೋಗಿ, ದೇವರ

ದರ್ಶನ ಮಾಡಿ ಬರುತ್ತಾಳೆ. ನಾನು ಕಾರಲ್ಲೇ ಕೂತು ಅವಳು ಬರುವವರೆಗೂ ಕಾಯ್ತೀನಿ' ಎಂದರು. ಇನ್ನೊಬ್ಬರ ಭಾವನೆಗೂ ಬೆಲೆ ಕೊಡುವ ಕಾರಂತರದೆಂಥ ವಿಶಾಲ ಹೃದಯ. ಅವರವರ ನಂಬಿಕೆ ಅವರವರದೆಂಬ ಪರಿಪಕ್ವ ಮಾನಸಿಕ ತತ್ವ ಕಾರಂತರದು. ಎಷ್ಟೋ ಮನೆಗಳಲ್ಲಿ 'ನಾ ಹೇಳಿದಂತೆ ನೀ ಕೇಳಬೇಕು' ಎಂಬ ಅಧಿಕಾರ ಚಲಾಯಿಸುವ ಗಂಡಸರ ನಡುವೆ ಕಾರಂತರಂಥವರು ಅಪರೂಪದ ವ್ಯಕ್ತಿಯಾಗಿ ಕಾಣಿಸುತ್ತಾರೆ.

1972ರಲ್ಲಿ ನಾನು ದೆಹಲಿಗೆ ಹೋಗಿದ್ದಾಗ ಕಾರಂತರ ಲವಲವಿಕೆಯ ಯಕ್ಷಗಾನ ಕುಣಿತದ ವೈಖರಿಯನ್ನು ಕಂಡೆ. ಕಾಲಿಗೆ ಗೆಜ್ಜೆ ಕಟ್ಟಿ ವೇದಿಕೆಯಲ್ಲಿ ಕುಣಿಯುತ್ತಿದ್ದರೆ ಯುವ ಕಲಾವಿದರು ನಾಚಬೇಕು. ಯಕ್ಷಗಾನದ ಥಾಪುಗಳನ್ನು ಹಾಕುತ್ತಿದ್ದರೆ, ಯಾವೊಬ್ಬ ಯುವ ಕಲಾವಿದನಿಗೂ ಅವರ ಹೆಜ್ಜೆ ಗೆಜ್ಜೆಯ ಥಾಪಿಗೆ ಸರಿಗಟ್ಟಲು ಸಾಧ್ಯವೇ ಆಗಲಿಲ್ಲ. ಯುವ ಜನತೆ ಸರಿಯಾಗಿ ಹೆಜ್ಜೆ ಹಾಕದಿದ್ದಾಗ ಮಾತ್ರ ದೂರ್ವಾಸ ಮುನಿಯಾಗಿ ಅವರುಗಳನ್ನು ಸಿಟ್ಟಿನಿಂದ ಬೈದು, ಮತ್ತೆ ಮತ್ತೆ ಕುಣಿದು ಕುಣಿದು ಕಲಿಸುತ್ತಿದ್ದರು. ಯಕ್ಷಗಾನ ಕಲಿಸಲಿಕ್ಕೆಂದೇ ಕಾರಂತರು ದೆಹಲಿಗೆ ಹೋದದ್ದು. He was a perfectionist. ಹಾಗಾಗಿ ಅವರಿಗೆ ಹೆಜ್ಜೆ ತಪ್ಪಿದಾಗ ಸಿಟ್ಟು ಬಂದು ಬಯ್ಯುತ್ತಿದ್ದರು.

1995ರಲ್ಲಿ ಕಾರಂತರು ನಮ್ಮ ಸುಗಮ ಸಂಗೀತ ಅಕಾಡೆಮಿಯ ದಶಮಾನೋತ್ಸವದಲ್ಲಿ ಭಾಗಿಯಾಗಿ ನಮ್ಮ ಗೌರವವನ್ನು ಸ್ವೀಕರಿಸಿದ್ದು ನಮ್ಮ ಅಕಾಡೆಮಿಯ ಸೌಭಾಗ್ಯ

ಹಾಗೂ ನನ್ನ ಅದೃಷ್ಟವೆಂದು ಭಾವಿಸುತ್ತೇನೆ. ಮಗುವಿನಂಥ ಮುಗ್ಧತೆಯೂ ಕಾರಂತರ ಒಂದು ಗುಣ. 'ನಮ್ಮ ಅಕಾಡೆಮಿಗೆ ಬಂದು ನಮ್ಮ ಗೌರವವನ್ನು ಸ್ವೀಕಾರ ಮಾಡಬೇಕು' ಅಂತ ನಾನು ಫೋನ್ ಮಾಡಿದೆ ಅಷ್ಟೆ. ಅಂಥಾ ಹಿರಿಯ ಸಾಹಿತಿ, ಯಕ್ಷಗಾನಪಟು, ಯಾವ ಹಮ್ಮು ಬಿಮ್ಮೂ ಇಲ್ಲದೆ, ಆಯ್ತು ಬರ್ತೀನಿ ಅಂದರು. ಹೇಳಿದ ಗಳಿಗೆಗೆ ಸರಿಯಾಗಿ ಬಂದರು. ನಮ್ಮ ಗೌರವವನ್ನು ಸ್ವೀಕರಿಸಿ ಕಾರ್ಯಕ್ರಮ ಮುಗಿದ ನಂತರ ನಮ್ಮ ಮನೆಯ ಹತ್ತಿರವೇ ಇದ್ದ ಮಗ ಉಲ್ಲಾಸ್‌ರವರ ಮನೆಗೆ ಹೊರಟು ಹೋದರು. ನಾವು ಇನ್ನೂ 9 ಕಲಾವಿದರನ್ನು ಬೀಳ್ಕೊಡುವ ಆತುರದಲ್ಲಿ ಕಾರಂತರಿಗೆ ಪ್ರಯಾಣ ವೆಚ್ಚವನ್ನು ಕೊಡಲು ಮರೆತೆವು. ಅವರು ಕೇಳಲೂ ಇಲ್ಲ. ಮಾರನೆಯ ದಿನ ಬೆಳಗಾಗೆದ್ದು ನಾವು ದಂಪತಿಗಳು ಉಲ್ಲಾಸ್ ಕಾರಂತ್‌ರವರ ಮನೆಗೆ ಹೋಗಿ ಹಣ ತಲುಪಿಸಿ ಬಂದೆವು. ಉಲ್ಲಾಸ್ ಕಾರಂತ್ ಮೈಸೂರಿನಲ್ಲಿ ಇಲ್ಲದಿದ್ದಾಗ ಶಿವರಾಮ ಕಾರಂತರು ಶ್ರೀಧರ ಭಟ್ ಅವರ ಮನೆಯಲ್ಲಿ ಉಳಿಯುತ್ತಿದ್ದರು. ಅಲ್ಲಿಗೂ ನಾನು ರಘುರಾಂ ಹೋಗುತ್ತಿದ್ದೆವು.

ಕಾರಂತರ ಬಗ್ಗೆ ನನಗೆ ಅಪಾರ ಗೌರವ ಹಾಗೂ ತುಂಬಾ ಪ್ರೀತಿ. ಪ್ರೀತಿ ಇರುವ ಕಡೆ ಸಲಿಗೆ ವಹಿಸುವುದೂ ಹೆಚ್ಚು. ಜೊತೆಗೆ ಗೋಳು ಹೊಯ್ದುಕೊಳ್ಳುವುದೂ ಇತ್ತು. ಅದಕ್ಕೆ ಅವರನ್ನ ಭೇಟಿಯಾದಾಗಲೆಲ್ಲ ಯಾವ ಅಳುಕೂ ಇಲ್ಲದೆ ಆರಾಮವಾಗಿ ಏನೆಲ್ಲ ಪ್ರಶ್ನೆಗಳನ್ನು ಕೇಳುತ್ತಿದ್ದೇನೋ ನಾನು. ಎಲ್ಲದಕ್ಕೂ ಬೇಸರವಿಲ್ಲದೆ ಉತ್ತರಿಸುತ್ತಿದ್ದರು. ಪತ್ರ ಮುಖೇನ ಕೂಡ ಉತ್ತರವನ್ನು ಬರೆಯುತ್ತಿದ್ದರು. Like a friend.

ನನಗೆ ಪ್ರಕೃತಿ ಎಂದರೆ ಅಪಾರ ಪ್ರೀತಿ. ಗಿಡ, ಮರ, ಬಳ್ಳಿ, ಹೂವು, ಹಣ್ಣು, ಕಾಯಿ, ಹಕ್ಕಿ ಇತ್ಯಾದಿ ಇತ್ಯಾದಿ. ಈಗಲೂ ಕೂಡ ನಾನು ಪ್ರತಿದಿನ ಬೆಳಗಿನ ಕಾಫಿಯನ್ನು ಕುಡಿಯುವುದು ನಮ್ಮ ಹಿತ್ತಲಿನಲ್ಲಿ ಹಾಕಿರುವ ಕುರ್ಚಿಯ ಮೇಲೆ ಕುಳಿತು. ಗಿಡ ಮರಗಳಿಗೆ ಬರುವ ಹಕ್ಕಿಗಳನ್ನು ನೋಡುತ್ತಾ, ಅವುಗಳ ಧ್ವನಿ ಕೇಳುತ್ತಲೇ. ಜೀವನದಲ್ಲಿ ಎಲ್ಲದರ ಬಗ್ಗೆಯೂ ತಿಳಿದುಕೊಳ್ಳಲೇಬೇಕೆನ್ನುವ ಆಸಕ್ತಿ ನನಗೆ. ಹಾಗಾಗಿ ಕಾಡಿನ ಹಾಡಿಗಳಲ್ಲಿ ವಾಸಿಸುವ ಮಹಿಳೆಯರು ಅಥವಾ ಅಲ್ಲಲ್ಲಿ ವಾಸಿಸುವ ಬುಡಕಟ್ಟು ಮಹಿಳೆಯರು ಕೊರಳಲ್ಲಿ ಹಾಕಿಕೊಳ್ಳುವ ಮಣಿಸರಗಳ ಮೇಲೆ ನನಗೆ ಬಹಳ ಕುತೂಹಲ. ಗಿಡ ಮರಗಳ ಬೀಜಗಳನ್ನು ಆಯ್ದು ಅದಕ್ಕೆ ತೂತು ಕೊರೆದು ಮಣಿಹಾರ ಮಾಡಿಕೊಳ್ಳುವವರೆಂಬ ಮಾಹಿತಿಯೂ ಇತ್ತು. ಹಾಗಾಗಿ ಒಂದು ಇಂಗ್ಲಿಷ್ ಪುಸ್ತಕವನ್ನು ತಂದು ಓದಿದೆ. ಅದರಲ್ಲಿ ಉಲ್ಲೇಖವಾಗಿದ್ದ ಇಂಗ್ಲಿಷ್ ಹೆಸರುಗಳಿಗೆ ಕನ್ನಡದಲ್ಲಿ ಏನು ಹೆಸರು ಅಂತ ನನಗೆ ತಿಳಿಯಲೇ ಇಲ್ಲ. ಹಾಗಾಗಿ ನಾನು ಸಹಜವಾಗಿ ನಮ್ಮ ನಡೆದಾಡುವ ಜ್ಞಾನ ಕೋಶ ಕಾರಂತರಿಗೆ ಇಂಗ್ಲಿಷ್ ಹೆಸರುಗಳನ್ನು ಬರೆದು ಇದಕ್ಕೆ ಕನ್ನಡದಲ್ಲಿ ಏನೆಂದು ಕರೆಯುತ್ತಾರೆ

ಎಂದು ಕೇಳಿದೆ. ತಪ್ಪದೇ ನಾನೆಣಿಸಿದಂತೆ ಅವರಿಂದ ಬೇಗನೆ ಉತ್ತರವೂ ಬಂತು. ಮಣಿಹಾರದಲ್ಲಿ ಉಪಯೋಗಿಸುತ್ತಿದ್ದ ಬೀಜಗಳ ಹೆಸರೂ ತಿಳಿಯಿತು. ಅವುಗಳಲ್ಲಿ ಕೆಲವನ್ನು ಮಾತ್ರ ಇಲ್ಲಿ ಉಲ್ಲೇಖಿಸುತ್ತೇನೆ. ಗುಲಗಂಜಿ, ಮಂಜತ್ತಿ, ಮಂಜಡಿ, ಕೊತ್ತಿಬೀಜ, ಅಶ್ರುಬೀಜ, ಕಲ್ಮುತ್ತು ಬೀಜ, ಗರ್ದಾಳ, ಗಜ್ಜಿಗ, ವಾರ್ಜಿಪೆ, ಹಾರಿವಾಣ, ಮುಂಡಿಕಾಳು, ಇಕಾಲ, ಕಾದವರೆ, ಬೇವು, ಆರ್ದಕ, ರುದ್ರಾಕ್ಷಿ ಇತ್ಯಾದಿ ಇತ್ಯಾದಿ. ಇನ್ನೂ ಸಾಕಷ್ಟು ವಿವರಗಳನ್ನು ಬರೆದು ಕಳುಹಿಸಿದರು.

ಲೀಲಾ ಕಾರಂತರೊಂದಿಗೆ ನಮ್ಮ ಮನೆಗೊಮ್ಮೆ ಬಂದು ನಾಲ್ಕು ಗಂಟೆಗಳ ಕಾಲ ಕಳೆದರು ಎನ್ನುವುದು ನನ್ನ ಬಾಳಿನಲ್ಲಿ ಮರೆಯಲಾಗದ ಘಟನೆ. ಅವರೊಂದಿಗೆ ಲೋಕಾಭಿರಾಮವಾದ ಮಾತುಗಳು. ಅಂದು ಅವರ ಮನಸ್ಸು ತುಂಬಾ ಉಲ್ಲಾಸವಾಗಿತ್ತೆಂದು ಕಾಣುತ್ತೆ. ಮುಕ್ತವಾಗಿ ಗಂಟೆಗಟ್ಟಲೆ ಮಾತನಾಡಿದರು.

ಕೊನೆಗೆ 'ನೀರು ಬೇಕು' ಅಂದರು. ನಾನು ಒಳಗಿನಿಂದ ನೀರು ತಂದು ಕೊಡುತ್ತಾ 'ಇದು ಕಾವೇರಿ ನೀರಲ್ಲ ಬೋರ್‌ವೆಲ್ ನೀರು' ಅಂದೆ. 'ಹುಂ ಹುಂ I have bored you well' ಅಂತ ಅಲ್ಲೊಂದು ಹಾಸ್ಯ ಚಟಾಕಿಯನ್ನು ಹಾರಿಸಿದ್ದನ್ನು ಹೇಗೆ ಮರೆಯಲಿ ನಾನು. ಇಷ್ಟೆಲ್ಲಾ ಇದ್ದೂ ಅವರೊಂದಿಗೆ ಒಂದು ಫೋಟೋವನ್ನೂ ತೆಗೆಸಿಕೊಳ್ಳಲಿಲ್ಲವಲ್ಲ ಅಂತ ಈಗ ಒದ್ದಾಡುತ್ತೇನೆ. ಏನು ಪ್ರಯೋಜನ? ಕಾಲ ಮಿಂಚಿ ಹೋಯಿತು ಅವಕಾಶವಿದ್ದಾಗ ಬುದ್ಧಿ ಓಡಲಿಲ್ಲ.

ಕಾರಂತರು ತುಂಬಾ ನಿಷ್ಠುರವಾದಿ. ಸತ್ಯಪ್ರಿಯರು. ಸುಳ್ಳು, ಕಪಟ, ಮೋಸ, ಸಹಿಸುತ್ತಿರಲಿಲ್ಲ. ಒಮ್ಮೆ ಅವರನ್ನು ಕಾಣಲು ಮಾರ್ಡ್ರನ್ ಹಿಂದೂ ಹೋಟೆಲ್ಲಿಗೆ ಹೋಗಿದ್ದೆ. ಮಾತನಾಡುತ್ತಾ ಬೆಂಗಳೂರು ಆಕಾಶವಾಣಿಯಲ್ಲಿ ಪ್ರಸಾರವಾದ ನಿಮ್ಮ 'ಸೋಮಿಯ ಸೌಭಾಗ್ಯ' ಕಾರ್ಯಕ್ರಮ ಕೇಳಿದೆ. ಕಾರಂತರ ಕಿವಿ ಚುರುಕಾಯ್ತು. ಯಾವಾಗ, ಯಾವ ತಾರೀಕು, ಎಷ್ಟು ಹೊತ್ತಿನಲ್ಲಿ ಅಂತ ಕೇಳಿದರು ನಾನು ಎಲ್ಲ ವಿವರಗಳನ್ನು ಕೊಟ್ಟೆ, ಅದು ಮರುಪ್ರಸಾರವಾದ ಕಾರ್ಯಕ್ರಮ. ಮರುಪ್ರಸಾರಕ್ಕೆ ಇಂತಿಷ್ಟು ಹಣ ಕೊಡುವುದು ಎಂದು ಕಾಂಟ್ರಾಕ್ಟ್‌ನಲ್ಲಿದ್ದಾಗ ಅದನ್ನು ಆಕಾಶವಾಣಿ ನೀಡಬೇಕು. ಆದರೆ ತುಂಬಾ ದಿನಗಳ ಹಿಂದೆ ಪ್ರಸಾರವಾಗಿದ್ದ ಆ ಕಾರ್ಯಕ್ರಮಕ್ಕೆ ಸಂದಾಯವಾಗಬೇಕಾಗಿದ್ದ ಹಣವನ್ನು ಕಾರಂತರಿಗೆ ಆಕಾಶವಾಣಿ ನೀಡಿರಲಿಲ್ಲ. ಅವರಿಗೆ ಸಿಕ್ಕಾಪಟ್ಟೆ ಕೋಪ ಬಂದುಬಿಡ್ತು, ಆಕಾಶವಾಣಿಯಂಥ ಸಂಸ್ಥೆಯೇ ಮೋಸ ಮಾಡಿದೆ ಎಂದು ಮಾರನೆಯ ದಿನವೇ ಆಕಾಶವಾಣಿಗೆ ಲಾಯರ್

ನೋಟಿಸ್ ಕಳುಹಿಸಿಯೇ ಬಿಟ್ಟರು. ಅನ್ಯಾಯವೆಂದೆನಿಸಿದ ಕ್ಷಣ ಯಾವುದಕ್ಕೂ ಹೆದರದೆ ನಿಷ್ಠುರವಾಗಿ ಬಿಡುತ್ತಿದ್ದರು. ಮುಲಾಜಿಲ್ಲದೆ ಕಠೋರವಾಗಿ ಬಿಡುತ್ತಿದ್ದರು. ಹಾಗಾಗಿಯೇ ಎಮರ್ಜೆನ್ಸಿ ಸಮಯದಲ್ಲಿ ಸರ್ಕಾರದ ನಿಲುವನ್ನು ಧಿಕ್ಕರಿಸಿ ಕಾರಂತರು ಪದ್ಮಭೂಷಣ ಪ್ರಶಸ್ತಿಯನ್ನು ಹಿಂದಿರುಗಿಸಿಬಿಟ್ಟರು. ನ್ಯಾಯನಿಷ್ಠ ಕಾರಂತರಿಗೆ ಯಾವುದರ ವ್ಯಾಮೋಹವೂ ಇರಲಿಲ್ಲ. ಮಾನವೀಯ ಮೌಲ್ಯಗಳಿಗೆ ಮಾತ್ರ ಬೆಲೆ ಕೊಡುತ್ತಿದ್ದವರು ಇವರು ರಾಜಕೀಯ ಕ್ಷೇತ್ರದಲ್ಲಿ ಚುನಾವಣೆಗೆ ನಿಂತದ್ದೂ ಪ್ರಾಯಶಃ ಅದರ ಕೊಳೆ ತೊಳೆಯಲೆಂದೇ ಇರಬೇಕು, ಇವರ ಈ ನಿಷ್ಠುರ ಸ್ವಭಾವ ಇವರ ಸತ್ಯಸಂಧತೆಯಿಂದಾಗಿ ಗೆಲುವು ಸಾಧಿಸಲಾಗಲಿಲ್ಲ. An honest – man can not thrive in politics. (ಒಂದೆರಡು ಅಪವಾದಗಳನ್ನು ಬಿಟ್ಟರೆ) ಗಾದೆ ಮಾತೇ ಇದೆಯಲ್ಲ 'ನಿಷ್ಠುರವಾದಿ ಲೋಕ ವಿರೋಧಿ' ಅಂತ.

ಕಾರಂತರ ಬಗ್ಗೆ ಹೇಳಲೇಬೇಕಾದ ಒಂದು ಆಪ್ತ ಸಂಗತಿ ಇದೆ. ನಾನು ಕಾರಂತರಿಗೆ ಸಾಕಷ್ಟು ಪತ್ರಗಳನ್ನು ಬರೆದಿದ್ದೇನೆ. ಅಷ್ಟೂ ಪತ್ರಗಳಿಗೂ ಪತ್ರ ತಲುಪಿದ ಎರಡೇ ದಿನಗಳಲ್ಲಿ ಉತ್ತರ ಬರುತ್ತಿತ್ತು. ಬಿಡುವಿಲ್ಲದ ಕೆಲಸಗಳ ಹಾಗೂ ಕಾಲಲ್ಲಿ ಚಕ್ರ ಇಟ್ಟುಕೊಂಡು ಸುತ್ತುವ ಕಾರಂತರು ತಪ್ಪದೆ ಪತ್ರಗಳಿಗೆ ಉತ್ತರಿಸುವ ರೀತಿಯನ್ನು ಕಂಡಾಗ, ಹೇಗೆ ಅವರು ವ್ಯಕ್ತಿಗಳನ್ನು ಗೌರವಿಸುತ್ತಾರೆ ಎಂಬ ಅರಿವಾಗುತ್ತಿತ್ತು. ಅವರು ಪತ್ರಗಳಿಗೆ ಉತ್ತರಿಸುತ್ತಿದ್ದ ವೇಗವನ್ನು ನೋಡಿದರೆ ಆಶ್ಚರ್ಯವಾಗುತ್ತಿತ್ತು.

1970ರ ದಶಕದಲ್ಲಿ ನಾನು ವೈಯಕ್ತಿಕವಾಗಿ ನೋವು ಸಂಕಟಗಳಲ್ಲಿ ಸಿಲುಕಿ ದುಃಖಿಸುತ್ತ ನನ್ನ ದುಃಖವನ್ನು ಕಾರಂತರಿಗೆ ಪತ್ರ ಮುಖೇನ ತೋಡಿಕೊಂಡೆ. ಅವರೆಂದರೆ ಅಷ್ಟು ಸಲಿಗೆ, ಆಪ್ತತೆ ನನಗೆ. ನನಗವರು ಧೈರ್ಯ, ಸಲಹೆಗಳನ್ನು ಕೊಟ್ಟು ಅಣ್ಣನಂತೆ ಬೆನ್ನಿಗಿದ್ದರು. ಸಮಸ್ಯೆಗೆ ಪರಿಹಾರ ಸೂಚಿಸಿ ಪತ್ರ ಬರೆಯುತ್ತಿದ್ದರು. ಅವರ ಪತ್ರಗಳು ನನ್ನ ನೋವಿನ ಗಳಿಗೆಗಳಲ್ಲಿ ಸಾಂತ್ವನ ನೀಡುತ್ತಿತ್ತು. ನಾನ್ಯಾರು ಅವರಿಗೆ? ಆದರೆ ಒಂದು ನೊಂದ ಜೀವಕ್ಕೆ ಸಾಂತ್ವನ ನೀಡಿ ಸಂತೈಸಬೇಕೆಂಬ ಅವರ ಮಾನವೀಯ ಕಳಕಳಿಗೆ ಯಾವ ಬೆಲೆ ಕಟ್ಟಲಿ? ಇದು ಆ ದಿವ್ಯ ಚೇತನ ಮಿಡಿಯುವ ಪರಿ.

ನಾನು, ಎನ್. ನಾಗರಾಜ (ನಮ್ಮ ಮನೆಯ ಆತ್ಮೀಯ ಹುಡುಗ ನನ್ನ ತಮ್ಮ ಸೋಮಶೇಖರನ ಜೊತೆಗಾರ) ಎರಡನೆಯ ಸಲ ಕಾರಂತರ ಮನೆಗೆ ಹೋಗಿದ್ದೆವು. ಬಾಲವನದ ಮುಂದೆ ಮೇಲಿದ್ದ ಗುಡ್ಡಕ್ಕೆ ಕರೆದುಕೊಂಡು ಹೋಗಿ ತೋರಿಸಿದರು. ನಾನು ಗುಡ್ಡದ ತುತ್ತತುದಿಗೇರಿದ್ದೆ. ದೃಶ್ಯ ಕಣ್ತುಂಬಿಕೊಂಡೆ.

ಕಾರಂತರು ಮಲಗುವ ಕೋಣೆಯಲ್ಲಿ ಒಂದು ಮಂಚ. ರಾತ್ರಿ ಮಲಗುವ ವೇಳೆಯಾಯ್ತು. ಕಾರಂತರಿಗೆ ರಾತ್ರಿ ಎಂಟಕ್ಕೆಲ್ಲಾ ಮಲಗುವ ವಾಡಿಕೆ. ಕಾರಂತರ

ರೂಮಿನಲ್ಲಿ ನಾಗರಾಜ ಮಲಗುವುದಿತ್ತು. ಕಾರಂತರು ನೆಲದ ಮೇಲೆ ಹಾಸಿ ಮಲಗಲು ಸಿದ್ಧವಾಗಿ ನಾಗರಾಜನಿಗೆ 'ಮಂಚದ ಮೇಲೆ ಮಲಗಿಕೊಳ್ಳಿ' ಎಂದಾಗ ಅವನಿಗೋ ಗಾಬರಿ ಮತ್ತು ತಬ್ಬಿಬ್ಬು. 'ಛೆ ಛೇ ಇದೆಂತಹದು ತಾವು ಹಿರಿಯರು. ನಾನಿನ್ನೂ ತುಂಬಾ ಚಿಕ್ಕವನು. ದಯಮಾಡಿ ಕ್ಷಮಿಸಿ. ತಾವು ಮಂಚದಲ್ಲಿ ಮಲಗಿ, ನಾನಲ್ಲಿ ಮಲಗಲಾರೆ ನಾನು ಕೆಳಗೆ ಮಲಗ್ತೀನಿ' ಅಂದರೆ ಕಾರಂತರದ್ದು ಬಾಣ ಬಿಟ್ಟಂತೆ ನೇರ ಉತ್ತರ. 'ಮೊದಲು ಹೋಗುವುದು ನಾನೋ ನೀವೋ' ಎಂದು.

ಇದಕ್ಕೇನೆನ್ನಬೇಕು? ನಾವಲ್ಲಿದ್ದ ಎರಡೂ ದಿನವೂ ವಿಧಿಯಿಲ್ಲದೆ, ಕಾರಂತರ ಮಾತು ಮೀರಲಾಗದೆ ನಾಗರಾಜ ಮಂಚದಲ್ಲಿ, ಕಾರಂತರು ಕೆಳಗೆ ನೆಲದಲ್ಲಿ ಮಲಗಿದರು.

ಕಾರಂತರ ಕುರಿತು ಎಷ್ಟು ಹೇಳಿದರೂ ಮುಗಿಯಲಾರದು. ಅದೊಂದು ದೈತ್ಯ ಸಾತ್ವಿಕ ಶಕ್ತಿ. ನ್ಯಾಯನಿಷ್ಠ ನಿಷ್ಠುರವಾದಿ. ಮಾನವೀಯ ಗುಣಗಳ ಖಣಿ. ನೋವಿಗೆ

ಮಿಡಿಯುವ ಒಂದು ದಿವ್ಯ ಚೇತನ. ಅಪರೂಪದಲ್ಲಿ ಅಪರೂಪವಾದ ಒಂದು ಸಜ್ಜನಿಕೆಯ ಜೀವ. ನನ್ನ ಪಾಲಿಗೆ ಒಬ್ಬ ಹಿರಿಯಣ್ಣ, ಹಿತಚಿಂತಕ, ಇತ್ಯಾದಿ. ಅವರ ಹೃದಯದ ತುಂಬಾ ಅಕ್ಕರೆಯ ಸಕ್ಕರೆಯನ್ನು ತುಂಬಿಕೊಂಡಿದ್ದರು. ನನ್ನ ನೋವು, ಸಂಕಟ, ಕಣ್ಣೀರಿಗೆ ಧೈರ್ಯವಿತ್ತು ಅದರ ನಿವಾರಣೆಯ ಮುಲಾಮು ಆಗಿ ಪ್ರೀತಿಯ ಸಂಜೀವಿಯನ್ನು ನೀಡಿದ್ದಾರೆ. ಅವರ ಸಾಹಿತ್ಯ, ಯಕ್ಷಗಾನ, ನಾಟಕ ಎಲ್ಲವನ್ನು ಮೀರಿದ್ದು ಅವರ ಮಾನವೀಯ ಗುಣಗಳು ಎಂದು ನಂಬಿರುವವಳು ನಾನು.

ಇಂಥ ಈ ನನ್ನ ಮೆಚ್ಚಿನ ನೆಚ್ಚಿನ ಕಾರಂತರು ಬರೆದ ಪತ್ರಗಳು ನನ್ನ ಭಂಡಾರದಲ್ಲಿವೆ. ಆ ಅಮೂಲ್ಯ ಪತ್ರಗಳನ್ನು ಜತನದಿಂದ ಕಾಪಾಡಿಕೊಂಡಿದ್ದೇನೆ. ಅದು ಅವರು ಬಿಟ್ಟು ಹೋದ ನನ್ನ ಪಾಲಿನ ಆಸ್ತಿ ಅದು.

> ನಾನವರ ಮನೆಗೆ ಹೋದಾಗೆಲ್ಲ ನೋಡ್ತಿದ್ದೆ
> ವಿ.ಸೀ.ಯವರು ಒಂದು ಚಾಪೆ ಮೇಲೆ
> ಕುಳಿತುಕೊಂಡು ಮುಂದೆ ಒಂದು ವ್ಯಾಸ
> ಪೀಠವನ್ನು ಇಟ್ಟುಕೊಂಡು ಪುಸ್ತಕ
> ಓದುತ್ತಿದ್ದರು ಅಥವಾ ಬರೀತಿದ್ರು.

ವ್ಯಾಸಪೀಠದ ಮುಂದೆ...

ವಿ. ಸೀತಾರಾಮಯ್ಯ

ಬಹಳ ಹಿಂದೆ ಮದುವೆ ಮನೆಗಳಲ್ಲಿ ಮದುವೆಯಾದ ಬಳಿಕ ಹೆಣ್ಣನ್ನು ಮನೆ ತುಂಬಿಸಿ ಕೊಡುವ ಒಂದು ಪದ್ಧತಿ ಇತ್ತು. ಗಂಡಿನವರ ಮನೆಯ ಹಿರಿಯರೆಲ್ಲರ ಮಡಿಲಿನಲ್ಲಿ ಮದುವೆಯಾದ ಹುಡುಗಿಯನ್ನು ಕೂರಿಸಿ, ಇನ್ನು ಮುಂದೆ ಈ ಹುಡುಗಿ ನಿಮ್ಮ ಮನೆ ಮಗಳು, ಇವಳು ನಮ್ಮ ಮನೆಯ ಬೆಳಕು, ನಿಮ್ಮ ಮನೆಯನ್ನು ಬೆಳಗಲಿ ಎಂದು ನಿಮಗೆ ಒಪ್ಪಿಸುತ್ತಿದ್ದೇವೆ ಎಂದು ಹೇಳಿ, ಮನೆಯ ಮಗಳನ್ನು ಬೀಳ್ಕೊಡುವ ಪದ್ಧತಿ. ಆ ಸಂದರ್ಭದಲ್ಲಿ 'ಎಮ್ಮ ಮನೆಯಂಗಳದಿ ಬೆಳೆದೊಂದು ಹೂವನ್ನು...' ಎಂಬ ಹಾಡನ್ನು ಹಾಡುವ ಪದ್ಧತಿ ನಡೆದು ಬಂದಿತ್ತು. ಇದನ್ನು ಮನೆ ತುಂಬಿಸಿಕೊಳ್ಳುವ ಹಾಡು ಎಂದೇ ಕರೆಯುತ್ತಿದ್ದರು. ನಾನು ಈ ಹಾಡನ್ನು ತೀರಾ ಚಿಕ್ಕ ವಯಸ್ಸಿನಲ್ಲೇ ಕಲಿತಿದ್ದೆ. ನಮ್ಮ ತಂದೆಯವರು ಹಾಡುತ್ತಿದ್ದರು. ಅವರಿಂದ ಕೇಳಿದ ಹಾಡು ಕೇಳ್ಮೆಯಿಂದಲೇ ಬರುತ್ತಿತ್ತು. ಹಾಗಾಗಿ ನಾನು

ನಮ್ಮ ತಾಯ್ತಂದೆಗಳ ಜೊತೆ ಯಾವ ಮದುವೆಗೆ ಹೋದರೂ 'ಲೀಲಾ ಮನೆ ತುಂಬಿಸಿಕೊಂಡ ಹಾಡು ಹಾಡು' ಅನ್ನೋರು. ಎಲ್ಲರಿಗೂ ನಾನು ಚೆನ್ನಾಗಿ ಹಾಡುವ ಹುಡುಗಿ ಎಂದು ಗೊತ್ತಿತ್ತು. ನಾನೂ ತುಂಬಾ ಖುಷಿಯಿಂದಲೇ ಎಲ್ಲ ಮದುವೆ ಮನೆಗಳಲ್ಲೂ ಅದು ನನ್ನ ಜವಾಬ್ದಾರಿ, ನನ್ನ ಹಕ್ಕು ಎನ್ನುವ ರೀತಿಯಲ್ಲಿ ತಪ್ಪದೆ ಹಾಡುತ್ತಿದ್ದೆ. ಹಾಡು ಕೇಳುತ್ತಿದ್ದ ಎಲ್ಲರ ಕಣ್ಣಲ್ಲೂ ಧಾರಾಕಾರವಾಗಿ ಕಣ್ಣೀರು ಹರಿಯುತ್ತಿತ್ತು. ಹೆಣ್ಣಿನ ಮನೆಯವರಿಗೆ ತಮ್ಮ ಮನೆಯ ಹೆಣ್ಣು ಮಗಳನ್ನು ಬೇರೆಯವರ ಉಡಿಯಲ್ಲಿಟ್ಟು, ಮಡಿಲು ತುಂಬಿಸಿ, ತಮ್ಮ ಮನೆಯಿಂದ ಕಳುಹಿಸಿ ಬಿಡುತ್ತಿದ್ದೇವಲ್ಲ ಎಂದು ಕಣ್ಣೀರು ಹಾಕುವುದೇನೋ ಸರಿ. ಆದರೆ ಗಂಡಿನ ಮನೆಯವರೂ, ಅಲ್ಲಿ ನೆರೆದಿದ್ದ ಹಲವಾರು ಮಂದಿಯೂ ಅಳುತ್ತಿದ್ದರು. ಅದೊಂದು ಭಾವನಾತ್ಮಕವಾದ ಗಳಿಗೆ. ಪ್ರಾಯಶಃ ಆಗ ಮಾನವ ಸಂಬಂಧಗಳು ಭಾವನೆಗಳ ಸೇತುವೆಯ ಮೇಲೆ ಬೆಸೆದಿತ್ತು ಅನಿಸುತ್ತದೆ. ಕಾರಣ ಈಗಿನ ಮದುವೆಗಳನ್ನು ನೋಡುವಾಗ ಅಂಥ ಭಾವ

ಬಂಧನ ಕಣ್ಣಿಗೆ ಕಾಣುವುದಿಲ್ಲ. ಇನ್ನು ಈ ಹಾಡಿಗೆಲ್ಲಿ ಜಾಗ?. ನನ್ನಂಥವರಿಗೊಂದು ಕಳೆದು ಹೋದ, ಮರಳಿ ಬಾರದ ಸವಿ ನೆನಪಷ್ಟೆ. ಆ ಸಂಭ್ರಮ, ಸಡಗರವೇ ಬೇರೆ ಇರುತ್ತಿತ್ತು. ಈಗ ಬದಲಾದ ಸಂದರ್ಭದಲ್ಲಿ ಇದೊಂದು ಗೊಡ್ಡು ಪದ್ಧತಿ ಅನಿಸಿರಲಿಕ್ಕೂ ಸಾಕು. ಹಾಡೂ ಇಲ್ಲ ಕಣ್ಣೀರು ಇಲ್ಲ. ಕಾಲಾಯ ತಸ್ಮೈ ನಮಃ.

'ಎಮ್ಮ ಮನೆಯಂಗಳದಿ' ಹಾಡಿನ ಜೊತೆ ನಮ್ಮ ತಂದೆಯವರೇ ಹಾಡುತ್ತಿದ್ದ ಹಾಡು 'ಕಾದಿರುವಳು ಶಬರಿ, ರಾಮ ಬರುವನೆಂದು' ಇದನ್ನೂ ನಾನು ಹಾಡುತ್ತಿದ್ದೆ ಚಿಕ್ಕ ವಯಸ್ಸಿನಿಂದಲೂ. ನನ್ನ ಗೆಳತಿಯರೆಲ್ಲಾ 'ಲೀಲಾ, ಶಬರಿ ಹಾಡು ಹೇಳೇ' ಅಂತಲೇ ಕೇಳುತ್ತಿದ್ದುದು. ಆ ಕಾಲದಲ್ಲಿ ಅಷ್ಟು ಪ್ರಸಿದ್ಧವಾಗಿತ್ತು ಈ ಎರಡೂ ಹಾಡುಗಳು. ಈ ಎರಡೂ ಗೀತೆಗಳನ್ನು 1932-33ರ ಸುಮಾರಿಗೆ ಶ್ರೀಮಾನ್ ಸಂಪತ್ ಕುಮಾರಾಚಾರ್ಯರು ಹಾಡಿ ಧ್ವನಿ ಮುದ್ರಿಸಿದ್ದರೆಂದು ಕೇಳಿ ಬಲ್ಲೆ. ಆದರೆ ನಾನು ಅವರ ಧ್ವನಿ ಮುದ್ರಿಕೆಯನ್ನು ಕೇಳಿಲ್ಲ. ಪ್ರಾಯಶಃ ಅವರು ಹಾಡುತ್ತಿದ್ದ ಈ ಹಾಡುಗಳನ್ನು ಕೇಳಿ ನಮ್ಮ ತಂದೆಯವರು ಹಾಡುತ್ತಿದ್ದಿರಬೇಕು.

ನಾನು ಚಿಕ್ಕ ವಯಸ್ಸಿನಲ್ಲಿ ನನ್ನ ಬಾಲ್ಯವನ್ನು ಕಳೆದದ್ದು ಮೈಸೂರಿನ ಕೃಷ್ಣಮೂರ್ತಿಪುರಂನಲ್ಲಿರುವ ವೀವರ್ಸ್ ಲೇನ್‌ನಲ್ಲಿ. ಅದಕ್ಕೆ ರಾಮಯ್ಯರ್ ರಸ್ತೆ ಅಂತ ಇನ್ನೂ ಒಂದು ಹೆಸರುಂಟು. ಆ ರಸ್ತೆಯಲ್ಲಿತ್ತು ನಮ್ಮ ಮನೆ. ಕಾಲಕ್ರಮೇಣ ಅದೇ ಕಾಂಪೌಂಡಿನಲ್ಲಿ ಇನ್ನೊಂದು ಮನೆಯನ್ನು ಕಟ್ಟಿಸಿದರು ನಮ್ಮ ತಾತ. ನಾವಿದ್ದ ಮನೆಯನ್ನು ಬಾಡಿಗೆಗೆ ಕೊಟ್ಟು ಹೊಸ ಮನೆಗೆ ನಾವೆಲ್ಲಾ ಬಂದೆವು. ಆ

ಮನೆಗೆ ಬಾಡಿಗೆಗೆ ಬಂದವರು ವಿ.ಸೀ.ಯವರು. ನಾನವರ ಮನೆಗೆ ಹೋದಾಗೆಲ್ಲ ನೋಡ್ತಿದ್ದೆ ವಿ.ಸೀ.ಯವರು ಒಂದು ಚಾಪೆ ಮೇಲೆ ಕುಳಿತುಕೊಂಡು ಮುಂದೆ ಒಂದು ವ್ಯಾಸ ಪೀಠವನ್ನು ಇಟ್ಟುಕೊಂಡು ಅದರ ಮೇಲೆ ಪುಸ್ತಕ ಇಟ್ಟುಕೊಂಡು ಓದುತ್ತಿದ್ದರು ಅಥವಾ ಬರೀತಿದ್ರು. ದಿನವೂ ಅಲ್ಲೇ ಅವರ ದರ್ಶನವಾಗುತ್ತಿತ್ತು ನನಗೆ. ರಾತ್ರಿ ಹೊತ್ತೇನಾದರೂ ರೂಮಿನಲ್ಲಿ ಅವರ ಓದು, ಬರಹ ಸಾಗುತ್ತಿತ್ತೇನೋ ನನಗೆ ತಿಳಿಯದು. ಒಂದು ಬಿಳೀ ಪಂಚೆ, ಮೇಲೆ ತುಂಬು ತೋಳಿನ ಒಂದು ನೆಟ್ ಬನಿಯನ್, ನಾನವರನ್ನು ಸಾಮಾನ್ಯವಾಗಿ ನೋಡುತ್ತಿದ್ದುದು ಇದೇ ವೇಷದಲ್ಲಿ. ತಲೆಯಲ್ಲಿ ವೈದಿಕರು ಬೆಳೆಸುತ್ತಿದ್ದ ಸಣ್ಣ ಸಣ್ಣ ಕೂದಲು. ಹಿಂದೆ ಒಂದು ಸಣ್ಣ ಶಿಖೆಯೂ ಇದ್ದ ನೆನಪು. ಬಹಳ ಮೃದುವಾದ ಮಾತು. ಯಾರನ್ನೂ ಎಂದೂ ಗಟ್ಟಿಯಾಗಿ ಕರೆದಿದ್ದನ್ನು ಅಥವಾ ಗಟ್ಟಿಯಾಗಿ ಮಾತನಾಡಿದ್ದನ್ನು ನಾನು ಕೇಳಿಯೇ ಇಲ್ಲ. ಆ ಮನೆಗೆ ಮಹಡಿ ಇತ್ತು. ಅವರ ಮಗ ಚಿಕ್ಕವನು ಮಹಡಿ ಹತ್ತಿ ಹೋಗಿ ನಿಲ್ಲುತಿದ್ದ. ಆಗ ಮಾತ್ರ 'ಏಯ್ ಇಳಿಯೋ ಕೆಳಗೆ, ಇಳಿಯೋ ಕೆಳಗೆ' ಅಂತ ಕರೆಯುತ್ತಿದ್ದದ್ದು ಮಾತ್ರ ಇನ್ನೂ ನನ್ನ ನೆನಪಿನಲ್ಲಿ ಉಳಿದುಕೊಂಡು ಬಿಟ್ಟಿದೆ. ಅದೂ ಕೂಡ ಗಟ್ಟಿಯಾಗಿ ಅಲ್ಲ.

ವಿ.ಸೀ.ಯವರು ಹೊರಗೆ ಹೋಗುವಾಗ ಮಾತ್ರ ಶುಭ್ರವಾದ ಬಿಳಿಯ ಕಚ್ಚೆ ಪಂಚೆ, ಬಿಳಿಯ ಷರಟು, ಅದರ ಮೇಲೆ ಒಂದು ಹಾಫ್ ವೈಟ್ ಬಣ್ಣದ ಕೋಟು, ತಲೆಯ ಮೇಲೊಂದು ಮೈಸೂರು ರುಮಾಲು. ವಿ.ಸೀ.ಯವರು ಹೊರಗೆ ಕಾಲಿಟ್ಟರೆಂದರೆ ಇದೇ ವೇಷ. ಇನ್ನೂ ನನ್ನ ಕಣ್ಣಿಗೆ ಕಟ್ಟಿದ ಹಾಗಿದೆ.

ವಿ.ಸೀ. ತನ್ನ ಎಳೆತನದ ಆರು ವರ್ಷಗಳು, ಹುಟ್ಟಿದ ಬೂದಿಕೆರೆ ಹಳ್ಳಿಯಲ್ಲೇ ಅಜ್ಜಿ ತಾತನೊಂದಿಗೆ ಕಳೆದದ್ದು. ವೈದಿಕ ವೃತ್ತಿಯನ್ನು ಮಾಡುತ್ತಿದ್ದ ತಂದೆ ವೆಂಕಟರಮಣಯ್ಯನವರನ್ನು ವಿ.ಸೀ. ತನ್ನ ಎಂಟನೇ ವಯಸ್ಸಿನಲ್ಲೇ ಕಳೆದುಕೊಂಡು ಬಿಟ್ಟರು. ಮುಂದೆ ಓದು ಮುಂದುವರೆಸುವ ಸಲುವಾಗಿ ಹಳ್ಳಿಯಿಂದ ಬೆಂಗಳೂರಿಗೆ ಬಂದದ್ದು. ಅಲ್ಲೇ ಇಂಟರ್‌ಮೀಡಿಯೆಟ್ ಮುಗಿಸಿದ್ದು. ಮುಂದೆ ಡಿಗ್ರಿ ತರಗತಿಗೆ ಓದಲು ಇವರ ಸ್ನೇಹಿತರೆಲ್ಲಾ ಮುಂಬಯಿ, ಮದ್ರಾಸ್‌ಗೆ ಹೋದರು, ಇವರಿಗೆ ಆಸೆ ಇದ್ದರೂ ಇವರ ಆರ್ಥಿಕ ಮುಗ್ಗಟ್ಟಿನ ದೆಸೆಯಿಂದಾಗಿ ಅಲ್ಲೆಲ್ಲಾ ಹೋಗಿ ಓದಲು ಸಾಧ್ಯವಾಗಲಿಲ್ಲ. ಆದರೆ ಇವರ ಅದೃಷ್ಟವೇನೋ ಎನ್ನುವಂತೆ ಮೈಸೂರು ಮಹಾರಾಜಾ ಕಾಲೇಜಿನಲ್ಲಿ ಬಿ.ಎ. ಸ್ನಾತಕೋತ್ತರ ತರಗತಿಗಳು 1917ರಲ್ಲಿ ಆರಂಭವಾಯಿತು. ವಿ. ಸೀತಾರಾಮಯ್ಯನವರು ಆ ಕಾಲೇಜಿನ ಮೊದಲ ತಂಡದ ವಿದ್ಯಾರ್ಥಿಯಾದರು. ಅದೊಂದು ಹೆಮ್ಮೆ. ಮತ್ತೆ ಮುಂದೆ ಸ್ನಾತಕೋತ್ತರ ಎಂ.ಎ.ಯನ್ನೂ ಅಲ್ಲೇ ಮುಗಿಸಿದರು. ಕಾಲೇಜಿನಲ್ಲಿದ್ದಾಗಲೇ ಕವನಗಳನ್ನು ಬರೆಯುತ್ತಿದ್ದರು. ಆಗಲೇ ಇವರ ಕವನಗಳು ಮೈಸೂರು

ವಿಶ್ವವಿದ್ಯಾನಿಲಯದ 'ಪ್ರಬುದ್ಧ ಕರ್ನಾಟಕ'ದಲ್ಲಿ ಪ್ರಕಟವಾಗುತ್ತಿತ್ತು. ಪರಿಣಿತರ ಮೆಚ್ಚುಗೆಗೆ ಪಾತ್ರವಾಗಿತ್ತು.

ಇವರು ಮೊದಲು ಮೈಸೂರಿನ ಶಾರದಾ ವಿಲಾಸ ಹೈಸ್ಕೂಲಿನಲ್ಲಿ ಕನ್ನಡ ಉಪಾಧ್ಯಾಯರಾದರು. ನಂತರ ಇವರು ಮೈಸೂರು ಮಹಾರಾಜಾ ಕಾಲೇಜು, ಬೆಂಗಳೂರಿನ ಸೆಂಟ್ರಲ್ ಕಾಲೇಜಿನಲ್ಲಿ ಕಾರ್ಯ ನಿರ್ವಹಿಸಿ ನಿವೃತ್ತಿಯನ್ನು ಹೊಂದಿದರು.

ಇವರ ಬರವಣಿಗೆಯ ವಿಸ್ತಾರ ಬಹಳ ದೊಡ್ಡದು. ಕಾವ್ಯ, ನಾಟಕ, ಲಲಿತ ಪ್ರಬಂಧ, ವ್ಯಕ್ತಿ ಚಿತ್ರ, ಸಾಹಿತ್ಯ ವಿಮರ್ಶೆ, ಪ್ರವಾಸ ಕಥನ, ಆರ್ಥಿಕ ಮೀಮಾಂಸೆ ಹೀಗೆ ಅನೇಕ ಕ್ಷೇತ್ರಗಳಲ್ಲಿ ಇವರು ಕೆಲಸ ಮಾಡಿದ್ದಾರೆ. ಇವರು ತುಂಬಾ ಸಂಗೀತ ಪ್ರಿಯರು. ಜ್ಞಾನದಾಹಿಯಾಗಿದ್ದದ್ದರಿಂದ ವಿದ್ವಜ್ಜನರ ಉಪನ್ಯಾಸಗಳಿಗೂ ಹೋಗುತ್ತಿದ್ದರು. ಶಿವರಾಮ ಕಾರಂತರ ಪರಮ ಸ್ನೇಹಿತರು.

ಎಚ್ ಆರ್ ಲೀಲಾವತಿ

ಲಲಿತ ಪ್ರಬಂಧ ಎನ್ನುತಿದ್ದ ಹಾಗೆಯೇ ನನಗೆ ನಾನು ಶಾರದಾ ವಿಲಾಸ ಕಾಲೇಜಿನಲ್ಲಿ ಓದುತ್ತಿದ್ದ ಇಂಟರ್‌ಮೀಡಿಯೇಟ್ ದಿನಗಳು ನೆನಪಾಯಿತು. ನಮಗೆ 'ಮುತ್ತು –ಹವಳ' ಎಂಬ ಲಲಿತ ಪ್ರಬಂಧಗಳ ಪುಸ್ತಕ ಪಠ್ಯವಾಗಿತ್ತು. ಅದರ ಪೂರ್ತಿ ತಿಳಿ ಹಾಸ್ಯದ ಲೇಖನಗಳೇ. ಮೂರ್ತಿರಾಯರ ದಿವಾನ್‌ಖಾನೆಯ ಅಂದ ಚೆಂದ, ಗೊರೂರರ 'ಮಡಿ,' ವಿ.ಸೀ.ಯವರ 'ಕಾಸಿನ ಸಂಘ' ಇತ್ಯಾದಿ ಇತ್ಯಾದಿ. ವಿ.ಸೀ.ಯವರ ಪ್ರಬಂಧದ ಮೂಲ ಉದ್ದೇಶ ಕನ್ನಡ ಪ್ರೇಮ. ಗೆಳೆಯರೆಲ್ಲಾ ಗುಂಪು ಕಟ್ಟಿಕೊಂಡು 'ಕಾಸಿನ ಸಂಘ' ಎಂದು ಹೆಸರಿಟ್ಟು ಒಂದು ಸಂಘ ಕಟ್ಟುತ್ತಾರೆ. ಅದರ ಉದ್ದೇಶ ಎಲ್ಲರೂ ಒಂದೂ ಪರಭಾಷೆಯನ್ನೂ ಉಪಯೋಗಿಸದೆ ನೂರಕ್ಕೆ ನೂರು ಭಾಗ ಕನ್ನಡದಲ್ಲೇ ಮಾತಾಡಬೇಕೆಂಬುದು. ಸರಿ ಶುರುವಾಯ್ತು. ಯಾರಾದರೂ ತಪ್ಪಿ ಅನ್ಯ ಭಾಷೆಯ ಪದವನ್ನು ಬಳಕೆ ಮಾಡಿದರೆ ಅವರಿಗೆ ಒಂದು ಕಾಸು ತಪ್ಪು ಕಾಣಿಕೆಯ ಶಿಕ್ಷೆ. ತಪ್ಪಿದ ಒಂದೊಂದು ಪದಕ್ಕೂ ಒಂದೊಂದು ಕಾಸು ನೀಡಬೇಕು ಎಂಬ ತೀರ್ಮಾನ. ಒಬ್ಬ ಗೆಳೆಯ ಮಾತನಾಡಲು ಶುರು ಮಾಡಿದರೆ ಮಿಕ್ಕೆಲ್ಲರದೂ ಅವನ ಮೇಲೆ ಹದ್ದಿನ ಕಣ್ಣು. ಅವನು ಬೇರೆ ಪದ ಬಳಸಿದರೆ 'ಹೋ' ಎಂದು ಕಿರುಚುತ್ತಾ ಒಂದು ಕಾಸು ಅಂತ ಅವನ ಹೆಸರಿನ ಮುಂದೆ ಬರೆಯುತ್ತಿದ್ದರು, ಹೀಗೆ ಎಲ್ಲಾ ಗೆಳೆಯರೂ ಅನ್ಯ ಭಾಷೆಯ ಪದಗಳನ್ನು ಬಳಸಿ, ಎಲ್ಲರೂ ತೆರಬೇಕಾದ ಕಾಸಿನ ಲೆಕ್ಕ ಗಗನಕ್ಕೇರುತ್ತಾ ಹೋಗಲು, ಇಂಗ್ಲಿಷ್ ಪದದಿಂದ ತಪ್ಪಿಸಿಕೊಳ್ಳೋಕಾಗ್ತಿಲ್ಲ ಅಂತ ಆ ಕಾಸಿನ

ಸಂಘವನ್ನು ಕೊನೆಗೆ dissolve ಮಾಡಿದರು. ಆ ಲಲಿತ ಪ್ರಬಂಧ ನಗೆಯನ್ನು ಉಕ್ಕಿಸಿದ್ದೂ ಉಕ್ಕಿಸಿದ್ದೆ. ಈಗಿನ ಕಾಲಕ್ಕೇನಾದರೂ ಅಂಥ 'ಕಾಸಿನ ಸಂಘ' ಕಟ್ಟಿದರೆ ಗೋವಿಂದ. ಮನೆ ಮಾರಿಕೊಳ್ಳುವಷ್ಟು ಹಣವನ್ನು ತಪ್ಪು ಕಾಣಿಕೆಯಾಗಿ ಕಟ್ಟಬೇಕಾಗಬಹುದು. ಯಾಕೆಂದರೆ ಈಗಿರುವುದು ಬರಿಯ ಕಂಗ್ಲೀಷ್ ಅಥವಾ ಬರಿಯ ಇಂಗ್ಲಿಷ್. ಇದು ಕನ್ನಡದ ದುರಂತ.

ವಿ.ಸೀಯವರ ಬಾಂಧವ್ಯ ಯಾವುದೋ ರೂಪದಲ್ಲಿ ನನಗೆ ಒಂದಲ್ಲಾ ಒಂದು ರೀತಿಯಲ್ಲಿ ಬರ್ತಾನೆ ಇರೋದಂತೂ ಆಶ್ಚರ್ಯ. ಅವರು ಹಲವಾರು ನಾಟಕಗಳನ್ನು ಬರೆದಿದ್ದಾರೆ. ಅದರಲ್ಲಿ 'ಶ್ರೀಶೈಲ ಶಿಖರ' ಅನ್ನುವುದೊಂದು ನಾಟಕ. ಅದನ್ನ 'ಪಾಪ ಪುಣ್ಯ' ಎಂಬ ಹೆಸರಿನಲ್ಲಿ ಚಲನಚಿತ್ರವನ್ನು ತೆಗೆದರು. ಆ ಚಲನಚಿತ್ರದಲ್ಲಿ ಬರುವ ಹಾಡು 'ಶ್ರೀಶೈಲ ಶಿಖರಂ ದೃಷ್ಟ್ವಾ ಪುನರ್ ಜನ್ಮನ ವಿದ್ಮತೇ' ಎಂಬುದನ್ನು ಪದ್ಮಚರಣರ ನಿರ್ದೇಶನದಲ್ಲಿ ನಾನು ಹಾಗೂ ಶೀರ್ಗಾಳಿ ಗೋವಿಂದರಾಜನ್ ಹಾಡಿದ್ದೇವೆ.

ವಿ.ಸೀ.ಯವರನ್ನು ಅವರ ಪ್ರಾಧ್ಯಾಪಕ ನಿವೃತ್ತಿಯ ನಂತರ, ಎರಡು ವರ್ಷ (1956–1958) ಬೆಂಗಳೂರು ಆಕಾಶವಾಣಿಯ ಭಾಷಣ ವಿಭಾಗದ ಮುಖ್ಯಸ್ಥರನ್ನಾಗಿ ಗೊತ್ತು ಮಾಡಿಕೊಂಡಿತ್ತು. ನಾನು ಬೆಂಗಳೂರು ಆಕಾಶವಾಣಿಯ ಸ್ಟುಡಿಯೋದಲ್ಲಿ ಹಾಡಲು ಕುಳಿತಿದ್ದೆ. ವಾದ್ಯದವರೆಲ್ಲಾ ನುಡಿಸಲು ಸುತ್ತ ಕುಳಿತಿದ್ದರು. ಆ ವೇಳೆಗೆ ವಿ.ಸೀಯವರು ಸ್ಟುಡಿಯೋದೊಳಕ್ಕೆ ಬಂದು ನನ್ನ ಮುಂದೆ ಕುಳಿತುಕೊಂಡರು. ಇವತ್ತು ಯಾವ ಯಾವ ಗೀತೆ ಹಾಡೋದು ಅಂತ ಕೇಳಿದರು. ನಾನು ಹಾಡಲು ಸಿದ್ಧಳಾಗಿ ಬಂದಿದ್ದ ಕವನಗಳ ಪಟ್ಟಿಯನ್ನೆಲ್ಲಾ ಅವರಿಗೆ ತಿಳಿಸಿದೆ. ವಿ.ಸೀಯವರನ್ನು ನಾನು ಪುಟ್ಟ ಹುಡುಗಿಯಾಗಿದ್ದಾಗ, ನಮ್ಮ ತಾತನ ಮನೆಯಲ್ಲಿ ನೋಡಿದ್ದು. ಮತ್ತೆ ಅವರನ್ನು ಕಂಡದ್ದು ಈಗ ಆಕಾಶವಾಣಿಯಲ್ಲೇ ಇಪ್ಪತ್ತೆರಡರ ತರುಣಿ ಲೀಲಾವತಿಯಾಗಿ. 'ಹಾಡಿ ಒಂದು ಕವನ' ಅಂದ್ರು, ನಾನು ಸಿದ್ಧವಾಗಿ ಬಂದಿದ್ದ ಪು.ತಿ.ನ.ರವರ 'ಕೆಟ್ಟೆನೆಲಾ ಕೆಟ್ಟೆನೆಲಾ ಒಲವೇ, ಒಲವೇ, ಸುಟ್ಟಿಯಲಾ ಸುಟ್ಟಿಯಲಾ ನಲವೇ ನಲವೇ' ಇದನ್ನು ಹಾಡಲು ಶುರು ಮಾಡಿದೆ. ವಿ.ಸೀಯವರು ಮಧ್ಯದಲ್ಲೇ ತಡೆದು 'ಉಹೂಂ ಹಾಗಲ್ಲ, ಹಾಗಲ್ಲ ಹೀಗೆ ಹಾಡಿ ಅಂತ ಅವರು ಹಾಡಿ ತೋರಿಸಿದರು. ಅವರು ಹೇಳಿದಂತೆ ನಾನು ಹಾಡಿದೆ. ಉಹೂಂ ಉಹೂಂ ಹಾಗಲ್ಲ ಹಾಗಲ್ಲ ಹೀಗೆ ಅಂತ ಮತ್ತೆ ಹಾಡಿ ತೋರಿಸಿದರು. ಈಗ ಅವರು ಹಾಡಿದ್ದು ಇನ್ನೂ ಬೇರೆ ತರಹ ಇತ್ತು. ಅದನ್ನೂ ಅವರು ಒಪ್ಪದೆ ಮತ್ತೆ ಹಾಡಿದರು. ಅದು ಇನ್ನೂ ಬೇರೆಯೇ ಇತ್ತು. ವಿ.ಸೀ.ಯವರಿಗೆ ಅವರು ಏನು ಹಾಡಿ ತೋರಿಸಬೇಕೆಂಬ ಖಚಿತತೆಯೇ ಇರಲಿಲ್ಲ. ಒಂದೊಂದು ಸಾರಿ ಒಂದೊಂದು ತರಹಾ ಹಾಡುತ್ತಿದ್ದರು. ಅವರು ಸಂಗೀತ ಪ್ರೇಮಿ ನಿಜ,

ಹೆಸರಾಂತ ಕರ್ನಾಟಕ ಶಾಸ್ತ್ರೀಯ ಸಂಗೀತ ಕಛೇರಿಗಳನೆಲ್ಲಾ ಕೇಳುತ್ತಿದ್ದರು, ನಿಜ. ಅಂದಾಕ್ಷಣ ಅವರಿಗೇ ಸಂಗೀತ ಸಂಯೋಜನೆಯ ಬಗ್ಗೆ ಪರಿಶ್ರಮವಿದೆಯೆಂದಲ್ಲ. ಸಾಹಿತ್ಯ ತಪ್ಪಿದ್ದರೆ ತಿದ್ದಬಹುದಿತ್ತು, ಆದರೆ ತಮಗೇ ತಿಳಿಯದ ಸಂಗೀತವನ್ನಲ್ಲ, ಒಂದು ನಾಲ್ಕಾರು ಸಾರಿ ಅವರು ಬೇರೆ ಬೇರೆಯೇ ಹಾಡಿ ತೋರಿಸಿದ ಮೇಲೆ ಅವರಿಗೆ ಏನನ್ನಿಸಿತೋ ಏನೋ 'ಸರಿ, ಹಾಡ್ಕೊಂಡ್ ಹೋಗಿ' ಅಂತ ಹೇಳುತ್ತ ಸ್ಟುಡಿಯೋದಿಂದ ಎದ್ದು ಹೋದರು. ಅವರು ಎದ್ದು ಹೋದ ಬೆನ್ನಲ್ಲೇ ಅಲ್ಲಿದ್ದ ವಾದ್ಯದವರೆಲ್ಲಾ ನಕ್ಕಿದ್ದೇ ನಕ್ಕಿದ್ದು. ಅವರೆಲ್ಲರೂ ಅಚ್ಚುಕಟ್ಟಾಗಿ ಸಂಗೀತ ಬಲ್ಲವರು. ವಿ.ಸೀಯವರು ಬಹಳ ದೊಡ್ಡ ಬರಹಗಾರರು, ಸರಳತೆಯ, ಸಜ್ಜನಿಕೆಯ, ಮೆದು ಮಾತಿನ ಸುಸಂಸ್ಕೃತ ವ್ಯಕ್ತಿ ನಿಜ. ಕುಸುಮದಂಥ ಕೋಮಲ ಮನಸ್ಸು ಅದೂ ನಿಜ. ಸಂಗೀತ ಪರಿಜ್ಞಾನ ಉಳ್ಳವರೂ ಕೂಡ. ಆದರೆ ತಮಗರಿಯದ ಕ್ಷೇತ್ರದಲ್ಲಿ ಕೈ ಹಾಕಬಾರದು. ವಿ.ಸೀಯವರೆಂದರೆ ನನಗೆ ಅಪಾರ ಗೌರವ ಅವರ ವ್ಯಕ್ತಿತ್ವದಿಂದ.

> ಕೃಷ್ಣಾ ಎಂದ ಕೂಡಲೇ ನನ್ನ ಮನಸ್ಸಿಗೆ ಬಂದವರು ಪುತಿನರವರು ಅವರು ಮಹಾನ್ ಕೃಷ್ಣ ಪ್ರೇಮಿ ಎಂದು ಗೊತ್ತಿತ್ತು. ಕೃಷ್ಣನ ಹಾಡುಗಳ ನನ್ನ ಪುಸ್ತಕಕ್ಕೆ ಪುತಿನರವರು ಮುನ್ನುಡಿ ಬರೆದುಕೊಟ್ಟರು.

ಶ್ರೀಹರಿಯನ್ನು ದೊರಕಿಸಿ ಕೊಟ್ಟವರು

ಪು.ತಿ.ನ

‘ಕೃಷ್ಣನಾ ಕೊರಳಿನ ಕರೆ ಆಲಿಸು’ ಈ ಹಾಡನ್ನ ನಾನು ತೀರ ಚಿಕ್ಕ ಹುಡುಗಿಯಾಗಿದ್ದಾಗಿನಿಂದಲೇ ಹಾಡುತ್ತಿದ್ದೆ. ಈ ಗೀತೆಯನ್ನು ಡಾ॥ ಎಚ್.ಕೆ. ರಂಗನಾಥ್ ಅವರು ಮೈಸೂರಿನ ಬನುಮಯ್ಯ ಕಾಲೇಜಿನ ಕಾಲೇಜಿನ ಸಾಂಸ್ಕೃತಿಕ ವೇದಿಕೆಯಲ್ಲಿ ಹಾಡುತ್ತಿದ್ದರು. ಆ ಕಾಲದಲ್ಲಿ ಮನರಂಜನೆ ಬೇಕು ಅಂದರೆ ಕಾಲೇಜಿನಲ್ಲಿ ನಡೆಯುತ್ತಿದ್ದ ಸಾಂಸ್ಕೃತಿಕ ಕಾರ್ಯಕ್ರಮಗಳಿಗೇ ಹೋಗಬೇಕಾಗುತ್ತಿತ್ತು. ವೃತ್ತಿರಂಗ ಭೂಮಿಯ ನಾಟಕಗಳು, ಚಲನಚಿತ್ರಗಳು ಮಾತ್ರ ಅಂದಿನ ಕಾಲದ ಮನೋರಂಜನೆಯ ಕಾರ್ಯಕ್ರಮಗಳಾಗಿತ್ತಲ್ಲದೆ, ಬೇರೆ ಯಾವ ಸಂಘ–ಸಂಸ್ಥೆಗಳೂ ಮನರಂಜನೆಗಾಗಿ ಇರಲಿಲ್ಲ. ದೇವಸ್ಥಾನಗಳಲ್ಲಿ ಹರಿಕಥೆಗಳ ಕಾರ್ಯಕ್ರಮಗಳು ನಡೆಯುತ್ತಿತ್ತು. ಕಾಲೇಜು ವೇದಿಕೆಗಳಲ್ಲಿ ಸಿಗುತ್ತಿತ್ತು. ಹಾಡು, ನಾಟಕ, ಮಿಮಿಕ್ರಿ, ವಿವಿಧ ವೇಷಗಳು ಇತ್ಯಾದಿ.

ಹಾಗಾಗಿ ಅಂದಿನ ದಿನಗಳಲ್ಲಿ ಜನಕ್ಕೆ ಮನರಂಜನೆ ನೀಡುತ್ತಿದ್ದ ಸಂಸ್ಥೆಗಳೆಂದರೆ ಕಾಲೇಜು, ಅದರ ಸಾಂಸ್ಕೃತಿಕ ಕಾರ್ಯಕ್ರಮಗಳು ಮಾತ್ರ. ನಾವುಗಳೆಲ್ಲ ಮನರಂಜನೆಯನ್ನು ಪಡೆಯುತ್ತಿದ್ದುದು ಕಾಲೇಜಿನ ಕಾರ್ಯಕ್ರಮಗಳಿಂದಲೇ. 'ಕೃಷ್ಣನ ಕೊಳಲಿನ ಕರೆ ಆಲಿಸು' ಗೀತೆಯನ್ನು ನಾನು ಮೊದಲು ಕೇಳಿದ್ದು ಡಾ. ಎಚ್.ಕೆ. ರಂಗನಾಥ್‌ರವರು ಕಾಲೇಜಿನಲ್ಲಿ ಹಾಡಿದ್ದಾಗಲೇ. ಇದನ್ನ ರಚಿಸಿದವರು ಪು.ತಿ. ನರಸಿಂಹಾಚಾರ್ಯರು. ಅವರ 'ಗೋಕುಲ ನಿರ್ಗಮನ' ಎಂಬ ಗೀತ ರೂಪಕದಲ್ಲಿ ಇದು ಪ್ರಕಟವಾಗಿದೆ. ಇದೇ ಗೀತೆಯನ್ನು ಮುಂದೆ ಪ್ರಾಯಶಃ 1966ರಲ್ಲಿ 'ಸುಬ್ಬಾಶಾಸ್ತ್ರಿ' ಎನ್ನುವ ಕನ್ನಡ ಚಲನಚಿತ್ರದಲ್ಲಿ ಅಳವಡಿಸಿಕೊಂಡಿದ್ದಾರೆ. ಶ್ರೀಮತಿ ಗೋಪಾಲರತ್ನಂ ಹಾಡಿದ್ದಾರೆ. ಸಂಗೀತ ನಿರ್ದೇಶನ ವಿ. ದೊರೆಸ್ವಾಮಿ ಅಯ್ಯಂಗಾರರು ಎಂದು ಹಾಕಿದ್ದಾರೆ. ಇದರ ಮೂಲ ಧಾಟಿ ನಲವತ್ತರ ದಶಕದಲ್ಲೇ ಕಾಲೇಜಿನಲ್ಲಿ ಹಾಡುತ್ತಿದ್ದ ಎಚ್.ಕೆ. ರಂಗನಾಥ್‌ರವರದ್ದು ಎಂದು

ನನಗೆ ಗೊತ್ತು. ಯಾಕೆ ದೊರೆಸ್ವಾಮಿ ಅಯ್ಯಂಗಾರರ ಹೆಸರಿನಲ್ಲಿ ಹೋಯಿತೋ ಗೊತ್ತಿಲ್ಲ. ಎಚ್.ಕೆ. ರಂಗನಾಥ್, ವಿ. ದೊರೆಸ್ವಾಮಿ ಅಯ್ಯಂಗಾರ್ ಇಬ್ಬರೂ ಆಕಾಶವಾಣಿಯಲ್ಲಿ ಕೆಲಸ ಮಾಡುತ್ತಿದ್ದವರು. ಹಾಗಾಗಿ ಏನಾಯಿತೋ ಗೊತ್ತಿಲ್ಲ.

ನಾನು ಹಾಡುತ್ತಿದ್ದ ಮೊದಲ ಭಾವಗೀತೆ ಇದೇ ಪು.ತಿ.ನ.ರವರ 'ಕೃಷ್ಣನ ಕೊಳಲಿನ ಕರೆ ಆಲಿಸು'. ನಾನು ಭಾವಗೀತಾ ಗಾಯಕಿಯಾಗಿ 1950ನೇ ಇಸವಿಯಿಂದ ಆಕಾಶವಾಣಿಯಲ್ಲಿ ಹಾಡಲು ಆರಂಭ ಮಾಡಿದೆ. ಆಕಾಶವಾಣಿಯಲ್ಲಿ ನಾನು ಹಾಡಿದ ಎರಡನೆಯ ಭಾವಗೀತಾ ಕಾರ್ಯಕ್ರಮದಲ್ಲಿ ನಾನು ಪು.ತಿ.ನ.ರವರ ನಾಲ್ಕು ಗೀತೆಗಳನ್ನು ಹಾಡಿದೆ. ಆ ನಾಲ್ಕೂ ಗೀತೆಗಳೂ ಪು.ತಿ.ನ.ರವರ 'ಗೋಕುಲ ನಿರ್ಗಮನ' ಸಂಗ್ರಹದಿಂದಲೇ ಆಯ್ದ ಕವನಗಳು. 'ನಿಲ್ಲಿಸದಿರು ವನಮಾಲಿ ಕೊಳಲಗಾನವ' 'ಅಕೋ ಶ್ಯಾಮ ಅವಳೆ ರಾಧೆ ನಲಿಯುತಿಹರು ಕಾಣಿರೇ', 'ನಂದನಂದನಾ, ಗೋಕುಲಾನಂದನ', ಪೋಗದಿರೈ ಪೋಗದಿರೈ ಪೋಗದಿರಯ್ಯಾ' ಈ ನಾಲ್ಕೂ ಗೀತೆಗಳೂ ನನಗೆ ಅತ್ಯಂತ ಸಂತೋಷ ನೀಡಿದ ಗೀತೆಗಳು. ನಂತರದ ದಿನಗಳಲ್ಲಿ ನಾನು ಎಲ್ಲಿ ಯಾರ ಮನೆಗೆ ಹೋದರೂ 'ಲೀಲಾ, ನಿಲ್ಲಿಸದಿರು ವನಮಾಲಿ ಹಾಡು ಹೇಳು' ಎಂದೇ ಕೇಳುತ್ತಿದ್ದುದು. ಆ ಕಾಲದಲ್ಲಿ ಅದು ಅಷ್ಟೊಂದು ಪ್ರಸಿದ್ಧಿ ಪಡೆದ ಗೀತೆಯಾಗಿಬಿಟ್ಟಿತ್ತು. ಪು.ತಿ.ನ.ರವರ ಹಾಡುಗಳನ್ನು ನಾನು ಹಾಡಿದೆನಾದರೂ, ಅವರು ಮೈಸೂರಿನಲ್ಲೇ ಇದ್ದರೂ ಅವರನ್ನು ಕಂಡಿರಲಿಲ್ಲ.

1952ನೇ ಇಸವಿಯಲ್ಲಿ ಪು.ತಿ. ನರಸಿಂಹಾಚಾರ್ಯರನ್ನು ಕಾಣುವ ಸಂದರ್ಭವೂ ಒದಗಿ ಬಂತು. ಅದೂ ಮೈಸೂರು ಆಕಾಶವಾಣಿಯಲ್ಲೇ. ಮೈಸೂರು ಆಕಾಶವಾಣಿಯಿಂದ ನನಗೊಂದು ಕಾಂಟ್ರಾಕ್ಟ್ ಬಂತು. 'ಹರಿಣಾಭಿಸರಣ' ಸಂಗೀತ ರೂಪಕದಲ್ಲಿ ಹಾಡಲು ಕರೆ ಅದು. ಆಕಾಶವಾಣಿಗೆ ಹೋಗಲು ಅಲ್ಲಿಯ ವ್ಯಾನ್ ಕಳುಹಿಸಿದ್ದರು. ಕೆಲವು ಸಂದರ್ಭಗಳಲ್ಲಿ ಕಲಾವಿದರನ್ನು ಕರೆತರಲು ಆಕಾಶವಾಣಿ ತನ್ನ ವ್ಯಾನನ್ನೇ ಕಳುಹಿಸುತ್ತಿತ್ತು. ನನಗೆ ಹತ್ತಾರು ಸಾರಿ ಅಂಥ ಗೌರವ ದೊರೆತದ್ದು ಉಂಟು. ಕೆಲವು ಸಲ ನಾನು ಬೇರೆ ಕಾರ್ಯಕ್ರಮಗಳಿಗಾಗಿ ಬೇರೆಡೆ ಹೋಗಿದ್ದರೆ ಅಲ್ಲಿಗೇ ವ್ಯಾನ್ ಕಳುಹಿಸುತ್ತಿದ್ದ ಸಂದರ್ಭಗಳೂ ಉಂಟು.

ಅಂದು ವ್ಯಾನಿನಲ್ಲಿ ಆಕಾಶವಾಣಿಗೆ ಹೋದೆ. ರಿಹರ್ಸಲ್ ರೂಮಿನಲ್ಲಿ ಕುಳಿತೆ. ಅಲ್ಲಿಗೆ ಬಂದವರೇ ಪು.ತಿ.ನ.ರವರು. ಅಚ್ಚ ಬಿಳೀ ಪಂಚೆ. ಅಷ್ಟೇ ಶುಭ್ರವಾದ ಬಿಳಿಯ ಷರಟು. ಹಣೆಯಲ್ಲಿ ಕೆಂಪು ನಾಮ. ತಲೆಯ ಮೇಲೊಂದು ಬಿಳಿಯ ಟೋಪಿ. ಕಂಡೊಡನೆ ಯಾರಿಗೂ ಭಕ್ತಿ ಹುಟ್ಟುವಂಥ ವ್ಯಕ್ತಿತ್ವ. ಅವರು ಒಳಗೆ ಬಂದ ಕೂಡಲೆ ನಾನು ಎದ್ದು ಕೈ ಜೋಡಿಸಿ ನಮಸ್ಕಾರ ಮಾಡಿದೆ. 'ಕೂತ್ಕೋ ಕೂತ್ಕೋ' ಎಂದರು. 1950ನೇ ಇಸವಿಯಿಂದ ಆಕಾಶವಾಣಿಯಿಂದ ಪ್ರಸಾರವಾಗುತ್ತಿದ್ದ ನಾನು ಹಾಡಿದ ಎಲ್ಲಾ ಕಾರ್ಯಕ್ರಮಗಳನ್ನೂ ಕೇಳಿದ್ದಾರವರು. ಭಾವಗೀತಾ ಕಾರ್ಯಕ್ರಮವೇ ತೀರಾ ಹೊಸ ಸ್ವರೂಪದ ಕಾರ್ಯಕ್ರಮವಾಗಿತ್ತಲ್ಲ ಆಗ. ಹಾಗಾಗಿ ಜನತೆ ಅದನ್ನು ತುಂಬಾ ಆಸ್ಥೆಯಿಂದ ಕೇಳುತ್ತಿದ್ದರು. ಹಾಗಾಗಿಯೇ 'ಹರಿಣಾಭಿಸರಣ' ಗೀತ ರೂಪಕದ ಪ್ರಸಾರಕ್ಕೂ ಅನುವು ಮಾಡಿ ಕೊಟ್ಟಿತ್ತು ಆಕಾಶವಾಣಿ.

ಪು.ತಿ.ನ.ರವರು ಕುಳಿತುಕೊಂಡರು. ಅವರೆದುರಿನಲ್ಲಿ ಗುಬ್ಬಚ್ಚಿ ಮರಿಯಂತೆ ನಾನು ಕುಳಿತೆ. 'ನನ್ನ ಈ ಹಾಡುಗಳನ್ನು ಹಾಡ್ತೀಯೋ' ಎಂದು ಕೇಳಿದರು. 'ಹೂಂ' ಎಂದು ತಲೆಯಾಡಿಸಿದೆ. 'ಹರಿಣಾಭಿಸರಣ' ಗೀತ ರೂಪಕದಲ್ಲಿ ನನಗೆ ಕೊಟ್ಟಿದ್ದು ಸೀತೆಯ ಪಾತ್ರ. ಹಾಗಾಗಿ ಸೀತೆ ಹಾಡುವ ಹಾಡುಗಳು ನನ್ನ ಪಾಲಿಗೆ.

ಘನವಿಪಿನ ಚಲ ಹರಿಣ ನೋಡು ಮೈದುನ
ಘನಕು ಘನನ ಛಲಕು ಚಲನ ನೋಡೆನ್ನಿನನ'

**

'ಅಕ್ಕೊ ನೋಡು ಎಂಥ ಹರಣ
ಬಾ ಬೇಗ ಬಾ ಬೇಗ ಬಾ ರಮಣ'

ಇವೆರಡು ಹಾಡುಗಳನ್ನು ಪು.ತಿ.ನ.ರವರು ನನಗೆ ಕಲಿಸಿದರು. ಶ್ರದ್ಧೆಯಿಂದ ಭಕ್ತಿಯಿಂದ ನಾನು ಕಲಿತೆ. ಕವಿಯಿಂದಲೇ ನೇರವಾಗಿ ಹಾಡುಗಳನ್ನು

ಕಲಿಯುವುದೆಂದರೆ ಒಂದು ರೀತಿಯ ಅದೃಷ್ಟವೇ ಸರಿ. ಅಂದರೆ ಕವಿ ವಾಗ್ಗೇಯಕಾರರೂ ಆಗಿರಬೇಕು –ಅಂದರೆ ಮಾತು, ಧಾತು ಎರಡೂ ಕವಿಗಳದ್ದೇ ಆಗಿತ್ತು.

ಪು.ತಿ.ನ.ರವರಿಗೆ ಶಾಸ್ತ್ರೀಯ ಸಂಗೀತದಲ್ಲಿ ಅಪಾರ ತಿಳುವಳಿಕೆ ಇತ್ತು. ಪು.ತಿ.ನ. ಎಂದರೆ ಸಂಗೀತ ಸಂಸ್ಕಾರವುಳ್ಳ ಕವಿ ಎನ್ನಬಹುದು. ಹಾಗಾಗಿ ಅವರ ಗೀತ ರೂಪಕಗಳಿಗೆ ಅವರೇ ರಾಗ ಸಂಯೋಜನೆ ಮಾಡುತ್ತಿದ್ದರು. ಅಲ್ಲದೆ ಅವರಲ್ಲಿ ಹೊಸ ರಾಗ ಕಲ್ಪನೆಯೂ ಬರುತ್ತಿತ್ತು. ಅವರ ಪರಮ ಮಿತ್ರರಾಗಿದ್ದ ದೊರೆಸ್ವಾಮಿ ಅಯ್ಯಂಗಾರರಿಂದ, ಪು.ತಿ.ನ.ರವರ ಹೊಸ ರಾಗ ಕಲ್ಪನೆಗೆ ಪರಿಷ್ಕರಣೆ ದೊರೆಯುತ್ತಿತ್ತು. ಹುಟ್ಟಿನಿಂದಲೇ ಪು.ತಿ.ನ.ರವರಿಗೆ ಕರ್ನಾಟಕ ಶಾಸ್ತ್ರೀಯ ಸಂಗೀತದ ರಾಗ ಸಂಸ್ಕಾರವಿತ್ತು. ಅಂತೆಲೇ ಸುಗಮವಾಗಿ ಅವರು

ಅವರ ಗೀತರೂಪಕಗಳಿಗೆಲ್ಲಾ ಸಂಗೀತವನ್ನು ಸಂಯೋಜಿಸುತ್ತಿದ್ದರು. ಕನ್ನಡ ಸಾಹಿತ್ಯ ವಲಯವನ್ನು ಅವಲೋಕಿಸುವಾಗ ಪ್ರಾಯಶಃ ಪು.ತಿ.ನ.ರವರಷ್ಟು ಗೀತ ರೂಪಕಗಳನ್ನು ಬೇರೆ ಯಾರೂ ರಚಿಸಿಲ್ಲ. ಜೊತೆಗೆ ಸಂಗೀತವನ್ನಂತೂ ಪು.ತಿ.ನ.ರವರಂತೆ ನೀಡಿಯೂ ಇಲ್ಲ. ಈ ದೃಷ್ಟಿಯಿಂದ ಪು.ತಿ.ನ.ರವರು ಕಾವ್ಯ ವಾಗ್ಗೇಯಕಾರರೆನಿಸುತ್ತಾರೆ. ಎಷ್ಟೊಂದು ಗೀತ ರೂಪಕಗಳಿಗೆ ರಾಗ ಸಂಯೋಜಿಸಿದ್ದಾರೆ. ಅವರ ರಾಗ ಸಂಯೋಜನೆಯಲ್ಲಿ ಸುಮಧುರವಾದ ಲಲಿತ ಸಂಗೀತದ ಮೋಹಕ ಸ್ಪರ್ಶವಿದೆ. ಹರಿಣಾಭಿಸರಣ, ಗೋಕುಲ ನಿರ್ಗಮನ, ಹಂಸ–ದಮಯಂತಿ, ದೀಪಲಕ್ಷ್ಮಿ, ವಸಂತ– ಚಂದನ, ಅಹಲ್ಯೆ. ಪು.ತಿ.ನ. ರವರಿಗೆ ರಾಗ ಕಲ್ಪನೆಯೊಂದಿಗೇ ಗೀತೆಗಳ ಸಾಹಿತ್ಯ ಹುಟ್ಟುತ್ತಿದ್ದವಂತೆ. ಹಾಗಾಗಿ ಅವರಿಗೆ ಅವರ ಗೀತ ರೂಪಕಗಳ ಹಾಡುಗಳಿಗೆ ಬೇರೆಯವರು ಮಾಡಿದ ಸಂಗೀತ ರುಚಿಸುತ್ತಿರಲಿಲ್ಲ. ನನ್ನ ಗೀತೆ ನನ್ನ ಸಂಗೀತ ಎಂಬ ಹೆಮ್ಮೆ ಅವರಿಗಿತ್ತು. ರಾಗ ಕಲ್ಪನೆಯ ಜೊತೆಗೇ ಗೀತೆಗಳು ಹುಟ್ಟುತ್ತಿದ್ದುದರಿಂದ ಪು.ತಿ.ನ.ರವರಿಗೆ ಬೇರೆಯವರು ಅದನ್ನು ಬದಲಿಸಿದಾಗ, ನನ್ನ ಗೀತೆಗಳನ್ನು ನನ್ನ ಸಂಗೀತದಿಂದ ಅಗಲಿಸಬಾರದೆಂಬ ಗಟ್ಟಿದನಿ ಇತ್ತು. ಹಾಗಾಗಿಯೇ ಸಿ. ಅಶ್ವತ್ಥ್‌ರವರು ಗೋಕುಲ ನಿರ್ಗಮನದ ಹಾಡುಗಳಿಗೆ ಸ್ವರ ಸಂಯೋಜಿಸಲು ಅನುಮತಿ ಕೂಡಲೇ ಇಲ್ಲ. ಅವರು ತೀರಿಕೊಂಡ ಮೇಲೆಯೇ ಅಶ್ವತ್ಥ್‌ರವರು ಗೋಕುಲ ನಿರ್ಗಮನದ ಹಾಡುಗಳಿಗೆ ಸ್ವರ ಸಂಯೋಜಿಸಿದ್ದು.

ಮರಳಿ ಹಿಂದಕ್ಕೆ ಹೊರಳಿದಾಗ, ನಾನು ಪು.ತಿ.ನ.ರವರಿಂದಲೇ ಅವರ ಹರಿಣಾಭಿಸರಣದ ಹಾಡುಗಳನ್ನು ಕಲಿತು ಖುಷಿಯಾಗಿ ಮನೆಗೆ ಬಂದೆ. ಮಾರನೆಯ ದಿನ ಮತ್ತೆ ರಿಹರ್ಸಲ್‌ಗೆ ಹೋಗಬೇಕಾಗಿತ್ತು. ಆದರೆ ಹಾಡು ಕಲಿತು ಬಂದ ಸಂಜೆ ನನ್ನ ಗುರುಗಳಾಗಿದ್ದ ಪದ್ಮಚರಣರು ಮನೆಗೆ ಬಂದರು. ನಾನು ಬಾಗಿಲು ತೆಗೆದು 'ಒಳಗೆ ಬನ್ನಿ' ಎಂದೆ. ಅವರು ಒಳಗೆ ಬರಲಿಲ್ಲ ಉರಿಮಾರಿ ಮುಖವಾಗಿತ್ತು. ನಿಮಗೆ ಇಪ್ಪತ್ತು ರೂಪಾಯಿಗಳನ್ನು ನಾನು ಬಿಸಾಕ್ತೀನಿ, ಕೂಡಲೇ ಕಾಂಟ್ರಾಕ್ಟ್ ಕ್ಯಾನ್ಸಲ್ ಮಾಡಿ ಎಂದು ಹೇಳುತ್ತಾ, ಒಂದು ಕ್ಷಣವೂ ಅಲ್ಲಿ ನಿಲ್ಲದೆ ಹೊರಟೇ ಹೋದರು. ನನಗೆ ಏನೂ ಅರ್ಥವಾಗದೆ ದಿಗ್ಭ್ರಮೆಯಾಯಿತು. ಯಾಕೆ ಅವರು ಹಾಗೆಂದರು ಎಂದು ಅರ್ಥವೇ ಆಗಲಿಲ್ಲ. ನಾನೊಂದು ಸಂದಿಗ್ಧಕ್ಕೆ ಸಿಲುಕಿಕೊಂಡುಬಿಟ್ಟಿದ್ದೆ. ಪು.ತಿ.ನ. ಅವರಂಥಹ ಗೌರವಾನ್ವಿತ ಹಿರಿಯ ಕವಿಗಳು, ನಾನೇ ಅವರ ಹಾಡುಗಳನ್ನು ಹಾಡಬೇಕೆಂದು ನನ್ನನ್ನು ತೆಗೆದುಕೊಂಡಿದ್ದುದಂತೆ. ಎರಡು ಹಾಡುಗಳನ್ನೂ ಕಲಿತೂ ಬಂದಿದ್ದೆ. ಇತ್ತ ನೋಡಿದರೆ ಎರಡು ವರ್ಷಗಳಿಂದ ಪದ್ಮಚರಣರ ಶಿಷ್ಯೆಯಾಗಿ ಆಕಾಶವಾಣಿಯಿಂದ ಸಾಕಷ್ಟು ಕಾರ್ಯಕ್ರಮಗಳನ್ನು ಹಾಡಿ ಬಿತ್ತರಿಸಿದ್ದೆ. ಅವರ ಸುಮಧುರ ಸ್ವರ ಸಂಯೋಜನೆಗಳನ್ನು ಹಾಡುವುದರ ಮೂಲಕ ಜನಮನಗಳಲ್ಲಿ ಒಬ್ಬ ಅದ್ಭುತ ಗಾಯಕಿ ಎನ್ನುವ ಸ್ಥಾನವನ್ನೂ ಪಡೆದು ನೆಲೆಯೂರಿದ್ದೆ. ಚೆನ್ನಾಗಿರುತ್ತಿತ್ತು ಪದ್ಮಚರಣರ ರಾಗ ಸಂಯೋಜನೆಗಳು. ಗುರುಗಳ ಮಾತನ್ನು ಮೀರಿ ನಾನು ಪು.ತಿ.ನ.ರವರ 'ಹರಿಣಾಭಿಸರಣ'ದಲ್ಲಿ ಭಾಗವಹಿಸಿ, ಆಕಾಶವಾಣಿಯಲ್ಲಿ ಹಾಡಿ ಬಂದರೆ, ಮುಂದೆ ಪದ್ಮಚರಣರು ನನಗೆ ಪಾಠ ಹೇಳುವುದನ್ನು ನಿಲ್ಲಿಸಿಬಿಟ್ಟರೆ ಎಂಬ ಭಯ, ಆತಂಕ, ಸ್ವಾರ್ಥ ನನ್ನನ್ನು ತುಂಬಾ ಕಾಡಿತು. ನನಗಾಗ ಹದಿನೆಂಟು ವರ್ಷ. ಮಾನ್ಯ ಚೆನ್ನಕೇಶವಯ್ಯನವರಿಂದ ಗಟ್ಟಿ ಶಾಸ್ತ್ರೀಯ ಸಂಗೀತವನ್ನು ಕಲಿಯುತ್ತಿದ್ದೆ. ಪದ್ಮಚರಣದಿಂದ ಭಾವಗೀತೆ, ಹಿಂದಿ ಗೀತೆಗಳನ್ನೂ ಕಲಿಯುತ್ತಿದ್ದೆ. ಆದರೆ ಗೀತೆಗಳಿಗೆ ರಾಗ ಸಂಯೋಜನೆ ಮಾಡಲು ಬರುತ್ತಿರಲಿಲ್ಲ.

ನಾನು ಕಾಂಟ್ರಾಕ್ಟ್ ಕ್ಯಾನ್ಸಲ್ ಮಾಡದಿದ್ದರೆ, ಪದ್ಮಚರಣರು ನನಗೆ ಭಾವಗೀತೆಗಳನ್ನು ಮುಂದೆ ಕಲಿಸದೇ ಹೋದಾರೆಂಬ ಭಯದಿಂದ, ವಿಧಿಯಿಲ್ಲದೆ ಕಾಂಟ್ರಾಕ್ಟ್ ಕ್ಯಾನ್ಸಲ್ ಮಾಡಿದೆ. ಪು.ತಿ.ನ.ರವರಿಗೆ ತುಂಬಾ ನೋವಾಗಿರುತ್ತೆ ಎಂಬ ಅರಿವು ನನಗಿತ್ತು. ಆದರೆ ಏನು ಮಾಡಲಿ ಅಡಕತ್ತರಿಯಲ್ಲಿ ಸಿಕ್ಕಿಹಾಕಿಕೊಂಡಿದ್ದೆ. ಕಾಲಕ್ರಮದಲ್ಲಿ ಗೊತ್ತಾಯ್ತು ಪದ್ಮಚರಣರು ನನ್ನ ಕಂಠವನ್ನು ಬೇರೆಯವರು ಉಪಯೋಗಿಸಲು ಬಿಡುತ್ತಿರಲಿಲ್ಲವೆಂದು. ನನ್ನ ಕಂಠವನ್ನು ಅವರು ತಮ್ಮದೇ ಸ್ವತ್ತು, ತಮಗೆ ಮಾತ್ರ ಮೀಸಲು ಎಂಬ ಸ್ವಾರ್ಥದಿಂದ ಹಾಗೆ ಮಾಡಿದ್ದರು. ಬೇರೆ ಯಾರ ಸಂಗೀತ ನಿರ್ದೇಶನದಲ್ಲೂ ನನ್ನನ್ನು ಹಾಡಲು ಬಿಡಲೇ ಇಲ್ಲ ಅವರು. ಹಾಗಾಗಿಯೇ ನನಗೆ

ಲೆಕ್ಕವಿಲ್ಲದಷ್ಟು ಚಲನಚಿತ್ರಗಳಲ್ಲಿ ಹಾಡಲು ಅವಕಾಶ ಬಂದರೂ, ಪದ್ಮಚರಣರ ಸ್ವಾರ್ಥದ ಕಪಿಮುಷ್ಠಿಯಿಂದ ತಪ್ಪಿಸಿಕೊಳ್ಳಲು ನನಗೆ ಸಾಧ್ಯವಾಗಲೇ ಇಲ್ಲ. ಇಲ್ಲಿ ನನ್ನ ಸ್ವಾರ್ಥ ನನ್ನನ್ನಾಳಿತು. ಭಾವಗೀತೆಗಳೆಂದರೆ ನನಗೆ ಪಂಚಪ್ರಾಣವಾಗಿತ್ತು. ಪದ್ಮಚರಣರಂತೆ ಸಂಗೀತ ಸಂಯೋಜಿಸುವವರು ಮತ್ತಾರೂ ಇರಲಿಲ್ಲ. ಹಾಗಾಗಿ ಅವರ ಸಂಗೀತವನ್ನು ಬಿಡಲು ನಾನು ತಯಾರಿರಲಿಲ್ಲ. ಈ ಎಲ್ಲಾ ಗೊಂದಲಗಳ ಪರಿಣಾಮದಿಂದ ಪು.ತಿ.ನ. ಎಂಬ ಹಿರಿಯ ಕವಿಗೆ ನಾನು ನೋಯಿಸುವ ಪ್ರಸಂಗ ಬಂದುದಂತೂ ಸತ್ಯ.

ಹೀಗೆ ಬದುಕು ಉರುಳುತ್ತಿತ್ತು. 1955ನೇ ಇಸವಿಯಲ್ಲಿ ಆಕಾಶವಾಣಿ ನಿಲಯ ಮೈಸೂರಿನಿಂದ ರಾಜಧಾನಿ ಬೆಂಗಳೂರಿಗೆ ಸ್ಥಳಾಂತರಗೊಂಡಿತು. ಅಲ್ಲಿಗೆ ಹೋಗಲು ಶುರುವಾಯ್ತು ನನ್ನ ಯಾತ್ರೆ, ಕಾರ್ಯಕ್ರಮ ಬಂದಾಗಲೆಲ್ಲಾ

ಬೆಂಗಳೂರಿಗೆ ಹೋಗಿ ಪದ್ಮಚರಣರಿಂದ ಗೀತೆಗಳನ್ನು ಕಲಿತು, ಬೆಂಗಳೂರು ಆಕಾಶವಾಣಿ ನಿಲಯದಲ್ಲಿ ಹಾಡಿ, ಮೈಸೂರಿಗೆ ಹಿಂದಿರುಗುತ್ತಿದ್ದೆ. ನಾನು ಆಗ ಆಕಾಶವಾಣಿ, 'ಬಿ–ಹೈ' ಕಲಾವಿದೆಯಾಗಿದ್ದೆ. ಪ್ರಾಯಶಃ 1962ರಲ್ಲಿ ನಾನು 'ಎ' ಗ್ರೇಡಿಗಾಗಿ ಅರ್ಜಿ ಸಲ್ಲಿಸಿದೆ. ಧ್ವನಿ ಪರೀಕ್ಷೆಗೆ ಕರೆ ಬಂತು.

ಪರೀಕ್ಷೆಯ ಅರ್ಧ ಗಂಟೆಯ ಅವಧಿಯಲ್ಲಿ ಆರು ಭಾವಗೀತೆಗಳನ್ನು ಹಾಡಿದೆ. ಮೂರು ಜನ ತೀರ್ಪುಗಾರರು ಇರುತ್ತಾರೆ. ಒಬ್ಬರು ಆಕಾಶವಾಣಿಯ ಸಂಗೀತ ವಿಭಾಗದವರು. ಮತ್ತಿಬ್ಬರು ಹೊರಗಿನವರು. ಅಂದು ಹೊರಗಿನವರಾಗಿ ತೀರ್ಪುಗಾರರಾಗಿ ಬಂದವರು ಪು.ತಿ.ನ. ಮತ್ತು ಕು.ರಾ. ಸೀತಾರಾಮಶಾಸ್ತ್ರಿಗಳು. ನಾನು ಎಂದಿನಂತೆಯೇ ಚೆನ್ನಾಗಿ ಹಾಡಿದ್ದೆ, ಪು.ತಿ.ನ.ರವರಿಗೆ ನಾನು ಚೆನ್ನಾಗಿ ಹಾಡ್ತೀನಿ, ಅಂದೂ ಚೆನ್ನಾಗಿ ಹಾಡಿದೆ ಎಂದು ಗೊತ್ತಿದ್ದರೂ 'ಇವಳಿಗೆ 'ಎ' ಗ್ರೇಡ್ ಕೊಡಕ್ಕಾಗಲ್ಲ' ಅಂದರಂತೆ. ಹಿಂದೆ ನಾನು ಮಾಡಿದ್ದ ನೋವಿನ ಗಾಯ ಮನಸ್ಸಿನಲ್ಲುಳಿದಿತ್ತು ಅವರಿಗೆ. ಹಾಗಾಗಿ ಬೇಡವೆಂದಿದ್ದಾರೆ. ಅಲ್ಲಿದ್ದ ಇನ್ನೊಬ್ಬ ತೀರ್ಪುಗಾರರಾಗಿದ್ದ ಕು.ರಾ. ಸೀತಾರಾಮಶಾಸ್ತ್ರಿಗಳು 'ಎಂಥ ಅದ್ಭುತ ಗಾಯಕಿ. ಎಷ್ಟು ಚೆನ್ನಾಗಿ ಹಾಡಿದ್ದಾಳೆ. ಈಕೆಗೆ 'ಎ' ಗ್ರೇಡ್ ಕೊಡೋದಿಲ್ಲ ಅಂದ್ರೆ ನಾನು ಈ ಪ್ಯಾನಲ್ ಅನ್ನೇ ಬಿಟ್ಟು ಹೋಗ್ತೀನಿ, ಸಹಿ ಹಾಕೋಲ್ಲ' ಅಂದಮೇಲೆ ಪು.ತಿ.ನ ಅವರೂ ಒಪ್ಪಿ ನನಗಾಗ 'ಎ' ಗ್ರೇಡ್ ದೊರೆಯಿತು. ಇದು ಯಾರೋ ಮಾಡಿದ ತಪ್ಪಿಗೆ ಮತ್ತಾರೋ ಬಲಿಯಾಗುವ ಪ್ರಸಂಗವಲ್ಲದೆ ಮತ್ತೇನು? ನನ್ನ ಗುರುಗಳ

ಸ್ವಾರ್ಥಕ್ಕೆ ನಾನು ಬಲಿಯಾದದ್ದು. ದೇವರ ದಯೆ 'ಎ' ಗ್ರೇಡ್ ಸಿಕ್ಕಿತು, ಸೀತಾರಾಮ ಶಾಸ್ತ್ರಿಯವರಂತಹ ಕಲಾ ವಿಮರ್ಶಕ, ನಿಸ್ಪೃಹ ವ್ಯಕ್ತಿ ಪ್ಯಾನಲ್‌ನಲ್ಲಿ ಇದ್ದದ್ದರಿಂದ ಇದು ಸಾಧ್ಯವಾಯಿತು. ಅವರೊಬ್ಬ ಉತ್ಕೃಷ್ಟ ಚಲನಚಿತ್ರಗೀತೆಗಳ ಸಾಹಿತಿ. 'ಎ' ಗ್ರೇಡ್ ಆದ ಬಳಿಕ ನಾನು ಹಾಡಿದ ಮೊಟ್ಟ ಮೊದಲ ಗೀತೆ ಕು.ರಾ. ಸೀತಾರಾಮ ಶಾಸ್ತ್ರಿಗಳು ಆಕಾಶವಾಣಿಗಾಗಿ ಬರೆದುಕೊಟ್ಟ ಗೀತೆ 'ಒಗೆ ಒಗೆ ಸ್ವಂತ ಸುಖ, ಬಗೆ ಬಗೆ ಪರರ ಸುಖ' ಇದು ಆಕಾಶವಾಣಿಯ ವಿಶೇಷ ಕಾರ್ಯಕ್ರಮ 'ನವಸುಮ' ಎಂಬುದರಲ್ಲಿ ಆ ತಿಂಗಳ ಎಲ್ಲಾ ಭಾನುವಾರಗಳೂ ಪ್ರಸಾರವಾಯಿತು. ಒಂದೇ ವ್ಯಥೆ ಎಂದರೆ ನಾನು ಕು.ರಾ. ಸೀತಾರಾಮಶಾಸ್ತ್ರಿಗಳನ್ನು ನೋಡಿಯೇ ಇಲ್ಲ. ಪರಿಚಯವಾಗಲೇ ಇಲ್ಲ. ಅವರು ಹೋಗಿ ಬಹಳ ವರ್ಷಗಳೂ ಆಗಿ ಹೋಗಿದೆ.

ಜೀವನದಲ್ಲಿ ಏರುಪೇರು, ನೋವು-ನಲಿವು, ಸುಖ-ದುಃಖ ಎಲ್ಲವೂ ಒಂದಲ್ಲ ಒಂದು ರೀತಿಯಲ್ಲಿ ಸಾಗುತ್ತಲೇ ಇತ್ತು. 1975ರ ವೇಳೆಗೆ ನನಗೆ ಕೆಲಸದ ಅವಶ್ಯಕತೆ ತುಂಬಾ ಇತ್ತು. ಹಿಂದೆ 1954ರಲ್ಲಿ ಮೈಸೂರು ಆಕಾಶವಾಣಿಯಲ್ಲಿ ಉದ್ಘೋಷಕಿಯ ಕೆಲಸಕ್ಕೆ ಕರೆ ಬಂದಿತ್ತು. ನಾನು ಹೋಗಿರಲಿಲ್ಲ. ಹಲವು ಶಾಲೆಗಳಲ್ಲಿ ಸಂಗೀತದ ಉಪಾಧ್ಯಾಯೆಯಾಗಿಯೂ ಕರೆ ಬಂದಿತ್ತು. ಆಗ ನನಗೆ ಹಣದ ಅವಶ್ಯಕತೆಯ ಬಗ್ಗೆ ತಿಳುವಳಿಕೆಯೂ ಇರಲಿಲ್ಲ. ಹಾಗಾಗಿ ಎಲ್ಲವನ್ನೂ ಬಿಟ್ಟಿದ್ದೆ. ಆದರೆ 1975ರಲ್ಲಿ ಕೈಯಲ್ಲೊಂದು ಕೂಸು ಬೇರೆ ಇತ್ತು. ಜೀವನವನ್ನು ಸಾಗಿಸಲು ಹಣ ಬೇಕಿತ್ತು. ನನ್ನ ಅದೃಷ್ಟವೇ ಎಂಬಂತೆ ಮತ್ತೆ ಮರಳಿ ಮೈಸೂರು ಆಕಾಶವಾಣಿ ನಿಲಯ ಪುನರುತ್ಥಾನವಾಯ್ತು. ಹಾಗಾಗಿ ಹೊಸ ಹೊಸ ನಿಲಯದ ಕಲಾವಿದರಿಗಾಗಿ ಕರೆ ನೀಡಿತು. ಅದರಲ್ಲಿ ಸಂಗೀತ ಸಂಯೋಜಕರ ಕೆಲಸಕ್ಕೂ ಕರೆ ಮಾಡಿದ್ದರು. ವಯೋಮಿತಿ ಗರಿಷ್ಠ 45 ಎಂದಿದ್ದುದು ನನ್ನ ಪಾಲಿಗೆ ವರವಾಗಿ ಬಂತು. ನಾನು ಅರ್ಜಿ ಸಲ್ಲಿಸಿದೆ. ಆಯ್ಕೆ ಸಮಿತಿಯಿಂದ ಕರೆ ಬಂತು. ನಾನು ಪರೀಕ್ಷೆಗೆ ತಯಾರಾಗಿ ಹೋದೆ. ಒಟ್ಟು ಒಂಬತ್ತು ಅಭ್ಯರ್ಥಿಗಳಿದ್ದೆವು. ಒಂದು ಪ್ರಶ್ನೆ ಪತ್ರಿಕೆ ಕೊಟ್ಟರು. ಬೇಂದ್ರೆ ಅವರು ಬರೆದ ಒಂದು ಕವನ 'ಚಳಿ ಇರಲಿ ಮಳೆ ಇರಲಿ' ಕವನಕ್ಕೆ ರಾಗ ಸಂಯೋಜಿಸಿ, ಸ್ವರಪ್ರಸ್ತಾರ ಹಾಕಿ ಬರೆಯಿರಿ ಎಂಬುದೊಂದು ಪ್ರಶ್ನೆ. ಮಕ್ಕಳ ಕಾರ್ಯಕ್ರಮಕ್ಕೆ ಒಂದು ಸಿಗ್ನೇಚರ್ ಟ್ಯೂನ್ ಬರೆಯಿರಿ ಅಂತ ಇನ್ನೊಂದು ಪ್ರಶ್ನೆ. ಅದು ಒಂದು ಗಂಟೆಯ ಪೇಪರ್. ನಂತರ ಸಂದರ್ಶನ. ಆರು ಜನ ಘಟಾನುಘಟಿ ಸಂಗೀತಗಾರರು, ಸಂಗೀತ ಬಲ್ಲವರು. ಆಗ ಅಲ್ಲಿ ನಿಲಯದ ಮುಖ್ಯಸ್ಥರಾಗಿದ್ದವರು ಎಸ್. ಶಂಕರ್ ಅನ್ನುವವರು. ಅವರ ಜೊತೆಗೆ ಎಸ್. ಕೃಷ್ಣಮೂರ್ತಿ, ರಾ. ಸತ್ಯನಾರಾಯಣ, ಪಲ್ಲವಿ ಚಂದ್ರಪ್ಪ, ರಾಮರತ್ನಂ, ಮತ್ತಿನ್ನೊಬ್ಬರು ಇದ್ದರು. ಒಂದು ಗಂಟೆ ಪ್ರಶ್ನೆ ಕೇಳಿದರು.

1975ರ ನವಂಬರ್‌ನಲ್ಲಿ ಸಂದರ್ಶನ ಆಯ್ತು. ತಿಂಗಳಾನುಗಟ್ಟಲೆ ಕಾಯುವುದೇ ಆಯ್ತು. ಕೊನೆಗೊಮ್ಮೆ 1976ರ ಮಾರ್ಚಿಯಲ್ಲಿ ನಾನು ಆಕಾಶವಾಣಿಯ ಸಂಗೀತ ಸಂಯೋಜಕಿಯಾಗಿ ಆಯ್ಕೆಯಾಗಿರುವುದಾಗಿ ಪತ್ರ ಬಂತು. ನನಗೆ ಎಷ್ಟು ಸಂತೋಷವಾಯಿತೆಂದರೆ ಎದೆಯ ಮೇಲಿನ ಬಂಡೆಯೇ ಇಳಿದಂತಾಯ್ತು. ಮಾರ್ಚ್ 25ರಂದು ಆಕಾಶವಾಣಿಯ ನಿಲಯದ ಕಲಾವಿದೆಯಾಗಿ ಸೇರಿಕೊಂಡೆ.

ಆಕಾಶವಾಣಿಯ ಸಹಾಯಕ ನಿರ್ದೇಶಕರಾಗಿದ್ದ ಎಸ್. ಶಂಕರ್ ಹಾಗೂ ಪು.ತಿ.ನ. ರವರಿಗೂ ಗಳಸ್ಯ ಕಂಠಸ್ಯ. ಶಂಕರ್ ಅವರು ವಿಪರೀತ ಬುದ್ಧಿವಂತರು. ಅಷ್ಟೇ ಗುಣವಂತರು, ಸದ್ಗುಣಶಾಲಿ ಹಾಗೂ ತುಂಬಾ ಸರಳ ವ್ಯಕ್ತಿ. ಪು.ತಿ.ನ ಹಾಗೂ ಶಂಕರ್ ಸದಾ ಭೇಟಿಯಾಗುವುದಿತ್ತು. ಆಕಾಶವಾಣಿಗೆ ನಾನು ಸೇರಿಕೊಂಡ ಬಳಿಕ ಅವರಿಬ್ಬರ ಭೇಟಿಯಾದೆ. ಪು.ತಿ.ನ., ಶಂಕರ್‌ರವರನ್ನು ಗಟ್ಟಿಸಿ ಕೇಳಿದ್ದಾರೆ

'ಯಾಕಯ್ಯ ನೀನು ಲೀಲಾವತಿಯನ್ನು ಆಯ್ಕೆ ಮಾಡಿದೆ' ಎಂದು. ಅವರಿಗೆ ನನ್ನ ಮೇಲಿನ ಕೋಪ ಪ್ರಾಯಶಃ ಇನ್ನೂ ಆರಿರಲಿಲ್ಲ. 'ನಾನು ಆಯ್ಕೆ ಮಾಡಿದ್ದಲ್ಲ. ಆಕೆಯೇ ಆಯ್ಕೆಯಾಗಿದ್ದಾರೆ' ಎಂದಿದ್ದಾರೆ ಶಂಕರ್. 'ನೀನು ಆಕಾಶವಾಣಿಯ ಮುಖ್ಯಸ್ಥ ಅದನ್ನು ತಡೆಯಬೇಕಿತ್ತು'. 'ನಾನು ಹೇಗೆ ತಡೆಯೋಕಾಗುತ್ತೆ ಎಲ್ಲಾ ತೀರ್ಪುಗಾರರೂ ಲೀಲಾವತಿಯವರನ್ನೇ ಆಯ್ಕೆ ಮಾಡಿರುವಾಗ. ಲೀಲಾವತಿಯವರು ಅವರ ಯೋಗ್ಯತೆಯಿಂದ ಅವರೇ ಆಯ್ಕೆಯಾಗಿ ಬಂದವರು. ತುಂಬಾ ಚೆನ್ನಾಗಿ ಉತ್ತರಿಸಿದ್ದಾರೆ, ಆ ಯೋಗ್ಯತೆ ಉಳ್ಳವರು ನಮ್ಮ ಆಕಾಶವಾಣಿಗೆ ಬೇಕು' ಎಂದು ಶಂಕರ್ ಪು.ತಿ.ನ.ರವರ ಬಾಯಿ ಮುಚ್ಚಿಸಿದ್ದಾರೆ. ವಿಧಿ ಇಲ್ಲದೆ ಪು.ತಿ.ನ.ರವರು ಆ ಕಹಿ ಸತ್ಯವನ್ನು ಒಪ್ಪಿಕೊಂಡು ಸುಮ್ಮನಾಗಿದ್ದಾರೆ.

1978ನೇ ಇಸವಿಯಲ್ಲಿ ಮೈಸೂರು ಆಕಾಶವಾಣಿ ಪು.ತಿ.ನ.ರವರ 'ಅಹಲ್ಯೆ' ಗೀತ ನಾಟಕವನ್ನು ಪ್ರಸಾರ ಮಾಡಲು ಕೈಗೆತ್ತಿಕೊಂಡಿತು. 'ಅಹಲ್ಯೆ' ರೂಪಕದ ಗದ್ಯಭಾಗವನ್ನು ವಿ. ಬಸವರಾಜ್ ಅವರು ನಿರ್ದೇಶಿಸಿದರು. ಸಂಗೀತ ನಿರ್ದೇಶನ ಮಾಡುವುದು ಸಂಗೀತ ಸಂಯೋಜಕಳಾದ ನನ್ನ ಪಾಲಿಗೆ ಬಂತು. ಅವರ ಗೀತೆಗಳನ್ನೆಲ್ಲಾ ನನಗನ್ನಿಸಿದ ರಾಗತಾಳಗಳಲ್ಲಿ ಸಿದ್ಧಪಡಿಸಿದೆ. ಆ ಕಾರ್ಯಕ್ರಮ ತುಂಬಾ ಯಶಸ್ವಿಯಾಯಿತು. ಶ್ರೋತೃ ಬಾಂಧವರಿಂದ ಆ ಕಾರ್ಯಕ್ರಮವನ್ನು ಕುರಿತು ಸಾಕಷ್ಟು ಪತ್ರಗಳು ಬಂದವು. ಅವೆಲ್ಲಕ್ಕಿಂತ ಹೆಚ್ಚಾಗಿ ನನಗೆ ಪ್ರಾಯಶಃ ಶನಿದೆಸೆ ಕಳೆದು ಶುಕ್ರದೆಸೆ ಶುರುವಾಗಿದ್ದಿರಬೇಕು. ಪು.ತಿ.ನ. ರವರ ಸಾಹಿತ್ಯ ಅದು.

ಕವಿವರ್ಯರಿಗೆ ಆ ಕಾರ್ಯಕ್ರಮ ವಿಪರೀತ ಸಂತೋಷ ನೀಡಿದೆ. ತಡಮಾಡದೆ ಶಂಕರ್‌ರವರೊಂದಿಗೆ ತಮ್ಮ ಅಭಿಪ್ರಾಯವನ್ನು ಹಂಚಿಕೊಂಡಿದ್ದಾರೆ. 'ಶಂಕರಾ ಅಹಲ್ಯೆ ರೂಪಕಕ್ಕೆ ಇದಕ್ಕಿಂತ ಒಳ್ಳೇ ಸಂಗೀತ ನೀಡಲು ಸಾಧ್ಯವೇ ಇಲ್ಲ. ಅದ್ಭುತವಾದ ಸಂಗೀತ. ಶಂಕರಾ ನೀನು ಲೀಲಾವತಿಯನ್ನ ಆಕಾಶವಾಣಿಗೆ ಸೇರಿಸಿಕೊಂಡು ತುಂಬಾ ಒಳ್ಳೇ ಕೆಲಸ ಮಾಡಿದೆ' ಎಂದು ನನ್ನನ್ನು ಮನಸಾರೆ ಹೊಗಳಿದ್ದಾರೆ. ಶಂಕರ್ ಅವರಿಂದ ಆ ಮಾತುಗಳನ್ನು ಕೇಳಿ ನನ್ನ ಬದುಕಿನಲ್ಲಿ ಕವಿದಿದ್ದ ಕಾವಳ ಕಳೆದು ಬೆಳಕು ಮೂಡಿತು ಎಂದುಕೊಂಡೆ. ಇಪ್ಪತ್ತಾರು ವರ್ಷಗಳ ನಕಾರಾತ್ಮಕ ಭಾವ ಕಳೆದು ಸಕಾರಾತ್ಮಕ ಭಾವ ಕವಿಯ ಮನದಲ್ಲಿ ಮೂಡಿದ್ದು ನನ್ನ ಅದೃಷ್ಟ. ನನ್ನದಲ್ಲದ ತಪ್ಪಿಗೆ ಬಲಿಪಶುವಾಗಿದ್ದೆ ನಾನು. ನನ್ನ ಸಂಗೀತ ಸಂಯೋಜನೆಯಿಂದಾಗಿಯೇ ಕವಿಯ ಮನಸ್ಸು ತಿಳಿಯಾಯಿತು. ಸಾಕು ನನಗಷ್ಟು.

ಮುಂದೆ ಒಂದು ಸಾರಿ ಪು.ತಿ.ನ.ರವರ ಕವನ 'ಮನಸ್ಸು ಮಾತ ಪಡೆಯುತಿದೆ...?' ಎಂಬುದನ್ನು ರಾಗ ಸಂಯೋಜನೆ ಮಾಡಿದೆ. ಬೆಂಗಳೂರು ಆಕಾಶವಾಣಿಯ 'ನವಸುಮ' ಕಾರ್ಯಕ್ರಮಕ್ಕಾಗಿ ಅದನ್ನು ರೇಖಾ ಸುರೇಶ್ ಹಾಗೂ ಕೃಪಾ.ಕೆ ಪ್ರಸಾದ್ ಹಾಡಿದರು. ಆ ಕವನಕ್ಕೂ ಪು.ತಿ.ನ.ರವರಿಂದ ನನಗೆ ಶಹಭಾಷ್‌ಗಿರಿ ಸಿಕ್ಕಿತು. ಪು.ತಿ.ನ.ರವರು ಆ ಗೀತೆಯನ್ನು ಮೆಚ್ಚಿ ನಿಲಯ ನಿರ್ದೇಶಕರಿಗೆ ಪತ್ರವನ್ನೂ ಬರೆದರು. ಆ ಪತ್ರ ಈಗಲೂ ನನ್ನ ಬಳಿ ಇದೆ. ಪು.ತಿ.ನ.ರವರಿಗೆ ನನ್ನ ರಾಗ ಸಂಯೋಜನೆ ತುಂಬಾ ಇಷ್ಟವಾಗುತ್ತಿತ್ತು. 1981ನೇ ಇಸವಿಯಲ್ಲಿ ಪು.ತಿ.ನ. ರವರ ಕವನ ಸಂಗ್ರಹ 'ಹಳೆಯ ಬೇರು ಹೊಸ ಚಿಗುರು' ಅಚ್ಚಾಗಿದೆ. ನಾನು ನನ್ನ ಪತಿ ರಘುರಾಂ ಪು.ತಿ.ನ.ರವರನ್ನು ಕಾಣಲು ಅವರ ಮನೆಗೆ ಹೋಗಿದ್ದಾಗ ನಮಗೆ ಆ ಪುಸ್ತಕವನ್ನು ಆಶೀರ್ವಾದಪೂರ್ವಕವಾಗಿ ಕೊಟ್ಟರು. 'ವನಸುಮಗಳು ಮತ್ತು ಭ್ರಮರ' ಎಂಬ ಶೀರ್ಷಿಕೆಯ ಕವನ ಅದರಲ್ಲಿದೆ. ಅದು ಮನಸುಮಗಳು, ಭ್ರಮರ ಇವೆರಡರ ಸಂಭಾಷಣೆಯ ರೂಪದಲ್ಲಿದೆ. ಆ ಕವನಕ್ಕೆ ನಾನು ರಾಗ ಸಂಯೋಜಿಸಿ, ಆಕಾಶವಾಣಿಯಲ್ಲಿ ಪ್ರಸಾರ ಮಾಡಬೇಕೆಂಬ ಬಯಕೆ ಪು.ತಿ.ನ. ರವರಿಗೆ. 'ಲೀಲಾವತಿ ಈ ಕವನಕ್ಕೆ ರಾಗ ಸಂಯೋಜಿಸಿ ಹಾಡಿಸಮ್ಮ' ಎಂದು ಹೇಳಿದ್ದರು. ನಾನು ಆಕಾಶವಾಣಿಯ ಮುಖ್ಯಸ್ಥರಿಗೆ ಪು.ತಿ.ನ.ರವರು ಹೇಳಿದ ವಿಷಯವನ್ನು ಮನವಿ ಮಾಡಿಕೊಂಡೆ. ಅವರು ಕಿವಿಗೊಡಲಿಲ್ಲ. ಎರಡು ಮೂರು ಸಾರಿ ಪು.ತಿ.ನ.ರವರು 'ಕಮಲಿನೀ ಮಧು ಪಿಪಾಸೂ ಮಧುಕರ...' ಕವನವನ್ನು ಮಾಡಿದೆಯಾ ಅಂತ ಕೇಳಿದರು. ನಾನು 'ಮಾಡ್ತೀನಿ' ಅಂತ ಅವರಿಗೆ ಆಶ್ವಾಸನೆ ಕೊಡುತ್ತಲೇ ಇದ್ದೆ. ಆದರೆ ಆ ವಿಷಯದಲ್ಲಿ ಅವರ ಕನಸು ನನಸಾಗಲೇ ಇಲ್ಲ. ಅದೊಂದು ಚಿಕ್ಕ ಕವನವಾಗಿದ್ದಿದ್ದರೆ ನನ್ನ ಶಿಷ್ಯರು ಯಾರಿಗಾದರೂ ಕಲಿಸಿ

ಆಕಾಶವಾಣಿಯಿಂದ ಪ್ರಸಾರವಾಗುವಂತೆ ಮಾಡುತ್ತಿದ್ದೆ. ಆದರೆ ಅದು ಸುಮಾರು ಎರಡು ಪುಟಗಳ ಹತ್ತಿರ ಹತ್ತಿರವಿದ್ದ ಕವನ. ಸಾಲದ್ದಕ್ಕೆ ಅದೊಂದು ವನಸುಮಗಳು ಹಾಗೂ ಭ್ರಮರದ ಸಂವಾದಗೀತೆ. ಆಕಾಶವಾಣಿ ಇಬ್ಬರು ಕಲಾವಿದರನ್ನು ಬುಕ್ ಮಾಡಿ, ಒಂದು ವಿಶೇಷ ಗೀತೆಯಾಗಿ ಪ್ರಸಾರ ಮಾಡಬೇಕಿತ್ತು. ಅದಕ್ಕೆ ಆಕಾಶವಾಣಿಯ ಮುಖ್ಯಸ್ಥರು ಮನಸ್ಸು ಮಾಡಬೇಕಾಗಿತ್ತು. ನಾನು ಎಷ್ಟು ಬಾರಿ ಕೇಳಿದರೂ ಅವರು ಮನಸ್ಸು ಮಾಡಲಿಲ್ಲ. ಆ ಹಾಡು ರೂಪುಗೊಳ್ಳಲಿಲ್ಲ. ಪು.ತಿ.ನ ಅವರ ಆಶಯ ಪೂರ್ಣಗೊಳ್ಳಲೂ ಇಲ್ಲ.

1988ನೇ ಮಾರ್ಚಿಯಲ್ಲಿ ನಾನು ಕಾಲನ ಕೈವಶವಾಗುವ ಪರಿಸ್ಥಿತಿ ಬಂದಿತ್ತು. ಹಾಸಿಗೆ ಬಿಟ್ಟು ಏಳಲಾರದಂಥ ದೇಹ ದೌರ್ಬಲ್ಯ. ಮಾನಸಿಕ ಪ್ರಕ್ಷುಬ್ಧತೆಯಿಂದ ತೊಳಲಾಡುತ್ತಿದ್ದ ಕಾಲ. ಆದರೆ ಅಂಥ ಸ್ಥಿತಿಯಲ್ಲೂ ನೀಲಮೇಘಶ್ಯಾಮ

ಅಂಬೆಗಾಲನಿಡುತ್ತ ನನ್ನ ಹತ್ತಿರ ಹತ್ತಿರ ಬಂದಂತೆ ಭಾಸವಾಗುತ್ತಿತ್ತು. ಹಲವಾರು ತಿಂಗಳುಗಳು ಇದೇ ಚಿತ್ರ ನನ್ನ ಕಣ್ಣ ಮುಂದೆ ಸುಳಿಯುತ್ತಿತ್ತು. ಆ ಸಂದರ್ಭದಲ್ಲಿ ನಾನು ಮಲಗಿಕೊಂಡೇ ಸುಮಾರು ಅರವತ್ತು, ಅರವತ್ತೈದು ಕೃಷ್ಣನ ಮೇಲಿನ ಹಾಡುಗಳನ್ನು ಬರೆದೆ. ದಿನವೂ ನನ್ನ ಹದಿನಾಲ್ಕು ವರ್ಷದ ಮಗ ಸುಕುಮಾರ ಪೇಪರು, ಪೆನ್ನು ತಂದು ಕೊಡುತ್ತಿದ್ದ. ಆ ಸಂದರ್ಭದಲ್ಲಿ ನನ್ನ ಆ ಕಂದನೂ ಎಷ್ಟು ನೋವನ್ನು ಅನುಭವಿಸುತ್ತಿತ್ತೋ ಏನೋ. ಹಾಗೆಯೇ ನನ್ನ ಪತಿ ರಘುರಾಂ ಕೂಡ. ದೇವರ ಕೃಪೆಯಿಂದ ನಾನು ಚೇತರಿಸಿಕೊಂಡೆ. ನಾ ಪಟ್ಟ ಪಾಡನ್ನು ಹಾಡಾಗಿಸಿದ ಆ ಅಂಬೆಗಾಲಿನ ಕೃಷ್ಣನ ದಿವ್ಯ ಸ್ಮರಣೆ ನನ್ನ ಹೃದಯದಲ್ಲಿ ಅಚ್ಚೊತ್ತಿಬಿಟ್ಟಿತು. ಹಾಗಾಗಿ ಆ ಭಕ್ತಿ ರಚನೆಗಳನ್ನು ಪುಸ್ತಕ ರೂಪದಲ್ಲಿ ತರುವ ಆಸೆಯಾಯಿತು. ಕೃಷ್ಣಾ ಎಂದ ಕೂಡಲೇ ನನ್ನ ಮನಸ್ಸಿಗೆ ಬಂದವರು ಪು.ತಿ.ನ.ರವರು ಅವರು ಮಹಾನ್ ಕೃಷ್ಣ ಪ್ರೇಮಿ ಎಂದು ಗೊತ್ತಿತ್ತು. ನಾನು ಅಚ್ಚು ಹಾಕಿಸುವ ಕೃಷ್ಣನ ಹಾಡುಗಳ ಪುಸ್ತಕಕ್ಕೆ ಪು.ತಿ.ನ.ರವರು ಮುನ್ನುಡಿ ಬರೆದುಕೊಟ್ಟರೆ, ಅಲ್ಲಿ ನನ್ನ ಸಾರ್ಥಕತೆ ಎನಿಸಿತು. ಹಾಗಾಗಿ ನಾನು ಬರೆದ ಕೃಷ್ಣನ ಹಾಡುಗಳನ್ನು ತೆಗೆದುಕೊಂಡು, ಬೆಂಗಳೂರಿನಲ್ಲಿದ್ದ ಪು.ತಿ.ನ.ರವರ ಮನೆಗೆ ನಾನು ರಘುರಾಂ ಹೊರಟೆವು. ಅದು 1989ನೆಯ ಇಸವಿ. ಪು.ತಿ.ನ ಹಾಗೂ ಅವರ ಪತ್ನಿ ಶೇಷಮ್ಮನವರದ್ದು ಅದೆಂತಹ ನಿರ್ವ್ಯಾಜ್ಯ ಪ್ರೀತಿ. ಮನೆಗೆ ಮಗಳು ಅಳಿಯನೇ ಬಂದಿದ್ದಾರೆಂಬಂತೆ ಸಂಭ್ರಮಪಟ್ಟರು. ಅದೆಷ್ಟೊಂದು ಉಪಚಾರ. ಶೇಷಮ್ಮನವರು ಕಾಫಿ, ಹಣ್ಣು ತಿಂಡಿ ಎಲ್ಲವನ್ನೂ ಕೊಟ್ಟು ಸತ್ಕರಿಸಿದರು.

ನಾನು ಹೆದರುತ್ತಲೇ, ಪು.ತಿ.ನ.ರವರ ಕೈಗೆ ನಾ ಬರೆದ ಕೃಷ್ಣನ ಹಾಡುಗಳನ್ನು ನೀಡಿ, ಅವರ ಕಾಲು ಮುಟ್ಟಿ ನಮಸ್ಕರಿಸಿ 'ದಯಮಾಡಿ ಇದಕ್ಕೆ ನೀವು ಮುನ್ನುಡಿಯನ್ನು ಬರೆದು ಆಶೀರ್ವಾದ ಮಾಡಬೇಕು' ಎಂದು ಕೇಳಿಕೊಂಡೆ. ನನ್ನ ಅದೃಷ್ಟಕ್ಕೆ ಕೂಡಲೆ ಒಪ್ಪಿಕೊಂಡರು. 'ನಾನು ಓದಿ ಮುನ್ನುಡಿ ಬರೆದಿಟ್ಟಿರ್ತೀನಿ. ಇಂಥ ದಿನ ಬಂದು ತೆಗೆದುಕೊಂಡು ಹೋಗಿ' ಎಂದರು. ಒಂದು ಕ್ಷಣ ಹಾಡುಗಳ ಕಡೆಗೆ ಕಣ್ಣಾಡಿಸಿ, ಎಲ್ಲಾ ಆ ಶ್ರೀಹರಿಯನ್ನು ಕುರಿತ ಹಾಡುಗಳು. 'ಲೀಲಾವತಿ ಇದಕ್ಕೆ 'ಶ್ರೀಹರಿಗೀತ' ಅಂತಲೇ ಪುಸ್ತಕದ ಶೀರ್ಷಿಕೆ ಇರಲಿ' ಎಂದು ಬಿಟ್ಟರು. ನನಗೆ ಶೀರ್ಷಿಕೆ ಹುಡುಕುವ ಶ್ರಮವೂ ತಪ್ಪಿ ಹೋಯ್ತು. ಅಂಥ ತಿಳುವಳಿಕಸ್ತರ ಮುಂದೆ ನಾನೊಂದು 'ಮಗು' ಅನ್ನಿಸಿತೆನಗೆ.

ಅವರು ಮುನ್ನುಡಿ ಬರೆದು, ಶೀರ್ಷಿಕೆಯನ್ನೂ ಕೊಟ್ಟು ಆಶೀರ್ವದಿಸಿದರು. 1990ರಲ್ಲಿ ಹಾ.ಮಾ. ನಾಯಕರಿಂದ ಆ ಪುಸ್ತಕದ ಲೋಕಾರ್ಪಣೆಯೂ ಆಯಿತು. ಪು.ತಿ.ನ.ರವರ ಮುನ್ನುಡಿಯ ಕೆಲವು ಸಾಲುಗಳನ್ನು ಇಲ್ಲಿ ಉಲ್ಲೇಖಿಸುತ್ತಿದ್ದೇನೆ.

> 'ಶ್ರೀಮತಿ ಎಚ್.ಆರ್.ಲೀಲಾವತಿಯವರು ಶ್ರೀ ಕೃಷ್ಣನ ಲೀಲೆಗಳನ್ನು ಕುರಿತು ರಚಿಸಿರುವ ಮನೋಜ್ಞವಾದ ಈ ಹಾಡುಗಳು ತಮ್ಮ 'ರೀತಿ'ಯಿಂದ ನಮ್ಮ ಮನಸ್ಸನ್ನು ಸೆಳೆದು ಸಂತೋಷಗೊಳಿಸುತ್ತವೆ. ಆಧುನಿಕ ನಾಗರೀಕತೆಯ ಒಲುಮೆಗಳಿಗೆ ಮನಸ್ಸನ್ನು ತೆರೆದುಕೊಂಡಿರುವ ಶ್ರೀಮತಿ ಲೀಲಾವತಿಯವರಲ್ಲೂ ಆ ಮಹಾನುಭಾವನ ಚರಿತೆ ರಸಿಕ ಸಹೃದಯರ ಮನಸ್ಸನ್ನು ಆರಾಧಿಸುವಂತೆಯೂ, ಮಧುರಗೊಳಿಸುವಂತೆಯೂ ಮೂಡಿದೆ. ಆತನ ನೆನಪು ನಮ್ಮನ್ನು ಒಲವಿನಿಂದಲೂ ನಲಿವಿನಿಂದಲೂ ತೋಯಿಸಬಲ್ಲುದು ಎಂಬುದಕ್ಕೆ ಈ ಸುಂದರ ಲಯಬದ್ಧ ತಿಳಿಗನ್ನಡದ ಹಾಡುಗಳು ಸಾಕ್ಷಿಯಾಗಿವೆ.
>
> ಶ್ರೀಮತಿಯವರು ಪ್ರೌಢ ಸಂಗೀತದಲ್ಲಿ ಪಳಗಿದವರು. ಅದನ್ನು ಭಾವಗೀತೆಗಳಿಗೆ ಒಗ್ಗಿಸಿಕೊಂಡು ಚಂದಗೊಳಿಸುವುದರಲ್ಲಿ ಕುಶಲರು. ಈಗ ತಾವೇ ಮಾತುಗಳನ್ನು ರಚಿಸಿ ಅವುಗಳಿಗೆ ಧಾತುಗಳನ್ನು ನಿರ್ಮಿಸಿ 'ಭಾವಗೀತೆಗಳ ವಾಗ್ಗೇಯಕಾರರಾಗಿ ಪ್ರಕಾಶಗೊಂಡಿದ್ದಾರೆ. ಇದೊಂದು ಅಪೂರ್ವ ಬೆಳವಣಿಗೆ. ಇಂಥ ಗೀತೆಗಳನ್ನು ರಚಿಸಿರುವುದಕ್ಕಾಗಿ ನಾನು ಶ್ರೀಮತಿ ಲೀಲಾವತಿಯವರನ್ನು ಹಾರ್ದಿಕವಾಗಿ ಅಭಿನಂದಿಸುತ್ತೇನೆ. ಆಬಾಲವೃದ್ಧರಾಗಿ ಎಲ್ಲ ರಸಿಕರೂ ಈ ಗೀತೆಗಳನ್ನು ಹಾಡಿ,

ಕೇಳಿ, ಓದಿ ಸುಖಿಸಲೆಂದು ಆಶಿಸುತ್ತೇನೆ'.

ಇದಕ್ಕಿಂತ ಸೌಭಾಗ್ಯ ನನಗೆ ಮತ್ತಿನ್ನೇನು ಬೇಕು. ಪು.ತಿ.ನ ಹಾಗೂ ನನ್ನ ಬಾಂಧವ್ಯದ ನಡುವೆ ಬಂದ ತಿರುವುಗಳನ್ನು ನೆನೆಯುವಾಗ ವಿಸ್ಮಯವಾಗುತ್ತದೆ. 'ಕಾಲಾಯ ತಸ್ಮೈ ನಮಃ'.

ನನಗೆ ಆಪರೇಷನ್ ಆಗಿ ನಾಲ್ಕು ದಿನಗಳು
ಕಳೆದಿತ್ತು. ಇನ್ನೂ ಆಸ್ಪತ್ರೆಯಲ್ಲಿಯೇ
ಇದ್ದೆ. ಆಗ ಒಬ್ಬರು ನನ್ನೆಡೆಗೇ ನಡೆದು
ಬರುತ್ತಿರುವಂತೆ ಕಂಡಿತು. ಅಚ್ಚ ಬಿಳಿಯ
ಪಂಚೆ, ಮಲ್ಲಿಗೆಯ ಬಿಳುಪಿನ ಷರಟು...

ಮಲ್ಲಿಗೆಯೊಡನೆ ನಡೆದು ಬಂದರು

ಕೆ.ಎಸ್. ನರಸಿಂಹಸ್ವಾಮಿ

ನನ್ನದು ಅಕ್ಷರ ಪ್ರೇಮಿಗಳ ಕುಟುಂಬ. ಅಂದರೆ ಮನೆ ಮಂದಿಯೆಲ್ಲಾ ಸಾಹಿತ್ಯ ಪ್ರೇಮಿಗಳು. ಅಮ್ಮ, ಅಪ್ಪ, ಅಣ್ಣ, ತಮ್ಮ, ನಾನು ಎಲ್ಲರಿಗೂ ಪುಸ್ತಕಗಳನ್ನು ಓದುವುದೆಂದರೆ ಪಂಚಪ್ರಾಣ. ನಮ್ಮ ಮನೆಯಲ್ಲೇ ಪುಸ್ತಕ ಭಂಡಾರವಿತ್ತು. ಅಲ್ಲದೆ ಗ್ರಂಥಾಲಯದಿಂದಲೂ ಪುಸ್ತಕಗಳನ್ನು ತಂದು ಓದುವ ಅಭ್ಯಾಸವಿತ್ತು. ಅದು ಬರಿಯ ಕಥೆ, ಕಾದಂಬರಿಯೇ ಆಗಬೇಕೆಂದೇನಿಲ್ಲ. ಓದುವ ಸಾಹಿತ್ಯ ಚಂದವಿದ್ದರಾಯ್ತು. ಯಾವುದೊ ವಿಷಯವಾಗಬಹುದು, ಹಾಸ್ಯ ಲೇಖನ, ನಾಟಕ, ಪತ್ತೇದಾರಿ ಕಾದಂಬರಿಗಳು, ವ್ಯಕ್ತಿಚಿತ್ರಣ, ಮಕ್ಕಳ ಕಥೆಗಳು, ಕವನಗಳು ಇತ್ಯಾದಿ ಇತ್ಯಾದಿ. ಹಾಗಾಗಿ ನನಗಂತೂ ಸಂಗೀತದ ಜೊತೆ ಜೊತೆಗೇ ಪುಸ್ತಕಗಳನ್ನೋದುವ ಗೀಳು. ಊಟ, ತಿಂಡಿ ಬಿಟ್ಟು ಪುಸ್ತಕವನ್ನೋದುವ ಹುಚ್ಚು. ನನಗಾಗ ಒಂಬತ್ತೋ ಹತ್ತೋ ವರ್ಷ ವಯಸ್ಸು. ಆ ವಯಸ್ಸಿನಲ್ಲೇ ನಾನು

ಕವನಗಳನ್ನೂ ಓದುತ್ತಿದ್ದೆ. ಬಿ.ಎಂ.ಶ್ರೀಯವರ 'ಇಂಗ್ಲಿಷ್ ಗೀತೆಗಳು' ಕವನ ಸಂಗ್ರಹ ಮನೆಯಲ್ಲೇ ಇತ್ತು. ಬಿ.ಎಂ.ಶ್ರೀ. ಅವರ ಪಟ್ಟ ಶಿಷ್ಯರಾಗಿದ್ದ ನಮ್ಮ ತಂದೆ 'ಇಂಗ್ಲಿಷ್ ಗೀತಗಳು' ಕವನ ಸಂಗ್ರಹದ ಕವನಗಳನ್ನು ರಾಗ ಸಂಯೋಜಿಸಿ ಅವರ ಕಾಲೇಜು ದಿನಗಳಿಂದಲೂ ಹಾಡುತ್ತಿದ್ದರು. ನಾನೂ ಆ ಚಿಕ್ಕವಯಸ್ಸಿನಲ್ಲೇ ಎಲ್ಲಾ ಗೀತೆಗಳನ್ನೂ ಹಾಡುತ್ತಿದ್ದೆ. 'ಕಿರಿಯರ ಕಾಣಿಕೆ', 'ತಾವರೆ' ಕವನ ಸಂಗ್ರಹಗಳೂ ಮನೆಯಲ್ಲಿ ಇತ್ತು.

ಪ್ರಾಯಶಃ ಅದು 1942-43 ಇರಬೇಕು. ನನ್ನ ಚಿಕ್ಕಪ್ಪ ಬಾಪು ಕೃಷ್ಣಮೂರ್ತಿ ಒಂದು ಪುಸ್ತಕವನ್ನು ಕೊಂಡುಕೊಂಡು ಬಂದ. ಅದೊಂದು ಕವನಗಳ ಪುಸ್ತಕ, ನನ್ನ ಕೈಗೆ ಕೊಟ್ಟ. ಅದರಲ್ಲಿದ್ದ ಕವನಗಳನ್ನು ಒಂದೊಂದೇ ನೋಡತೊಡಗಿದೆ. ಅದರಲ್ಲಿ 'ಬಳೆಗಾರ ಚನ್ನಯ್ಯ ಬಾಗಿಲಿಗೆ ಬಂದಿಹನು', 'ರಾಯರು ಬಂದರು ಮಾವನ ಮನೆಗೆ' ಕವನಗಳಿದ್ದವು. ನನಗೆ ಖುಷಿಯೋ ಖುಷಿ, ಆ ಹಾಡುಗಳು ಈ ಪುಸ್ತಕದಲ್ಲಿದ್ದದ್ದು

ನೋಡಿ. ಕಾರಣ ಆ ಹಾಡುಗಳನ್ನ ಆಗಲೇ ಯಾರೋ ಹಾಡುವುದನ್ನ ಕೇಳಿದ್ದೆ. ನನಗೆ ಗೊತ್ತಿರುವ ಹಾಡು ಅದರಲ್ಲಿ ಇದೆ ಅಂತ ನನಗೆ ಆ ಚಿಕ್ಕ ವಯಸ್ಸಿನಲ್ಲಿ ತುಂಬಾ ಖುಷಿಯಾಯ್ತು. ಆ ಪುಸ್ತಕದ ಹೆಸರು 'ಮೈಸೂರ ಮಲ್ಲಿಗೆ', ಅದನ್ನು ಬರೆದ ಕವಿ ಕೆ.ಎಸ್. ನರಸಿಂಹಸ್ವಾಮಿಗಳು. ನನ್ನ ಚಿಕ್ಕ ವಯಸ್ಸಿನಲ್ಲಿ ಕೆ.ಎಸ್. ನರಸಿಂಹಸ್ವಾಮಿಯವರು ಅವರ 'ಮೈಸೂರ ಮಲ್ಲಿಗೆ'ಯ ಮೂಲಕ ಕವಿಯಾಗಿ ಪರಿಚಯವಾದರು. ಆ ವೇಳೆಗಾಗಲೇ ಆ ಪುಸ್ತಕದ ಕೆಲವು ಕವನಗಳು ಹಾಡಾಗಿ ಪ್ರಚಲಿತವಾಗಿ ಬಿಟ್ಟಿತ್ತು. ಕವನಗಳು ರಾಗದುಡುಗೆ ತೊಡುಗೆಗಳನ್ನು ತೊಟ್ಟಾಗ ಬಹಳ ಬೇಗ ಪ್ರಸಾರವಾಗಿ ಹೆಚ್ಚು ಜನ ಮನವನ್ನು ಸುಲಭವಾಗಿ ತಟ್ಟುತ್ತದೆ. ಅದು ನವೋದಯ ಶೈಲಿಯ ಕವನಗಳಿಗೆ ದಕ್ಕುವ ಭಾಗ್ಯ. ನವ್ಯ ಕವನಗಳಿಗೆ ಈ ಭಾಗ್ಯವಿಲ್ಲವೆಂದೇ ಹೇಳಬೇಕು. ಅಂಥವು ತುಂಬಾ ಸಾಹಿತ್ಯಾಸಕ್ತರ ವಲಯದಲ್ಲಿ ಮಾತ್ರ ಸುತ್ತಾಡುವಂಥಹ ಕವನಗಳು. ಈ ಬುದ್ಧಿಜೀವಿಗಳ ನವ್ಯಕವನ ಜನ ಸಾಮಾನ್ಯರಿಗೆ ಅರ್ಥವಾಗುವುದೂ ಕಷ್ಟ. ಹಾಡಾಗಿ ಹರಿವ ಗೀತೆಗಳು ಮಾತ್ರ ಜನರಿಗೆ ಬಹು ಬೇಗ ತಲುಪಿ, ಅದಕ್ಕೆ ಅವರು ಆಕರ್ಷಿತರಾಗುವುದೂ ಹೆಚ್ಚು. ಮೂಲೆ ಮೂಲೆಗೂ ಹರಿಯುವ ಹಾಡಾಗಿ ಬಿಡುತ್ತದೆ.

ಈ ಬಗ್ಗೆ ಹೇಳುವಾಗ ನರಸಿಂಹಸ್ವಾಮಿಯವರ ಒಂದು ಅನುಭವವನ್ನೇ ಉದ್ಧರಿಸಬಹುದು. ನರಸಿಂಹಸ್ವಾಮಿಗಳು ಒಮ್ಮೆ ಊರಿಂದ ಊರಿಗೆ ಪ್ರಯಾಣ ಮಾಡುವ ಹಾದಿಯಲ್ಲಿ, ಒಬ್ಬ ದನ ಕಾಯುವ ಹುಡುಗ ಇವರ ಕವನವನ್ನು

ಹಾಡುತ್ತಿದ್ದುದ್ದು ಕೇಳಿ ಕವಿ ರೋಮಾಂಚನಗೊಂಡಿದ್ದಾರೆ. ಆ ಹುಡುಗ ಎಲ್ಲಿ? 'ಮೈಸೂರ ಮಲ್ಲಿಗೆ' ಕವನ ಸಂಗ್ರಹವೆಲ್ಲಿ? ಬಾಯಿಂದ ಬಾಯಿಗೆ ಸ್ಮೃತಿರೂಪವಾಗಿ ಹರಿದು ಬಂದ ಗೀತೆಯದು. ಕವಿಗೆ ಆ ಹುಡುಗ ಹಾಡುವ ಹಾಡನ್ನು ಕೇಳಿ ಸಾರ್ಥಕತೆಯ ಭಾವ ಮೂಡಿದೆ. ಅದು ಸಹಜ ಕೂಡ. 'ಮೈಸೂರ ಮಲ್ಲಿಗೆ'ಯ ಪರಿಮಳ ಹೇಗೆ ಮೂಲೆ ಮೂಲೆಗೂ ಪಸರಿಸಿಬಿಟ್ಟಿತ್ತು ಎನ್ನುವುದಕ್ಕೆ ಈ ಉದಾಹರಣೆಯೇ ಸಾಕ್ಷಿ.

ಕವಿಯನ್ನು ನೋಡದೆಯೂ, ಕವನವನ್ನು ಓದದೆಯೂ ಕವಿಯ ಕಾವ್ಯದ ಹಾಡಿನ ರೂಪಕ್ಕೆ ಮರುಳಾದವರ ಒಂದು ಸಂಭ್ರಮದ ಗಳಿಗೆಯನ್ನು ಎನ್.ಎಸ್. ಲಕ್ಷ್ಮೀನಾರಾಯಣ ಭಟ್ಟರು ಹೀಗೆ ಹೇಳುತ್ತಾರೆ. ಅವರ ಮಾತಿನಲ್ಲೇ ಹೇಳುವುದಾದರೆ ಸ್ವಾರಸ್ಯಕರವಾಗಿದೆ. ಪ್ರಾಯಶಃ ಅದು 1980ನೇ ಇಸವಿ. ಭಟ್ಟರು ಶಿವಮೊಗ್ಗ ಬಸ್ ಹತ್ತಿದ್ದರು. ಕೆ.ಎಸ್. ನರಸಿಂಹಸ್ವಾಮಿಯರು ಅದೇ ಬಸ್‌ನಲ್ಲಿದ್ದರು. ಇಬ್ಬರಿಗೂ ತುಂಬಾ ಪರಿಚಯ. ಹಾಗಾಗಿ ಕೆ.ಎಸ್.ನ.ರವರನ್ನು ಭಟ್ಟರು ತಮ್ಮ ಅಕ್ಕ ಭಾವನ ಮನೆಗೆ ಕರೆದುಕೊಂಡು ಹೋಗ್ತಾರೆ. ಒಳಗೆ ಅಕ್ಕನ ಹತ್ತಿರ ಹೋಗಿ 'ಕೆ.ಎಸ್. ನರಸಿಂಹಸ್ವಾಮಿ' ಬಂದಿದ್ದಾರೆ ಎಂದೆ. ಅವಳಿಗೆ ತಿಳಿಯಲಿಲ್ಲ. 'ಕವಿಗಳು ಕಣೇ' ಅಂದೆ, ತಿಳಿಯಲಿಲ್ಲ. 'ರಾಯರು ಬಂದರು ಮಾವನ ಮನೆಗೆ ಕವಿತೆ ಬರೆದವರು' ಎಂದೆ. ನನ್ನಕ್ಕ ಸಂಭ್ರಮದಿಂದ ಮೇಲೆದ್ದಳು 'ನಮ್ಮ ಮನೆಗೆ ಬಂದಿದ್ದಾರೇನೋ' ಎಂದಳು. ಹತ್ತು ವರ್ಷ ಚಿಕ್ಕವಳಂತೆ ಓಡಾಡಿದಳು. ಅರ್ಧ ಗಂಟೆಯಲ್ಲಿ ಒಂದು ಬಿಸಿ ಬಿಸಿ ಅಡಿಗೆ ಸಿದ್ಧವಾಯಿತು. ಎಲೆ ಹಾಕಿ ಬಡಿಸಿ, ದೇವರಿಗೆ ತುಪ್ಪದ ದೀಪ ಹಚ್ಚಿಟ್ಟು ಒಂದು ಪವಿತ್ರ ಭಾವದ ಆತಿಥ್ಯ ನಡೆದುಹೋಯಿತು. ಬೆರಗಾಗಿ ನಾನು ಅಂದುಕೊಂಡೆ, 'ಈ ಕವಿ ಅಂತಿಂಥವರಲ್ಲ. ಇವರ ಕಾವ್ಯ ಜನರ ಮನಸ್ಸಿನಲ್ಲಿ ತಮ್ಮ ಯೌವ್ವನದ ತೀವ್ರ ಸ್ಮರಣೆಯನ್ನು ಉಕ್ಕಿಸುತ್ತದೆ, ಇದೇ ಆ ಕಾವ್ಯಕ್ಕೆ ದೊರೆಯುವ ಗೌರವದ ರಹಸ್ಯ'. ಭಟ್ಟರ ಮಾತು ಎಷ್ಟು ಸತ್ಯ ಅಲ್ಲವಾ. 'ಮೈಸೂರ ಮಲ್ಲಿಗೆ' ಕಾವ್ಯ ಸಂಕಲನ ಪ್ರಾಯಶಃ 32 ಮುದ್ರಣಗಳನ್ನು ಕಂಡಿದೆ. ಇದೊಂದು ದಾಖಲೆ ಅಂತಲೇ ಹೇಳಬಹುದು. ಇನ್ನೂ ಆ ಸಂಕಲನದ ಮುದ್ರಣ ಮುಂದುವರೆಯುತ್ತಲೇ ಇದೆ. 'ಮೈಸೂರ ಮಲ್ಲಿಗೆ'ಯ ಸಂಗ್ರಹದ ಹಾಡುಗಳನ್ನೇ ಬಳಸಿಕೊಂಡು ಚಲನಚಿತ್ರವೂ ಆಯಿತು. ಚಲನಚಿತ್ರದ ಅವರ ಕಾವ್ಯಕ್ಕೆ ರಾಷ್ಟ್ರ ಪ್ರಶಸ್ತಿಯೂ ದೊರಕಿತು.

ನರಸಿಂಹ ಸ್ವಾಮಿಯವರು ಕಿಕ್ಕೇರಿಯವರು. ನನ್ನ ತಂದೆಯ ತಾಯಿ, ನನ್ನ ಅಜ್ಜಿಯೂ ಕಿಕ್ಕೇರಿಯವರು. ಅದಕ್ಕೇ ಒಮ್ಮೆ ನಮ್ಮ ಸುಗಮ ಸಂಗೀತ ಅಕಾಡೆಮಿಗೆ ಆಹ್ವಾನಿತರಾಗಿ ಬಂದಿದ್ದಾಗ ಅಂದಿದ್ದರು 'ನೀ ನನ್ನ ಬಂಧು, ಗೊತ್ತೇನಮ್ಮ' ಅಂತ. ಹೇಗೆ ಅಂತ ನಾನಾಗ ತಿಳಿದುಕೊಳ್ಳಲಿಲ್ಲ. ಈಗ ಪೇಚಾಡಿಕೊಂಡರೆ ಏನು ಪ್ರಯೋಜನ? ಕೆ.ಎಸ್.ನ. ರವರು ಅವರ ತಂದೆಯವರನ್ನು ಬೇಗ ಕಳೆದುಕೊಂಡಿದ್ದರಿಂದ ಓದಿಗೆ ತಿಲಾಂಜಲಿ

ಕೊಟ್ಟು ಮೈಸೂರಿನ ಮುನಿಸಿಪಲ್ ಆಫೀಸಿನಲ್ಲಿ ಕೆಲಸಕ್ಕೆ ಸೇರಬೇಕಾಯ್ತು. ನಂತರ ಬೆಂಗಳೂರಿನ ಸೆಂಟ್ರಲ್ ಕಾಲೇಜಿನಲ್ಲಿ ಬಿ.ಎ. ಮಾಡಿದರು. ನಂತರ ಅಲ್ಲೇ ಕರ್ನಾಟಕ ಹೌಸಿಂಗ್ ಬೋರ್ಡ್‌ನಲ್ಲಿ ಸೂಪರಿಂಟೆಂಡೆಂಟ್ ಆಗಿ ನಿವೃತ್ತರಾದರು. ಲಕ್ಷ್ಮಿ ಒಲಿಯದಿದ್ದರೂ ಸರಸ್ವತಿಯ ಹರಕೆ ಯಥೇಚ್ಛವಾಗಿತ್ತು ಇವರ ಮೇಲೆ. ಅಂತಲೇ ಸಾಹಿತ್ಯದಲ್ಲಿ ಮುನ್ನಡೆದು ಯಶಸ್ವೀ ಕವಿ ಎನಿಸಿಕೊಂಡರು. 'ದೀಪದ ಮಲ್ಲಿ', 'ಐರಾವತ', 'ಇರುವಂತಿಗೆ', 'ಮಲ್ಲಿಗೆ ಮಾಲೆ' ಇತ್ಯಾದಿ ಇಪ್ಪತ್ತು ಕವನ ಸಂಗ್ರಹಗಳು ಬೆಳಕು ಕಂಡಿವೆ. ಜೊತೆಗೆ 'ಮಾರಿಯ ಕಲ್ಲು', 'ಉಪವನ', 'ದಮಯಂತಿ', 'ಸಿರಿಮಲ್ಲಿಗೆ' ಎಂಬ ಗದ್ಯ ಪ್ರಕಾರಗಳಿವೆ. 'ಮಾರಿಯ ಕಲ್ಲು' ಕಿರುಗತೆಗಳಾದರೆ, 'ದಮಯಂತಿ' ಗದ್ಯ ರೂಪದಲ್ಲಿನ ಕಥೆ, 'ಉಪವನ' ಪ್ರಬಂಧ– ವಿಮರ್ಶೆ. ಯುರಿಪಿಡಿಸ್‌ನ 'ಮೀಡಿಯಾ', ರಾಬರ್ಟ್ ಬರ್ನ್ಸ್‌ನ ಪ್ರೇಮ ಕವನಗಳನ್ನು ಕನ್ನಡಕ್ಕೆ ಅನುವಾದ ಮಾಡಿದ್ದಾರೆ. ಮಾರ್ಕ್ ಟ್ವೈನ್‌ನ 'ಹಕಲ್ಬರಿಫಿನ್‌ನ ಸಾಹಸಗಳು', ಅವರ

ಮುಖ್ಯವಾದ ಅನುವಾದ ಕೃತಿಗಳು. ಇವರ ಅನೇಕ ಕವಿತೆಗಳು ಇಂಗ್ಲಿಷ್, ಹಿಂದಿ, ಉರ್ದು ಭಾಷೆಗೆ ಅನುವಾದವಾಗಿವೆ. ಇವರ ಸಾಹಿತ್ಯ ಸೇವೆಗಾಗಿ ಇವರ ಮುಡಿಗೆ ಅನೇಕ ಪ್ರಶಸ್ತಿಗಳ ಹೊನ್ನಗರಿ ಮೂಡಿದೆ. 'ಮೈಸೂರ ಮಲ್ಲಿಗೆ'ಗೆ ದೇವರಾಜ ಬಹದ್ದೂರ್ ಬಹುಮಾನ, 'ಶಿಲಾಲತೆ'ಗೆ ಮೈಸೂರು ರಾಜ್ಯದ ಸಂಸ್ಕೃತಿ ಪ್ರಸಾರ ಶಾಖೆಯ ಬಹುಮಾನ, 'ತೆರೆದ ಬಾಗಿಲು' ಸಂಗ್ರಹಕ್ಕೆ ಕೇಂದ್ರ ಸಾಹಿತ್ಯ ಅಕಾಡೆಮಿ ಪ್ರಶಸ್ತಿ, 'ದುಂಡು ಮಲ್ಲಿಗೆ' ಕವನ ಸಂಗ್ರಹಕ್ಕೆ ಪಂಪ ಪ್ರಶಸ್ತಿ, ಮಾಸ್ತಿ ಸಾಹಿತ್ಯ ಪ್ರಶಸ್ತಿ, ಕೇರಳದ ಕವಿ ಕುಮಾರನ್ ಅಶಾನ್ ಪ್ರಶಸ್ತಿ, ರಾಜ್ಯ ಪ್ರಶಸ್ತಿ ಇತ್ಯಾದಿ ಇವರಿಗೆ ಸಂದ ಪ್ರಶಸ್ತಿಗಳ ಸರಮಾಲೆಯಲ್ಲಿ ಕೆಲವು ಮಾತ್ರ. ಬೆಂಗಳೂರು ವಿಶ್ವವಿದ್ಯಾಲಯದ ಗೌರವ ಡಿ.ಲಿಟ್ ಗೌರವವೂ ಸಂದಿದೆ. 'ಚಂದನ' ಎನ್ನುವುದು ಸಂಭಾವನಾ ಗ್ರಂಥ. ನಿಜವಾಗಿ ನೋಡಿದರೆ ಕೆ.ಎಸ್.ನ.ರವರು ಮನೆಮನೆಯ ಪ್ರೇಮದ ಕವಿ ಎನ್ನಬಹುದು. ಜಯವಂತಿದೇವಿ ಹಿರೇಬೆಟ್ ಅವರು ಹಾಡಿ ಧ್ವನಿ ಮುದ್ರಿಸಿರುವ ಕೆ.ಎಸ್.ನ ಅವರ ಕವನ 'ಹತ್ತು ವರುಷದ ಹಿಂದೆ ಮುತ್ತೂರ ತೇರಿನಲ್ಲಿ ಅತ್ತಿತ್ತ ಸುಳಿದವರು ನೀವಲ್ಲವೇ' ಯಾರು ಮರೆಯಲು ಸಾಧ್ಯ? ಪತಿ–ಪತ್ನಿಯ ಸಂಸಾರಿಕ ಜೀವನದ ಒಂದು ರಸಿಕತೆಯ ಪ್ರೇಮದ ಝಳಕು ಎಷ್ಟು ಗಂಭೀರವಾಗಿ, ಸಹಜ ಸುಂದರವಾಗಿ ಮೂಡಿಬಂದಿದೆ. ಅದ್ಭುತ ಸಾಂಸಾರಿಕ ಜೀವನದ ನರುಗಂಪು ಅವರ ಸುಂದರ ಕವಿತೆಗಳಲ್ಲಿ. ಅಂತಲೇ ಅದು ಓದು ಬಾರದವರಿಗೂ, ತುಂಬಾ ಪ್ರಿಯವಾಗಿದೆ. ಇಂಥ ಕವಿ ಕನ್ನಡ ಸಾಹಿತ್ಯ ಪರಿಷತ್ತಿನ ಅಮೃತೋತ್ಸವದ ಸಂದರ್ಭದಲ್ಲಿ ಸಾಹಿತ್ಯ ಸಮ್ಮೇಳನದ ಅಧ್ಯಕ್ಷತೆಯನ್ನು ವಹಿಸಿದ್ದು ಆಶ್ಚರ್ಯವೇನಿಲ್ಲ. 'ಮೈಸೂರ ಮಲ್ಲಿಗೆ'ಯ

ಕವಿ, ಮೈಸೂರಿನಲ್ಲಿಯೇ ನಡೆದ ಸಾಹಿತ್ಯ ಸಮ್ಮೇಳನದ ಅಧ್ಯಕ್ಷರಾಗಿ ಭಾಗವಹಿಸಿದ್ದು ಎಷ್ಟು ಸೂಕ್ತವಾಗಿದೆ ಎನ್ನಿಸಿತು ನನಗೆ. ಆ ಸಂದರ್ಭದಲ್ಲಿ ನಾನು, ನನ್ನ ಶಿಷ್ಯರೊಡನೆ ಭಾವಗೀತೆಗಳನ್ನು ಹಾಡಿದ್ದೆ ಎನ್ನುವುದೊಂದು ಸವಿ ನೆನಪು.

ಕೆ.ಎಸ್.ನ ರಚಿಸಿದ 'ಮೈಸೂರ ಮಲ್ಲಿಗೆ'ಯ ಕಾವ್ಯದಂತೆಯೇ ಅವರ ಮನಸ್ಸು ಕೂಡ ಪರಿಮಳಭರಿತವಾದ ಸುಕುಮಾರ ಮಲ್ಲಿಗೆಯ ತರಹ. ತುಂಬಾ ಸರಳ, ಸಜ್ಜನ ವ್ಯಕ್ತಿ. ಅವರನ್ನು ನಮ್ಮ ಸುಗಮ ಸಂಗೀತ ಅಕಾಡೆಮಿಗೆ ಎರಡು, ಮೂರು ಬಾರಿ ಆಹ್ವಾನಿಸಿದ್ದೇವೆ. ಅದು ಕವಿಗಳ ಎದುರಿಗೆ ಕವಿಗಳೇ ಬರೆದ ಕವಿತೆಗಳನ್ನು ಹಾಡಿಸಿ ಅವರಿಗೆ ಗೌರವ ತೋರಿಸುವಂಥ ಕವಿ– ಕಾವ್ಯ ಗೀತಾ ಕಾರ್ಯಕ್ರಮ. ಮೊದಲ ಸಾರಿ ಮೈಸೂರಿನ ಕಲಾಮಂದಿರದಲ್ಲಿ ಅವರ ಕಾರ್ಯಕ್ರಮ ಏರ್ಪಾಡಾಗಿತ್ತು. ಆಗ ಕೆ.ಎಸ್. ನರಸಿಂಹಸ್ವಾಮಿ ಅವರ ಕವನಗಳನ್ನು ಹಾಡಿದ್ದವರು ಮೈಸೂರು ಅನಂತಸ್ವಾಮಿ ಹಾಗೂ ಅವರ ತಂಡ. ಆ ಕಾರ್ಯಕ್ರಮಕ್ಕೆ ಟಿಕೆಟ್ ಬೇರೆ ಹಾಕಿದ್ದೆವು. ಕಲಾಮಂದಿರ ತುಂಬಿ, ಅದರ ಹೊರಗೂ ಶ್ರೋತೃಗಣ ನಿಂತು ಕೆ.ಎಸ್.ನ.ರವರ ಹಾಡುಗಳನ್ನು ಆಸ್ವಾದಿಸಿದರು ಎಂದರೆ ಆ ಕವಿಯ ಹಾಗೂ ಗಾಯಕರ ಔನ್ನತ್ಯದ ಮಹಿಮೆಯನ್ನು ಊಹಿಸಬಹುದು.

ಕೆ.ಎಸ್.ನ. ಅವರು ಪ್ರಸಿದ್ಧ ಕವಿ ಎನ್ನುವುದು ಒಂದು ಕಡೆಯಾದರೆ, ಎಂಥಾ ಮಾನವೀಯ ಗುಣಗಳ ಸಾಕಾರಮೂರ್ತಿ ಎಂದರಿವಾಗುವಾಗ ತುಂಬಾ ಹೆಮ್ಮೆ ಎಂದೆನಿಸುತ್ತದೆ. ಅದಕ್ಕೆ ನನ್ನ ಬಾಳಿನಲ್ಲೇ ನಡೆದ ಒಂದು ಘಟನೆಯನ್ನು ಎಲ್ಲರಲ್ಲಿಯೂ ಹಂಚಿಕೊಳ್ಳುತ್ತಿದ್ದೇನೆ. ನಾನು ಆಕಾಶವಾಣಿಯ ಕೆಲಸಕ್ಕೆ ಸಂಗೀತ ಸಂಯೋಜಕಗಳಾಗಿ ಸೇರಿದ ಮೇಲೆ, ಲಘು ಸಂಗೀತದ ಅನೇಕ ಕಾರ್ಯಕ್ರಮಗಳನ್ನು ತಯಾರು ಮಾಡುತ್ತಿದ್ದೆ. ಸಂಗೀತ ರೂಪಕಗಳನ್ನು ಸಾಕಷ್ಟು ಬರೆದು ಕವಿ ಕಾವ್ಯಗಳನ್ನು ಸೇರಿಸಿ ಸಂಗೀತ ಸಂಯೋಜಿಸಿ ಹಾಡಿಸುತ್ತಿದ್ದೆ. ಅಂಥ ಸಾಕಷ್ಟು ಸಂಗೀತ ರೂಪಕಗಳನ್ನು ಬರೆದು ನಿರ್ದೇಶಿಸಿದ ಹೆಮ್ಮೆ ನನ್ನದು. ನನ್ನ ಸ್ವಭಾವದಲ್ಲಿ ಹೊಸ ಹೊಸ ಗೀತೆಗಳನ್ನು ಕಾರ್ಯಕ್ರಮಗಳಲ್ಲಿ ಅಳವಡಿಸುವ ಆಸೆ. ಹಾಗಾಗಿ ನಾನು ಸಾಮಾನ್ಯವಾಗಿ ಹೊಸ ಗೀತೆಗಳಿಗಾಗಿ ಕವಿಗಳಿಗೆ ಪತ್ರ ಬರೆಯುತ್ತಿದ್ದೆ ಇಲ್ಲ ಫೋನ್ ಮಾಡುತಿದ್ದೆ. ನಾನು ಭಾವಗೀತಾ ಗಾಯಕಿಯಾದುದರಿಂದ ನನಗೆ ಸಾಕಷ್ಟು ಕವಿಗಳ ಪರಿಚಯವಿತ್ತು. ಹಾಗೆಯೇ ಒಮ್ಮೆ 'ದೀಪಾವಳಿ' ಸಂಗೀತ ರೂಪಕಕ್ಕಾಗಿ ಕೆ.ಎಸ್.ನ.ರವರಿಗೆ ಪತ್ರ ಬರೆದೆ. ಆ ಕಾರ್ಯಕ್ರಮವನ್ನು ಸಿದ್ಧಪಡಿಸುವಷ್ಟರಲ್ಲಿ ನಾನು ಆಸ್ಪತ್ರೆಗೆ ದಾಖಲಾಗುವ ಪರಿಸ್ಥಿತಿ ಬಂತು. ಹಾಗಾಗಿ ಕೆ.ಎಸ್. ನರಸಿಂಹಸ್ವಾಮಿಯವರಿಗೆ ಫೋನ್ ಮಾಡಿದೆ. 'ಈಗಲೇ ಕವನವನ್ನು ಕಳುಹಿಸುವುದು ಬೇಡ. ನಾನು ಬೆಂಗಳೂರಿನ ಗುಣಶೀಲಾ ಆಸ್ಪತ್ರೆಯಲ್ಲಿ, ಒಂದು ಆಪರೇಷನ್‌ಗಾಗಿ ದಾಖಲಾಗಿದ್ದೇನೆ. ಆಸ್ಪತ್ರೆಯಿಂದ ಬಂದ ಮೇಲೆ ನಿಮಗೆ ತಿಳಿಸುತ್ತೇನೆ. ಆಗ ಕವನವನ್ನು ಕಳುಹಿಸಿಕೊಡಿ' ಎಂದು ಬರೆದು ಪೋಸ್ಟ್ ಮಾಡಿದೆ.

ನನಗೆ ಆಪರೇಷನ್ ಆಗಿ ನಾಲ್ಕು ದಿನಗಳು ಕಳೆದಿತ್ತು. ಸುಧಾರಿಸಿಕೊಳ್ಳುತ್ತಾ ಇನ್ನೂ ಆಸ್ಪತ್ರೆಯಲ್ಲಿಯೇ ಇದ್ದೆ ನಾನು, ಅಂಥ ಒಂದು ಸಂದರ್ಭದಲ್ಲಿ, ಒಂದು ದಿನ ದೂರದಲ್ಲಿ ಒಬ್ಬ ವ್ಯಕ್ತಿ ನನ್ನೆಡೆಗೇ ನಡೆದು ಬರುತ್ತಿರುವಂತೆ ಕಂಡಿತು. ಅಚ್ಚ ಬಿಳಿಯ ಕಚ್ಚೆ ಹಾಕಿದ ಪಂಚೆ, ಮಲ್ಲಿಗೆಯ ಬಿಳುಪಿನ ಷರಟು ಹಾಕಿದ ವ್ಯಕ್ತಿ ಮೆಲ್ಲನೆ ನಡೆದು ಬಂದು ನನ್ನ ಮಂಚದ ಪಕ್ಕದಲ್ಲಿ ನಿಂತರು. ಅದು 1976ನೇ ಇಸವಿ. ಅವರನ್ನು ಕಂಡ ಕೂಡಲೇ ದೀಪಾವಳಿಯ ಬೆಳಕಿನಂತೆಯೇ ನನ್ನ ಮನಸ್ಸು ಬೆಳಗಿಬಿಟ್ಟಿತು. ನನ್ನ ಪಕ್ಕದಲ್ಲಿ ನಿಂತಿದ್ದವರು ಬೇರೆ ಯಾರೂ ಅಲ್ಲ, ಕವಿ ನರಸಿಂಹಸ್ವಾಮಿಗಳು. ನನಗೆ ಒಂದು ಕ್ಷಣ ಆಶ್ಚರ್ಯವಾಯಿತು. ಆ ಸಹೃದಯ ಸರಳ ಜೀವಿ ನನ್ನ ತಲೆ ಸವರುತ್ತ 'ನೀನು ಕವನವನ್ನು ಕೇಳಿದ್ದೆಯಲ್ಲಮ್ಮ, ನೀನು ಆಸ್ಪತ್ರೆಯಲ್ಲಿರುವುದನ್ನು ತಿಳಿದು ನಿನ್ನನ್ನು ನೋಡಿದ ಹಾಗೂ ಆಗುತ್ತೆ, ಕವನವನ್ನು ನೇರ ಕೊಟ್ಟ ಹಾಗೂ ಆಗುತ್ತೆ ಎಂದು ಆಸ್ಪತ್ರೆಗೇ ಬಂದುಬಿಟ್ಟೆ' ಎಂದು ಅವರು ಕವನವನ್ನು ನನ್ನ

ಕೈಗಿತ್ತಾಗ ನನ್ನ ಮನಸಿನಲ್ಲುಂಟಾದ ಭಾವನೆಗಳನ್ನು ಹೇಗೆ ವ್ಯಕ್ತಪಡಿಸಲಿ? ಅವರ ಆ ಮಾನವೀಯತೆ, ಸಹೃದಯತೆ, ಸರಳತೆಗೆ ಯಾವ ಬೆಲೆ ಕಟ್ಟಲಿ? ಅದು ನಿಜಕ್ಕೂ ಮಲ್ಲಿಗೆಯ ಮನಸ್ಸೇ. ಕೆ.ಎಸ್.ನ.ರವರನ್ನು ನಾನು ಪ್ರಪ್ರಥಮವಾಗಿ ಕಂಡದ್ದು ಹೀಗೆ. ಅವರು ಹಾಡಿನಿಂದ ಪರಿಚಿತರಾಗಿದ್ದರು. ಅವರ ಕವನಗಳನ್ನು ಓದಿದ್ದೆ. ಅವರ ಸಾಕಷ್ಟು ಕವನಗಳಿಗೆ ರಾಗ ಸಂಯೋಜನೆ ಮಾಡಿ ಶಿಷ್ಯರಿಗೆ ಕಲಿಸಿದ್ದೆ. ಅವರ ಚಿತ್ರಗಳನ್ನು ಪೇಪರ್‌ಗಳಲ್ಲಿ ನೋಡಿದ್ದೆ. ಆದರೆ ಎದುರಿಗೆ ಕಂಡಿರಲಿಲ್ಲ ಅಂಥ ಸಾತ್ವಿಕ ವ್ಯಕ್ತಿಯನ್ನು.

ನರಸಿಂಹಸ್ವಾಮಿಯವರ ಮನೆಗೂ ಹೋಗಿದ್ದೀವಿ ನಾನು, ನನ್ನ ಪತಿ ರಘುರಾಂ. ಎಂಟು ಮಕ್ಕಳನ್ನು ಬೆಳೆಸಿ ಸಾಕಿದವರು ನರಸಿಂಹಸ್ವಾಮಿ ವೆಂಕಮ್ಮ ದಂಪತಿಗಳು. ಹಾಗಾಗಿ ತುಂಬಾ ಸರಳ ಜೀವನ ಕ್ರಮವೇ ಅವರದಾಗಿತ್ತು. ಕಷ್ಟ ಕಾರ್ಪಣ್ಯಗಳ ನಡುವೆಯೇ ಅರಳಿದ ಕವಿ. ಆ ಕವಿಯದು ಮಲ್ಲಿಗೆಯ ಮನಸ್ಸು. ಗಂಡನಿಗೆ ಒಪ್ಪಾಗಿ ಇದ್ದ ಹೆಂಡತಿ. ಮಧ್ಯಮ ವರ್ಗದ ಒಂದು ಕುಟುಂಬ ಕೆ.ಎಸ್.ನ. ಬಾಳಿದ್ದೆಲ್ಲಾ ಸುಂದರ ಕವನವಾಗಿಯೇ. ಕೊನೆ ಕೊನೆಯ ವರ್ಷಗಳಲ್ಲಿ ಅವರಿಗೆ ಕಣ್ಣು ಕಾಣುತ್ತಿರಲಿಲ್ಲ. ಆದರೆ ಅವರ ಭಾವಕೋಶ ನಿತ್ಯಮಲ್ಲಿಗೆಯೇ. ಅವರ ಬರವಣಿಗೆ ನಿಲ್ಲಲೇ ಇಲ್ಲ. ಅವರು ಕಾವ್ಯಗಳನ್ನು ಉಲಿಯುತ್ತಿದ್ದರು. ಮಾನ್ಯ ವೆಂಕಟೇಶಮೂರ್ತಿಯವರು ಅದನ್ನು ಬರೆದು ಜೋಪಾನ ಮಾಡುತ್ತಿದ್ದರು. ಅವರ ಕೊನೆಯ ದಿನದವರೆಗೂ ಅವರ ಭಾವಲಹರಿ ಹೊಮ್ಮಿ ಚಿಮ್ಮುತ್ತಲೇ ಇತ್ತು. ಇದು ಸಂತಸದ ವಿಷಯ.

ಕಿಕ್ಕೇರಿಯಲ್ಲಿ ನರಸಿಂಹಸ್ವಾಮಿಯವರ ಹೆಸರಿನಲ್ಲಿ, ಕರ್ನಾಟಕ ಸರ್ಕಾರ 'ಕೆ.ಎಸ್. ನರಸಿಂಹಸ್ವಾಮಿ ಟ್ರಸ್ಟ್' ಅನ್ನು ಸ್ಥಾಪಿಸಿದೆ. ಅದರ ವತಿಯಿಂದ ಒಬ್ಬ ಕವಿ ಹಾಗೂ ಒಬ್ಬ ಗಾಯಕರಿಗೆ ಪ್ರಶಸ್ತಿಯನ್ನು ನೀಡುತ್ತಾ ಬಂದಿದೆ. 2020ನೇ ಇಸವಿಯಲ್ಲಿ ನರಸಿಂಹಸ್ವಾಮಿಯವರ ಹೆಸರಿನಲ್ಲಿ ನೀಡುವ ಕಾವ್ಯಗಾಯನ ಪ್ರಶಸ್ತಿ ನನ್ನ ಪಾಲಿಗೆ ದೊರೆತದ್ದು ನನ್ನನ್ನು ವಿನೀತಳನ್ನಾಗಿಸಿದೆ. ಸಾರ್ಥಕತೆಯ ಭಾವವಿದೆ.

2000ರಲ್ಲಿ ನನಗೆ 'ನಾದಲೀಲಾ' ಎಂಬ ಹೆಸರಿನಲ್ಲಿ ಒಂದು ಅಭಿನಂದನಾ ಗ್ರಂಥವನ್ನು ನನ್ನ ಅಭಿಮಾನಿಗಳೆಲ್ಲಾ ಸೇರಿ ನೀಡಿದರು. ಅದರ ಮೊಟ್ಟ ಮೊದಲ ಹರಕೆಯೇ ಕೆ.ಎಸ್. ನರಸಿಂಹಸ್ವಾಮಿಗಳವರದ್ದು. ಅದನ್ನು ಅವರ ಮಾತಿನಲ್ಲೇ ಹೇಳುವುದರಲ್ಲಿ ನನಗೆ ಸಂತೃಪ್ತಿ ಇದೆ.

ಅಕ್ಷತೆ

–ಡಾ|| ಕೆ.ಎಸ್. ನರಸಿಂಹಸ್ವಾಮಿ

'ಶ್ರೀಮತಿ ಎಚ್.ಆರ್. ಲೀಲಾವತಿಯವರನ್ನು ನಾನು ಸುಮಾರು ನಲವತ್ತು ವರ್ಷಗಳಿಂದ ಚೆನ್ನಾಗಿ ಬಲ್ಲೆ. ಸುಗಮ ಸಂಗೀತ ಕ್ಷೇತ್ರದಲ್ಲಿ ಅವರು ಗಮನಾರ್ಹವಾದ ಸೇವೆಯನ್ನು ಸಲ್ಲಿಸುತ್ತಿದ್ದಾರೆ.

ಕನ್ನಡ ಭಾವಗೀತೆಗಳಿಗೆ ಅವರ ಹಾಡಿಕೆಯಿಂದ ಹೊಸ ಕಳೆ ಬಂದಿದೆ. ಮೈಸೂರು ನಗರದಲ್ಲಿ ಸುಗಮ ಸಂಗೀತದ ಒಂದು ಶಾಲೆಯನ್ನೇ ಅವರು ನಡೆಸುತ್ತಿದ್ದಾರೆ. ಈಚೆಗೆ ಸುಗಮ ಸಂಗೀತ ಶಾಲೆಗಳು ಹೆಚ್ಚುತ್ತಿರುವುದಕ್ಕೆ ಶ್ರೀಮತಿ ಲೀಲಾವತಿಯವರೇ ಕಾರಣರೆಂದೂ ನಾನು ಭಾವಿಸಿದ್ದೇನೆ. ನನ್ನ ಸಂಬಂಧಿಯಾದ ಅವರಿಗೆ ಆಕಾಶವಾಣಿಯ ಭಾವಗೀತಾ ಪ್ರಸಾರದಲ್ಲಿ ಐವತ್ತು ವರ್ಷ ತುಂಬುತ್ತಿರುವುದು ಸಂತೋಷದ ಸಂಗತಿ. ಡಾ|| ಜಿ.ಎಸ್.ಶಿವರುದ್ರಪ್ಪನವರ 'ಹೌದೇನೇ ಉಮಾ?' ಮತ್ತು ನನ್ನ 'ಹಕ್ಕಿಯ ಹಾಡಿಗೆ ತಲೆದೂಗುವ ಆಸೆ' ಗೀತೆಗಳನ್ನು ಅವರು ಸುಶ್ರಾವ್ಯವಾಗಿ ಹಾಡಿದ್ದಾರೆ. ಅವರಿಗೆ ಭಗವಂತನು ಆಯುರಾರೋಗ್ಯ ಐಶ್ವರ್ಯಗಳನ್ನು ಕೊಟ್ಟು ಕಾಪಾಡಲೆಂದು ನಾನು ಹೃತ್ಪೂರ್ವಕವಾಗಿ ಹಾರೈಸುತ್ತೇನೆ. ಅವರಿಗೆ ಶುಭವಾಗಲೆಂದು ಕೋರುತ್ತೇನೆ'.

ಇದು ನರಸಿಂಹಸ್ವಾಮಿಗಳು ನನ್ನ ತಲೆಯ ಮೇಲೆ ಅಕ್ಷತೆ ಹಾಕಿ ಹರಸಿದ ಪರಿ.

ಗಾನ ಯಾನ
ಕಾವ್ಯ ಮಿಲನ

> ಆ ಗೌರವಾನ್ವಿತ ವ್ಯಕ್ತಿಯನ್ನು ಅಡಿಯಿಂದ
> ಮುಡಿಯವರೆಗೂ ನಿಟ್ಟಿಸಿದೆ.
> ಅಜಾನುಬಾಹು ವ್ಯಕ್ತಿ. ಕಯ್ಯಾರರು ಎಷ್ಟು
> ಎತ್ತರ ಇದ್ದರೆಂದರೆ ಅವರ ಮುಂದೆ
> ನಾನೊಂದು ಗುಬ್ಬಚ್ಚಿ ಅಂತ ಅನ್ನಿಸಿತು.

ಬೆಂಕಿ ಬಿದ್ದಿದೆ ಎಂದು ತಳಮಳಿಸಿದವರು

ಕಯ್ಯಾರ ಕಿಞ್ಞಣ್ಣ ರೈ

'ರಾಷ್ಟ್ರಕ್ಕೆ ಸ್ವಾತಂತ್ರ್ಯ ಪ್ರಾಪ್ತಿಯ ಅನಂತರ ಕರ್ನಾಟಕ ಪ್ರದೇಶದಲ್ಲಿ ಮೊಟ್ಟ ಮೊದಲು ಆಕಾಶವಾಣಿ ಪ್ರಾರಂಭಗೊಂಡದ್ದು ಮೈಸೂರಿನಲ್ಲಿ. 1950ರ ಸುಮಾರಿಗೆ ಅಲ್ಲಿ ನಾಡಿನ ಶ್ರೇಷ್ಠ ಕವಿಗಳ ಉತ್ತಮ ಭಾವಗೀತೆಗಳನ್ನು ಹೆಸರಾಂತ ಹಾಡುಗಾರರಿಂದ ಹಾಡಿಸುವ ಕೇಳಿಸುವ ಕಾರ್ಯಕ್ರಮವೂ ಇತ್ತು. ಸ್ವತಃ, ನನ್ನನ್ನೇ ಆಕಾಶವಾಣಿ ಮೈಸೂರಿಗೆ ಆಮಂತ್ರಿಸಿ, ನನ್ನಿಂದ ಕವನ ವಾಚನ ಮಾಡಿಸಿತ್ತು. ಆಗಲೇ ಅಲ್ಲಿ ಆಕಾಶವಾಣಿ ಕೇಂದ್ರದಲ್ಲಿ ಭಾವಗೀತೆಗಳನ್ನು ಕುರಿತು ಕಾವ್ಯಾಸಕ್ತಿ ಇರುವ ಶ್ರೀಮತಿ ಲೀಲಾವತಿಯವರನ್ನು ನಾನು ಕಂಡು ಮಾತನಾಡಿಸಿದ್ದ ನೆನಪು. ಮುಂದೆ ಶ್ರೀಮತಿ ಲೀಲಾವತಿಯವರು ಆಕಾಶವಾಣಿ ಸಂಸ್ಥೆಯ ಪ್ರಥಮ ವರ್ಗದ ಕಲಾವಿದೆಯಾಗಿ ನೇಮಕಗೊಂಡರು.

ಒಮ್ಮೆ ಆ ಕೇಂದ್ರದಲ್ಲಿಯೇ ಮಹಾಕವಿ ಕುವೆಂಪು ಅಧ್ಯಕ್ಷತೆಯಲ್ಲಿ ಜರುಗಿದ ಕವಿ ಸಮ್ಮೇಳನದಲ್ಲಿ ಭಾಗವಹಿಸಿದೆನು. ಈ

ಎಲ್ಲಾ ಸಂದರ್ಭಗಳಲ್ಲೂ ನನಗೆ ಶ್ರೀಮತಿ ಲೀಲಾವತಿಯವರ ಪರಿಚಯ ಮತ್ತಷ್ಟು ಆಯಿತೆಂದು ಅಭಿಮಾನ ಪಡುತ್ತೇನೆ.

ಮುಂದೆ ಬೆಂಗಳೂರು, ಧಾರವಾಡ, ಮಂಗಳೂರು ಈ ಎಲ್ಲ ಕರ್ನಾಟಕ ಪ್ರದೇಶಗಳಲ್ಲಿ ಆಕಾಶವಾಣಿ ಕೇಂದ್ರಗಳು ಪ್ರಾರಂಭವಾದಾಗ, ನಾನೂ ಆಗಾಗ ಆಮಂತ್ರಿತನಾಗಿ ಹೋಗಿ ಭಾಗವಹಿಸುತ್ತಿದ್ದೆನು. ಆ ಎಲ್ಲಾ ಕೇಂದ್ರಗಳಲ್ಲೂ ಆ ಕಾಲಕ್ಕೆ ಶ್ರೀಮತಿ ಲೀಲಾವತಿಯವರ ಸುಗಮ ಸಂಗೀತವೇ ಹೆಚ್ಚಾಗಿ ಕೇಳಿ ಬರುತ್ತಿತ್ತು. ಆಧುನಿಕ ಕವಿಗಳ ಉತ್ತಮ ಭಾವಗೀತೆಗಳು ಮಾತ್ರವಲ್ಲ ಶರಣರ ವಚನಗಳು, ದಾಸರ ಪದಗಳು, ಜಾನಪದ ಗೀತೆಗಳು ಇಂತಹ ವಿವಿಧ ಪ್ರಕಾರದ ಸಾಹಿತ್ಯವನ್ನು ಸುಗಮವಾದ ಭಾವಪೂರ್ಣ

ರೀತಿಯಲ್ಲಿ ಅರ್ಥ ವ್ಯಂಜಕವಾಗಿ ಮಧು ಮಧುರವಾಗಿ ಹಾಡುವುದರಲ್ಲಿ ಅವರು ನಿಷ್ಣಾತರು. ಸಾಹಿತ್ಯ ಮತ್ತು ಸಂಗೀತ ಎರಡರಲ್ಲೂ ಸಾಕಷ್ಟು ಯೋಗ್ಯ ಪಾಂಡಿತ್ಯವಿರುವುದರಿಂದ ಅವರು ಹಾಡುತ್ತಿದ್ದ ಎಲ್ಲ ಗೀತೆಗಳು ಅಪ್ಯಾಯಮಾನವಾಗಿದೆ. ಕೇಳುಗರಲ್ಲಿ ಉತ್ತಮ ಪರಿಣಾಮವನ್ನುಂಟು ಮಾಡುತ್ತದೆ. ಸಂಗೀತ ಮತ್ತು ಸಾಹಿತ್ಯದ ಉತ್ತಮ ಫಲವೆಂದರೆ ಅಂತಹ ಸಂಸ್ಕೃತಿಯೇ ಆಗಿದೆ. ವಿಶ್ವವಿದ್ಯಾಲಯದ ಪದವೀಧರೆಯಾಗಿ ಸಂಗೀತ ಶಾಸ್ತ್ರವನ್ನು ಶ್ರೇಷ್ಠ ಗುರುಗಳ ಸನ್ನಿಧಿಯಲ್ಲಿ ಶ್ರದ್ಧಾಭಕ್ತಿಗಳಿಂದ ಅಭ್ಯಾಸ ಮಾಡಿದ ಸತ್ಫಲವೇ ಈ ಪರಿಣಾಮವೆನ್ನಬೇಕು'.

ಇದು ಕಾಸರಗೋಡಿನ ಪೆರಡಾಲದ ಕನ್ನಡದ ಕಟ್ಟಾಳು ಕಯ್ಯಾರ ಕಿಞ್ಞಣ್ಣ ರೈ ಅವರು ನನ್ನ ಅಭಿನಂದನಾ ಪುಸ್ತಕ 'ನಾದಲೀಲಾ'ಗಾಗಿ ಬರೆದ ಪ್ರೀತಿಯ ಒಕ್ಕಣಿಕೆಯ ಕೆಲವು ಮಾತುಗಳು. ಅವರ ನೆನಪಾದಾಗಲೆಲ್ಲ ನನಗನ್ನಿಸುವುದು ಕಯ್ಯಾರರಿಗೆ ಕನ್ನಡ ಪ್ರೇಮವೋ ಅಥವಾ ಕನ್ನಡವೇ ಕಯ್ಯಾರರೋ ಎಂದು. ಕನ್ನಡಿಗರೇ ಅಧಿಕ ಸಂಖ್ಯೆಯಲ್ಲಿ ವಾಸಿಸುವ ಕಾಸರಗೋಡು ಕರ್ನಾಟಕಕ್ಕೆ ವಿಲೀನವಾಗಬೇಕೆಂದು

ಕೊನೆ ಉಸಿರಿರುವವರೆಗೂ ಹೋರಾಡಿದ ಕನ್ನಡದ ಕಟ್ಟಾಳು ಕಯ್ಯಾರರು. ಕೇಂದ್ರ ಸರಕಾರದಲ್ಲಿ ಕನ್ನಡಿಗರೊಬ್ಬರು ಪ್ರಧಾನಿಯಾಗಿ, ಇತರ ಕನ್ನಡಿಗ ಮಂತ್ರಿಗಳೂ ಇರುವ ಸಂದರ್ಭದಲ್ಲಿ ಕಯ್ಯಾರರು ಕಾಸರಗೋಡು ವಿಲೀನೀಕರಣಕ್ಕೆ ಅನುಕೂಲವಾಗುವ ಹಾಗೆ ತುಂಬಿದ ಆಸೆಯಿಂದ, ಕೆಲವಾರು ತಿಂಗಳುಗಳು ಬೆಂಗಳೂರು ಮೊದಲಾದ ಕಡೆ ಪ್ರವಾಸ ಮಾಡಿದರು. ಪುನಃ ಆ ಕಾರಣಕ್ಕಾಗಿಯೇ ಒಂದು ಕನ್ನಡಿಗರ ಸಮ್ಮೇಳನ, ಸಂಘಟನೆ ಇತ್ಯಾದಿ ನಿರಂತರ ಕಾರ್ಯಕ್ರಮಗಳಲ್ಲಿ ತೊಡಿಸಿಕೊಂಡವರು. ಆದರೂ ಅವರ ಅವರಾಸೆ ಫಲಕೊಡಲಿಲ್ಲ. ಇವರು ಹೋರಾಡುವುದನ್ನು ಬಿಡಲೂ ಇಲ್ಲ. ನೆನೆದಾಗ ವ್ಯಥೆಯಾಗುತ್ತದೆ.

ಕಯ್ಯಾರ ಕಿಞ್ಞಣ್ಣ ರೈ ಅವರು ಒಬ್ಬ ಮಹಾನ್ ಕವಿ. ಹಿರಿಯ ಸಾಹಿತಿ, ಬಹುಭಾಷಾ ವಿದ್ವಾಂಸರು. ಸ್ವಾತಂತ್ರ್ಯ ಹೋರಾಟಗಾರರು, ಕರ್ನಾಟಕ

ಏಕೀಕರಣ ಚಳುವಳಿಯಲ್ಲಂತೂ ಮುಂಚೂಣಿಯಲ್ಲಿ ನಿಂತು ಹೋರಾಡಿದವರು. ಇವರೊಬ್ಬ ಪತ್ರಕರ್ತರೂ ಕೂಡ, ಶಿಕ್ಷಕರಾಗಿದ್ದವರು. ಎಲ್ಲಕ್ಕಿಂತ ಮಿಗಿಲಾಗಿ ಒಬ್ಬ ರೈತ ಕೂಡ. ಇವರ ಮನೆಯ ಹೆಸರೇ 'ಕವಿತಾ ಕುಟೀರ'. ಎಷ್ಟಾದರೂ ಕವಿಗಳಲ್ಲವೇ. ಇವರ ಮನೆ ಮಾತು ತುಳುವಾದರೂ, ಕನ್ನಡದ ಮಹಾನ್ ಕವಿವರೇಣ್ಯರು. ಮಹಾನ್ ದೇಶ ಪ್ರೇಮಿಯಾದ ಇವರ ಕವನಗಳಲ್ಲಿ ಕೆಚ್ಚೆದೆಯ ಗಟ್ಟಿ ಗೀತೆಗಳು ಇವೆ. ನಾಡಿಗೆ, ನಾಡ ನುಡಿಗೆ, ದೇಶಕ್ಕೆ, ದೇಶದ ಹಿತಕ್ಕೆ ಸದಾ ಹೋರಾಡುತ್ತ ಅದರ ಏಳಿಗೆಗಾಗೇ ದುಡಿ ದುಡಿದು ದಣಿಯುತ್ತಿದ್ದ ಉದಾತ್ತ ಕವಿ. ಇವರು ಸಂಸ್ಕೃತ ಮತ್ತು ಕನ್ನಡದಲ್ಲಿ ವಿದ್ವಾನ್ ಪದವಿ ಪಡೆದವರು. ಬಿ.ಎ. ಪದವಿ ಗಳಿಸಿ ಪ್ರೌಢಶಾಲೆಯ ಅಧ್ಯಾಪಕರಾಗಿ ನಿವೃತ್ತರಾದವರು. ನಿವೃತ್ತಿ ಶಾಲೆಯಿಂದ ಮಾತ್ರ.

ಇವರ ಸಾಹಿತ್ಯ ಸೃಷ್ಟಿ ವಿಸ್ತಾರವಾದುದು. ಕವಿಯಾಗಿ ಶ್ರೀಮುಖ, ಪುನರ್ನವ, ಚೇತನ, ಐಕ್ಯಗಾನ, ಗಂಧವತಿ, ಪ್ರತಿಭಾ ಪಯಸ್ವಿನಿ ಇನ್ನೂ ಹಲವು ಪುಸ್ತಕಗಳನ್ನು ರಚಿಸಿದ್ದಾರೆ. ಇವರ ಬುತ್ತಿಯಲ್ಲಿ ತುಳು ಕಾವ್ಯ ಸಂಕಲನವೂ ಉಂಟು. ಕಥಾಸಂಗ್ರಹಗಳು, ಜೀವನ ಚರಿತ್ರೆಗಳೂ ಇವರ ಲೇಖನಿಯಿಂದ ಮೂಡಿ ಬಂದಿವೆ. 'ಪಂಚಮಿ' ಮತ್ತು ಕುಮಾರನ್ ಆಶಾನ್‌ರ ಖಂಡ ಕಾವ್ಯಗಳ ಅನುವಾದವನ್ನೂ ಮಾಡಿದ್ದಾರೆ. ಮಕ್ಕಳ ಪದ್ಯಗಳು, ಲೇಖನ ಸಂಕಲನಗಳು ಮತ್ತು 'ವಿರಾಗಿಣಿ' ಎನ್ನುವುದು ಇವರು ಬರೆದ ನಾಟಕ. ವಿದ್ಯಾರ್ಥಿಗಳಿಗಾಗಿ ಪಠ್ಯಪುಸ್ತಕಗಳನ್ನೂ ರಚಿಸಿದ್ದಾರೆ.

ಇವರಿಗೆ ಸಂದ ಗೌರವಗಳೂ ಅನೇಕ. ಶ್ರೇಷ್ಠ ಅಧ್ಯಾಪಕ ಪ್ರಶಸ್ತಿ, ರಾಷ್ಟ್ರ ಪ್ರಶಸ್ತಿ ದೊರೆತದ್ದು ಒಬ್ಬ ಒಳ್ಳೆಯ ಅಧ್ಯಾಪಕನಾಗಿಯಾದರೆ ಇವರ ಸಾಹಿತ್ಯಕ್ಕಾಗಿ ದೊರೆತ ಪ್ರಶಸ್ತಿಗಳು ಅನೇಕ. ಕರ್ನಾಟಕ ಸಾಹಿತ್ಯ ಅಕಾಡೆಮಿಯ ಪ್ರಶಸ್ತಿ, ರಾಜ್ಯೋತ್ಸವ ಪ್ರಶಸ್ತಿ, ಪಂಪ ಪ್ರಶಸ್ತಿ, ಮಂಗಳೂರು ವಿಶ್ವವಿದ್ಯಾಲಯದ ಡಾಕ್ಟರೇಟ್ ಪದವಿ, ಹಂಪಿ ವಿಶ್ವವಿದ್ಯಾಲಯದ ನಾಡೋಜ ಪ್ರಶಸ್ತಿ, ಕರ್ನಾಟಕ ಸರಕಾರದ ಸುವರ್ಣ ಕರ್ನಾಟಕ ಏಕೀಕರಣ ಪ್ರಶಸ್ತಿ. ಇವು ಇವರಿಗೆ ದೊರೆತ ಹಲಕೆಲವು ಪ್ರಶಸ್ತಿಗಳು.

ಇದೊಂದು ಕಯ್ಯಾರ ಕಿಞ್ಞಣ್ಣ ರೈ ಅವರ ಸ್ಥೂಲಪರಿಚಯವೆನ್ನಬಹುದೇನೋ. ಮಾನವೀಯತೆಯ ಸಾಕಾರ ಮೂರ್ತಿಯಾಗಿದ್ದ ಕಯ್ಯಾರ ಕಿಞ್ಞಣ್ಣ ರೈ ಅವರನ್ನು ನಾನು ಮೊದಲು ಕಂಡದ್ದು, ಅವರೇ ಹೇಳಿದ ಹಾಗೆ ಬಹಳ ಹಿಂದೆ ಒಂದು ಕಾರ್ಯಕ್ರಮದಲ್ಲಿ. ಅಲ್ಲಿ ಅವರು ಒಂದು ಕವನವನ್ನು ವಾಚನ ಮಾಡಿದ್ದರು. ಆ ದಿನ ನನ್ನ ನೆನಪಿನಲ್ಲಿ ಇನ್ನೂ ಅಚ್ಚಳಿಯದೇ ನಿಂತಿದೆ ಆ ಕವನ.

'ಬೆಂಕಿ ಬಿದ್ದಿದೆ ಮನೆಗೆ ಓ ಬೇಗ ಬನ್ನಿ' ಎನ್ನುವುದೊಂದು ಆರಂಭ

ಎಲ್ಲರೂ ಎದ್ದೆದ್ದು ಓಡಿಬನ್ನಿ
ಕನ್ನಡದ ಗಾಡಿ ಕಾಯೆ
ಗುಡಿಕಾಯೆ ನುಡಿ ಕಾಯೆ
ಕಾಯಲಾರೆನೆ ಸಾಯೆ।
ಓ ಬನ್ನಿ ಬನ್ನಿ!

ಇದು ಕನ್ನಡಿಗರನ್ನು ಎಚ್ಚರಿಸುವ ನಿಟ್ಟಿನಲ್ಲಿ ಬರೆದ ಕವನ. ಕಾಸರಗೋಡು ಎನ್ನುವುದು ಕನ್ನಡ ನಾಡಿನ ಅವಿಭಾಜ್ಯ ಅಂಗ. ನಮ್ಮ ನೆಲದ ಈ ಭಾಗ ಕೇರಳಕ್ಕೆ ಸೇರಿಹೋಯ್ತಲ್ಲ ಎಂಬ ನೋವು ದುಃಖ ಮಡುಗಟ್ಟಿ ಅವರ ಹೃದಯದಿಂದ ಮೂಡಿ ಬಂದ ಕವನವಿದು. ನನಗೇ ಅವರಿಗೆ ಆಗಲೇ ಮುಖಾಮುಖಿಯಾದದ್ದು. ಅವರೇ ಜ್ಞಾಪಿಸುವವರೆಗೂ ನಾನಾಗ ಅವರೊಂದಿಗೆ ಮಾತನಾಡಿದ್ದು ನೆನಪೇ ಇರಲಿಲ್ಲ. ನನಗಾಗ ಹದಿನೇಳು ಹದಿನೆಂಟು ವರ್ಷವಿರಬೇಕು. ಕವನ ಮಾತ್ರ ಎದೆಯಲ್ಲಿ ಗಟ್ಟಿಯಾಗಿ ಕುಳಿತುಬಿಟ್ಟಿದೆ ಅಂದಿನಿಂದ ಇಂದಿನವರೆಗೂ.

1995ರಲ್ಲಿ ನಮ್ಮ ಸುಗಮ ಸಂಗೀತ ಅಕಾಡೆಮಿ ತನ್ನ ದಶಮಾನೋತ್ಸವವನ್ನು ಆಚರಿಸಿಕೊಂಡಿತ್ತು. ಆ ಸಂದರ್ಭದಲ್ಲಿ ಅಕಾಡೆಮಿ ಬೇರೆ ಬೇರೆ ಕ್ಷೇತ್ರದ ಹತ್ತು ಜನರನ್ನು ಕರೆದು ಸನ್ಮಾನಿಸಿದ್ದು ಅಕಾಡೆಮಿಗೇ ಒಂದು ಗೌರವ.

ಆ ಸಂದರ್ಭದಲ್ಲಿ ಎಲ್ಲರಿಗೂ ಫೋನ್ ಮಾಡುವುದು, ಪತ್ರ ವ್ಯವಹಾರ ಮಾಡುವುದು ಎಲ್ಲವೂ ನನ್ನ ಪಾಲಿನ ಕೆಲಸವಾಗಿತ್ತು. ಆ ಸಂದರ್ಭದಲ್ಲಿ

ನಾನು ಕಯ್ಯಾರ ಕಿಞ್ಞಣ್ಣ ರೈ ಅವರಿಗೆ ಪತ್ರ ಬರೆದದ್ದು. ಅದಕ್ಕೆ ಮೊದಲು ಪ್ರಾಯಶಃ 1986ರಿಂದಲೇ ಅವರೊಂದಿಗೆ ನಾನು ಪತ್ರ ವ್ಯವಹಾರವನ್ನು ಇಟ್ಟುಕೊಂಡಿದ್ದೆ. ನಾನು ಬರೆದು ಅಚ್ಚಾದ ಕವನಗಳು, ಚೌಪದಿಗಳು ಹಾಗೂ ಸಂಗೀತದ ಮೇಲಿನ ಲೇಖನಗಳ ಪುಸ್ತಕಗಳನ್ನು ಅವರಿಗೆ ಕಳುಹಿಸುತ್ತಿದ್ದೆ. ಅವರು ಪುಸ್ತಕಗಳ ವಿಮರ್ಶೆಯನ್ನು ಮಾಡಿ ಪತ್ರ ಬರೆಯುತ್ತಿದ್ದರು. ಅದನ್ನು ಓದಿ ಸಂಭ್ರಮಿಸುತ್ತಿದ್ದೆ. ಹಿರಿಯ ಕವಿಗಳಿಂದ ಬಂದ ಉತ್ತರ ಎಂದರೆ ನನಗೆ ಅದು ಎಷ್ಟೊಂದು ಅಮೂಲ್ಯ ಎನ್ನಿಸುತ್ತಿತ್ತು. ಅಕಾಡೆಮಿಯ ದಶಮಾನೋತ್ಸವ ಕಾರ್ಯಕ್ರಮವನ್ನು ಮೂರು ದಿನಗಳು ಹಮ್ಮಿಕೊಂಡಿದ್ದೆವು. ಒಂದು ದಿನ ಭಾವಗೀತೆಗಳ ಹಾಡಿಕೆ, ಇನ್ನೊಂದು ದಿನ ಸುಗಮ ಸಂಗೀತದ ಒಂದು ಗೋಷ್ಠಿ, ಅದರಲ್ಲಿ ಭಾವಗೀತೆಯ ಕುರಿತು ಭಾಷಣಗಳಿತ್ತು. ಕೊನೆಯ ದಿನ ಸನ್ಮಾನ. ಕಯ್ಯಾರರು ಸನ್ಮಾನಿತರಾಗಿ ಒಂದು ದಿನ ಭಾಗವಹಿಸಿದರು. ಇನ್ನೊಂದು ದಿನ

ಸುಗಮ ಸಂಗೀತ ಗೋಷ್ಠಿಯಲ್ಲಿ ಸುಗಮ ಸಂಗೀತದ ಮೇಲೆ ಭಾಷಣವನ್ನು ಮಾಡಿದರು.

ಅದಕ್ಕೆ ಮುಂಚೆ ನನ್ನ ಮನದ ಮಾತುಗಳನ್ನು ಹೇಳಬೇಕಾಗಿದೆ. ಅವರು ಮೊದಲ ದಿನ ಅಕಾಡೆಮಿಗೆ ಬಂದಾಗ, ಆ ಗೌರವಾನ್ವಿತ ವ್ಯಕ್ತಿಯನ್ನು ಅಡಿಯಿಂದ ಮುಡಿಯವರೆಗೂ ನಿಟ್ಟಿಸಿದೆ. ಅಜಾನುಬಾಹುವಾದ ವ್ಯಕ್ತಿ. ಕಯ್ಯಾರರು ಎಷ್ಟು ಎತ್ತರವಾಗಿದ್ದರೆಂದರೆ ಅವರ ಮುಂದೆ ನಾನೊಂದು ಗುಬ್ಬಚ್ಚಿ ತರಹಾ ಅಂತ ಅನ್ನಿಸಿತು. ಅಥವಾ ಗಲಿವರ್, ಲಿಲಿಪುಟ್ ಹೋಲಿಕೆಯನ್ನು ಕೊಡಬಹುದೇನೋ? ಕೈ ಜೋಡಿಸಿ ನಮಸ್ಕರಿಸಿ ಒಳಗೆ ಕರೆದುಕೊಂಡು ಹೋದೆ. ಅವರ ಒಂದು ವಿಶೇಷ ಗುಣವನ್ನು ಹೇಳಲೇಬೇಕು. ಅವರು ಹೆಣ್ಣು ಮಕ್ಕಳನ್ನೆಲ್ಲಾ 'ತಾಯಿ' ಎಂದೇ ಕರೆಯುತ್ತಿದ್ದರು. ಹೆಣ್ಣು ಮಕ್ಕಳಿಗೆ ಎಷ್ಟು ಗೌರವ ಕೊಡುತ್ತಿದ್ದರೆಂದರೆ ಅವರು ಎಲ್ಲ ಹೆಣ್ಣಿನಲ್ಲೂ ತಾಯನ್ನೇ ಕಾಣುತ್ತಿದ್ದರು. ಅವರಿಗೆ 'ತಾಯಿ' ಎಂದರೆ ಅಪಾರ ಗೌರವ. ಅಂಥ ಸಜ್ಜನ ವ್ಯಕ್ತಿ ನಮ್ಮ ಅಕಾಡೆಮಿಗೆ ಬಂದದ್ದು ನಮ್ಮ ಸೌಭಾಗ್ಯ. ಅಕಾಡೆಮಿಯ ಗೌರವವನ್ನು ಪ್ರೀತಿಯಿಂದ ಸ್ವೀಕರಿಸಿದರು. ಅದರ ಮುನ್ನಾದಿನ ಸುಗಮ ಸಂಗೀತದ ಬಗ್ಗೆ ಒಂದು ಚೆಂದದ ಭಾಷಣವನ್ನು ನೀಡಿದರು. ಅದಾದ ಬಳಿಕವೂ ಅವರು ಮೈಸೂರಿಗೆ ಬಂದಾಗ ಭೇಟಿಯಾಗಿದ್ದೆ. ಒಮ್ಮೆ ಅವರು ಮೈಸೂರಿಗೆ ಬಂದಾಗ ಕಲಾಮಂದಿರದ ಚಿತ್ರಕಲಾ ಗ್ಯಾಲರಿಗೆ ಬಂದಿದ್ದರು. ನನ್ನನ್ನು ಕಾಣುತ್ತಿದ್ದ ಹಾಗೇ ನನ್ನ ಬಳಿಗೆ ಬಂದರು. 'ನೋಡು ತಾಯಿ ನಿನಗಾಗಿ ಒಂದು ಪುಸ್ತಕವನ್ನು ತಂದಿದ್ದೀನಿ'. ಎಂದು ಹೇಳಿ ಅವರ 'ಪ್ರತಿಭಾ ಪಯಸ್ವಿನಿ' ಎಂಬ ಕವನ ಸಂಗ್ರಹವನ್ನು ನೀಡಿದರು.

ಕಯ್ಯಾರರು ಐವತ್ತರ ದಶಕದಿಂದ ನನ್ನ ಹಾಡನ್ನು ಕೇಳುತ್ತಾ ಬಂದವರು. 'ನೀವು ಒಳ್ಳೆಯ ಹಾಡುಗಾರ್ತಿಯೆಂದು ನಾನು ಬಹಳ ದಿನಗಳಿಂದ ಬಲ್ಲೆ. ಆ ಬಗೆಗೆ ಅಭಿಮಾನ ಗೌರವ ಹೊಂದಿದ್ದೇನೆ. ಕನ್ನಡ ಭಾವಗೀತೆಗಳಿಗೆ ಮಧುರ ಕಂಠದಿಂದ ಭಾವಪೂರ್ಣವಾಗಿ ಜೀವಸತ್ವ ನೀಡಿದ ಕಲಾವಿದೆಯರಲ್ಲಿ ನೀವು ಹೆಸರಾದವರು. 'ಮಾಲೆಗಾರನ ಪೊಸ ಬಾಸಿಗಮಂ ಮುಡಿವ ಭೋಗಿಗಳಿಲ್ಲದೆ ಬಾಡಿ ಪೋಗದೆ' ಎಂದು ಪ್ರಾಚೀನ ಕವಿಯೊಬ್ಬನು ಪ್ರಶ್ನಿಸಿದ್ದಾನೆ, ವ್ಯಥೆಯಿಂದ. ಅಂತಾದ ಪ್ರಶ್ನೆಗೆ–ವ್ಯಥೆಗೆ ನಿಮ್ಮ ಕಂಠ ಸಮಾಧಾನ ನೀಡಿದೆ' ಎಂದು ಒಂದು ಪತ್ರದಲ್ಲಿ ಬರೆದಿದ್ದಾರೆ. ನಾ ಹಾಡುವ ಹಾಡುಗಳು ಅವರಿಗೆ ತುಂಬಾನೇ ಇಷ್ಟವಾಗಿತ್ತು. ಆ ಬಗ್ಗೆ ಎಷ್ಟೋ ಪತ್ರಗಳಲ್ಲಿ ಉಲ್ಲೇಖ ಮಾಡಿದ್ದಾರೆ. ಅಂತಲೇ ಅವರು ಒಮ್ಮೆ ಕಂಡಾಗ ಹೇಳಿದ್ದರು 'ಪೆರಡಾಲಕ್ಕೆ ಬಂದು ನೀವು ಹಾಡಬೇಕು' ಎಂದು. ಆದರೆ ಅವರ ಹಾಗೂ ನನ್ನ ಆಸೆ ಕೈಗೂಡಲೇ ಇಲ್ಲ. ಹಾಡಲು ಪೆರಡಾಲದಿಂದ ನನಗೆ ಯಾವ ಕರೆಯೂ ಬರಲಿಲ್ಲ. ಬಾರದ ಕರೆಗೆ ಹೋಗುವುದೆಂತು?

ಅವರ ಕವನಗಳನ್ನು ನಾನು ಮೈಸೂರು, ಮಂಗಳೂರು, ಚಿತ್ರದುರ್ಗ ಆಕಾಶವಾಣಿಯ ನಿಲಯಗಳಿಗಾಗಿ ತಯಾರು ಮಾಡಿ ಹಾಡಿಸಿದ್ದೇನೆ. ಅವರಿಗೆ ನನ್ನ ರಾಗ ಸಂಯೋಜನೆಯ 'ಹಾಡು ಕವಿಯೇ ಹಾಡು ಹೊಸ ಹಾಡ ಹಾಡು' ತುಂಬಾ ಇಷ್ಟ. ಇದನ್ನು ನಾನು ಮೊಟ್ಟಮೊದಲ ಬಾರಿ ಮಂಗಳೂರು ಆಕಾಶವಾಣಿಗಾಗಿ ಸಿದ್ಧಪಡಿಸಿ ಬಿ.ಕೆ. ಸುಮಿತ್ರ ಹಾಗೂ ಪುತ್ತೂರು ನರಸಿಂಹನಾಯಕರಿಂದ ದ್ವಂದ್ವ ಗೀತೆಯಾಗಿ ಹಾಡಿಸಿದ್ದು. ನಂತರ ದೂರದರ್ಶನ, ಸಿ.ಡಿ., ವೇದಿಕೆಗಳು, ಬೇರೆ ಬೇರೆ ಆಕಾಶವಾಣಿ ನಿಲಯಗಳಿಂದಲೂ ಮೂಡಿ ಬಂದ ಜನಪ್ರೀತಿಯ, ಕವಿ ಪ್ರೀತಿಯ ಹಾಡಿದು. ನನ್ನ ಪತಿ ರಘುರಾಂ ರಾಗ ಸಂಯೋಜನೆ ಮಾಡಿ ಹಾಡಿರುವ ಇವರ ಕವನ 'ಹಾಡೊಮ್ಮೆ ಹಾಡಬೇಕು' ಒಂದು ಅದ್ಭುತವಾದ ಕವನ. ರಘುರಾಂ ಅವರ ರಾಗ ಸಂಯೋಜನೆಯು ಕೂಡ ಕವನದ ಅರ್ಥ, ಭಾವ, ರಸ ಪರಿಪೋಷಣೆ ಮಾಡುವುದರಲ್ಲಿ ಯಶಸ್ವಿಯಾಗಿದೆ. ಕಯ್ಯಾರರಿಗೆ ಆ ಹಾಡು ತುಂಬಾ ಇಷ್ಟ. ಈ ನಿಟ್ಟಿನಲ್ಲಿ ಒಂದು ನೆನಪನ್ನು ಮೆಲುಕು ಹಾಕುತ್ತಾರೆ. 'ಮಧುರ ಕಂಠಶ್ರೀಯ ಕಾಳಿಂಗರಾಯರು ಆ ಕಾಲದಲ್ಲಿಯೇ ಮೈಸೂರು ಆಕಾಶವಾಣಿಯಲ್ಲಿ ನನ್ನ ಕವನಗಳನ್ನೂ ಹಾಡಿದರು. 'ಹಾಡೊಮ್ಮೆ ಹಾಡಬೇಕು' ಎಂಬ ಪಲ್ಲವಿಯ ನನ್ನ 'ಹೊಸ ಹಾಡು ಕವನ' ಅವರ ಕಂಠಶ್ರೀಯ ಮೂಲಕ ದೇಶಾದ್ಯಂತ ಜನಪ್ರಿಯವಾಗಿ ಪ್ರಸಾರಗೊಂಡಿತು. 'ಹಿಸ್ ಮಾಸ್ಟರ್ಸ್ ವಾಯ್ಸ್' ನಲ್ಲಿ ಅದು ಅವರಿಂದ ಗಾನ ದೋಸೆಯ ರೂಪದಲ್ಲೂ ಬಂದಿತು. ಸ್ವತಃ ನನ್ನನ್ನೇ ಆಕಾಶವಾಣಿ ಮೈಸೂರಿಗೆ ಆಮಂತ್ರಿಸಿ ನನ್ನಿಂದ ಕವನ ವಾಚನ ಮಾಡಿಸಿತ್ತು. ಈ ಹಾಡು ಅಷ್ಟು ಇಷ್ಟ ಅವರಿಗೆ.

ನನ್ನ ಬರವಣಿಗೆಯ ಬಗ್ಗೆಯೂ ಒಳ್ಳೆಯ ಮಾತುಗಳನ್ನಾಡಿರುವುದು ನನ್ನ ಭಾಗಕ್ಕೆ ಅದೊಂದು ಹೊನ್ನಗರಿ ಏರಿದಂತೆ. 'ಕನ್ನಡ ಸುಗಮಗೀತೆಗಳ ಸುಮಧುರ ಗಾಯನ ಕಲಾಸಿದ್ಧಿಯಲ್ಲಿ ನಾನು ಕೇಳಿದ ಮೊದಲ ಹೆಸರುಗಳಲ್ಲಿ ನಿಮ್ಮದೂ ಒಂದು. ಸುಗಮ ಸಂಗೀತ ಕ್ಷೇತ್ರದಲ್ಲಿ ತಮ್ಮ ಅಪಾರವಾದ ಕೊಡುಗೆ ಕುರಿತು ನಾನು ಅಭಿಮಾನ ಪಟ್ಟುಕೊಂಡವನು. ನೀವು ಸ್ವತಃ ಕವಯಿತ್ರಿಯೂ ಆಗಿದ್ದೀರಿ ಎನ್ನುವುದು ನನಗೆ ಇನ್ನಷ್ಟು ಸಂತೋಷವನ್ನು ನೀಡಿದೆ. ಇದರಿಂದ ಸುವರ್ಣ ಪುಷ್ಪಕ್ಕೆ ಪರಿಮಳ ಬಂದಂತೆ ಆಗಿದೆ'. ಇದು ನನ್ನ ಭಾಗ್ಯ ಕಯ್ಯಾರ ಕಿಞ್ಞಣ್ಣ ರೈ ಅವರು ಒಂದು ಅದಮ್ಯಶಕ್ತಿಯ ದಿವ್ಯ ಚೇತನ. ಕಾಸರಗೋಡು ಕರ್ನಾಟಕಕ್ಕೆ ಸೇರಬೇಕೆಂದು ಹೋರಾಡಿದವರು. ಅವರ ಮಾತಿನಲ್ಲಿಯೇ ಹೇಳುವುದಾದರೆ 'ನನ್ನ ಜೀವಿತದ ಪರಮ ಧ್ಯೇಯಗಳಲ್ಲಿ ಒಂದಾದ, ನನ್ನ ಕಾಸರಗೋಡಿನ ಆತ್ಮವನ್ನು ಕರ್ನಾಟಕದ ಪರಮಾತ್ಮನಲ್ಲಿ ಸೇರಿಸಿ ಎಂದು ನಿರಂತರ ಜಪಿಸುವವನು.

ಜೊತೆಗೆ 'ಕರ್ಮಣ್ಯೇ ವಾಧಿಕಾರಸ್ತೇ ಮಾಫಲೇಷು ಕದಾಚನ' ಈ ಗೀತೋಕ್ತಿ ನನಗೆ ಅತೀವ ತೃಪ್ತಿ ನೀಡುತ್ತದೆ' ಎಂದಿದ್ದಾರೆ. ಹೋರಾಟ ನನ್ನದು ಫಲಾಫಲ ದೇವರದ್ದು ಎಂದು ನಂಬಿದ್ದಾರೆ.

ಜೀವನ್ಮುಖಿಯಾದ ವ್ಯಕ್ತಿತ್ವ, Positive thinking ಅಂತೀವಲ್ಲ ಅದು ಇವರಲ್ಲಿ ಅಗಾಧವಾಗಿತ್ತು. ಬದುಕಿ ಸಾಧಿಸಬೇಕು ಎಂಬ ಪ್ರಜ್ಞೆ ಇವರ ರಕ್ತದಲ್ಲೇ ಹರಿಯುತ್ತಿತ್ತು ಅಂತ ಕಾಣುತ್ತದೆ. ಶತಾಯುಷಿಯಾಗಿ ಬದುಕಿದ ಸಾರ್ಥಕ ಬಾಳು ಇವರದು.

ಅವರ ಒಂದೊಂದು ಮಾತಿನಲ್ಲೂ ಎಂಥಾ ಉದಾತ್ತ ಭಾವನೆಗಳಿವೆ ಎಂದು ನನಗನ್ನಿಸುತ್ತಿತ್ತು. ಕಪಟವರಿಯದ ಮಗು ಮನದ ಮುಗ್ಧ ಮಾನವ ಅವರು. ಅತ್ಯಂತ ಮಾನವೀಯ ಗುಣಗಳುಳ್ಳ ಒಬ್ಬ ಸುಸಂಸ್ಕೃತ ವ್ಯಕ್ತಿ, ಕಯ್ಯಾರ ಕಿಞ್ಞಣ್ಣ ರೈ ಅವರು. ಅವರು ನನ್ನ ಬದುಕಿನ ಒಂದು ದಿವ್ಯತೆಯಾಗಿ ಬಂದದ್ದೇ ನನಗೆ ಸಂತೃಪ್ತಿ.

ಪರಮೇಶ್ವರ ಭಟ್ಟರು 'ವಚನ ಬ್ರಹ್ಮ',
'ಕನ್ನಡ ಕಾಳಿದಾಸ'ನೆಂದೇ ಹೆಸರು ಮಾಡಿರುವ
ಬಹುಶ್ರುತ ವಿದ್ವಾಂಸರು. ಸಾಕಷ್ಟು ಹಾಸ್ಯ
ರಸಾಯನವನ್ನು ಉಣಬಡಿಸಿದ್ದಾರೆ.

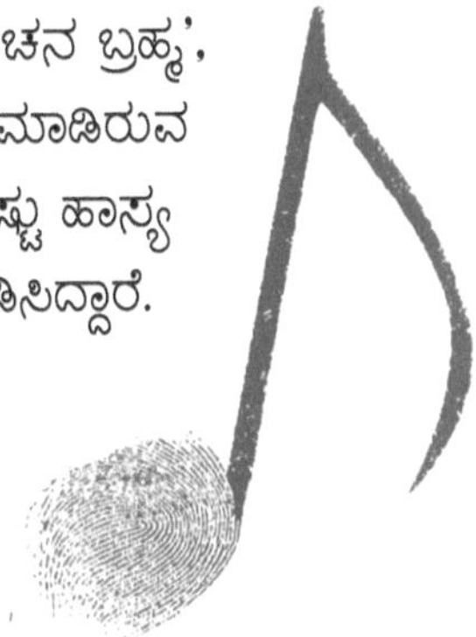

ಅಳುವ ಕಡಲೊಳಗಿನ ಹಾಯಿದೋಣಿ

ಎಸ್.ವಿ. ಪರಮೇಶ್ವರ ಭಟ್ಟ

ಹಾಸ್ಯ, ಜೀವನದ ಒಂದು ಅವಿಭಾಜ್ಯ ಅಂಗ. ಹಾಗಾಗಿ ಮನುಷ್ಯ ಜೀವನದ ಎಲ್ಲ ರಂಗಗಳಲ್ಲೂ ಹಾಸ್ಯ ಪ್ರಾಯಶಃ ಹಾಸು ಹೊಕ್ಕಾಗಿದೆ ಎಂದರೆ ಅತಿಶಯೋಕ್ತಿಯೇ ಅಲ್ಲ. ನವರಸಗಳಲ್ಲಿ ಹಾಸ್ಯ ಕೂಡ ಒಂದು ರಸ. ಹಾಸ್ಯ ಮಾತಿನಲ್ಲಿ, ನಡೆನುಡಿಗಳಲ್ಲಿ, ಸಾಹಿತ್ಯ ಅಲ್ಲದೆ ಎಲ್ಲಾ ಕಲಾ ವಿಭಾಗಗಳಲ್ಲೂ ಇದೆ ಎನ್ನುವುದು ನಿರ್ವಿವಾದ. ಹಾಸ್ಯದ ಸಂಗಾತಿ ನಗು.

ಹಾಸ್ಯದಲ್ಲೂ ನಾನಾವಿಧ. ತಿಳಿಹಾಸ್ಯ, ನವಿರು ಹಾಸ್ಯ, ಶುದ್ಧ ಹಾಸ್ಯ, ಮೃದು ಹಾಸ್ಯ ಇತ್ಯಾದಿ ಇತ್ಯಾದಿ. ನಗು ಮನುಷ್ಯನ ಆರೋಗ್ಯಕ್ಕೆ ಒಳ್ಳೆಯದು ಅಂತಲೇ ಡಿ.ವಿ.ಜಿ.ಯವರ

'ನಗುವು ಸಹಜದ ಧರ್ಮ
ನಗಿಸುವುದು ಪರಧರ್ಮ

ಗಾನ ಯಾನ
ಕಾವ್ಯ ಮಿಲನ

ನಗುತ ನಗಿಸುತ ಬಾಳುವು
ದತಿಶಯದ ಧರ್ಮ

ಎಂಬ ಸಾಲುಗಳು ನೆನಪಾಗುತ್ತದೆ. ಸುಮ್ಮನೆ ನಗೋಕ್ಕಾಗುತ್ತಾ? ಇಲ್ಲ. ನಗೆ ತರಿಸುವ ಏನಾದರೂ ಪ್ರಸಂಗ ಬೇಕೇ ಬೇಕಲ್ಲ. ಅಂಥ ಪ್ರಸಂಗಗಳು ನಮಗೆ ನಮ್ಮ ಸುತ್ತಮುತ್ತಲೇ ಕಾಣಬಹುದು. ಜೋಕುಗಳು ಅನ್ನೋ ಹೆಸರಲ್ಲೇ ನಗೆ ಇದೆ. ಹಾಸ್ಯ ಸಿನಿಮಾ, ನಾಟಕ, ಸರ್ಕಸ್, ವ್ಯಂಗ್ಯಚಿತ್ರ, ಸಂಗೀತ ಎಲ್ಲದರಲ್ಲೂ ಇದೆ. ನಾಟಕದಲ್ಲಿ ಬರುವ ವಿದೂಷಕ ಪಾತ್ರ, ಸರ್ಕಸ್‌ನಲ್ಲಿ ಬರುವ ಕೋಡಂಗಿ ಪಾತ್ರ, ಬಿದ್ದು ಬಿದ್ದು ಹೊಟ್ಟೆ ಹುಣ್ಣಾಗುವಂತೆ ನಗಿಸುವ ಪಾತ್ರಗಳು ಈ ಹಾಸ್ಯ ಸಾಹಿತ್ಯದ ಎಲ್ಲ ಪ್ರಕಾರಗಳಲ್ಲೂ ಇದ್ದೇ ಇದೆ. ಲಲಿತ ಪ್ರಬಂಧ, ನಗೆ ನಾಟಕ, ಹಾಸ್ಯ ಲೇಖನ, ಕಥೆ, ಕಾದಂಬರಿ ಎಲ್ಲ ಕಡೆ ಹಾಸ್ಯದ ತುಣುಕುಗಳನ್ನು ಕಾಣಬಹುದು. ಪದ್ಯಗಳಲ್ಲೂ ಯಥೇಚ್ಛವಾಗಿದೆ.

'ಹನ್ನೆರಡು ಹೆತ್ತರು ಒಲಿದಿಲ್ಲವಲ್ಲರಿ
ಪತಿರಾಯರೆನಲಂಬುಜಮ್ಮ'
ವೈದ್ಯರು ನುಡಿದರು
'ಊಹಿಸಿಕೊಳ್ಳಿರಿ
ಒಲಿಯದಿದ್ದರೆ, ಗತಿಯಮ್ಮ'

ಅಂತ ಹಾಸ್ಯ ಚಟಾಕಿ ಹಾರಿಸಿದ್ದಾರೆ. ಪರಮೇಶ್ವರ ಭಟ್ಟರು 'ವಚನ ಬ್ರಹ್ಮ', 'ಕನ್ನಡ ಕಾಳಿದಾಸ'ನೆಂದೇ ಹೆಸರು ಮಾಡಿರುವ ಬಹುಶ್ರುತ ವಿದ್ವಾಂಸರು ಸಾಕಷ್ಟು ಹಾಸ್ಯ ರಸಾಯನವನ್ನು ಉಣಬಡಿಸಿದ್ದಾರೆ.

ಪರಮೇಶ್ವರ ಭಟ್ಟರ ಹಿರಿಯರು ದಕ್ಷಿಣ ಕನ್ನಡ ಜಿಲ್ಲೆಯ ಮೂಲದವರು. ನೆಲೆಸಿದ್ದು ತೀರ್ಥಹಳ್ಳಿಯ ಸೆರಗಿನಲ್ಲಿ. ಸದಾಶಿವರಾಯರು ಹಾಗೂ ಲಕ್ಷ್ಮಮ್ಮ ದಂಪತಿಗಳ ಸುಪುತ್ರರಾಗಿ ಪರಮೇಶ್ವರ ಭಟ್ಟರು ಮಾಳೂರಿನಲ್ಲಿ ಜನಿಸಿದರು. ತಂದೆ, ತಾಯಿ ಇಬ್ಬರಿಗೂ ಕಲೆಯಲ್ಲಿ ತುಂಬಾ ಆಸಕ್ತಿ ಇತ್ತು. ತಂದೆ ಸದಾಶಿವರಾಯರು ಶಾಲಾ ಉಪಾಧ್ಯಾಯರು. ಅವರು ತುಂಬಾ ಓದುತ್ತಿದ್ದರು. ಹಾಗೇ ಮಗನಿಗೆ ಓದಲು ಹಲವಾರು ಪುಸ್ತಕಗಳನ್ನು ತಂದು ಕೊಡುತ್ತಿದ್ದರು. ಅವರಿಗೆ ನಾಟಕ, ಯಕ್ಷಗಾನದಲ್ಲಿ ತುಂಬಾ ಆಸಕ್ತಿ. ದಕ್ಷಿಣ ಕನ್ನಡದವರೆಂದರೆ ಯಕ್ಷಗಾನದ

ಬಗ್ಗೆ ಅಭಿಮಾನ ತಂತಾನೆ ರಕ್ತಗತವಾಗೇ ಬಂದುಬಿಡುತ್ತದೇನೋ. ಯಕ್ಷಗಾನ ಪ್ರಸಂಗಗಳು ನಡೆಯುವಲ್ಲೆಲ್ಲಾ ಸದಾಶಿವರಾಯರು ಮಗನನ್ನೂ ಕರೆದುಕೊಂಡು ಹೋಗುತ್ತಿದ್ದರು. ಅಷ್ಟೇ ಅಲ್ಲದೆ ಅವನ ಕಾಲಿಗೂ ಗೆಜ್ಜೆ ಕಟ್ಟಿ, ಮುಖಕ್ಕೆ ಬಣ್ಣ ಹಚ್ಚಿ, ರಂಗಪ್ರವೇಶ ಮಾಡಿಸಿ, ಕುಣಿಸಿ ಸಂತೋಷಪಡುತ್ತಿದ್ದರು. ಬಾಲಕೃಷ್ಣ, ಉತ್ತರೆಯ ವೇಷವನ್ನು ಹಾಕಿಸಿ, ಕುಣಿಸಿ ಸಂತೋಷಪಟ್ಟಿದ್ದರು. ಪರಮೇಶ್ವರ ಭಟ್ಟರಿಗೆ ಮೊದಲ ಗುರು ತಂದೆಯೇ. ಮಗನಿಗೆ ಖಾಸಗಿಯಾಗಿ ಪಾಠ ಹೇಳಿ ಲೋವರ್ ಸೆಕೆಂಡರಿ ಪರೀಕ್ಷೆಗೆ ಕಟ್ಟಿಸಿದ್ದರು. ಭಟ್ಟರ ಚಿಕ್ಕಪ್ಪನವರೂ ಕಲಾಸಕ್ತರು. ಪಿಟೀಲು ನುಡಿಸುತ್ತಿದ್ದರು. ಈ ಪರಿಸರ ಭಟ್ಟರಲ್ಲಿ ಸಂಗೀತ ಮತ್ತಿತರ ಕಲೆಗಳಲ್ಲಿ ಆಸಕ್ತಿ ಬೆಳೆಯಲು ಕಾರಣವಾಯಿತು. ಇನ್ನು ಓದಿನ ವಿಷಯಕ್ಕೆ ಬಂದರೆ ತೀರ್ಥಹಳ್ಳಿಯಲ್ಲಿ ಪ್ರೌಢಶಾಲೆಯನ್ನು ಮುಗಿಸಿದರು. ಮುಂದೆ ಮೈಸೂರಿಗೆ ಹೋಗಿ ಮಹಾರಾಜ ಕಾಲೇಜಿನಲ್ಲಿ ವಿದ್ಯಾಭ್ಯಾಸವನ್ನು ಮುಂದುವರಿಸಿ ಅಲ್ಲಿ ಎಂ.ಎ. ಪದವಿಯನ್ನು ಗಳಿಸಿದರು. ಭಟ್ಟರಿಗೆ ಪ್ರೌಢಶಾಲೆಯ ದಿನಗಳಿಂದಲೇ ಬರವಣಿಗೆಯಲ್ಲಿ ಆಸಕ್ತಿ ಮೂಡಿತು. ಇವರು ಮೊದಮೊದಲು ಕಾವ್ಯನಾಮವೊಂದನ್ನು ಇಟ್ಟುಕೊಂಡು ಬರೆಯುತ್ತಿದ್ದರು. ಬರವಣಿಗೆಯನ್ನು ಆರಂಭ ಮಾಡಿದಾಗ 'ಸಿರಿಗನ್ನಡ ಡಿಂಗರಿಗ' ಎಂಬ ವಿಚಿತ್ರವಾದ ಕಾವ್ಯನಾಮವಾಗಿತ್ತದು. ಅ.ನ.ಕೃ ಅವರಿಗೆ ಇವರ ಬರಹಗಳ ಬಗ್ಗೆ ತುಂಬಾ ಮೆಚ್ಚುಗೆ ಇತ್ತು. ಆದರೆ ಒಮ್ಮೆ 'ಏನು ಭಟ್ಟರೆ, ಬಿರುದು ಅದ್ಭುತವಾಗಿ ಗಡಗಡಿಸುತ್ತಿದೆಯಲ್ಲ' ಎಂದು ಭಟ್ಟರ ಕಾವ್ಯನಾಮದ ಕುರಿತು ನಕ್ಕುನುಡಿದರಂತೆ. ಆ ಹಾಸ್ಯದ ಮಾತಿನಿಂದಾಗಿ ಭಟ್ಟರು ಆ ಕಾವ್ಯನಾಮವನ್ನು ಬಿಟ್ಟುಬಿಟ್ಟರಂತೆ.

ಇವರ ವೃತ್ತಿಯ ವಿಷಯಕ್ಕೆ ಬಂದರೆ ಮೈಸೂರಿನ ಮಹಾರಾಣಿ ಕಾಲೇಜು ಹಾಗೂ ಶಿವಮೊಗ್ಗದ ಕಾಲೇಜಿನಲ್ಲಿ ಪ್ರಾಧ್ಯಾಪಕರಾಗಿದ್ದರು. ಮಹಾರಾಜ ಕಾಲೇಜಿನಲ್ಲಿ ಓದುತ್ತಿದ್ದ ದಿನಗಳಲ್ಲಿ ಕುವೆಂಪುರವರ 'ರಕ್ತಾಕ್ಷಿ' ನಾಟಕದಲ್ಲಿ ಭಟ್ಟರು ಪಾತ್ರ ವಹಿಸಿದ್ದರು. ಅಂದಿನ ದಿನಗಳಲ್ಲಿ 'ರಾಮಾಯಣ ದರ್ಶನಂ' ರಚಿಸುತ್ತಿದ್ದ ಕುವೆಂಪುರವರು ಬರೆದು ಮುಗಿಸಿದ ಭಾಗಗಳನ್ನು ಭಟ್ಟರಿಗೆ ಓದಿ ಕೇಳಿಸುತ್ತಿದ್ದರಂತೆ. ನಯ, ವಿನಯದ, ಸುಸಂಸ್ಕೃತ ಜೀವ ಪರಮೇಶ್ವರ ಭಟ್ಟರು ಕವಿತೆ, ಭಾವಗೀತೆ, ಸಾವಿರಾರು ವಚನ, ಮುಕ್ತಕಗಳನ್ನು ರಚಿಸಿದವರು. ಇವರು ವಿದ್ಯಾರ್ಥಿಗಳಿಂದ ಮಹಾನ್ ವಿದ್ವಾಂಸರು, ವಿನೋದ ಪ್ರಿಯ ಪ್ರಾಧ್ಯಾಪಕರು ಎನ್ನಿಸಿಕೊಂಡುದುದ್ದಕ್ಕೆ ಸಾಕ್ಷಿಯಾಗಿ ನಾನೇ ಇದೀನಿ. ನಾನು ಮಹಾರಾಣಿ ಕಾಲೇಜಿನಲ್ಲಿ ಬಿ.ಎ. ಮಾಡುತ್ತಿದ್ದಾಗ ನಮಗೆ ಕನ್ನಡ ಪ್ರಾಧ್ಯಾಪಕರಾಗಿದ್ದವರು. 'ಕಾವ್ಯ ವಿಹಾರ' ಎನ್ನುವ ಪುಸ್ತಕದ ಪಾಠವನ್ನು ಮಾಡುತ್ತಿದ್ದರು. ನಡುನಡುವೆ ಹಾಸ್ಯ, ವಿನೋದದ ಝಲಕುಗಳನ್ನು ಹಾಗೇ ತೂರಿಸಿಬಿಡುತ್ತಿದ್ದರು. ನನಗೆ

ಪರಮೇಶ್ವರ ಭಟ್ಟರ ಪರಿಚಯವಾದದ್ದು ಮೊದಲು ವ್ಯಕ್ತಿಯಾಗಿ ಅಲ್ಲ ಒಂದು ಕಾವ್ಯವಾಗಿ.

'ಹುಣ್ಣಿಮೆ ಚಂದ್ರನ ಪೂಜಿಸಲೆಂದು
ಬಂದಳು ರಾಧೆಯ ಮನೆಯ ತಡಿಗೆ...'

ಯಾರೋ ಒಬ್ಬರು ಪರಮೇಶ್ವರ ಭಟ್ಟರ ಈ ಕಾವ್ಯವನ್ನು ರಾಗಬದ್ಧವಾಗಿ ಹಾಡುವುದರ ಮೂಲಕ ನನಗೆ ಕವಿಯ ಹೆಸರಿನ ಪರಿಚಯವಾದುದು. ನಂತರ ನನಗೆ ಗುರುವಾಗಿ ಬಂದವರು. 1960ರಲ್ಲಿ ಮಾನಸ ಗಂಗೋತ್ರಿ ಹುಟ್ಟಿದಂದಿನಿಂದ ಅಲ್ಲಿ ಪ್ರವಚಕರಾಗಿ ಕೆಲವು ಕಾಲ ಅಲ್ಲಿ ಕೆಲಸ ಮಾಡಿದರು. ಮುಂದೆ ಮಂಗಳೂರಿನಲ್ಲಿ ಸ್ನಾತಕೋತ್ತರ ಅಧ್ಯಯನ ಕೇಂದ್ರದ ಪ್ರಾಧ್ಯಾಪಕರು ಹಾಗೂ ನಿರ್ದೇಶಕರೂ ಆದರು. ಆ ಕೇಂದ್ರಕ್ಕೆ 'ಮಂಗಳ ಗಂಗೋತ್ರಿ' ಎಂದು ನಾಮಕರಣ

ಮಾಡಿದ ಕೀರ್ತಿ ಭಟ್ಟರಿಗೆ ಸಲ್ಲುತ್ತದೆ. ಮಂಗಳೂರು ಜಿಲ್ಲೆಯಲ್ಲಂತೂ ಭಟ್ಟರು ಮನೆ ಮಾತಾಗಿ ಬಿಟ್ಟರು. ಅಲ್ಲಿ ಇವರಿಲ್ಲದೆ ಯಾವ ಸಾಂಸ್ಕೃತಿಕ ಕಾರ್ಯಕ್ರಮವೂ ನಡೆಯುತ್ತಿರಲಿಲ್ಲ. ಅಷ್ಟೊಂದು ಜನತೆಯ ಆದರಕ್ಕೆ ಪಾತ್ರವಾಗಿಬಿಟ್ಟರು. ಇವರ ವಿನೋದಪ್ರಿಯತೆ, ಸರಸ ಮಾತುಕತೆ, ವಾಙ್ಮಯತೆಗೆ ಮರುಳಾಗದವರೇ ಇರಲಿಲ್ಲ. ಶಿಷ್ಯಕೋಟಿಯಷ್ಟೇ ಅಲ್ಲದೆ, ಊರಿನ ಜನತೆಯ ಹೃದಯವನ್ನೂ ಸೂರೆಗೊಂಡುಬಿಟ್ಟಿದ್ದರು. ಅಂತಹ ಚತುರ ಮಾತುಗಾರ, ಮೋಡಿಗಾರ.

ಇವರ ಕಾವ್ಯ ಸಂಗ್ರಹಗಳು ರಾಗಿಣಿ, ಗಗನಚುಕ್ಕಿ, ಅಂಚೆ ಪೆಟ್ಟಿಗೆ, ಕೃಷ್ಣ ಮೇಘ, ಸಂಜೆ ಮಲ್ಲಿಗೆ, ಇಂದ್ರ ಚಾಪ, ಚಂದ್ರವೀಧಿ, ಸುರಗಿ ಸುರಹೊನ್ನೆ, ತುಂಬೆಹೂ, ಚಿತ್ರಕಥೆ ಇವರ ಮುಕ್ತಕಗಳ ಸಂಗ್ರಹ. ಉಪ್ಪು ಕಡಲು, ಪಾಮರ, ಇವರ ವಚನ ಸಂಗ್ರಹಗಳು. ಇವರ ಬರವಣಿಗೆ ಅಷ್ಟಕ್ಕೇ ಸೀಮಿತವಾಗಿರಲಿಲ್ಲ. ವಿಮರ್ಶೆ, ಉಪನ್ಯಾಸಗಳು, ಪ್ರಬಂಧ, ಮುನ್ನುಡಿ, ಗ್ರಂಥ ಸಂಪಾದನೆ, ಸ್ವಂತ ಸೃಷ್ಟಿಯ ಗಾದೆಗಳು, ಒಗಟುಗಳು ಎಲ್ಲ ಇವರ ಲೇಖನಿಯಿಂದ ಮೂಡಿಬಂದು, ವಿಸ್ಮಯ ಹುಟ್ಟಿಸುವಂಥ ಸೃಷ್ಟಿಶೀಲತೆ ಎನ್ನಬಹುದು. ಎಲ್ಲಕ್ಕಿಂತ ಹೆಚ್ಚಾಗಿ ಸಂಸ್ಕೃತ ಮಹಾಕವಿಗಳ ಕಾವ್ಯ, ನಾಟಕ, ಗೀತೆ, ಮುಕ್ತಕಗಳ ಅನುವಾದ ಹಲವು ಮಹಾ ಸಂಪುಟಗಳಲ್ಲಿ ಹರಿದುಬಂದಿದೆ. ಕಾಳಿದಾಸ, ಭಾಸ, ಭವಭೂತಿ, ಶ್ರೀಹರ್ಷ, ಅಶ್ವಘೋಷ, ಅಮರು, ಜಯದೇವ ಇವರೆಲ್ಲರ ಅಮೂಲ್ಯ ಸಾಹಿತ್ಯವನ್ನು ಕನ್ನಡಕ್ಕೆ ತರುವುದರ ಮೂಲಕ, ಕನ್ನಡಿಗರಿಗೆ ದಿವ್ಯ ಕಾವ್ಯಗಳ ಪರಿಚಯವನ್ನು ಮಾಡಿ

ಸಾರ್ಥಕತೆಯನ್ನು ಪಡೆದಿದ್ದಾರೆ. ಇಂಥ ಅದ್ಭುತ ಅನುವಾದದ ಕೆಲಸ, ಕನ್ನಡವನ್ನೂ ಸೇರಿಸಿ ಬೇರೆ ಯಾವ ಭಾಷೆಯಲ್ಲೂ ನಡೆದಿಲ್ಲವೆನ್ನಲಾಗುತ್ತದೆ. ಇವರಿಗೆ ಕೇಂದ್ರ ಸಾಹಿತ್ಯ ಅಕಾಡೆಮಿ ಹಾಗೂ ರಾಜ್ಯ ಅಕಾಡೆಮಿ ಪ್ರಶಸ್ತಿ ಬಂದಿದೆಯಾದರೂ ಇವರ ಯೋಗ್ಯತೆಗೆ ಸಲ್ಲಲೇಬೇಕಾದ ಮನ್ನಣೆಯು ದೊರೆಯದಿರುವುದು ದುರ್ದೈವ, ವಿಷಾದಕರ ಸಂಗತಿ ಎಂದೆನಿಸುತ್ತದೆ.

ದಿನಗಳೆದಂತೆ ಪರಮೇಶ್ವರ ಭಟ್ಟರು ನನಗೆ ತುಂಬಾ ಹತ್ತಿರದವರಾದರು. ಭಟ್ಟರು ಮೈಸೂರಿನ ಕೃಷ್ಣಮೂರ್ತಿ ಪುರಂನಲ್ಲಿರುವ ವೀವರ್ಸ್ ಲೇನ್, ಅಂದರೆ ರಾಮಯ್ಯರ್ ಸ್ಟ್ರೀಟ್‌ನಲ್ಲೇ ಸ್ವಂತ ಮನೆ ಕಟ್ಟಿಕೊಂಡು ವಾಸ ಮಾಡುತ್ತಿದ್ದರು. ನನ್ನ ಬಾಲ್ಯವೆಲ್ಲಾ ಕಳೆದದ್ದೂ ಅಲ್ಲಿಯೇ. ನಂತರದ ವರ್ಷಗಳಲ್ಲೂ ನಾನೇ ಅದೇ ರಸ್ತೆಯಲ್ಲಿ ಇದ್ದೆ. ಒಂದು ದೃಷ್ಟಿಯಲ್ಲಿ ನಮ್ಮಿಬ್ಬರ ಮನೆಗೆ ಎರಡು ಕೂಗಳತೆಯ ದೂರವೆನ್ನಬಹುದೇನೋ. ನನಗೆ ಅವರು ಅವರ ಕವನ ಸಂಗ್ರಹಗಳು ರಾಗಿಣಿ, ಅಂಚೆ ಪೆಟ್ಟಿಗೆ, ಗಗನಚುಕ್ಕಿಯನ್ನು ಕೊಟ್ಟಿದ್ದಾರೆ. ಜೊತೆಗೆ ಅಮರು ಶತಕ, ಜಯದೇವ ಕವಿಯ ಅಷ್ಟಪದಿ ಪುಸ್ತಕಗಳನ್ನೂ ಕೊಟ್ಟಿದ್ದಾರೆ. ನಾನು ಅವರ ಹಲವಾರು ಕವನಗಳನ್ನು ಆಕಾಶವಾಣಿಯಲ್ಲಿ ಹಾಡಿದ್ದೇನೆ. ಅವರ ಅನೇಕ ಗೀತೆಗಳಿಗೆ ರಾಗ ಸಂಯೋಜಿಸಿ ಹಾಡಿಸಿದ್ದೇನೆ. ಅವರಿಗೆ ನಾನು ರಾಗ ಸಂಯೋಜಿಸಿ ಹಾಡಿಸಿದ 'ಬಾರ ಬಾ ಯುಗಾದಿಯೆ, ನವಚೇತನದಾದಿಯೆ...' ತುಂಬಾ ಇಷ್ಟವಾಗಿ ಆಕಾಶವಾಣಿಯ ನಿರ್ದೇಶಕರಿಗೆ ಮೆಚ್ಚುಗೆಯ ಪತ್ರವನ್ನೂ ಬರೆದಿದ್ದಾರೆ. ನನ್ನ ಹಾಡುಗಾರಿಕೆ ಅವರಿಗೆ ತುಂಬಾ ಇಷ್ಟವಾಗಿತ್ತು. ನಾನು ಸಿಕ್ಕಾಗಲೆಲ್ಲ ನನ್ನ ಹಾಡುಗಾರಿಕೆಯನ್ನು ಬಾಯ್ತುಂಬ ಹೊಗಳುತ್ತಿದ್ದರು. ತೀರಾ ಸರಳ, ಸಜ್ಜನ ವ್ಯಕ್ತಿ.

ನಾನು ಅವರ ಮನೆಗೆ ಹೋಗುತ್ತಿದ್ದೆ. ಅವರ ಪತ್ನಿ ಅವರಿಗೆ ಸದಾ ಅನಾರೋಗ್ಯ. ಒಮ್ಮೊಮ್ಮೆ ನನ್ನೊಂದಿಗೆ ಸರಿಯಾಗಿ ಇರುತ್ತಿದ್ದರು. ಕೆಲವೊಮ್ಮೆ ಖಾಯಿಲೆ ಉಲ್ಬಣವಾಗುತ್ತಿದ್ದಾಗ ಅವರು ಅವರಾಗಿರುತ್ತಿರಲಿಲ್ಲ. ಅಂಥ ಸಮಯದಲ್ಲಿ ಭಟ್ಟರ ಹಿಡಿತಕ್ಕೂ ಸಿಗುತ್ತಿರಲಿಲ್ಲ. ಹೆಂಡತಿ ವರ್ಷಾನುಗಟ್ಟಲೆ ಅಂಥ ಸ್ಥಿತಿಯಲ್ಲಿದ್ದರೂ, ಅವರನ್ನು ಸಂಭಾಳಿಸಿಕೊಂಡು, ಸಂಸಾರವನ್ನು ತೂಗಿಸಿಕೊಂಡು ಹೋದ ಭಟ್ಟರ ತಾಳ್ಮೆಗೆ ನಮೋ ನಮಃ. ಅಂಥಾ ಸರಸಿ, ವಿನೋದಕವಿಗೆ ಹಾಸ್ಯರಸ ರಕ್ತಗತವಾಗೇ ವರವಾಗಿ ಬಂದಿತ್ತು. ಕಂಡವರೆಲ್ಲರಿಗೂ ಹಾಸ್ಯ ರಾಸಾಯನವನ್ನು ಹಂಚುತ್ತಲೇ ಬಂದವರು. ಹೊರಗೆಲ್ಲೋ ಅವರು ಅವರ ಎದೆಯ ನೋವಿನ, ಸಂಕಟದ ಗಳಿಗೆಗಳನ್ನು ತೋರ್ಪಡಿಸಿಕೊಂಡವರೇ ಅಲ್ಲ. ಪಾಲಿಗೆ ಬಂದದ್ದು ಪಂಚಾಮೃತವೆಂದು ಸ್ವೀಕರಿಸಿ ಬಿಟ್ಟಿದ್ದರೇನೋ ಹೊರಗೆಲ್ಲೂ ಅದರ ಸೂಚನೆಯನ್ನೂ ಕೊಡದೆ. ಆದರೆ ನಾನು ಅವರ ಮನೆಗೆ ಹೋಗುತ್ತಿದ್ದರಿಂದ

ಭಟ್ಟರ ನೋವು ಅರಿವಾಗಿತ್ತು. ಒಂದೇ ಒಂದು ಸಾರಿ ಮಾತ್ರ ಅವರ ವ್ಯಥೆಯನ್ನು ನನ್ನೊಡನೆ ಹೇಳಿಕೊಂಡಿದ್ದರೆ ನೆನಪು. ಅವರದೇ ಕವನ

ನೂರು ವರುಷಗಳಲ್ಲಿ ಒಮ್ಮೆ ಸುಳಿದೊಂದಿರುಳ
ಹೊಂಗನಸೇ ಸಾಕು...

ಹೀಗೆ ಬಾಳಿದರೇನೋ. ನಾನೇ ಹಾಡಿರುವ ನನಗೆ ತುಂಬಾ ಪ್ರಿಯವಾದ ಕವನ ಇದು.

ಅಡಿಗರು ಪಾಠ ಮಾಡುವಾಗ ಒಂದು ರೀತಿ
ಮೋಹಕವಾಗಿ ನಗುತ್ತಿದ್ದರು. .ಆ ನಗೆ
ನನಗೆ ಈ ಕ್ಷಣಕ್ಕೂ ನೆನಪಿನಲ್ಲುಳಿದಿದೆ.
ಇಷ್ಟವಾಗುತ್ತಿತ್ತು ನಮಗೆ.
ಮನದಟ್ಟಾಗುವಂತೆ ಪಾಠ ಮಾಡುತ್ತಿದ್ದರು.

ಮೋಹಕ ನಗೆಯ ಮಾತುಗಾರ

ಎಂ. ಗೋಪಾಲಕೃಷ್ಣ ಅಡಿಗ

ಬೆಸುಗೆ ಎನ್ನುವ ಪದವೇ ಒಂದು ಆಪ್ತತೆಯ ಭಾವವನ್ನು ಸೂಚಿಸುವ ಪದ. ಅಮೂರ್ತ ಭಾವಗಳ ಒಂದು ಸುಂದರ ಚಿತ್ರವನ್ನೇ ಕಣ್ಣ ಮುಂದೆ ಹೆಣೆದಂತಾಗುತ್ತದೆ. ಇಲ್ಲಿ ನನ್ನ ಮನಸ್ಸಿನಲ್ಲಿ ಮೂಡುತ್ತಿರುವ ಬೆಸುಗೆಯ ಭಾವ ವ್ಯಕ್ತಿ ವ್ಯಕ್ತಿಯ ನಡುವಿನ ಸಾಂಗತ್ಯದ ಮಧುರ ಸ್ನೇಹದ ನೆನಪಿನ ನಂಟು. ಜೀವ ಜೀವಗಳ ಬೆಸುಗೆಯ ಭಾವ ಬಂಧನದ ಮಾಧುರ್ಯವೇ ಈ ಅಲೌಕಿಕ ಆನಂದದ ಔನ್ನತ್ಯದ ಪರಮಸ್ಥಿತಿ. ಮಾತಿಗೆ ನಿಲುಕದ ಒಂದು ಸುಂದರ ಅವಸ್ಥೆ ಈ ಬೆಸುಗೆ. ಬೆಸುಗೆಯ ರೂಪರೇಷೆಗಳೂ, ಅದರ ಸ್ವರೂಪಗಳೂ ಬೇರೆ ಬೇರೆ ರೀತಿಯವೇ ನಿಜ. ತಾಯಿ ಮಗುವಿನ ಬೆಸುಗೆ, ಒಡಹುಟ್ಟಿದವರ ಬೆಸುಗೆ, ಸಂಬಂಧಗಳ ಬೆಸುಗೆ, ಸ್ನೇಹದ ಬೆಸುಗೆ, ಪ್ರೇಮದ ಬೆಸುಗೆ, ಗುರು ಶಿಷ್ಯರ ಬಾಂಧವ್ಯದ ಬೆಸುಗೆ, ಭಕ್ತಿಯ ಭಾವೋತ್ಕಟತೆಯ ಬೆಸುಗೆ,

ಹೀಗೆ ಎಲ್ಲವೂ ಚೆಂದವೇ, ಎಲ್ಲವೂ ಮಧುರವೇ. ವ್ಯಕ್ತಿ ವ್ಯಕ್ತಿಯ ನಡುವೆ ಬೆಸುಗೆ ಎಂದ ಕೂಡಲೇ ಅಲ್ಲಿ ಆಪ್ತತೆಯ ಅಂಟಿನ ನಂಟಿದೆ ಎಂದೇ ಅರ್ಥ. ಈ ಅಮೂರ್ತ ಸ್ವರೂಪದ ಭಾವ ಬೆಸುಗೆಯನ್ನು ಅಕ್ಷರಗಳಲ್ಲಿ ಹಿಡಿದಿಡಲಾಗದು. ಅದು ಅನುಭವ ವೇದ್ಯವಷ್ಟೆ. ಅಂತಲೇ ಏನೋ ನನಗೆ ಈ ಬೆಸುಗೆ ಎಂಬ ಪದದ ಮೇಲೆಯೇ ಏನೋ ಒಂದು ರೀತಿಯ ಮೋಹ. ಏನೋ ಒಂದು ರೀತಿಯ ವಿವರಿಸಲಾಗದ ಆಪ್ತತೆ.

ಈ ಅನುಬಂಧದ ಆಪ್ತತೆಯ ಬಾಳ ಬುತ್ತಿಯನ್ನು ಬಿಚ್ಚಿ ಮೆಲುಕು ಹಾಕುವಾಗ ನೂರೆಂಟು ಭಾವಗಳ ರಂಗೋಲಿ ನನ್ನೆದೆಯ ತುಂಬಾ. ಪ್ರೀತಿ, ಪ್ರೇಮ, ಸ್ನೇಹ, ಮಮತೆ ವಾತ್ಸಲ್ಯಗಳ ಜೊತೆ ಜೊತೆಗೇ ಹಲವು ಅವ್ಯಕ್ತ ಭಾವಗಳ ನೆನಪ ಸುರುಳಿಯು ಬಿಚ್ಚಿಕೊಂಡಂತೆ ಕಣ್ಮುಂದೆ ಕಟ್ಟಿಕೊಡುವ ಜೀವಗಳ ಆಪ್ತ ಚಿತ್ತ-

ಚಿತ್ತಾರಗಳು. ಕೆಲವು ಎಂದೂ ಮುಗಿಯದ ಕಥೆಯಂತೆ. ಎಂದೂ ಮಾಸದ ನೆನಪುಗಳು. ಕೆಲವು ನೆನಪುಗಳೇ ಹಾಗೆ ಎದೆಯಲ್ಲಿ ಆಳವಾಗಿ ಬೇರು ಬಿಟ್ಟು ಬದುಕಿರುವವರೆಗೂ ಸುಂದರ ಸ್ಮೃತಿಯಾಗಿ ಪುಟ ತೆರೆಯುತ್ತಲೇ ಇರುತ್ತವೆ. ಅಂತಹ ಒಂದು ಚೆಂದದ ಮಾಸದ ನೆನಪಿಗಾಗಿ ಈ ಮುನ್ನುಡಿ.

ಆ ಒಂದು ಸುಂದರ ನೆನಪಾಗಿ ನನ್ನೆದೆಯಲ್ಲಿ ಅಚ್ಚೊತ್ತಿ ನಿಂತುಬಿಟ್ಟಿರುವ ಜೀವ ನನ್ನ ಪ್ರೀತಿಯ ಗುರುಗಳಾದ ಗೋಪಾಲಕೃಷ್ಣ ಅಡಿಗರು. ಅಡಿಗರೆಂದರೆ ನನಗೆ ಅತೀ ಗೌರವ. ಅವರ ಸ್ನೇಹ ಮನೋಭಾವ ಹಾಗೂ ಅವರ ಪ್ರೀತಿಯ ಮಾರ್ದವತೆಯಿಂದಾಗಿ ನನಗೆ ತುಂಬಾ ಇಷ್ಟವಾಗುತ್ತಿದ್ದರು. ಅವರ ಬಗ್ಗೆ ನನಗೆ ಗೌರವದ ಜೊತೆಗೆ ಪ್ರೀತಿಯೂ ಅಪಾರ. ಹಾಗಾಗಿ ಅವರನ್ನು ನಾನು ಗುರು, ಮಾರ್ಗದರ್ಶಕ, ಮತ್ತು ಗೆಳೆಯ ಎಂದು ಭಾವಿಸುವುದು ಉದ್ಧಟತನವಲ್ಲ ಎಂದೇ ನನ್ನ ಭಾವನೆ. ಅವರೆಂದರೆ ನನಗಿಷ್ಟ.

ನಾನು ಹುಟ್ಟಿ ಬೆಳೆದದ್ದೆಲ್ಲ ಸಂಗೀತದ ಗುಡಾರದಲ್ಲೆ. ನಾನು ಹುಟ್ಟಿದಂದಿನಿಂದ ಉಸಿರಾಡಿದ್ದೇ ಸಂಗೀತ. ಅದಕ್ಕೆ ಕಾರಣ ಮನೆಯ ಪರಿಸರ. ನನ್ನ ತಂದೆ ಬಾಪು ರಾಮಣ್ಣನವರು ಶಾಸ್ತ್ರೀಯವಾಗಿ ಸಂಗೀತವನ್ನು ಕಲಿಯದಿದ್ದರೂ ಮಹಾನ್ ಸಂಗೀತ ಪ್ರೇಮಿ. ಅವರು ಗಮಕ ವಾಚನ ಮಾಡುತ್ತಿದ್ದರು. ರಂಗಗೀತೆಗಳನ್ನು ಹಾಡುತ್ತಿದ್ದರು. ಬಿಎಂಶ್ರೀಯವರ ಪಟ್ಟ ಶಿಷ್ಯರಾಗಿದ್ದ ಅವರು ಶ್ರೀಯವರ 'ಇಂಗ್ಲಿಷ್ ಗೀತೆಗಳು' ಕವನ ಸಂಗ್ರಹದ ಸುಮಾರು 90 ಭಾಗದ ಗೀತೆಗಳಿಗೆ ರಾಗವನ್ನು ಅಳವಡಿಸಿ

ಹಾಡುತ್ತಿದ್ದರು. ಡಿ.ವಿ.ಜಿ.ಯವರ 'ವನಸುಮದೊಳೆನ್ನ ಜೀವನವು ವಿಕಸಿಸುವಂತೆ' ಕವನಕ್ಕೆ ಅಠಾಣಾ ರಾಗವನ್ನು ಹೊಂದಿಸಿ ಹಾಡಿ ಅಠಾಣಾ ರಾಮಣ್ಣ ಎಂದೇ ಪ್ರಚಲಿತರಾದರವರು. ನನ್ನ ತಾಯಿ ಜಯಲಕ್ಷ್ಮೀ ನಾಟಕದ ಕೊಟ್ಟೂರಪ್ಪನವರಿಂದ ಸಂಗೀತವನ್ನು ಕಲಿತು ಹಾಡುತ್ತಿದ್ದರು. ಜೊತೆಗೆ ಸಂಪ್ರದಾಯದ ಹಾಡುಗಳು, ಗಝಲ್‌ಗಳು ಎಲ್ಲಾ ಹಾಡುವ ಪರಿಕ್ರಮವಿತ್ತು. ಅನೇಕ ಜಾವಳಿಗಳನ್ನು ರಚಿಸಿರುವ ಹುಲ್ಲಹಳ್ಳಿ ರಾಮಣ್ಣನವರ ಮೊಮ್ಮಗಳು ಅವರು. ಮನೆಯಲ್ಲಿ ಗ್ರಾಮಫೋನ್ ಇದ್ದಿದ್ದರಿಂದ ಸದಾ ಹಿಂದಿ, ತಮಿಳು, ತೆಲುಗು, ಕನ್ನಡ ಭಾಷೆಯ ಸಿನಿಮಾ ಹಾಡುಗಳು ಕಿವಿಗೆ ಬೀಳುತ್ತಿತ್ತು. ಹಾಗಾಗಿ ಸಂಗೀತ ನನ್ನ ಜೀವದ ಉಸಿರಾಯಿತು, ಚಿಕ್ಕಂದಿನಿಂದಲೇ ಸಂಗೀತ ಕಲಿಸಿದರು ನನಗೆ.

ಜೊತೆಗೆ ಮನೆಯಲ್ಲಿ ದೊಡ್ಡ ಪುಸ್ತಕದ ಭಂಡಾರ. ಎ ಟು ಝಡ್ ಎನ್ನುವ ಹಾಗೆ ಎಲ್ಲ ಪ್ರಕಾರದ ಪುಸ್ತಕಗಳೂ ಇದ್ದವು. ಮನೆ ಮಂದಿಗೆಲ್ಲ ಓದುವುದರಲ್ಲಿ ತುಂಬಾ ಆಸಕ್ತಿ. ಹೀಗಾಗಿ ಚಿಕ್ಕಂದಿನಿಂದಲೇ ನಾನು ಕವನಗಳನ್ನೂ ಹಾಡುತ್ತಿದ್ದೆ. ನಮ್ಮ ತಂದೆಯವರು ಹಾಡುತ್ತಿದ್ದ ಶ್ರೀ ಅವರ ಕವನವನ್ನೆಲ್ಲ ನಾನೂ ಹಾಡುತ್ತಿದ್ದೆ. ಅದೇ ಮುಂದೆ ಒಂದು ಭಾವಗೀತಾ ಪ್ರಕಾರವಾಗಿ ಬೆಳೆಯುತ್ತದೆಂಬ ಕಲ್ಪನೆಯೂ ಇರದಿದ್ದ ವೇಳೆ. ಇಷ್ಟೊಂದು ದೀರ್ಘವಾಗಿ ನನ್ನ ಬಗ್ಗೆಯೇ ಪೀಠಿಕೆಯನ್ನು ಹಾಕಲು ಕಾರಣ ಹೇಗೆ ಕವಿ, ಕಾವ್ಯಗಳ ಒಡನಾಟಕ್ಕೆ ಬಂದೆ ನಾನು ಎಂದು ಮೆಲುಕು ಹಾಕಿದಾಗ ರೂಪುಗೊಂಡ ಮಾತುಗಳಿವು.

ನಾನು 1949 ರಲ್ಲಿ ಮೈಸೂರು ಆಕಾಶವಾಣಿ ಏರ್ಪಡಿಸಿದ್ದ 'ಪ್ರತಿಭಾ ಶೋಧ' ಭಾವಗೀತೆಯ ಸ್ಪರ್ಧೆಯಲ್ಲಿ ಭಾಗವಹಿಸಿ ಬಹುಮಾನ ಪಡೆದಿದ್ದೆ. ಅದರಿಂದ 1950ರಲ್ಲಿ ಕನ್ನಡ ಗೀತೆಗಳನ್ನು ಹಾಡಲು ಮೊದಲ ಕಾಂಟ್ರಾಕ್ಟ್ ಬಂತು. ಅದಕ್ಕೆ ಮುಂಚೆ ಮೊಟ್ಟಮೊದಲ ಕಾರ್ಯಕ್ರಮ ಆಗಸ್ಟ್ 14, 1950ರಂದು ಕೃಷಿ ರಂಗದ ಕಾರ್ಯಕ್ರಮದಲ್ಲಿ 'ಗೌರಿ ತವರಿಗೆ ಹೋಗಿ ಬಂದದ್ದು' ಜನಪದ ಗೀತೆಯನ್ನು ಹಾಡಿದ್ದೆ.

ಈಗ ನನ್ನ ನೆನಪುಗಳು 1950ನೇ ಇಸವಿಗೆ ಜಾರುತ್ತಿದೆ. ಆಗ ನಾನು ಶಾರದಾ ವಿಲಾಸ್ ಕಾಲೇಜಿನಲ್ಲಿ ಜೂನಿಯರ್ ಇಂಟರ್‌ಮೀಡಿಯೆಟ್‌ಗೆ ಸೇರಿದ್ದೆ. ಹದಿನಾರರ ಷೋಡಶಿ. ಗಂಡು, ಹೆಣ್ಣು ಮಕ್ಕಳು ಕೂಡಿಯೇ ಓದುವ ಆ ಕಾಲೇಜಿನಲ್ಲಿ. ಆ ಕಾಲದಲ್ಲಂತೂ ಹೆಣ್ಣು ಮಕ್ಕಳ ಸಂಖ್ಯೆ ಸಾಕಷ್ಟು ಕಡಿಮೆಯೇ ಇರ್ತಿತ್ತು. ಹೈಸ್ಕೂಲಿನಿಂದ ಕಾಲೇಜು ಮೆಟ್ಟಿಲು ಹತ್ತಿದ ನಮಗೆ ಖುಷಿಯ ಜೊತೆಗೆ ಭಯ. ಪಾಠ ಮಾಡುವ ಮೇಷ್ಟ್ರುಗಳು ಹೇಗಿರ್ತಾರೋ? ಸಿಡುಕು ಮೂತಿಯವರೋ, ಹಸನ್ಮುಖಿಗಳೋ, ಬೈಯೋರೋ, ಹೊಗಳೋರೋ, ಹೀಗೆ ನಮ್ಮ ನಮ್ಮಲ್ಲೇ

ಚರ್ಚೆಗಳು. ಮೊಟ್ಟಮೊದಲ ಸಾರಿ ಇಂಗ್ಲಿಷ್ ನಾನ್ ಡೀಟೇಲ್ ಪಾಠ ಮಾಡೋಕೆ ಒಬ್ಬರು ಮೇಷ್ಟ್ರು ಒಳಗೆ ಬಂದರು. 'ನಮಸ್ಕಾರ ಸರ್' ಅಂತ ಎಲ್ಲರೂ ನಮ್ಮ ನಮ್ಮ ಸೀಟಿನಿಂದ ಎದ್ದು ನಿಂತು ಬಹಳ ವಿಧೇಯ ವಿದ್ಯಾರ್ಥಿಗಳಂತೆ ಏಕಕಂಠದಿಂದ ಹೇಳಿದೆವು. ಅವರು ಎಲ್ಲರೆಡೆಗೂ ಒಂದು ಮಂದಹಾಸವನ್ನು ಬೀರಿ ಕೂತ್ಕೊಳ್ಳಿ ಕೂತ್ಕೊಳ್ಳಿ ಅಂದರು. ಮೇಷ್ಟ್ರದು ಮಟ್ಟಸವಾದ ಶರೀರ, ಮೂವತ್ತು ಮೂವತ್ತೆರಡರ ಆಸುಪಾಸು. ಆಗಲೇ ಅವರಿಗೆ ಬಕ್ಕತಲೆಯಾಗ್ತಾಯಿತ್ತು. ಅವರ ವೇಷ ಭೂಷಣವೆಂದರೆ ಬಿಳೀ ಪಂಚೆ, ತುಂಬು ತೋಳಿನ ಒಂದು ಬಿಳೀ ಶರ್ಟು. ಶರ್ಟಿನ ಮೇಲೆ ಹಾಕಿದ್ದ ಒಂದು ಮಾಸಲು ಬಣ್ಣದ ಕೋಟು. ರಿಜಿಸ್ಟರ್ ತೆಗೆದು ಎಲ್ಲರ ಹೆಸರನ್ನೂ ಕೂಗಿ ನಂತರ ತಮ್ಮನ್ನು ತಾವು ಪರಿಚಯ ಮಾಡಿಕೊಂಡರು. 'ನನ್ನ ಹೆಸರು ಗೋಪಾಲಕೃಷ್ಣ ಅಡಿಗ ಅಂತ. ಇನ್ನು ಮೇಲೆ ಇಂಗ್ಲಿಷ್ ನಾನ್ ಡೀಟೇಲ್ ನಾನೇ ತೆಗೆದುಕೊಳ್ಳುವುದು' ಅಂತ. ಆ ಹೆಸರು ಕೇಳುತ್ತಿದ್ದ ಹಾಗೆ ನನ್ನ

ತಲೆಗೆ ಏನೋ ಒಂದು ಮಿಂಚು ಹೊಡೆದ ಹಾಗಾಯಿತು. ಈ ಹೆಸರು ಎಲ್ಲೋ ಕೇಳಿದ್ದೀನಲ್ಲ ಅಂತ. ತಕ್ಷಣಕ್ಕೆ ಆಗ ನೆನಪಾಗಲಿಲ್ಲ, ಆದರೆ ಅವರು ಕವಿಗಳು ಅಂತ ಗೊತ್ತಾಯ್ತು. ಚಿಕ್ಕಂದಿನಿಂದ ನಾನು ಕವನಗಳನ್ನು ಓದುತ್ತಿದ್ದೆನಲ್ಲ. ಕುವೆಂಪು, ಕೆ.ಎಸ್. ನರಸಿಂಹಸ್ವಾಮಿ, ಡಿ.ವಿ.ಜಿ, ಬಿ.ಎಂ.ಶ್ರೀ. ಹೀಗೇ ನಾನು ಗೋಪಾಲಕೃಷ್ಣ ಅಡಿಗರ ಕವನವನ್ನೂ ಓದಿದ್ದೇನೋ. ಅದಕ್ಕೇ ಹಾಗನ್ನಿಸಿರಬೇಕು.

ನನ್ನ ಬದುಕಿನಲ್ಲಿ ಮೊಟ್ಟಮೊದಲು ಮುಖಾಮುಖಿಯಾಗಿ ಕಂಡು ಪರಿಚಯವಾದ ಕವಿ ಎಂದರೆ ಗೋಪಾಲಕೃಷ್ಣ ಅಡಿಗರು. ಅದು ಏನು ಕಾಕತಾಳೀಯವೋ ನಾನು ಆಕಾಶವಾಣಿಯಲ್ಲಿ ಮೊಟ್ಟಮೊದಲ ಭಾವಗೀತೆಯ ಕಾರ್ಯಕ್ರಮದಲ್ಲಿ ಹಾಡಿದ ಕವನಗಳಲ್ಲಿ ಅಡಿಗರ ಎರಡು ಹಾಗೂ ಕುವೆಂಪುರವರ ಎರಡು ಕವನಗಳಿದ್ದವು. ಕಾಲೇಜಿನಲ್ಲಿ ಅವರನ್ನು ಗುರುವಾಗಿ ಮೊದಲು ಕಂಡದ್ದು, ಆಕಾಶವಾಣಿಯಲ್ಲಿ ಅವರದೇ ಎರಡು ಕವನಗಳನ್ನು ಹಾಡಿದ್ದು ಯೋಗಾಯೋಗವೆಂದೇ ನನ್ನ ಭಾವನೆ. ನಾನು ಹಾಡಿದ ಮೊಟ್ಟ ಮೊದಲ ಅವರ ಕವನಗಳೆಂದರೆ 'ಆರದಿರು ಆರದಿರು ಓ ನನ್ನ ಬೆಳಕೆ, ಒಳಗಿರುವ ಬೆಳಕೆ ಬೆಳಕೇ' ಮತ್ತೆ ಇನ್ನೊಂದು 'ಮೂಕ ಶೋಕವೊಂದೆ, ವಿರಹವೊಂದೆ ಆರದ ಆಸರೆ ನನ್ನ ನಿನ್ನ ಬೆಂಬಳಿ'.

ಅಡಿಗರು ಕಾಲೇಜಿಗೆ ಕೋಟು ಹಾಕದೆ ಬಂದ ದಿನವೇ ಇರಲಿಲ್ಲ ಚಳಿ ಇರಲಿ, ಮಳೆ ಇರಲಿ, ಬಿಸಿಲಿರಲಿ, ಸೆಕೆ ಇರಲಿ, ಪ್ರಾಯಶಃ ಅದೇ ಅವರ ಐಡೆಂಟಿಟಿಯೇನೋ. ಕಾಲಕ್ರಮೇಣ ಪಂಚೆಯಿಂದ ಪ್ಯಾಂಟ್ ಕಡೆಗೂ ಒಲಿದರೇನೋ.

ಅಡಿಗರು ಪಾಠ ಮಾಡುವಾಗ ಎಲ್ಲಾ ವಿದ್ಯಾರ್ಥಿಗಳನ್ನೂ ಹದ್ದಿನ ಕಣ್ಣಿನಲ್ಲಿ ಗಮನಿಸುತ್ತಿದ್ದರು. ನಾವು ಕ್ಲಾಸಿನಲ್ಲಿ ಹದಿನೇಳು ಹೆಣ್ಣು ಮಕ್ಕಳು ಮಾತ್ರ ಗಂಡು ಹುಡುಗರ ಜೊತೆಗಿದ್ದದ್ದು. ಅಡಿಗರು ಪಾಠ ಮಾಡುವಾಗ ಒಂದು ರೀತಿ ಮೋಹಕವಾಗಿ ನಗುತ್ತಿದ್ದರು. ಆ ನಗೆ ನನಗೆ ಈ ಕ್ಷಣಕ್ಕೂ ನೆನಪಿನಲ್ಲುಳಿದಿದೆ. ಇಷ್ಟವಾಗುತ್ತಿತ್ತು ನಮಗೆ. ಹುಡುಗರು ಯಾರಾದರೂ ತರಲೆ ಮಾಡಿದರೆ ನಗುನಗುತ್ತಲೇ ಆ ಹುಡುಗನೆಡೆಗೆ ಒಂದು ಸಣ್ಣ ಚಾಕ್ ಪೀಸ್ ಎಸೆಯುತ್ತಿದ್ದರು. ಮನದಟ್ಟಾಗುವಂತೆ ಪಾಠ ಮಾಡುತ್ತಿದ್ದರು ಅವರು ಮಾಡಿದ ಪಾಠದಲ್ಲಿ ಎರಡು ಮಾತ್ರ ನನಗೀಗ ನೆನಪಾಗ್ತಿರೋದು.

ಅಡಿಗರು ವಿದ್ಯಾರ್ಥಿಗಳೊಂದಿಗೆ ತುಂಬಾ ಸುಲಭವಾಗಿ ವಯಸ್ಸಿನ ಅಂತರವಿಲ್ಲದವರಂತೆ ಬೆರೆಯುತ್ತಿದ್ದರು. ತುಂಬಾ ಸ್ನೇಹಮಯಿ. ನಮ್ಮ ಮನೆ ಕಾಲೇಜಿನ ಪಶ್ಚಿಮಕ್ಕಿತ್ತು ವೀವರ್ಸ್ ಲೇನಿನಲ್ಲಿ. ಕಾಲೇಜಿನಿಂದ ನಮ್ಮ ಮನೆಗೆ ಒಂದೇ ನಿಮಿಷ. ಅಡಿಗರು ನಮ್ಮ ಮನೆಯ ಹತ್ತಿರವೇ ಕೆ.ಆರ್. ವನಂನಲ್ಲಿದ್ದರು. ಅದು ಕಾಲೇಜಿನ ದಕ್ಷಿಣಕ್ಕಿತ್ತು. ಮೊದಲ ಸಾರಿ ನಾವು ಹುಡುಗಿಯರು ಅವರ ಮನೆಗೆ ಹೋದಾಗ ಅವರ ಪತ್ನಿ ಲಲಿತಾರವರನ್ನು ಪರಿಚಯ ಮಾಡಿಕೊಟ್ಟರು. ನಾವು ಬಿಟ್ಟಗಣ್ಣುಬಿಟ್ಟು ಲಲಿತಾರವರನ್ನು ನೋಡಲು ಶುರು ಮಾಡಿದೆವು. ಕಾರಣ ಅವರ ಕಣ್ಣು. ಬೊಗಸೆ ಕಣ್ಣಿನ ಲಲಿತಾರವರನ್ನು ಕಂಡು ನಾವು ನಮ್ಮ ನಮ್ಮಲ್ಲೇ ಮಾತನಾಡಿಕೊಂಡೆವು, ಇಂಥ ಚೆಂದದ ಕಣ್ಣುಗಳನ್ನು ನೋಡಿಯೇ ಪ್ರಾಯಶಃ ಅಡಿಗರು 'ಎಂಥ ಕಣ್ಣು ಎಂಥ ಕಣ್ಣು ಎಂಥ ಕಣ್ಣು ನಿನ್ನದೇ' ಕವನವನ್ನು ಬರೆದಿರಬೇಕು ಅಂತ. ಆ ವೇಳೆಗಾಗಲೇ ಅಡಿಗರ 'ಭಾವತರಂಗ' 'ಕಟ್ಟುವೆವು ನಾವು', 'ನಡೆದು ಬಂದ ದಾರಿ' ಕವನ ಸಂಗ್ರಹಗಳು ಅಚ್ಚಾಗಿದ್ದವು. ನಾನು ಓದಿದ್ದೆ.

ನಮ್ಮ ಕಾಲೇಜಿನಲ್ಲಿ ಎಲ್ಲ ಹೆಣ್ಣು ಮಕ್ಕಳಿಗಿಂತ ಅಡಿಗರೊಡನೆ ನನಗೆ ತುಂಬಾ ಸಲಿಗೆ ಇತ್ತು ನಾನು ಕಾಲೇಜಿನ ಪಾಠದ ಜೊತೆಗೆ ಕಥೆ ಕಾದಂಬರಿ ಕಾವ್ಯ ಎಲ್ಲವನ್ನು ಓದುತ್ತಿದ್ದೆ. ಜೊತೆಗೆ ಕವಿತೆಗಳನ್ನು ಹಾಡುತ್ತಿದ್ದೆ. ನಾನು ಅಡಿಗರ ವಿದ್ಯಾರ್ಥಿನಿಯಾಗಿದ್ದ ಎರಡು ವರ್ಷಗಳಲ್ಲಿ ಅಡಿಗರ ಅನೇಕ ಕವನಗಳನ್ನು ಆಕಾಶವಾಣಿಯಿಂದ ಬಿತ್ತರಿಸಿದ್ದೆ. ಅಡಿಗರು ನನ್ನ ಹಾಡುಗಾರಿಕೆಯನ್ನು ಮೆಚ್ಚಿಕೊಂಡಿದ್ದರು ಕೂಡ. 'ಲೀಲಾವತಿ ಚೆನ್ನಾಗಿ ಹಾಡ್ತೀಯಾ' ಅಂತ ಬಾಯಿ ಬಿಟ್ಟೇ ಹೇಳಿದ್ದರು. ನಾನು ಹಾಡಿದ್ದ 'ಯಾವ ಮೋಹನ ಮುರಳಿ ಕರೆಯಿತು ದೂರ ತೀರಕೆ ನಿನ್ನನು' ಎಂಬ ಕವನವನ್ನು ಮೊಟ್ಟಮೊದಲು ನಾನು ಹಾಡಿದಾಗ, ನಾನು ಪೂರ್ಣ ಪಾಠವನ್ನು ಹಾಡಿದ್ದೆ. ನಂತರದ ವರ್ಷಗಳಲ್ಲಿ ಕೆಲವರು ಎರಡು, ಮೂರು, ನುಡಿಗಳನ್ನು ಮಾತ್ರ ಹಾಡಿ ಧ್ವನಿ ಮುದ್ರಿಸಿದ್ದರು. ಆ ಬಗ್ಗೆ ಅಡಿಗರಿಗೆ ಬೇಸರವಿತ್ತು. ಆದರೂ ಅವರು ಯಾವ

ಗಾಯಕ, ಸಂಯೋಜಕರ ಮನೆಗೂ ಕಾಲಿಟ್ಟವರಲ್ಲ. ತುಂಬಾ ಸ್ವಾಭಿಮಾನಿ. ತಮ್ಮ ಹಾಡು ಧ್ವನಿ ಮುದ್ರಣವಾಗಬೇಕೆಂದು ಬಯಸಿದವರಲ್ಲ. ಮನೆ ಮನೆ ಸುತ್ತಿದವರಲ್ಲ. ಶಿಖರದೆತ್ತರದ ವ್ಯಕ್ತಿತ್ವ ಅವರದು, ಕಾರಂತರಂತೆ.

ನನಗೆ ಗೊತ್ತು ಗೋಪಾಲಕೃಷ್ಣ ಅಡಿಗರು ನವ್ಯ ಕಾವ್ಯ ಪಂಥದ ಹರಿಕಾರರೆಂದು. ಆದರೆ ಅವರು ಮೊದಮೊದಲು ಪ್ರಕಟ ಮಾಡಿದ 'ಭಾವತರಂಗ', 'ಕಟ್ಟುವೆವು ನಾವು', 'ನಡೆದು ಬಂದ ದಾರಿ' ಕವನ ಸಂಕಲನಗಳಲ್ಲಿ ಸಾಕಷ್ಟು ಗೇಯ ಗುಣ ಉಳ್ಳ ಕವಿತೆಗಳಿವೆ. 'ಯಾವ ಮೋಹನ ಮುರಳಿ ಕರೆಯಿತು' ಕವಿತೆಯಂತೂ ನನ್ನ ದೃಷ್ಟಿಯಲ್ಲಿ ಹಾಡಾಗಿಯೇ ಹರಿದು ಬಂದಿದೆ. ಅವರೇ ಎಷ್ಟೋ ಕವನಗಳಲ್ಲಿ ಹಾಡು ಎಂಬ ಪದವನ್ನೇ ಬಳಸಿದ್ದಾರೆ. 'ಬಯಕೆ' ಎನ್ನುವ ಒಂದು ಕವನದಲ್ಲಿ 'ಮೆರೆಯಲೆದೆ ಹಾಡಿ ಹಾಡಿ' ಎನ್ನುತ್ತಾರೆ. ಮತ್ತೆ 'ಒಳನುಡಿ' ಎಂಬ ಕವನದಲ್ಲಿ

'ಹಿಂದು ಮುಂದಿನ ದಂದುಗವ, ಮರೆತಾನಂದದಲಿ ಕೊರಲೆತ್ತಿ ಹಾಡು' ಎನ್ನುತ್ತಾರೆ. 'ಬಿಡುಗಡೆ' ಕವನದಲ್ಲಿ 'ಹಾಡು ಹಾಡು ದಣಿಯದೆ' ಎಂದು ಒಂದು ಕಡೆ ಹೇಳಿದರೆ 'ಇಂದು ನನ್ನ ಕೂಡ ನನ್ನ ಕೆಳೆಯರಿರಾ ನಲಿಯಿರಿ, ನನ್ನ ಹಾಡ ಹಾಡಿರಿ ಇದೋ ನನ್ನ ಹಾಡಿದೇ, ಇಂದು ನನ್ನ ಬಿಡುಗಡೆ' ಎನ್ನುವಲ್ಲಿ ನನಗೆ ಎರಡು ಧ್ವನಿಗಳೂ ಅರಿವಿಗೆ ಬರುತ್ತದೆ. ಹಾಗಾಗಿ ಅಡಿಗರು, ಕಾವ್ಯ ಸಂಗೀತ ಮುಕ್ತವಾಗಿರಬೇಕು ಅಥವಾ ಕಾವ್ಯವನ್ನು ಸಂಗೀತದ ಜೊತೆ ಮೇಳೈಸಿ ಅದರೊಂದಿಗೆ ದುಡಿಸಿಕೊಳ್ಳಬಾರದು ಎಂಬ ಪಂಥಕ್ಕಷ್ಟೇ ಕಟ್ಟು ಬಿದ್ದಿದ್ದರು ಎಂಬುದು ನನಗೆ ಶೇಷ ಪ್ರಶ್ನೆಯೇ ಆಗಿದೆ. ಕಾರಣ ನನ್ನ ಹಾಡನ್ನು ಮೆಚ್ಚಿಕೊಂಡು ಬಾಯ್ಬಿಟ್ಟು ಹೇಳಿದವರು. ಅಲ್ಲದೆ ಆಕಾಶವಾಣಿಯ 'ನವಸುಮ' ಎಂಬ ವಿಶೇಷ ಸಂಗೀತ ಕಾರ್ಯಕ್ರಮಕ್ಕೆ ಹಲವಾರು ಕವಿತೆಗಳನ್ನು ಹಾಡಲು ಕಳುಹಿಸಿಕೊಟ್ಟವರವರು.

ಇನ್ನು ಅಡಿಗರ ಬಗ್ಗೆ ಹೇಳುವಾಗ ಅವರು ನಿಜವಾಗಿ ನವ್ಯಕಾವ್ಯ ಪಂಥದ ಹರಿಕಾರ ನಿಜ. ಆ ಒಂದು ಹೊಸ ನೋಟ ಅವರ 'ಹೊಸಹಾದಿ' ಎನ್ನುವ ಕವನದಲ್ಲೇ ಇಣುಕಿದೆ. 'ಹೊಸ ಹಾದಿಯನು ಹಿಡಿದು ನಡೆಯಣ್ಣ ಮುಂದೆ' ಎಂದು ಹೇಳುವ ಮೂಲಕ ಹೊಸ ಜಾಡನ್ನೇ ತುಳಿದ ಮಹಾಕವಿ ಅವರು. ಹೊಸಹಾದಿ ಬೆಳವಣಿಗೆಯ ದ್ಯೋತಕವಲ್ಲವೇ ?

ಅಡಿಗರಿಗೆ ನಾನು ಹಾಡುವುದಷ್ಟೇ ಅಲ್ಲ ಓದುವುದರಲ್ಲೂ ಮುಂದಿದ್ದಾಳೆ ಎಂದು ನನ್ನ ಬಗ್ಗೆ ತುಂಬಾ ಅಭಿಮಾನವಿತ್ತು. ಹಾಗೆಯೇ ಕ್ಲಾಸಿನಲ್ಲಿ ತುಂಬಾ

ಚೆನ್ನಾಗಿ ಓದುತ್ತಿದ್ದುದೂ ನಿಜವೇ. ಇಡೀ ಮೈಸೂರಿನಲ್ಲಿ ನಾನೊಬ್ಬಳೇ ಹೆಣ್ಣು ಮಗಳು ಭಾವಗೀತೆಗಳ ಕಾರ್ಯಕ್ರಮಗಳನ್ನು ಹಾಡುವುದರಲ್ಲಿ ಹೆಚ್ಚು ತೊಡಗಿಸಿಕೊಂಡಿದ್ದುದರಿಂದ ಸದಾ ಕಾರ್ಯಕ್ರಮಗಳಿಗೆ ಹೆಚ್ಚೆಚ್ಚು ಹೋಗಲು ಶುರುಮಾಡಿದ್ದೆ. ಹಾಗಾಗಿ ಓದಿನ ಕಡೆ ಗಮನ ಸ್ವಲ್ಪ ಕಡಿಮೆಯಾಯಿತೇನೋ, ವಿಧಿ ಇಲ್ಲದೆ ಸೀನಿಯರ್ ಇಂಟರ್‌ಮೀಡಿಯೆಟ್‌ನ್ನು ಥರ್ಡ್ ಕ್ಲಾಸಿನಲ್ಲಿ ಪಾಸು ಮಾಡಿದ್ದೆ. ಅಡಿಗರು ಪರೀಕ್ಷೆಯ ಫಲಿತಾಂಶ ಬಂದ ಬಳಿಕ ನನ್ನನ್ನು ಬಳಿಗೆ ಕರೆದರು. ಅಡಿಗರಿಗೆ ಫಲಿತಾಂಶದಿಂದ ನಿರಾಶೆಯಾಗಿತ್ತು. 'ಲೀಲಾವತಿ ನಿನ್ನಿಂದ ಇದನ್ನು ನಿರೀಕ್ಷಿಸಿರಲಿಲ್ಲ. ಅಷ್ಟು ಚೆನ್ನಾಗಿ ಓದುತ್ತಿದ್ದವಳು ನೀನು ಫಸ್ಟ್ ಕ್ಲಾಸ್ ಬಂದೇ ಬರುತ್ತಿ ಎಂದು ನಿರೀಕ್ಷಿಸಿದ್ದೆ. ಯಾಕೆ ಈಗ ಫಸ್ಟ್ ಕ್ಲಾಸ್ ಬರಲಿಲ್ಲ ಎಂದು ಬೇಸರದಿಂದ ಹೇಳಿದರು. ಅಡಿಗರಿಗೆ ನನ್ನ ಮೇಲೆ ತುಂಬಾ ಪ್ರೀತಿ ಅಭಿಮಾನ ಇತ್ತು. ಹಾಗಾಗಿ ಆ ಬೇಸರಿಕೆ ಅವರಿಗೆ. ಅಡಿಗರಿಗೆ ನಾ ಬರೆಯುವ ಕನ್ನಡದ ಮೇಲೂ ತುಂಬಾ ಅಭಿಮಾನವಿತ್ತು. ಹಾಗೆಂದೇ ಹೇಳಿದ್ದರು ಒಮ್ಮೆ 'ಲೀಲಾವತಿ ನಿನ್ನ ಕನ್ನಡ ತುಂಬಾ ಚೆನ್ನಾಗಿದೆ ಏನಾದರೂ ಬರಿ' ಎಂದು. ನನ್ನ ಅಣ್ಣ ಬಾಪು ಸತ್ಯನಾರಾಯಣನೂ ಈ ಮಾತನ್ನು ಹೇಳುತ್ತಿದ್ದ. ಅವನೂ ಅಡಿಗರ ಶಿಷ್ಯನಾಗಿದ್ದ ಶಾರದಾ ವಿಲಾಸ ಕಾಲೇಜಿನಲ್ಲಿ.

ಶಾರದಾ ವಿಲಾಸ ಕಾಲೇಜಿನಲ್ಲಿ ನರಸಿಂಹಮೂರ್ತಿ ಅಂದರೆ ಮಾಸ್ಟರ್ ಹಿರಣ್ಣಯ್ಯ ನನ್ನ ಕ್ಲಾಸ್ಮೇಟ್ ಆಗಿದ್ದ. ಹೆಸರಾಂತ ನಾಟಕದ ಹಿರಣ್ಣಯ್ಯನವರ ಮಗ. ಅವನು ನಮ್ಮ ಫ್ಯಾಮಿಲಿ ಫ್ರೆಂಡ್ ಆಗಿಬಿಟ್ಟ. ಹಾಗೆಯೇ ಅಡಿಗರು ನಮ್ಮ ಮನೆ ಮಂದಿಗೆಲ್ಲಾ ಪರಿಚಿತರು. ಕಾಲೇಜಿನಲ್ಲಿ ನಮಗೆ ಇನ್ನೊಬ್ಬ ಪ್ರೀತಿಯ ಇಂಗ್ಲಿಷ್ ಮೇಷ್ಟ್ರೆಂದರೆ ವಿ.ಎನ್.ಆರ್. ಅಂದರೆ ವಿ. ನಾಗರಾಜರಾವ್. ಕಾಲೇಜಿನಲ್ಲಿ ಅಡಿಗರು ವಿ. ನಾಗರಾಜರಾವ್ ಹಾಗೂ ನರಸಿಂಹಮೂರ್ತಿಯವರು ಸೇರಿ ನಮ್ಮ ಪ್ರಿನ್ಸಿಪಾಲ್ ರಾಮಸ್ವಾಮಿ ಅವರನ್ನು ಒಪ್ಪಿಸಿ ಬಡ ವಿದ್ಯಾರ್ಥಿಗಳ ಸಹಾಯಾರ್ಥವಾಗಿ ಒಂದು ನಾಟಕವನ್ನು ಆಡಬೇಕೆಂದು ತೀರ್ಮಾನಿಸಿದರು. ಅವರು ಆಯ್ಕೆ ಮಾಡಿಕೊಂಡ ನಾಟಕ ವಿ. ಸೀತಾರಾಮಯ್ಯನವರ 'ಆಗ್ರಹ'. ಅದರಲ್ಲಿ ಮುಖ್ಯ ಪಾತ್ರ ಅಶ್ವತ್ಥಾಮನದು. ಅದನ್ನ ನರಸಿಂಹಮೂರ್ತಿ ಮಾಡಿದ. ಅಡಿಗರು ಕೃಷ್ಣನ ಪಾತ್ರ ಹಾಗೂ ವಿ.ಎನ್. ಆರ್.ರವರು ಭೀಮನ ಪಾತ್ರದಲ್ಲಿ ಮಿಂಚಿದರು. ನಮ್ಮ ಕಾಲೇಜಿಗೆ ಕಾಂಪೌಂಡ್ ಇರಲಿಲ್ಲ. ನಾಟಕವಾಡಲು ಯಾವ ಸೌಕರ್ಯವೂ ಇರಲಿಲ್ಲ ಅಂದಿನ ದಿನಗಳಲ್ಲಿ. ಹಾಗಾಗಿ ಕಾಲೇಜಿಗೆ ಹತ್ತಿರವೇ ಪಶ್ಚಿಮಕ್ಕಿದ್ದ ಶಾರದಾ ವಿಲಾಸ ಹೈಸ್ಕೂಲ್ ಅನ್ನು ನಾಟಕವಾಡಲು ಆಯ್ಕೆ ಮಾಡಲಾಯಿತು. ಅಲ್ಲಿ ದೊಡ್ಡ ಕ್ವಾಡ್ರಾಂಗಲ್ ಇತ್ತು. ಅಲ್ಲೇ ಸ್ಟೇಜ್ ಕಟ್ಟಿ ನಾಟಕವಾಡಿದರು. ಸಹಾಯಾರ್ಥ ನಾಟಕವಾದದ್ದರಿಂದ ಟಿಕೇಟ್ ಹಾಕಿದ್ದರು. ಸಭಾಂಗಣ ಕಿಕ್ಕಿರಿದು ನೆರೆದಿತ್ತು. ಬರಿಯ ವಿದ್ಯಾರ್ಥಿಗಳಲ್ಲದೆ

ಹಿರಿಯ ಜನತೆಯೆಲ್ಲ ಟಿಕೇಟ್ ಕೊಂಡು ಬಂದು ನಾಟಕವನ್ನು ವೀಕ್ಷಿಸಿದರು. ಆ ಕಾಲದಲ್ಲಿ ಮನರಂಜನೆಗೆಂದು ಬೇರೆ ಎಲ್ಲೂ ವೇದಿಕೆಗಳು ಇರುತ್ತಿರಲಿಲ್ಲ. ಕಾರ್ಯಕ್ರಮಗಳೂ ಇರುತ್ತಿರಲಿಲ್ಲ. ವಿವಿಧ ವಿನೋದಾವಳಿ ಬೇಕೆಂದರೆ ಜನಗಳು ಕಾಲೇಜ್ ಕಾರ್ಯಕ್ರಮಗಳಿಗೇ ಹೋಗುತ್ತಿದ್ದುದು. ಅದು ಆ ಕಾಲದ ಮನರಂಜನೆ. 'ಆಗ್ರಹ' ನಾಟಕದಿಂದಾಗಿ ಬಡ ವಿದ್ಯಾರ್ಥಿಗಳಿಗೆ ಸಾಕಷ್ಟು ಹಣ ಗಳಿಕೆಯಾಯಿತು. ಆ ಮೂರು ಪಾತ್ರಧಾರಿಗಳು ಇನ್ನೂ ನನ್ನ ಕಣ್ಮುಂದೆಯೇ ಇದ್ದಾರೆ. ಆದರೆ ಈಗ ಆ ಮೂವರೂ ಇಲ್ಲ. ಜೀವನದ ತಮ್ಮ ಪಾತ್ರ ಮುಗಿಸಿ ಹೊರಟು ಹೋದರು.

ಅಡಿಗರ ಒಂದು ಕವನದ ಬಗ್ಗೆ ಪ್ರಸ್ತಾಪಿಸಬೇಕಾಗಿದೆ. ನನಗೂ ಅರ್ಥವಾಗದ ಆ ಕಾವ್ಯದ ಮೋಡಿಯ ಕುರಿತು. ಯಾರಿಗೆ ಯಾವ ಕವನ ಯಾಕೆ ಇಷ್ಟವಾಗುತ್ತದೋ ಹೇಳುವುದು ಕಷ್ಟ. ಒಮ್ಮೆ ಜಯಚಾಮರಾಜೇಂದ್ರ ಒಡೆಯರ್

ಅವರು ಮೈಸೂರಿನ ಟೌನ್‌ಹಾಲಿನಲ್ಲಿ ನಡೆದ ಒಂದು ಕಾರ್ಯಕ್ರಮದಲ್ಲಿ ಅಧ್ಯಕ್ಷ ಪೀಠವನ್ನು ಅಲಂಕರಿಸಿದ್ದರು. ಕಾರ್ಯಕ್ರಮ ಸಂಸ್ಥಾಪಕರು ಆ ಕಾರ್ಯಕ್ರಮಕ್ಕೆ ನನ್ನನ್ನು ಪ್ರಾರ್ಥನೆ ಹಾಡಲು ಕರೆದಿದ್ದರು. ನಾನು ಪ್ರಾರ್ಥನಾ ಗೀತೆಯಾಗಿ ನನಗೆ ಇಷ್ಟವಾಗಿದ್ದ ಗೀತೆ 'ಆರದಿರು, ಆರದಿರು, ಓ ನನ್ನ ಬೆಳಕೆ, ಒಳಗಿರುವ ಬೆಳಕೆ ಬೆಳಕೇ' ರಾಗ ಮಾಲಿಕೆಯಲ್ಲಿ ಹಾಡಿದೆ ಅಷ್ಟೇ. ಅದನ್ನು ಕೇಳಿ ಜಯಚಾಮರಾಜೇಂದ್ರ ಒಡೆಯರ್‌ರವರಿಗೆ ಏನನ್ನಿಸಿತೋ ತಿಳಿಯದು. ಅದಾದ ನಂತರ ಹಲವಾರು ಕಾರ್ಯಕ್ರಮಗಳಲ್ಲಿ, ಟೌನ್‌ಹಾಲ್, ಜಗನ್ಮೋಹನ್ ಪ್ಯಾಲೇಸ್, ಸ್ಪೋರ್ಟ್ಸ್ ಕ್ಲಬ್, ಎಲ್ಲೇ ಆಗಲಿ ಜಯಚಾಮರಾಜ ಒಡೆಯರ್ ಇದ್ದರೆಂದರೆ ಸಂಸ್ಥಾಪಕರು ಮೊದಲೇ ನನಗೆ ಹೇಳಿಬಿಡುತ್ತಿದ್ದರು 'ನೀವು ಆರದಿರು ಆರದಿರು ಓ ನನ್ನ ಬೆಳಕೆ ಹಾಡಬೇಕೆಂದು. ಜಯಚಾಮರಾಜೇಂದ್ರ ಒಡೆಯರ್‌ರವರು ಕರ್ನಾಟಕ ಶಾಸ್ತ್ರೀಯ ಸಂಗೀತ, ಪಾಶ್ಚಾತ್ಯ ಸಂಗೀತವೆರಡನ್ನೂ ಬಲ್ಲವರಾಗಿದ್ದ ವಾಗ್ಗೇಯಕಾರರು. ಅಡಿಗರ ಆ ಸಾಹಿತ್ಯದಲ್ಲಿ ಅವರು ಯಾವ ಬೆಳಕ ಕಂಡರೋ, ಅವರಿಗದು ಏಕೆ ಪ್ರಿಯವಾಗಿತ್ತೋ ತಿಳಿಯದು. ಅಡಿಗರಿಗೆ ಈ ವಿಷಯ ಗೊತ್ತಿತ್ತೋ ಇಲ್ಲವೋ ತಿಳಿಯದು. ನಾ ಹೇಳಿರಲಿಲ್ಲ ಹೇಳಬೇಕಿತ್ತು.

ನನ್ನ ಕಾಲೇಜು ದಿನಗಳು ಮುಗಿದ ಮೇಲೂ ಅಡಿಗರೊಂದಿಗೆ ಸಂಪರ್ಕವಿತ್ತು. ನಮ್ಮ ಮನೆಮಂದಿಗೆಲ್ಲ. ಅವರು ಶಾರದಾ ವಿಲಾಸ ಕಾಲೇಜು ಬಿಟ್ಟು ಕುಮಟಾ ಕಾಲೇಜಿಗೆ ಸೇರಿ ಮತ್ತೆ ಮರಳಿ ಮೈಸೂರಿನ ಸೇಂಟ್ ಫಿಲೋಮಿನಾ ಕಾಲೇಜಿಗೆ ಬಂದಿದ್ದರು. ಹಾಗಾಗಿ ಆಗೊಮ್ಮೆ ಈಗೊಮ್ಮೆ ಭೇಟಿಯಾಗುತ್ತಲೇ ಇತ್ತು.

ಅಡಿಗರ ಪುಸ್ತಕಗಳು ಅಚ್ಚಾಗುತ್ತಿದ್ದ ಹಾಗೇ, ಅವರು ಪ್ರೀತಿಯಿಂದ ನನಗೆ ಹಲವು ಪುಸ್ತಕಗಳನ್ನು ಕೊಟ್ಟದ್ದುಂಟು. 'ಅನಾಥೆ' ಪ್ರಾಯಶಃ ಅವರ ಮೊಟ್ಟಮೊದಲ ಕಾದಂಬರಿ. ಅದನ್ನ ನನಗೆ ಕೊಟ್ಟು 'ನನ್ನ ಕವಿತೆಗಳನ್ನು ಹಾಡಿದ್ದೀ ಇದನ್ನ ಏನು ಮಾಡ್ತೀಯಾ' ಅಂತ ಹಾಸ್ಯದ ಧ್ವನಿಯಲ್ಲಿ ಕೇಳಿದ್ದರು.ಅಡಿಗರು ತುಂಬಾ ಹಾಸ್ಯ ಪ್ರಿಯರು ಕೂಡ. ಕಾಲೇಜಿನಲ್ಲಿ ಚಂಗಪ್ಪ ಅನ್ನೋ ಹುಡುಗ ಇದ್ದರೆ ಏನೋ ಮಂಗಪ್ಪ ಅಂತ ಕೀಟಲೆ ಮಾಡಿ ಅಮಾಯಕ ನಗು ನಗುತ್ತಿದ್ದರು. 'ಭೂಮಿಗೀತ', 'ಚಂಡೆ ಮದ್ದಳೆ' ಇತ್ಯಾದಿ ಪುಸ್ತಕಗಳನ್ನೂ ಕೊಟ್ಟಿದ್ದರು. 'ಸುವರ್ಣ ಕೀಟ' ಪ್ರಾಯಶಃ ಅವರು ಬರೆದ ಕೊನೆಯ ಪುಸ್ತಕ ಇರಬೇಕು. 'ಲೀಲಾವತಿ ಸುವರ್ಣ ಕಿರೀಟ ಪುಸ್ತಕ ನಿನಗೆ ಕೊಡಬೇಕೆಂದಿದ್ದೆ ನೋಡು ನನ್ನ ಹತ್ತಿರಾನೆ ಒಂದು ಕಾಪಿ ಇಲ್ಲ' ಅಂತ ನಕ್ಕಿದ್ದರು.

ಒಮ್ಮೆ 'ಪ್ರಜಾಮತ'ದಲ್ಲಿ ನನ್ನದೊಂದು ಕಥೆ 'ತುಲಾಭಾರ' ಅನ್ನೋದು ಅಚ್ಚಾಗಿತ್ತು. ಅಡಿಗರು ಓ ನಮ್ಮ ಲೀಲಾವತಿ ಬರೆದಿರೋ ಕಥೆ ಅಂತ ಓದಿದ್ದಾರೆ. ನನಗೆ ಆಮೇಲೆ ಸಿಕ್ಕಿದ್ದರು. 'ಲೀಲಾವತಿ ನೀ ಬರೆದ ಕಥೆ 'ತುಲಾಭಾರ' ಓದಿದೆ ನಿನ್ನ ಭಾಷೆ ಚೆನ್ನಾಗಿದೆ. ಆದರೆ ಪಾತ್ರಗಳಿಗೆ ನಿನ್ನ ಅಭಿಪ್ರಾಯವನ್ನು ತುರುಕಿದ್ದೀಯಾ. ಅದು ತಪ್ಪು, ಆ ಪಾತ್ರಗಳನ್ನು ಮಾತನಾಡಿಸು. ಪಾತ್ರಗಳ ಮೂಲಕ ನಿನ್ನ ಅಭಿಪ್ರಾಯವನ್ನಲ್ಲ ಹೇಳೋದು. ಮುಂದಿನ ಸಾರಿ ಬರೆಯುವಾಗ ಈ ಮಾತು ಗಮನದಲ್ಲಿರಲಿ' ಅಂತ ಸಲಹೆ ಕೊಟ್ಟಿದ್ದರು. ಗೊತ್ತಿಲ್ಲ ಯಶಸ್ವಿ ಆದೆನೋ ಇಲ್ಲವೋ. ಹಾಗೆ ನಾ ಬರೆದ 'ಅವಡುಗಚ್ಚಿದ ಬೇನೆ' ನವ್ಯ ಕವನ ಸಂಗ್ರಹಕ್ಕೆ 1990ರಲ್ಲಿ ಮುನ್ನುಡಿ ಬರೆದಿದ್ದರು. ನವೋದಯ ಕಾವ್ಯ ಗಾಯಕಿ ಇದೇಕೆ ಹೀಗೆ ನವ್ಯ ಕವನದತ್ತ ವಾಲಿದಳು ಅಂದುಕೊಳ್ಳಬೇಡಿ. ಅದೂ ಅಡಿಗರ ಮೇಲಿನ ಒಲವೇ, ಗೊತ್ತಿಲ್ಲ. ಕೆಲವಕ್ಕೆ ಎಂದೂ ಉತ್ತರ ಸಿಗುವುದಿಲ್ಲ ಶೇಷ ಪ್ರಶ್ನೆಯಾಗಿಯೇ ಉಳಿದುಬಿಡುತ್ತದೆ.

ಅವರು ಬರೆದ ಮುನ್ನುಡಿಯ ಒಂದಷ್ಟು ಮಾತುಗಳನ್ನು ಹಂಚಿಕೊಳ್ಳಬೇಕೆನಿಸುತ್ತಿದೆ.

> 'ಲೀಲಾವತಿ ಉತ್ತಮ ಕವನಗಳನ್ನು ಅವುಗಳ ಅರ್ಥಸಂಪತ್ತಿಗೆ ಊನ ಬಾರದ ಹಾಗೆ ಹಾಡಿ ಜನರಲ್ಲಿ ಕಾವ್ಯಾಭಿರುಚಿ ಬೆಳೆಯುವಂತೆ ಮಾಡಲು ಪ್ರಯತ್ನಿಸುತ್ತಿದ್ದರು. ಈ ರೀತಿ ಹಾಡುವುದರಲ್ಲಿ ಪರಿಣತಿ ಪಡೆದು ಅನಂತರ ಹಾಡಲು ಯೋಗ್ಯವಾದ ಅನೇಕ ಕವನಗಳನ್ನು ರಚಿಸಿದರು... ಆದಕಾರಣ ಅವರ ಈ ಕವನ ಸಂಕಲನಕ್ಕೆ ಮುನ್ನುಡಿಯಾಗಿ ನಾಲ್ಕು ಮಾತು ಬರೆದು ಶುಭ ಹಾರೈಸುವುದು ನನಗೆ ತುಂಬಾ ಸಂತೋಷದ ಸಂಗತಿ.

‘ಅವಡುಗಚ್ಚಿದ ಬೇನೆ’ ಎಂಬ ಈ ಸಂಕಲನದ ಹೆಸರೇ ಒಂದು ಸಮರ್ಥ ಪ್ರತಿಮೆ. ಶ್ರೀಮತಿಯವರಿಗೆ ಪದ್ಯ ರಚನಾ ಶಕ್ತಿ ಸಹಜವಾಗಿಯೇ ಬಂದಂತಿದೆ. ಛಂದಸ್ಸಿನ ನಿರ್ವಹಣೆಯಲ್ಲಾಗಲಿ, ಶಬ್ದಗಳ ಪ್ರಯೋಗದಲ್ಲಿ ಆಗಲಿ ಈ ಕವನಗಳು ಕುಂಟುವುದಿಲ್ಲ. ಎಲ್ಲೂ ಅಪಸ್ವರ ಹೊರಡುವುದಿಲ್ಲ. ಮನೋಗತಿಗಳಿಗೆ ಶಬ್ದರೂಪ ಕೊಡುವ ಶಕ್ತಿ ಧಾರಾಳವಾಗಿದೆ. ಆದರೆ ಅವರಲ್ಲಿ ಸಹಜವಾಗಿಯೇ ಇದ್ದು ತಕ್ಕಷ್ಟು ಪರಿಣತವಾಗಿರುವ ಕಾವ್ಯ ಶಕ್ತಿ ಪರಿಪೂರ್ಣವಾಗಲು ಇನ್ನಷ್ಟು ಕೆಲಸ ನಡೆಯಬೇಕು. ಒಂದೊಂದು ಪ್ರತಿಮೆ ಸಾರ್ಥಕವಾಗಿ ರೂಪುಗೊಂಡರೆ ಸಾಲದು. ಒಂದು ಅನುಭವದ ಅನೇಕ ಎಳೆಗಳನ್ನು ಒಂದುಗೂಡಿಸುವ ಶಿಲ್ಪ ಕಾರ್ಯ ನಡೆಯಬೇಕು. ಪ್ರತಿಮೆಯಿಂದ ಪ್ರತಿಮೆ ಹುಟ್ಟಿ

ಬೆಳೆದು ಅರ್ಥ ಧ್ವನಿಯ ಮೂಲಕ ಕವನ ಪರಿಪೂರ್ಣ ರೂಪ ಪಡೆಯುತ್ತದೆ ಎನ್ನುವುದನ್ನು ಮರೆಯಬಾರದು. ಇಲ್ಲಿ ಎಷ್ಟೋ ಕವನಗಳಲ್ಲಿ ಒಂದೊಂದೇ ಸಾರ್ಥಕ ಪ್ರತಿಮೆ ಇದ್ದು ಅವು ಒಂದು ರೀತಿಯ ಹನಿ ಕವನಗಳಾಗಿ ಕಾಣುತ್ತವೆ. ಇವೆಲ್ಲ ಯಾವ ಕವಿಯೂ ಮರೆಯಬಾರದ ಎಚ್ಚರಿಕೆಯ ಮಾತುಗಳು’.

ಅವರ ಈ ಸಜ್ಜನಿಕೆಯ ಸಲಹೆಯ ಆಶೀರ್ವಾದ ಎಂದೂ ನನ್ನ ತಲೆಯ ಮೇಲಿರುತ್ತದೆ.

ಅಡಿಗರೊಂದಿಗೆ ನನಗೆ ತುಂಬಾ ಸಲಿಗೆ ಇತ್ತು. ಹಾಗಾಗಿ ನಾನು ಅವರ ಕಾವ್ಯದ ಬಗ್ಗೆ ಅನೇಕ ಸಲ ಅವರೊಂದಿಗೆ ಚರ್ಚೆ ಮಾಡುತ್ತಿದ್ದುದುಂಟು.

ಒಂದು ಕಾಲದಲ್ಲಿ ಅವರು ಮೊದಮೊದಲು ಬರೆಯುತ್ತಿದ್ದ ಕವನಗಳಲ್ಲಿ ಹೆಚ್ಚು ನಿರಾಶೆ, ನೋವು, ಸಂಕಟ ಸ್ಪಷ್ಟವಾಗಿ ವ್ಯಕ್ತವಾಗುತ್ತಿತ್ತು ಎನಿಸಿತು ನನಗೆ. ಯಾಕೆ ಹೀಗೆ ಎನಿಸಿ ಅವರನ್ನು ನಾನು ಪ್ರಶ್ನೆ ಮಾಡುತ್ತಿದ್ದೆ. ‘ಇಲ್ಲಿ ನನ್ನ ನಿನ್ನ ನಡುವೆ ಎಂಥ ಕಡಲು ನಿಂತಿದೆ’ ಅಥವಾ ‘ಓಲೆಳಸುತಿಹುದು ಜೀವ ದೂರ ದೂರ ಜನವಿದೂರ ವಿಪಿನದೆಡೆಗೆ’ ಮತ್ತೆ ‘ಮೂಕಶೋಕವೊಂದೇ ವಿರಹವೊಂದೇ ಆರದ ಆಸರೆ, ನನ್ನ ನಿನ್ನ ಬೆಂಬಳಿ’ ಅಥವಾ ‘ಮಂದರದಿ ಮಿಡಿಯುತಿದೆ ನನ್ನ ಹೃದಯ’ ಹಾಗೂ ‘ಏತಕೆ ಈ ಪರಿವರ್ತನ’ ಮತ್ತೆ ‘ಒಡೆದು ಬಿದ್ದ ಕೊಳಲು’ ನಾನು ಹೀಗೆ ಪಟ್ಟಿ ಮಾಡುತ್ತಾ ಹೋದರೆ ಇನ್ನೂ ಇವೆ. ‘ಏಕೆ ನೀವು ಇಂಥ

ಇಷ್ಟೊಂದು ವಿಷಾದ ತುಂಬಿದ ಗೀತೆಗಳನ್ನೇ ಬರೆದಿದ್ದೀರಿ' ಎಂದು ಕೇಳಿದೆ. ಒಂದು ಕ್ಷಣ ನನ್ನ ಮುಖ ನೋಡಿದರು. ಎಂದಾದರೂ ಒಂದು ದಿನ ಹೇಳ್ತೀನಿ ನಿನಗೆ ಅಂದಿದ್ದರು. ಅವರ ತಾರುಣ್ಯದಲ್ಲಿ ಅವರಿಗೆ ಎಂಥ ನೋವು ವಂಚನೆ ನಿರಾಶೆ ನಡೆದಿತ್ತೋ ತಿಳಿಯದು. ಮುಂದೊಂದು ದಿನ ಹೇಳ್ತೀನಿ ಅಂದಿದ್ದ ಆ ದಿನ ಮತ್ತೆ ಬರಲೇ ಇಲ್ಲ, ನಾನು ಕೇಳಲಿಲ್ಲ ಅವರು ಹೇಳಲಿಲ್ಲ. ಆ ನಿಗೂಢ ಗೌಪ್ಯ ಅವರೊಂದಿಗೇ ಹೊರಟು ಹೋಯಿತು. ಒಮ್ಮೆ ಅವರ ಸುಪ್ರಸಿದ್ಧ ಗೇಯ ಕವನ 'ಯಾವ ಮೋಹನ ಮುರಳಿ ಕರೆಯಿತು ದೂರ ತೀರಕೆ ನಿನ್ನನು' ಕವನದ ಬಗ್ಗೆಯೂ ಪ್ರಶ್ನೆ ಮಾಡಿದ್ದೆ. 'ನೀವು ಯಾವ ಅರ್ಥ ಸ್ಫುರಿಸಿ ಈ ಕವನವನ್ನು ಬರೆದಿರಿ.ಎಂಥ ಚೆಂದದ ಕವನ' ಎಂದಿದ್ದೆ ಅದಕ್ಕೆ ಅಡಿಗರು ಹೇಳಿದ ಉತ್ತರ ಎಷ್ಟು ಮಾರ್ಮಿಕವಾಗಿತ್ತು ಎನಿಸಿತು ನನಗೆ.

'ನೋಡಮ್ಮ ಲೀಲಾವತಿ ಆ ಕವನ ಬರೆದಾಗ ನನಗೊಂದು ಭಾವ ಸ್ಫುರಿಸಿತ್ತು. ಈಗ ನಾನೇ ಓದುವಾಗ ಬೇರೆಯೇ ಭಾವ ಸ್ಫುರಿಸಬಹುದು ನಿನಗೂ ಅಷ್ಟೇ ಒಮ್ಮೆ ಸ್ಫುರಿಸಿದ ಭಾವ ಮತ್ತೊಮ್ಮೆ ಬೇರೆಯೇ ಆಗಬಹುದು ಇದನ್ನು ಓದಿದ ಬೇರೆ ಬೇರೆಯವರಿಗೆ ಇನ್ನೂ ಭಿನ್ನ-ಭಿನ್ನ ಭಾವಗಳು ಸ್ಫುರಿಸಬಹುದು. ಒಂದೇ ಕವನ ತನ್ನೊಡಲಿನಲ್ಲಿ ಹಲವಾರು ಭಾವಗಳನ್ನು ತುಂಬಿಕೊಂಡಿದೆ ಎಂದರೆ ಅದೇ ಒಂದು ಯಶಸ್ವಿ ಕವನದ ಗುಟ್ಟು' ಎಂದಿದ್ದರು. ಹೇಗೆ ಮರೆಯಲಿ ನಾನವರ ಈ ಮಾತುಗಳನ್ನ. ಅಡಿಗರಿಗೆ ಅಡಿಗರೇ ಸಾಟಿ. ಒಂದೇ ಕವನಕ್ಕೆ ಹಲವಾರು ರೂಪುರೇಷೆಗಳು. ಅವರವರ ಭಾವಕ್ಕೆ ಅವರವರ ಸ್ಪಂದಿಸಿದಂತೆ. ಇಲ್ಲಿ ನನಗೆ ಆನೆಯ ಕಥೆ ನೆನಪಾಯಿತು. ಇಲ್ಲಿ ಕುರುಡರಲ್ಲ, ಕಾವ್ಯಾಭ್ಯಾಸಿಗಳಷ್ಟೇ. ಅಡಿಗರ ಆ ವಿಶ್ಲೇಷಣೆ ಎಂಥ ಸುಂದರ.

ನಾನು 1959ರಲ್ಲಿ ಖಾಯಿಲೆ ಬಿದ್ದು ಮೂರು ತಿಂಗಳ ಜ್ವರದಲ್ಲಿ ನರಳಿದ್ದೆ. ಒಂದು ತಿಂಗಳು ಪ್ರಜ್ಞೆ ಇರಲಿಲ್ಲ. ಜ್ವರ ವಾಸಿಯಾದ ಬಳಿಕ ಆಹಾರದಲ್ಲಿ ತೀರಾ ಕಟ್ಟುನಿಟ್ಟು. ಆರು ತಿಂಗಳು ಅನ್ನ ತಿಂದಿರಲಿಲ್ಲ. ವೈದ್ಯರು 'ಇವತ್ತಿನಿಂದ ಸ್ವಲ್ಪೇ ಸ್ವಲ್ಪ ಅನ್ನ ಕೊಡಿ' ಎಂದು ಹೇಳಿ ಹೋದರು. ಅಂದು ನಮ್ಮ ಮನೆಗೆ ಅಡಿಗರನ್ನು ಊಟಕ್ಕೆ ಕರೆದಿದ್ದರು. ಅಂದು ನನಗೆ ಮತ್ತೆ ಅನ್ನಪ್ರಾಶನ ಅಂತ ಹೇಳಬಹುದೇನೋ? ಎರಡೇ ಎರಡು ಚಮಚ ಅನ್ನ ಹಾಕಿ, ಬೇಳೆ ಕಟ್ಟಿನಿಂದ ಕಲೆಸಿ ನನ್ನ ಮುಂದೆ ತಿನ್ನಲು ಇಟ್ಟರು. ನನಗೋ ಅನ್ನದ ಹಾಹಾಕಾರ. ನೋಡಿದರೆ ಮುಂದಿರುವುದು ಅಷ್ಟೇ ಅನ್ನ. 'ನಂಗೇನು ಊಟ ಬೇಡ' ಅಂತ ಗೋಳೋ ಅಂತ ಅಳಲು ಶುರು ಮಾಡಿದೆ, ಯಾರಿದ್ದಾರೆ ಯಾರಿಲ್ಲ ಅನ್ನೋದನ್ನ ಗಮನಿಸದೆ. ಊಟಕ್ಕೆ ಕೂತಿದ್ದ ಅಡಿಗರು ಎದ್ದು ಬಂದರು. ನನ್ನ ಬೆನ್ನು ಸವರುತ್ತಾ 'ನಿನ್ನ ತಾಯಿ ತಂದೆ ಅಣ್ಣ ತಮ್ಮಂದಿರು ನಿನಗಾಗಿ ಎಷ್ಟು ಕಷ್ಟಪಟ್ಟು ನಿನ್ನನ್ನು ಉಳಿಸಿಕೊಂಡಿದ್ದಾರೆ. ಹಾಗೆಲ್ಲ

ಹಠ ಮಾಡಬಾರದು ಅವರೆಲ್ಲ ನಿನ್ನನ್ನು ಎಷ್ಟು ಪ್ರೀತಿ ಮಾಡುತ್ತಾರೆ ನೀವು ಊಟ ಮಾಡುತ್ತಿಲ್ಲ ಅಂತ ನೋಡು ನಿನ್ನ ತಾಯಿಯ ಕಣ್ಣಲ್ಲಿ ನೀರು. ನಿಧಾನವಾಗಿ ಎಲ್ಲಾ ಸರಿ ಹೋಗುತ್ತೆ ಎಲ್ಲಾ ತಿನ್ನುವೆಯಂತೆ' ಎಂದು ಹೇಳಿದ ಮಾತು ಇನ್ನೂ ಕಿವಿಯಲ್ಲಿದೆ. ಅದಕ್ಕೆಂದೇ ಅವತ್ತು ಅಡಿಗರನ್ನು ಊಟಕ್ಕೆ ಬರ ಹೇಳಿದ್ದರೋ ತಿಳಿಯದು.

ಇಂಥಾ ಮೃದು ಮನದ ಅಡಿಗರು ತುಂಬಾ ನಿಷ್ಠುರವಾದಿಯಾಗಿದ್ದರು. ಸತ್ಯಪ್ರಿಯರು ಅವರು. ಸಮಾಜದ ಮೋಸ ತಟವಟ ಸುಳ್ಳು ದುಷ್ಟತನ ಎಂದರೆ ಕಿಡಿ ಕಾರುತ್ತಿದ್ದರು. ಅಂಥ ನೇರ ನಡೆ–ನುಡಿಯ ವ್ಯಕ್ತಿಗಳು ರಾಜಕೀಯದಲ್ಲಿ ಸಲ್ಲುವುದಿಲ್ಲ. ಅಂತಲೇ ಪ್ರಾಯಶಃ ಚುನಾವಣೆಯಲ್ಲಿ ಸ್ಪರ್ಧಿಸಿ ಸೋತರು. ಇದರ ಗುಂಪಿಗೆ ಸೇರುವ ಇನ್ನೊಬ್ಬರು ಶಿವರಾಮ ಕಾರಂತರು. ಅವರದ್ದೂ ಅಷ್ಟೇ ಅದೇ

ಸತ್ಯಸಂಧತೆ, ನೇರ ನುಡಿ, ಅನ್ಯಾಯದ ವಿರುದ್ಧ ನಿಷ್ಠುರದ ನುಡಿ, ಸಿಡಿದೇಳುತ್ತಾರೆ, ಅಂತಲೇ ಇಂಥವರು ಲೋಕ ವಿರೋಧಿ ಪಟ್ಟ ಕಟ್ಟಿಸಿಕೊಳ್ಳುತ್ತಾರೆ. ಯಾಕೆಂದರೆ ಇವರುಗಳು ಖಂಡಿತವಾದಿಗಳು. ನಿಜದ ನಡೆಯ ತುಳಿವ ಮಂದಿ.

ಅಡಿಗರು ಅವರ ವಿಶ್ರಾಂತ ಜೀವನವನ್ನು ಬೆಂಗಳೂರಿನಲ್ಲಿ ಕಳೆಯುತ್ತಿದ್ದರು. ಅಲ್ಲಿಗೂ ನಾನು ನನ್ನ ಪತಿ ರಘುರಾಂ ಅವರನ್ನು ಕಾಣಲು ಹೋಗುತ್ತಿದ್ದೆವು. ನನ್ನ ಪತಿ ರಘುರಾಂಗೂ ಅಡಿಗರು ತುಂಬಾ ಚೆನ್ನಾಗಿ ಗೊತ್ತಿತ್ತು. ಅಡಿಗರಿಗೆ ಮೈಸೂರಿನ ನಜರಾಬಾದ್‌ನಲ್ಲಿ ಒಂದು ಮನೆ ಇತ್ತು. ಅಡಿಗರಿಗೆ ಅವರ ಕೊನೆ ದಿನಗಳಲ್ಲಿ ಅವರ ಆರೋಗ್ಯ ಅಷ್ಟು ಸರಿ ಇರಲಿಲ್ಲ. ಪಾರ್ಶ್ವವಾಯುವಿನ ಹೊಡೆತದಿಂದಾಗಿ ಅವರಿಗೆ ನಡೆಯಲು ಕಷ್ಟವಾಗುತ್ತಿತ್ತು. ಹಾಗಾಗಿ ಮೈಸೂರಿನಲ್ಲಿದ್ದ ಅವರ ಮನೆಯನ್ನು ಮಾರಬೇಕೆಂದರೂ ಅವರಿಗೆ ಓಡಾಟ ಸಾಧ್ಯವಿರಲಿಲ್ಲ. ಆಗ ಅವರಿಗೆ ಹಣದ ಮುಗ್ಗಟ್ಟು ಬೇರೆ ಇತ್ತು. ನಾವು ಒಮ್ಮೆ ಅವರ ಮನೆಗೆ ಹೋದಾಗ ಮೈಸೂರಿನ ಮನೆ ಮಾರುವ ಮಾತು ಹೇಳಿದರು. ರಘುರಾಮ್ ಕೂಡಲೇ ಸಾರ್ ನಾನು ಮನೆ ಮಾರಿಸಿಕೊಡ್ತೀನಿ ಸಾರ್ ಅಂದರು. ಅದಕ್ಕೆ ಅಡಿಗರು ಕೂಡಲೇ 'ರಘುರಾಮ ನಿನ್ನ ಹಾಗೆ ಹತ್ತಾರು ಮಂದಿ ಹೇಳಿ ಹೋದರು. ಮನೆ ಮಾರಿಸಿ ಕೊಡ್ತೀನಿ ಅಂತ ಯಾರೂ ಏನೂ ಮಾಡಲಿಲ್ಲ ಆ ಲಿಸ್ಟಿಗೆ ನೀನು ಇನ್ನೊಂದು ಅಡಿಷನ್ ಅಷ್ಟೇ' ಎಂದರು. ಅವರಿಗೆ ಬೇಜಾರಾಗಿ ಬಿಟ್ಟಿತ್ತು. ಇಲ್ಲ ಸಾರ್ ನಾನು ಮಾರಿಸಿಯೇ ಕೊಡ್ತೀನಿ ಅಂತ ಹೇಳಿ ಮನೆಯ ಕೀಯನ್ನು ಪಡೆದು ಬಂದೆವು.

ನಜರಾಬಾದ್‌ನಲ್ಲಿ ಇದ್ದ ಅಡಿಗರ ಮನೆಯನ್ನು ನೋಡಿಕೊಂಡು ಬಂದೆವು. ಅದನ್ನ ಮಾರಿಸಲು ಹತ್ತಾರು ಕಡೆ ಪ್ರಯತ್ನಪಟ್ಟರು ರಘುರಾಮ್. ದಿನಗಳು ಉರುಳುತ್ತಲೇ ಇತ್ತು ರಘುರಾಮ್ ಪಟ್ಟು ಬಿಡದೆ ಪ್ರಯತ್ನಿಸುತ್ತಲೇ ಇದ್ದರು. ಅಡಿಗರಿಗೆ ಮನೆ ಮಾರುವ ಅವಶ್ಯಕತೆ ತುಂಬಾ ಇತ್ತು. ಅದಕ್ಕೆ ಪತ್ರ ಬೇರೆ ಬರೆದರು ಅದರ ಒಕ್ಕಣೆಯನ್ನು ಈಗ ಇಲ್ಲಿ ಉಲ್ಲೇಖಿಸಬಹುದೆಂದು ಬರೆಯುತ್ತಿದ್ದೇನೆ.

> **ಚಿರಂಜೀವಿ ಲೀಲಾವತಿಗೆ,**
>
> **ತಂಗಿ,**
>
> ನನ್ನ ಮೈಸೂರು ಮನೆಯ ಮಾರಾಟದ ವಿಷಯದಲ್ಲಿ ನಿಮ್ಮನ್ನೇ ನಂಬಿದ್ದೇನೆ. ನೀನೂ ಕೊಂಚ ಆಸ್ಥೆ ವಹಿಸಬೇಕೆಂದು ಕೇಳಿಕೊಳ್ಳುತ್ತೇನೆ. ಆ ಮನೆ ಸರಿಯಾದ ಬೆಲೆಗೆ ಮಾರಾಟವಾದರೆ ಇರುವ ಸಾಲವನ್ನೆಲ್ಲ ತೀರಿಸಿ ಕೊಂಚ ಸಮಾಧಾನದಿಂದ ಉಳಿದ ಕಾಲವನ್ನು ಕಳೆಯಬಹುದು ನೋಡೋಣ...

ಅವರ ನೋವಿನ ಪತ್ರ ಇನ್ನೂ ನನ್ನ ಬಳಿ ಇದೆ.

ರಘುರಾಮ್ ತುಂಬಾ ಪ್ರಯತ್ನಪಟ್ಟ ಮೇಲೆ ಆ ಮನೆಯನ್ನು ಕೊಳ್ಳಲು ಒಬ್ಬ ಎಂಜಿನಿಯರ್ ಮುಂದೆ ಬಂದರು. ಅವರು ಜೀ.ಶಂ.ಪ ಅವರ ಅಳಿಯಂದಿರು. ಅಡಿಗರು ಹೇಳಿದ ಬೆಲೆಗೆ ಅವರು ಮನೆಯನ್ನು ಕೊಳ್ಳಲು ಒಪ್ಪಿದರು.

ಇನ್ನು ಕ್ರಯ ಪತ್ರ ಆಗಬೇಕಲ್ಲ. ಕ್ರಯ ಪತ್ರ ರಿಜಿಸ್ಟರ್ ಆಗುವ ದಿನ ಅಡಿಗರನ್ನು ಒಂದು ಕಾರಿನಲ್ಲಿ ಮೈಸೂರಿಗೆ ಕರತರಲಾಯಿತು. ನಾವೆಲ್ಲ ಸಬ್ ರಿಜಿಸ್ಟ್ರಾರ್ ಆಫೀಸಿಗೆ ಹೋದೆವು ನಾವು ಅಲ್ಲಿಗೆ ಹೋದಾಗ ಮಧ್ಯಾಹ್ನ 1:30ರ ಸಮಯ. ಅಡಿಗರನ್ನು ಕಾರಿನಲ್ಲೇ ಕೂರಿಸಿ ರಘುರಾಮ್ ಮೊದಲು 'ನಾನು ನೋಡಿಕೊಂಡು ಬರ್ತೀನಿ' ಅಂತ ಹೋದವರು ಕ್ಷಣದಲ್ಲೇ ವಾಪಸ್ಸು ಬಂದರು. 'ಸಬ್ ರಿಜಿಸ್ಟ್ರಾರ್ ಊಟಕ್ಕೆ ಹೋಗಿದ್ದಾರಂತೆ ಸಾರ್' ಅಂದರು. ಅದಕ್ಕೆ ಅಡಿಗರ ಮಾರ್ಮಿಕ ಉತ್ತರ 'ಏಕೆ ಬೆಳಗಿನಿಂದ ಇಲ್ಲಿ ಕೂತು ತಿಂದದ್ದು ಸಾಲದ್ದೆಂದು ಮನೆಗೆ ಊಟಕ್ಕೆ ಬೇರೆ ಹೋಗಿದ್ದಾರೇನು?' ಎಂದರು. ಅಡಿಗರ ಆ ಮಾತಿನ ವ್ಯಂಗ್ಯದ ಹಿಂದಿನ ನೋವು ಎಂಥದ್ದು. ವ್ಯಾಪಕವಾಗಿ ಹಬ್ಬಿರುವ ಇಂಥ ಈ ಲಂಚಗುಳಿತನದ ಬಗ್ಗೆ ಆಡಿದ ಖಾರದ ಮಾತದು. ಮುಗಿಸುವ ಮುನ್ನ ಅವರದೇ ಒಂದು ಕವನವನ್ನು ಉಲ್ಲೇಖಿಸುತ್ತೇನೆ.

ಬದುಕು

ತಿಳಿಯದ ಅರ್ಥದ ಸೆಳವಿಗೆ ಸಿಕ್ಕಿ
ಬದುಕಿಗೆ ಸಾವಿನ ಮುಖಾಮುಖಿ ॥

ಬೆಳಕೋ ಕತ್ತಲ ಕಾಣದ ರೆಕ್ಕೆ
ಕತ್ತಲೆ ಬೆಳಕಿನ ಮೂಲದ ಹಕ್ಕೆ
ಎರಡು ಬೆರೆತರೆ ಹಗಲಿನ ಬದುಕು
ಇಲ್ಲವೋ ಅಳಿವಥವಾ ಬರೀ ಮುಲುಕು ॥

ಅನ್ನದಗೊಂಬೆಗನನ್ನದ ಕನಸು
ಪುಣ್ಯಕೆ ಪಾಪದ ನುಣ್ಣನೆ ಹೊರಸು
ಏಕಕೆ ಅನೇಕ ಮುಖದ ಕವಾತು
ಮೌನದ ಅರ್ಥವೋ ಮಾತೇ ಮಾತು॥

ಹುಟ್ಟಿಗೆ ಕೈ ಕೊಟ್ಟರೆ ಇದು ಚಾಲು
ಹಚ್ಚಡ ಹೊಚ್ಚುವ ಬಿಚ್ಚುವ ಗೀಳು
ಭವ ಭವ ಸಮುದ್ರ ದಾಟಿದ ಮೇಲು
ಇನ್ನೂ ಕಡಲಿದೆ ಇನ್ನು ಕಮಾಲು॥

ನೆನಪಿನ ಸುರುಳಿಯನ್ನು ಬಿಚ್ಚಿ ಹರಡಿದರೆ
ಜಿ.ಎಸ್. ಶಿವರುದ್ರಪ್ಪನವರು ಹೊಳೆಯುವ
ನಕ್ಷತ್ರವಾಗಿ ನನ್ನ ಕಣ್ಣ ಮುಂದೆ
ಸುಳಿಯುತ್ತಾರೆ. ಅವರು ನನಗೆ ಸವಿ
ನೆನಪುಗಳ ಆಗರ.

ಅವರು ದಿವ್ಯಾಂಬರ ಸಂಚಾರಿ

ಜಿ.ಎಸ್. ಶಿವರುದ್ರಪ್ಪ

ಉಡುಗಣವೇಷ್ಠಿತ, ಚಂದ್ರಸುಶೋಭಿತ
ದಿವ್ಯಾಂಬರ ಸಂಚಾರಿ
ಕಣ್ಣನೀರಿನಲಿ, ಮಣ್ಣ ಧೂಳಿನಲಿ
ಹೊರಳುತ್ತಿರುವ ಸಹಚಾರಿ.

ಅರವತ್ತರ ದಶಕದಲ್ಲಿ ಹಾಡಿದ ಈ ಗೀತೆ ಈ ಕ್ಷಣಕ್ಕೂ ಜೀವಂತವಾದ ಒಂದು ಕವಿತೆ ಹಾಗೂ ಭಾವಗೀತೆಯಾಗುಳಿದಿದೆ ಜನಮನದ ಹೃದಯದಂಗಳದಲ್ಲಿ. ಅಷ್ಟೇ ಅಲ್ಲದೆ ಈ ಕ್ಷಣಕ್ಕೂ ನಾನೆಲ್ಲಿ ಹೋದರೂ 'ಲೀಲಾವತಿ ಉಡುಗಣವೇಷ್ಠಿತ ಹಾಡಿ' ಎಂದೇ ಕೇಳುವುದು. ಈ ಹಾಡು ಒಂದು ದೃಷ್ಟಿಯಿಂದ ನನ್ನ ಐಡೆಂಟಿಟಿಯೇ ಆಗಿದೆ ಎನ್ನಬಹುದು. 'ಲೀಲಾವತಿ ಎಂದರೆ ಉಡುಗಣವೇಷ್ಠಿತ, ಉಡುಗಣವೇಷ್ಠಿತ ಅಂದರೆ ಲೀಲಾವತಿ' ಎಂಬಷ್ಟು ಈ ಕವನ ನನ್ನ ಉಸಿರಲ್ಲಿ ಉಸಿರಾಗಿ ಬೆರೆತುಬಿಟ್ಟಿದೆ. ಹಾಗಾಗಿ ಪ್ರಾಯಶಃ ಜಿ.ಎಸ್.

ಶಿವರುದ್ರಪ್ಪನವರ ಈ ಕವನ ನನ್ನ ಬದುಕಿನ ಪುಟಗಳಲ್ಲಿ ಸೇರಿಬಿಟ್ಟಿದೆ ಎನ್ನುವುದು ಗಾಯಕಿಯಾಗಿ ನನಗೆ ಹೆಮ್ಮೆಯ ಸಂಗತಿ.

ನೆನಪಿನ ಸುರುಳಿಯನ್ನು ಬಿಚ್ಚಿ ಹರಡಿದರೆ ಜಿ.ಎಸ್. ಶಿವರುದ್ರಪ್ಪನವರು ಹೊಳೆಯುವ ನಕ್ಷತ್ರವಾಗಿ ನನ್ನ ಕಣ್ಣ ಮುಂದೆ ಸುಳಿಯುತ್ತಾರೆ. ಅವರೆಂದರೆ ನನಗೆ ಸವಿ ನೆನಪುಗಳ ಆಗರ. ಜಿ.ಎಸ್. ಶಿವರುದ್ರಪ್ಪನವರಿಗೂ ನನಗೂ ಒಂದು ವಿಧದ ಅವಿನಾಭಾವ ಸಂಬಂಧ. ಈ ಭಾವಬಂಧನ, ಬೆಸುಗೆ ಎನ್ನುವುದು ವರ್ಣನೆಗೆ ನಿಲುಕದ್ದು, ಅನುಭವವೇದ್ಯವಷ್ಟೇ. ಜಿ.ಎಸ್.ಎಸ್.ರವರ ಹಲವಾರು ಕವನಗಳನ್ನು ನಾನು ಹಾಡಿದ್ದೇನೆ. ನನಗೆ ಬೇಂದ್ರೆಯವರ ಜಾನಪದ ಸೊಗಡು, ಕೆ.ಎಸ್. ನರಸಿಂಹಸ್ವಾಮಿಗಳ ಸಾಂಸಾರಿಕ ಚಿತ್ರಣ, ಅಡಿಗರ ದಿಟ್ಟತನದ ದನಿ, ಕುವೆಂಪುರವರ ಸೌಂದರ್ಯಾರಾಧನೆ. ಜಿ.ಎಸ್.ಎಸ್.ರವರ ಮಾಧುರ್ಯದ ಮೋಡಿ, ಜೀವನ ಪ್ರೇಮ ಎಲ್ಲವೂ ಇಷ್ಟವೇ.

ಹಾಗೆ ನೋಡಿದರೆ ನಾನು ಸಾಮಾನ್ಯವಾಗಿ ಬಹಳಷ್ಟು ಕವಿಗಳ ಕಾವ್ಯಗಳಿಗೆ ರಾಗ ಸಂಯೋಜನೆ ಮಾಡಿದ್ದೇನೆ, ಅಲ್ಲದೆ ಹಾಡಿದ್ದೇನೆ, ಹಾಡಿಸಿದ್ದೇನೆ. ನಾನು ಅಂಕೆ ಸಂಖ್ಯೆಗಳನ್ನು ಗಮನಿಸುವಾಗ ಕುವೆಂಪುರವರ ಕವನಗಳನ್ನು ಹಾಡಿದಷ್ಟು ಬೇರೆ ಯಾವ ಕವಿಗಳ ರಚನೆಯನ್ನೂ ಹಾಡಿಲ್ಲ, ನಾನು ಹಾಡಿರುವ ಕುವೆಂಪು ಅವರ ರಚನೆಗಳಿಗೆ ಲೆಕ್ಕವಿಲ್ಲ. ಅವರು ಬರೆಯುತ್ತಿದ್ದ ಕಾಲದಲ್ಲಿ ಕವಿಯಾಗಿ ಅರಳಿರಲಿಲ್ಲ ಜಿ.ಎಸ್.ಎಸ್.ರವರು. ಈ ಕ್ಷಣಕ್ಕೂ ನನಗೆ ಒಂದು ಆಶ್ಚರ್ಯವೇನೆಂದರೆ ನನ್ನನ್ನು ಗುರುತಿಸುವುದು ಮಾತ್ರ ಜಿ.ಎಸ್.ಎಸ್.ರವರ ಕವನಗಳಿಂದಲೇ. ಉಡುಗಣವೇಷ್ಠಿತ, ಹೌದೇನೇ ಉಮಾ, ಸಂಜೆ ಬಾನಿನಂಚಿನಲ್ಲಿ, ಯಾವುದೀ ಪ್ರವಾಹವು, ಯಾರು ಈ ಗಾರುಡಿಗಾ, ಎಲ್ಲೋ ಹುಡುಕಿದೆ ಇಲ್ಲದ ದೇವರ ಇತ್ಯಾದಿ ಇತ್ಯಾದಿ. ಈ ಒಂದು ವಿಷಯ ನನಗೆ ತೀರಾ ಅಯೋಮಯವೆನಿಸುತ್ತದೆ. ಅದಕ್ಕೆ ಕಾರಣ, ಸಮಾನ ಮಾನಸಿಕ ತತ್ವವಿರಬಹುದೇ? ತಿಳಿಯದು, ನನ್ನ ಈ ಅನಿಸಿಕೆಗೆ ಉತ್ತರವಿಲ್ಲ.

ಜಿ.ಎಸ್. ಶಿವರುದ್ರಪ್ಪನವರನ್ನು ನಾನು ಮೊದಲು ಕಂಡದ್ದು ಪ್ರಾಯಶಃ ನನಗೆ ನೆನಪಿರುವ ಮಟ್ಟಿಗೆ 1952ನೇ ಇಸವಿಯಲ್ಲಿರಬೇಕು. ನಾನು ಆಕಾಶವಾಣಿಯಲ್ಲಿ 1950ರ ಆಗಸ್ಟ್ 14ರಿಂದ ಅಂದರೆ ನಾನು 16 ವರ್ಷದವಳಾಗಿದ್ದಾಗಿನಿಂದಲೂ ಮೈಸೂರು ಆಕಾಶವಾಣಿಯಿಂದ ಭಾವಗೀತೆ, ಹಿಂದಿಗೀತೆ, ಭಜನ್‌ಗಳು ಹಾಡುತ್ತಾ ಬಂದವಳು. ಕಲಾ ಪ್ರಚಾರ, ಪ್ರಸಾರಕ್ಕಾಗಿ ಆಗ ಇದ್ದ ಮಾಧ್ಯಮವೆಂದರೆ ಆಕಾಶವಾಣಿಯೊಂದೇ. ಆಗ ಅದು ತುಂಬಾ ಪ್ರಭಾವಶಾಲಿ, ಜನಮೆಚ್ಚುಗೆಯ ಮಾಧ್ಯಮವಾಗಿತ್ತು. ಭಾವಗೀತೆ ಪ್ರಕಾರ ಕೂಡ. ಒಂದು ಹೊಸ ಶೈಲಿಯ ಸಂಗೀತ

ಸ್ವರೂಪವಾಗಿ ಜನಮನಕ್ಕೆ ಮೋಡಿ ಮಾಡಿತ್ತು. ಭಾವಗೀತೆಗಳು ಅತ್ಯಂತ ಜನಪ್ರಿಯ ಪ್ರಕಾರವಾಗಿ ಬೆಳೆಯುತ್ತಿದ್ದ ಕಾಲವದು.

ಇದ್ದಕ್ಕಿದ್ದಂತೆ ಒಂದು ದಿನ ನಮ್ಮ ಮನೆಗೆ ಐದು ಜನ ಅತಿಥಿಗಳು ಬಂದರು. ಅವರಲ್ಲೊಬ್ಬರು ಜಿ.ಎಸ್. ಶಿವರುದ್ರಪ್ಪನವರು. ಈ ಹಿಂದೆ ಅವರನ್ನೊಂದೆರಡು ಬಾರಿ ಕಂಡಿದ್ದೆ. ಆದರೆ ಆಗ ಅವರ ಪರಿಚಯವಿರಲಿಲ್ಲ. ಹಾಗಾಗಿ ಅವರ ಗುರುತು ಗೊತ್ತಾಯಿತು. ಅವರೆಲ್ಲರನ್ನೂ ಮನೆಯೊಳಕ್ಕೆ ಸ್ವಾಗತಿಸಿದೆ. ಶಿವರುದ್ರಪ್ಪನವರು ಅವರೊಂದಿಗೆ ಬಂದಿದ್ದ ಗೆಳೆಯರ ಪರಿಚಯಿಸಿದರು. ಕೆ.ಬಿ. ಪ್ರಭು ಪ್ರಸಾದ್, ಪ್ರಭುಶಂಕರ್, ವೆಂಕಟರಾಮ್ ಹಾಗೂ ತಮ್ಮ ಪರಿಚಿತರೊಬ್ಬರನ್ನು ಕರೆತಂದಿದ್ದರು. ಅವರು ಅಮೆರಿಕೆಯ ಇಲಿನಾಯ್ಸ್ ಯೂನಿವರ್ಸಿಟಿಯ ಸಂಗೀತ ವಿಭಾಗದ ಪ್ರೊಫೆಸರ್ ಆರ್ಚರ್ ಎನ್ನುವವರು. ಅವರೆಲ್ಲರೂ ಕಾವ್ಯಗಾಯನ ಪ್ರೇಮಿಗಳಾಗಿದ್ದರು. ಇವರೆಲ್ಲರೂ ಕಾವ್ಯ ಹಾಗೂ ಸಂಗೀತಾರಾಧಕರೆಂದು ತಿಳಿದಿತ್ತೇ ವಿನಃ ಇವರನ್ಯಾರನ್ನೂ ಮೊದಲು ನೋಡಿರಲಿಲ್ಲ ನಾನು. ನನ್ನಿಂದ ಭಾವಗೀತೆಗಳನ್ನು ಹಾಡಿಸಿ ಕೇಳುವ ಉದ್ದೇಶದಿಂದ ನಮ್ಮ ಮನೆಗೆ ಬಂದಿದ್ದರು. ಅವರೆಲ್ಲರೂ ನಮ್ಮ ಮನೆಗೆ ಬಂದದ್ದೊಂದು ಅಮೃತ ಗಳಿಗೆಯೇ ಎನಬೇಕು. ಮುಂದೊಂದು ದಿನ ನಾನು ಜಿ.ಎಸ್.ಎಸ್ ಅವರ ಕವನಗಳನ್ನು ಹಾಡಿ ಅವರನ್ನು ಮೆಚ್ಚಿಸುತ್ತೇನೆ ಎಂಬ ಕಲ್ಪನೆಯೂ ನನಗಾಗ ಇರಲಿಲ್ಲ. ಕವಿಯಾಗಿ ಅವರಾಗ ಅಷ್ಟು ಪರಿಚಿತರಾಗಿರಲಿಲ್ಲ ಕೂಡ. ಹಾಂ.. ಬಂದವರನ್ನೆಲ್ಲ ಕೂರಿಸಿ, ನನ್ನ ತಾಯಿ ತಯಾರಿಸಿದ ಕಾಫಿಯನ್ನು ಅವರೆಲ್ಲರಿಗೂ ಕೊಟ್ಟು, ತಂಬೂರಿಯನ್ನು ಮೀಟುತ್ತಾ, ಅವರುಗಳ ಮನಸ್ಸಿಗೆ ಸಂತೋಷವಾಗುವಷ್ಟು ಹೊತ್ತು ನಾನು ಅವರುಗಳ ಮುಂದೆ ಭಾವಗೀತೆಯನ್ನು ಹಾಡಿದೆ. ಮೊದಮೊದಲೆಲ್ಲಾ ನಾನು ಹೆಚ್ಚಾಗಿ ಹಾಡುತ್ತಿದ್ದುದು, ಕುವೆಂಪು, ಬೇಂದ್ರೆ, ಅಡಿಗ, ಪುತಿನ ಅವರುಗಳ ಕವನಗಳನ್ನೇ. ಹಾಡುಗಳನ್ನು ಕೇಳಿದ ಗೆಳೆಯರ ಬಳಗಕ್ಕೆ ಸಂತೋಷವಾಯಿತು. ನನಗೂ ತೃಪ್ತಿಯಾಯಿತು. ಪ್ರೊಫೆಸರ್ ಆರ್ಚರ್ ಅವರು ಅವರ ವಿಳಾಸವನ್ನು ಕೊಟ್ಟು ಅಮೇರಿಕೆಗೆ ಬರಲು ಆಹ್ವಾನಿಸಿದರು. ಆದರೆ ಅಮೇರಿಕೆಯ ನೆಲದಲ್ಲಿ ಹಾಡುವ ಅವಕಾಶ ನನಗೆ ದೊರೆತದ್ದು 1983ನೇ ಆಗಸ್ಟ್‌ನಲ್ಲಿ. ಅದೂ ಟ್ರೆಂಟನ್‌ನಲ್ಲಿ ನಡೆದ ವಿಶ್ವ ಕನ್ನಡ ಸಮ್ಮೇಳನದ ಸಂಧರ್ಭದಲ್ಲಿ, ರಘುರಾಂ ಮತ್ತು ನಾನೇ ಮೊಟ್ಟ ಮೊದಲು ಭಾವಗೀತಾ ರಾಯಭಾರಿಗಳಾಗಿ ಭಾಗವಹಿಸಿ ಹಾಡಿದ್ದು.

ನಾನು 1952–54ರಲ್ಲಿ ಮೈಸೂರಿನ ಮಹಾರಾಜಾ ಕಾಲೇಜಿನಲ್ಲಿ ಬಿ.ಎ. ಮಾಡುತ್ತಿದ್ದ ಸಮಯ. 'ಕಾವ್ಯ–ವಿಹಾರ' ನಮಗೆ ಕನ್ನಡದ ಪಠ್ಯವಾಗಿತ್ತು. ಮೊಟ್ಟಮೊದಲ ಕನ್ನಡದ ಪಾಠದ ದಿನ. ಮಹಾರಾಜಾ ಕಾಲೇಜಿನ ಜೂನಿಯರ್ ಬಿ.ಎ. ಹಾಲಿನಲ್ಲಿ ಕನ್ನಡ ಪಾಠ ಮಾಡಲು ಬರುವ ಮೇಷ್ಟ್ರಿಗಾಗಿ ವಿದ್ಯಾರ್ಥಿ, ವಿದ್ಯಾರ್ಥಿನಿಯರ ವೃಂದ ಕಾದು ಕುಳಿತಿತ್ತು. ಎಲ್ಲರಿಗೂ ಡಿಗ್ರಿ ಕಾಲೇಜು ಹೊಸತು. ಸ್ವಲ್ಪ ಗುಸು ಗುಸು ಪಿಸು ಪಿಸು

ಹೊರತು ಯಾರೂ ಗಟ್ಟಿಯಾಗಿ ಮಾತಾಡುತ್ತಿರಲಿಲ್ಲ. ವಿದ್ಯಾರ್ಥಿ, ವಿದ್ಯಾರ್ಥಿನಿಯರು ಪರಸ್ಪರ ಅಪರಿಚಿತರೇ. ನನ್ನ ಜೊತೆ ಸಹಪಾಠಿಗಳಾಗಿ ಅಲ್ಲಿದ್ದವರು ಕೆ.ವಿ. ಸುಬ್ಬಣ್ಣ, ಡಾ॥ ನ. ರತ್ನ, ಮಿರ್ಲೆ ವಿಶ್ವನಾಥ್, ಯು.ಆರ್. ಅನಂತಮೂರ್ತಿ, ಸಾ.ಶಿ. ಮರುಳಯ್ಯ, ಸಿಂಧುವಳ್ಳಿ ಅನಂತಮೂರ್ತಿ, ಪಿ. ಶ್ರೀನಿವಾಸರಾವ್, ಹಾ.ಮಾ. ನಾಯಕ್, ಎ.ಎಸ್. ಪದ್ಮ, ಎಂ.ವಿ. ಮಾಲತಿ, ರಾಘವನ್ ನಂತರ ಡೆಪ್ಯೂಟಿ ಸ್ಪೀಕರ್ ಆದ ರಾಜಶೇಖರಮೂರ್ತಿ ಇತ್ಯಾದಿ (ಇದು ಕ್ರಮೇಣ ನನಗೆ ತಿಳಿದದ್ದು). ಕ್ಲಾಸಿಗೆ ಬಂದೇ ಬಂದರೊಬ್ಬ ಶುಭ್ರ ವಸ್ತ್ರಧಾರಿ, ಅವರು ಬೇರೆ ಯಾರೂ ಅಲ್ಲ, ಜಿ.ಎಸ್. ಶಿವರುದ್ರಪ್ಪನವರು. ಆದರೆ ಅಲ್ಲಿ ಅವರು ಬಹಳ ಕಾಲ ಇರಲಿಲ್ಲ. ಒಂದೆರಡು ತಿಂಗಳು ತುಂಬುವುದರಲ್ಲೇ ಬೇರೆ ಕಡೆಗೆ ಹೊರಟು ಹೋದರು. ಹಾಗಾಗಿ ಅವರ ಪಾಠದ ಸೊಗಡು, ಸೊಗಸನ್ನು ಅರಿಯುವ ಅವಕಾಶವಾಗಲೇ ಇಲ್ಲ. ಮತ್ತೆ ನಾನು ಮೇಲೆ ಹೇಳಿದ ಹೆಸರಾಂತ ವಿದ್ಯಾರ್ಥಿಗಳೆಲ್ಲ ಕೆಲವಷ್ಟು ದಿನಗಳಾದರೂ ಅವರ

ಶಿಷ್ಯರಾಗಿದ್ದೆವು ಎಂಬ ವಿಷಯ ಅವರಿಗೆ ತಿಳಿದಿರಲಿಲ್ಲ. ಬಹಳಷ್ಟು ವರ್ಷಗಳ ಬಳಿಕ ನಾನೇ ಅವರಿಗೆ ಈ ವಿಷಯವನ್ನು ತಿಳಿಸಿದ್ದೆ. ನಾನು ಕಾಲೇಜಿನಲ್ಲಿ ಅವರ ಶಿಷ್ಯಳಾಗಿದ್ದೆ ಎಂಬ ವಿಷಯವನ್ನು ಅವರ ಗಮನಕ್ಕೆ ತರುವಾಗ, ಮೇಲೆ ಹೇಳಿದ ಈ ಎರಡೂ ಪ್ರಸಂಗಗಳೂ ಜಿ.ಎಸ್.ಎಸ್.ರವರನ್ನು ನಾನು ಕಂಡ ಒಂದು ಹೊಳಹಷ್ಟೆ.

ಮುಂದಿನದೆಲ್ಲ ಕವಿ, ಗಾಯಕಿಯ ಪರಿಚಯದ ಗಾಢತೆ ಬೆಳೆಯುವ ಹಾದಿಯ ಮಲ್ಲಿಗೆಯ ಹಾಸು. ಪ್ರಾಯಶಃ 1956ರಲ್ಲಿ ಬೆಂಗಳೂರು ಆಕಾಶವಾಣಿಯ ಕೇಂದ್ರದ ಅಂಗಳದಲ್ಲಿ ಆಹ್ವಾನ ಶ್ರೋತೃಗಳ ಸಮ್ಮುಖದಲ್ಲೊಂದು ಕಾರ್ಯಕ್ರಮ. ಮೈಸೂರಿನಲ್ಲಿದ್ದ ಆಕಾಶವಾಣಿಯ ಮೂಲಕೇಂದ್ರ. ಬೆಂಗಳೂರು ಕರ್ನಾಟಕದ ರಾಜಧಾನಿ ಎನ್ನುವ ಕಾರಣಕ್ಕೆ 1955ರಲ್ಲಿ ವರ್ಗಾವಣೆಯಾಯಿತು. ಮೈಸೂರಿನ ಆಕಾಶವಾಣಿ ಕೇಂದ್ರವನ್ನು ಮುಚ್ಚಲಾಯಿತು. ಈ ಬೆಂಗಳೂರು ಆಕಾಶವಾಣಿ ಆಹ್ವಾನಿತ ಶ್ರೋತೃಗಳ ಮುಂದೆ ಏರ್ಪಡಿಸಿದ ಮೊಟ್ಟಮೊದಲ ಕಾರ್ಯಕ್ರಮ ಇದಾಗಿತ್ತು. ಅದರ ವಿಶೇಷತೆ ಏನೆಂದರೆ ಕವಿಗಳು ಅವರ ಕಾವ್ಯವನ್ನೋದುವುದು, ಅದೇ ಕವನವನ್ನು ಗಾಯಕ/ಗಾಯಕಿಯರಿಂದ ಹಾಡಿಸುವುದು. ಅದೊಂದು ವಿನೂತನ ಕಾರ್ಯಕ್ರಮವಾಗಿತ್ತು. ಆ ಸಂದರ್ಭದಲ್ಲಿ ನನ್ನ ಪಾಲಿಗೆ ಬಂದದ್ದು ಜಿ.ಎಸ್.ಎಸ್.ರವರ 'ಎಲ್ಲೋ ದೂರದಿ ಜಿನುಗುವ ಹನಿಗಳೆ, ಬನ್ನಿ ಬನ್ನಿ ಬಿರುಮಳೆಯಾಗಿ' ಎನ್ನುವ ಗೀತೆ. ಇದು ನಾನು ಆಕಾಶವಾಣಿಯಲ್ಲಿ ಹಾಡಿದ ಮೊಟ್ಟ ಮೊದಲ ಜಿ.ಎಸ್.ಎಸ್.ರವರ ಕವನ. ಇದು ಆಗ ಧ್ವನಿಮುದ್ರಿತವಾಗಲಿಲ್ಲ. ನೇರ ಶ್ರೋತೃಗಳ ಮುಂದೆ ಹಾಡಿದ್ದಷ್ಟೆ.

ನಂತರ ಬಂದದ್ದೆ ನನಗೆ ಭಾವಗೀತಾ ಕ್ಷೇತ್ರದಲ್ಲಿ ಅತ್ಯಂತ ಹೆಸರನ್ನು ತಂದುಕೊಟ್ಟ, ಎಂದೂ ಮರೆಯಲಾಗದ ಗೀತೆ 'ಉಡುಗಣವೇಷ್ಠಿತ ಚಂದ್ರಸುಶೋಭಿತ ದಿವ್ಯಾಂಬರ ಸಂಚಾರಿ'. ಈ ಕವನ ಸೋವಿಯತ್ ದೇಶದ ಮಾಸ್ಕೊ ರೇಡಿಯೋ ನಿಲಯದಿಂದಲೂ ಸಾಕಷ್ಟು ಸಲ ಬಿತ್ತರಗೊಂಡಿರುವುದು ನನಗೆ ಸಂತೋಷದ ವಿಷಯ. ನಾನೇ ಹಲವಾರು ಸಲ ಸಂಜೆ 4:30ರ ವೇಳೆಗೆ ಮಾಸ್ಕೊ ರೇಡಿಯೋ ನಿಲಯದಿಂದ ಪ್ರಸಾರವಾಗುತ್ತಿದ್ದುದ್ದನ್ನು ಮೈಸೂರಿನ ನಮ್ಮ ಮನೆಯಲ್ಲಿ ಕುಳಿತು ಕೇಳಿದ್ದೇನೆ. ಈ ಹಾಡು ವಿಶ್ವದ ಮೂಲೆ ಮೂಲೆಗೂ ಮುಟ್ಟಿದೆ ಎಂಬುದು ನನಗೆ ಹೆಮ್ಮೆಯ ಸಂಗತಿ. ಈ ಕವನದ ಜೊತೆಗೆ ಜಿ.ಎಸ್.ಎಸ್.ರವರ ಇನ್ನೊಂದು ಕವನ 'ಹೌದೇನೇ ಉಮಾ ಹೌದೇನೇ ಜನವೆನ್ನುವುದಿದು ನಿಜವೇನೇ' ಕೂಡ ನನಗೆ ಹೆಸರು ತಂದು ಕೊಟ್ಟ ಗೀತೆಯೇ. ಈ ಗೀತೆ ಬೆಂಗಾಲಿಯಿಂದ ಕನ್ನಡಕ್ಕೆ ಬಂದಿದ್ದರೂ, ಇದು ಅನುವಾದ ಗೀತೆ ಅನ್ನಿಸುವುದೇ ಇಲ್ಲ. ಮೈಸೂರಿನ ರಾಮಕೃಷ್ಣ ಆಶ್ರಮದವರು 1962ರಲ್ಲಿ ಜಿ.ಎಸ್.ಎಸ್.ರವರಿಂದ ಹಲವಾರು ಬೆಂಗಾಲಿ ಗೀತೆಗಳನ್ನು (ಎಲ್ಲಾ ಭಕ್ತಿ ಪಂಥದ ಗೀತೆಗಳು) ಕನ್ನಡಕ್ಕೆ ಅನುವಾದ ಮಾಡಿಸಿದ್ದರು. ಇದೂ ಅದರಲ್ಲೊಂದು ಗೀತೆ. ಜಿ.ಎಸ್.ಎಸ್.ರವರ ಕಾವ್ಯ ಪರಿಣತಿಯಲ್ಲಿ ಈ ಗೀತೆ ಜೀವ ತುಂಬಿಕೊಂಡು ನಿಂತಿದೆ. ಈ ಎರಡೂ ಕವನಗಳೂ ಹಾಡಾಗಿ ಜನಮನದ ಹೃದಯಕ್ಕೆ ದಾಂಗುಡಿ ಇಟ್ಟು ಹುಚ್ಚೆಬ್ಬಿಸಿದ ಮಾಧುರ್ಯದ ಜೇನ ಹನಿಗಳು.

ನಂತರದ ವರ್ಷಗಳಲ್ಲಿ ನಾನು ಜಿ.ಎಸ್.ಎಸ್.ರವರ ಅನೇಕ ಕವನಗಳನ್ನು ಹಾಡಿದ್ದೇನೆ. ಜಿ.ಎಸ್.ಎಸ್.ರವರ ಕವಿತೆಗಳು ಹಾಡಲು ಬಲು ಸೊಗಸು. 'ನೂರು ಮರ ನೂರು ಸ್ವರ, ಒಂದೊಂದೂ ಅತಿ ಮಧುರ' ಎಂಬ ಬೇಂದ್ರೆಯವರ ವಾಣಿಯಂತೆ ಜಿ.ಎಸ್.ಎಸ್. ರವರ ಕವನದ ಭಾವ ಯಾವುದೇ ಇರಲಿ ಒಂದೊಂದು ಕಬ್ಬಿನ ಜಲ್ಲೆಯಂತೆ ಜಗಿದಷ್ಟೂ ಮಧುರ, ಸವಿಯೋ ಸವಿ. ಅವರ ಕವನಗಳು ಭಾವೋನ್ನತ್ಯದಲ್ಲಿ, ರಸಾನುಭೂತಿಯಲ್ಲಿ, ವಿಚಾರ ವೈವಿಧ್ಯತೆಯಲ್ಲಿ ಉತ್ಕೃಷ್ಟ ಕವನಗಳು. ಹಾಡಲು ಚೆಲುವಾದ ಲಲಿತ ಪದ ಬಂಧಗಳು, ಇವರ ಕಾವ್ಯ ವಿಶೇಷ ಲಾಲಿತ್ಯ, ಸರಳ ಸುಂದರ ಪದಬಂಧಗಳು.

ವಿಶಾಲ ಪಥದಲಿ ಜೀವನ ರಥದಲಿ
ನಿನ್ನಯ ಕರುಣೆಯ ಸಾರಥ್ಯದಲಿ

**

ಸಂಜೆ ಬಾನಿನಂಚಿನಲ್ಲಿ
ಬಿದ್ದ ಬಿದಿಗೆ ಚಂದಿರ
ಶಚೀತೀರ್ಥದಾಳದಲ್ಲಿ
ಶಕುಂತಲೆಯ ಉಂಗುರ

**

ಎಲ್ಲೋ ಹುಡುಕಿದೆ ಇಲ್ಲದ ದೇವರ
ಕಲ್ಲು ಮಣ್ಣುಗಳ ಗುಡಿಯೊಳಗೆ
****
ವೀಣಾ ಮಧುರನಾದ
ಅಲೆ ಅಲೆ ಅಲೆಯಾಗೈತರುತಿದೆ
****
ಯಾರವರು ಯಾರವರು
ಯಾರವರು ಯಾರೋ
ಬಾಗಿಲಲಿ ಬಂದವರು
ನಿಂದವರು ಯಾರೋ

ಮೇಲೆ ಉದಾಹರಿಸಿದ ಎಲ್ಲ ಕವನಗಳೂ ವೀಣಾ ಮಧುರನಾದ, ಅಲೆ ಅಲೆ ಅಲೆಯಾಗೈತರುವಂಥ ಮೋಹಕವಾಣಿಯೇ. ಸುಗಮ ಸಂಗೀತಕ್ಕೆ ಇವರು ನೀಡಿರುವ ಕವನಗಳು ರತ್ನ ಭಂಡಾರವಿದ್ದ ಹಾಗೆ. ಒಂದೊಂದು ಕವನವೂ ಒಂದೊಂದು ಅಮೂಲ್ಯ ರತ್ನವೇ. ಹಾಗೆಂದೇ ಅವರ ಕವನಗಳು ನನ್ನ ಹೃದಯಕ್ಕೆ ಅತ್ಯಂತ ಹತ್ತಿರವಾದವುಗಳು. ಜಿ.ಎಸ್.ಎಸ್.ರವರ ಕವನಗಳನ್ನು ಸಂಗೀತಕ್ಕೆ ಅಳವಡಿಸಿ ಹಾಡಿದಾಗ, ಕವನ ಬರಿಯ ಒಂದು ಸುಂದರ ಹಾಡಾಗಷ್ಟೇ ಉಳಿಯದೆ, ಒಂದು ಚೆಲುವ ಚಿತ್ರವಾಗಿ ನಮ್ಮ ಕಣ್ಣಿಗೆ ಕಟ್ಟುತ್ತದೆ. ಅದೇ ಆ ಗೀತೆಗಳ ಮೋಡಿ. ಅಂತಲೇ ನನಗೆ ಜಿ.ಎಸ್.ಎಸ್.ರವರ ಕವನಗಳೊಂದಿಗೆ ಅನುಬಂಧ ಹೆಚ್ಚು, ಪ್ರೀತಿಯ ಒಡನಾಟವೂ ಹೆಚ್ಚು.

ಸಾಹಿತ್ಯ ಬುದ್ಧಿಗಮ್ಯವೂ ಹೌದು ಭಾವ ಗಮ್ಯವೂ ಹೌದು. ಜಿ.ಎಸ್.ಎಸ್. ಅವರ ಕವನಗಳಲ್ಲಿ ಎಷ್ಟೊಂದು ವಸ್ತು ವೈವಿಧ್ಯತೆ, ಭಾವ ವೈವಿಧ್ಯತೆ. ಅವರ ಕವನಗಳಿಗೆ ರಾಗ ಸಂಯೋಜಿಸಿ ಹಾಡುವ ಸೌಭಾಗ್ಯ ನನ್ನ ಪಾಲಿಗೆ ಬಂದದ್ದು, ನಾನು ನನ್ನ ಪ್ರೀತಿಯ ಕವಿ ಜಿ.ಎಸ್.ಎಸ್.ರವರು ಜನ್ಮತಾಳಿದ ಯುಗದಲ್ಲೇ ಹುಟ್ಟಿರುವುದು, ಅಂತಲೇ ನಾನು ನಿಜಕ್ಕೂ ಅದೃಷ್ಟಶಾಲಿ.

ಸುಗಮ ಸಂಗೀತಗಾರರಿಗೆ ಕವಿಗಳ ಕಾವ್ಯವೇ ಮೂಲದ್ರವ್ಯ. ಕವಿತೆಗಳಿಲ್ಲದೆ ಭಾವಗೀತಾ ಗಾಯಕರು, ಈಗ ಕರೆಯುವಂತೆ ಸುಗಮ ಸಂಗೀತಗಾರರೇ ಇಲ್ಲ. ಕವಿತೆಗಳೇ ಗಾಯಕ/ಗಾಯಕಿಯರಿಗೆ ಮೂಲಾಧಾರ. ಕವನಗಳು ಜನತೆಗೆ ಮುಟ್ಟಲು ಗಾಯಕ/ಗಾಯಕಿಯರೇ ಆಧಾರ. ಅವರಿಲ್ಲದೆ ಇವರಿಲ್ಲ, ಇವರಿಲ್ಲದೆ ಅವರಿಲ್ಲ. ಈ ನಿಟ್ಟಿನಲ್ಲಿ ಜಿ.ಎಸ್.ಎಸ್.ರವರ ಒಂದು ಕವಿತೆ ನೆನಪಾಗುತ್ತಿದೆ.

ಪ್ರೀತಿ ಇಲ್ಲದ ಮೇಲೆ
ಹೂವು ಅರಳೀತು ಹೇಗೆ?
ಮೋಡ ಕಟ್ಟೀತು ಹೇಗೆ?
ಹನಿಯೊಡೆದು ಕೆಳಗಿಳಿದು
ನೆಲಕ್ಕೆ ಹಸಿರು ಮೂಡೀತು ಹೇಗೆ?

ಈ ವ್ಯಾಖ್ಯಾನವನ್ನೇ ಅರ್ಥೈಸುತ್ತ ಈ ಮಾತುಗಳನ್ನು ಹೇಳಬಹುದೆಂದೆನಿಸುತ್ತದೆ. ನವೋದಯ ಕವಿಗಳಿಲ್ಲದ ಮೇಲೆ ಸುಗಮ ಸಂಗೀತ ಹುಟ್ಟೀತು ಹೇಗೆ? ಇದು ಎಷ್ಟು ಸತ್ಯವೋ ಹಾಗೆಯೇ ಗಾಯಕರು ಹಾಡದ ಮೇಲೆ, ಕವನಗಳು ತುಟಿಯಲ್ಲಿ ನಲಿದೀತು ಹೇಗೆ? ಆನಂದ ಉಕ್ಕೀತು ಹೇಗೆ? ನೆಮ್ಮದಿಯು ದೊರಕೀತು ಹೇಗೆ? ಎಂಬ ಮಾತೂ ಅಷ್ಟೇ ಸತ್ಯ. ಕಾರಣ ಅವು ಪರಸ್ಪರ ಪೂರಕ. ಕಾವ್ಯ, ಗಾಯನ ಕೂಡಿಯೇ ಕಾವ್ಯ ಗಾಯನವಾಗುವುದು, ಆದರೆ ಕವನದ ಅರ್ಥ, ಭಾವ, ರಸ, ಧ್ವನಿಯನ್ನು ಅರ್ಥ ಮಾಡಿಕೊಳ್ಳದೇ ಕಾವ್ಯಕ್ಕೆ ರಾಗ ಸಂಯೋಜಿಸಿದರೆ ಕವಿಗೆ ಅಪಚಾರ ಮಾಡಿದಂತೆ. ಕೇಳುವ ರಸಿಕರಿಗೂ ಅನ್ಯಾಯ ಮಾಡಿದಂತೆ. ಇದರ ಕುರಿತು ಒಮ್ಮೆ ಜಿ.ಎಸ್.ಎಸ್. ರವರೇ ಬೇಸರಪಟ್ಟಿದ್ದ ಒಂದು ಘಟನೆಯನ್ನು ಅವರೇ ನನಗೆ ಹೇಳಿಕೊಂಡಿದ್ದರು. ಅವರ ಕವನ, 'ಯಾರವರು ಯಾರವರು ಯಾರವರು ಯಾರೋ' ಗೀತೆಯನ್ನು 'ಮುಕ್ತಿ' ಚಲನಚಿತ್ರದಲ್ಲಿ ಉಪಯೋಗಿಸಿದ್ದರು. ಪಿ.ಬಿ. ಶ್ರೀನಿವಾಸ್ ಕೈಲಿ ಹಾಡಿಸಿದ್ದರು. ಈ ಹಾಡನ್ನು ಕೇಳಿದ ಶಿವರುದ್ರಪ್ಪನವರಿಗೆ ತುಂಬಾ ಬೇಸರವಾಗಿತ್ತು. ಹಾಗೆಂದೇ ಅವರು ನನ್ನೊಂದಿಗೆ 'ಯಾರವರು ಯಾರವರು ಯಾರವರು ಯಾರೋ' ಎಂಬ ಒಂದು ಕವನ ತತ್ವ ಪ್ರತಿಪಾದಿಸುವ ಕವನ. ಇದನ್ನ ಈ ಸಿನಿಮಾದವರು ಒಂದು ರೋಮ್ಯಾಂಟಿಕ್ ಹಾಡಾಗಿಸಿ, ಕವನದ ಅರ್ಥವನ್ನೇ ಹಾಳು ಮಾಡಿಬಿಟ್ಟರು' ಎಂದು ಪೇಚಾಡಿಕೊಂಡಿದ್ದರು. ಹಾಗಾಗಿ ಸಾಹಿತ್ಯಾಭ್ಯಾಸವಿಲ್ಲದೆ ರಾಗ ಸಂಯೋಜನೆ ಮಾಡಿದರೆ ಆಗುವುದೇ ಇಂಥಾ ಎಡವಟ್ಟು.

ಇನ್ನು ಜಿ.ಎಸ್.ಎಸ್.ರವರ ವ್ಯಕ್ತಿತ್ವದ ಬಗೆಗೂ ನನಗೆ ಅಪಾರವಾದ ಗೌರವ. ಐವತ್ತರ ದಶಕದಲ್ಲಿ ಅವರು ಮೊದಲ ಬಾರಿ ನಮ್ಮ ಮನೆಗೆ ಬಂದಾಗ ಎಂಥಾ ಸರಳ ಸ್ನೇಹಮಯಿಯಾಗಿದ್ದರೋ ಮುಂದೆ ರಾಷ್ಟ್ರಕವಿಗಳಾಗಿ ಮೇರು ಶಿಖರದೆತ್ತರಕ್ಕೇರಿದರೂ ಡಾ॥ ಜಿ.ಎಸ್. ಶಿವರುದ್ರಪ್ಪನವರು ಅದೇ ಸರಳ ಸುಂದರ ವ್ಯಕ್ತಿಯಾಗಿರುವವರು. ಅವರು ಏರಿದೆತ್ತರದಿಂದ ಅವರಿಗಾವ ಹಮ್ಮುಬಿಮ್ಮುಗಳಿಲ್ಲ, ಸೊಕ್ಕು ತಲೆಗೇರಲಿಲ್ಲ, ಡೋಂಗಿ ಪ್ರತಿಷ್ಠೆಗಳ ಗರಿ ಮೂಡಲಿಲ್ಲ. ಅವರು ಸುತ್ತ ಯಾವ ಬಿಗುಮಾನದ ಕೋಟೆಯನ್ನೂ ಕಟ್ಟಿಕೊಳ್ಳಲಿಲ್ಲ, ಅವರು ನೆಲಕ್ಕಂಟಿದ ಶುದ್ಧ, ಸಿದ್ಧ ಮಾನವರಾಗೇ ನನಗೆ ಅತ್ಯಂತ ಪ್ರಿಯರಾಗಿದ್ದಾರೆ.

ಮೈಸೂರಿನಲ್ಲಿ ಅವರಿದ್ದಾಗ ಅವರ ಮನೆಗೆ ಒಮ್ಮೊಮ್ಮೆ ಹೋಗುತ್ತಿದ್ದುದು ಉಂಟು. ಅವರ ಹೆಂಡತಿ ರುದ್ರಾಣಿಯವರ ಪರಿಚಯವೂ ಆಗಿತ್ತು. ಅವರ ಮಗಳು ಜಯಂತಿ ಹಾಗೂ ನನ್ನ ಚಿಕ್ಕಪ್ಪನ ಮಗಳು ರೇಖಾ ಜೊತೆಯಲ್ಲಿ ಓದುತ್ತಿದ್ದವರು, ಹಾಗಾಗಿ ಆ ಒಂದು ಬಾಂಧವ್ಯವೂ ಇತ್ತು. ನಾನು ಅವರ ಮನೆಗೆ ಹೋದಾಗಲೆಲ್ಲ ಅದೆಂಥ ಪ್ರೀತಿ, ಆದರ, ವಿಶ್ವಾಸ. ಸಾಕಷ್ಟು ಸಲ ಅವರ ಮನೆಗೆ ಹೋಗಿದ್ದೇನೆ. ಸಾಕಷ್ಟು ಕಾರ್ಯಕ್ರಮಗಳಲ್ಲೂ ಅವರನ್ನು ಕಂಡಿದ್ದೇನೆ. ಆ ಸ್ನೇಹದ ನಗೆ ವಿಶ್ವಾಸದ ಬಗೆಯನ್ನು ಏನೆಂದು ವರ್ಣಿಸುವುದು. ಅಂತಲೇ ಹೇಳುವುದು 'ತುಂಬಿದ ಕೊಡ ತುಳುಕುವುದಿಲ್ಲ' ಎಂದು. ಅವರಿಗೆ ಯಾವಾಗ ಪತ್ರ ಬರೆದರೂ ತಪ್ಪದೇ ಉತ್ತರ ಬರೆಯುವ ಜಾಯಮಾನ ಅವರದು. ಕ್ಯಾಸೆಟ್, ಸಿ.ಡಿ. ಯಾವುದಕ್ಕಾದರೂ ಆಗಲಿ ನಾನು ಹಾಡಲು ಅಥವಾ ಶಿಷ್ಯರಿಂದ ಹಾಡಿಸಲು ಪತ್ರ ಬರೆದರೆ, ಒಪ್ಪಿಗೆಯ ಉತ್ತರ ತಕ್ಷಣ ಬರುತ್ತಿತ್ತು. ಅನೇಕ ಕಾರ್ಯಬಾಹುಳ್ಯ ಉಳ್ಳ ಇಂಥ ಈ ಸುಪ್ರಸಿದ್ಧ ಕವಿ ಪತ್ರಕ್ಕೆ

ಕೂಡಲೆ ಉತ್ತರ ಬರೆಯುವ ಪ್ರವೃತ್ತಿಯನ್ನು ನೋಡಿದರೆ ಅವರು ಇನ್ನೊಂದು ವ್ಯಕ್ತಿಗೆ ಎಷ್ಟು ಗೌರವ ನೀಡುತ್ತಾರೆಂಬುದು ಅರ್ಥವಾಗುತ್ತದೆ. ಅಷ್ಟೇ ಅಲ್ಲ ನನಗೆ ಕರ್ನಾಟಕ ಸರ್ಕಾರದ ಪ್ರಶಸ್ತಿಗಳು ಬಂದಾಗಲೂ ಅಷ್ಟೇ, ನಿಮಗೆ ಈ ಪ್ರಶಸ್ತಿ ಬಂದದ್ದು ಸಂತೋಷ ಎಂದೇ ಪತ್ರದಲ್ಲಿ ಬರೆಯುತ್ತಿದ್ದರು.

ಜಿ.ಎಸ್.ಎಸ್.ರವರದ್ದು ತೆರೆದ ಮನಸ್ಸು. ಅವರ ಕವನವನ್ನು ಯಾರಾದರೂ ವೇದಿಕೆಯಲ್ಲಿ ಚೆನ್ನಾಗಿ ಹಾಡಿದರೆ ಹತ್ತಿರ ಕರೆದು ತುಂಬಾ ಚೆನ್ನಾಗಿ ಹಾಡಿದಿರಿ ಎಂಬ ಒಳ್ಳೆಯ ಮಾತುಗಳನ್ನು ಆಡುವ ಸಹೃದಯಿಗಳು. ತೆರೆದ ಮನದ ಜೊತೆಗೆ ಅವರು ಗುಣಗ್ರಾಹಿ ಕೂಡ ಎಂಬುದು ಇದರಿಂದಲೇ ವ್ಯಕ್ತವಾಗುತ್ತದೆ. ಅವರು ಚಿಕ್ಕ ವಯಸ್ಸಿನಿಂದಲೂ ಅವರ ತಾಯಿಯ ಜೊತೆ ಹಾಡುತ್ತಲೇ ಬೆಳೆದವರು ಕೂಡ. ಹಾಗಾಗಿ ಹಾಡೆಂದರೆ ಅವರಿಗೆ ತುಂಬಾ ಇಷ್ಟವೇ. ಅವರ ಕವನಗಳೇ ರಾಗದುಡುಗೆಯ ತೊಟ್ಟು ಮಧುರ ಕಂಠಗಳಿಂದ ಮೂಡಿ ಬಂದಾಗ ಎಷ್ಟೊಂದು ಆಪ್ಯಾಯವೆನಿಸಿರಬೇಡ, ಆ ಪರಿಪಕ್ವ ಜೀವಕ್ಕೆ. ಅವರು ಇತರರು ಹಾಡುವ ಗೀತೆಗಳನ್ನು ಮನ ಬಿಚ್ಚಿ ಪ್ರಶಂಸೆ ಮಾಡುವ ಈ ಗುಣದಿಂದ ಸುಗಮ ಸಂಗೀತದ ಕಲಾವಿದರಿಗೆಲ್ಲ ತುಂಬಾ ಪ್ರಿಯರಾದರು. ಈ ಒಂದು ಗುಣ ಸ್ವಭಾವದಿಂದಲೇ ಪ್ರಾಯಶಃ ಅವರು ಅನೇಕ ಸಭೆ ಸಮಾರಂಭಗಳಲ್ಲಿ ನಾನು ಹಾಡಿದ ಅವರ ಕವನ 'ಉಡುಗಣವೇಷ್ಠಿತ ಚಂದ್ರಸುಶೋಭಿತ ದಿವ್ಯಾಂಬರ ಸಂಚಾರಿ' ಎಂಬುದನ್ನು ಮುಕ್ತವಾಗಿ ಹೊಗಳಿ, ನನ್ನ ಬದುಕಿನಲ್ಲಿ ಸಾರ್ಥಕತೆಯ ಕ್ಷಣಗಳನ್ನು ತಂದಿದ್ದಾರೆ ಎಂದರೆ ಅತಿಶಯೋಕ್ತಿಯೇ ಅಲ್ಲ.

1998ರಲ್ಲಿ ಅಮೆರಿಕೆಯ ಫೀನಿಕ್ಸ್ ನಗರದಲ್ಲಿ (ಅರಿಜೋನಾ ಸ್ಟೇಟ್‌ನಲ್ಲಿದೆ) ನಡೆದ ವಿಶ್ವ ಕನ್ನಡ ಸಮ್ಮೇಳನಕ್ಕೆ ಸರ್ಕಾರದ ವತಿಯಿಂದ ನಾನು ಹಾಡಲು ಹೋಗಿದ್ದೆ. ಜಿ.ಎಸ್.ಎಸ್.ರವರು ಕವಿಯಾಗಿ ಬಂದಿದ್ದರು. ಆಗ ಒಂದು ಮನೆಯಲ್ಲಿ ಔತಣ ಕೂಟಕ್ಕೆಂದು ಎಲ್ಲಾ ಕಲಾವಿದರನ್ನೂ ಆಹ್ವಾನಿಸಿದ್ದರು. ಅಲ್ಲಿಯೂ ನಾನು ಇನ್ನೊಬ್ಬ ಕಲಾವಿದೆಯ ಜೊತೆ 'ಉಡುಗಣವೇಷ್ಟಿತ ಚಂದ್ರ ಸುಶೋಭಿತ' ಕವನವನ್ನು ಎಲ್ಲರ ಕೇಳಿಕೆಯ ಮೇಲೆ ಹಾಡಿದೆ. ಆಗಲೂ ಕೂಡ ಜಿ.ಎಸ್.ಎಸ್.ರವರು ಆ ಹಾಡಿನ ಬಗ್ಗೆ ವಿವರಣೆಯನ್ನು ಕೊಟ್ಟರು. ದಯವಿಟ್ಟು ಎಲ್ಲರೂ ಕೇಳಿ ಈ ಹಾಡಿನ ಬಗ್ಗೆ ನನ್ನ ಅನುಭವವನ್ನು ಹೇಳಬೇಕು ಎಂದೆನ್ನುತ್ತಾ, ಅವರು ತರೀಕೆರೆಯ ಬಸ್ಸಿನಲ್ಲಿ ಪ್ರಯಾಣ ಮಾಡುತ್ತಿದ್ದು ನಡುವೆ ಊಟಕ್ಕೆಂದು ಹೋಟೆಲ್ಲಿಗೆ ಹೋದದ್ದು, ಆ ಹೋಟಲಿನ ರೇಡಿಯೋದಲ್ಲಿ ಮೊಟ್ಟ ಮೊದಲು ಪ್ರಸಾರವಾದ ಅವರ ಕವನ 'ಉಡುಗಣವೇಷ್ಟಿತ' ಹಾಡನ್ನು ಕೇಳಿ ರೋಮಾಂಚನಗೊಂಡದ್ದು ಎಲ್ಲವನ್ನು ಸವಿಸ್ತಾರವಾಗಿ ಚಿತ್ರವತ್ತಾಗಿ ಹೇಳಿದರು. ಹಾಗೆಯೇ ಎಲ್ಲರ ಗಮನವನ್ನು ಆ ಹಾಡಿನ ವಿವರಣೆಯತ್ತ ಸೆಳೆದರು. ಇದು ಅವರ ಸಹೃದಯತೆ. ಜಿ.ಎಸ್.ಎಸ್.ರವರು ಎಲ್ಲರ ಮುಂದೆ ನನ್ನನ್ನು ಹಾಡಿ ಹೊಗಳಿದರು. ಅವರ ಮೊಟ್ಟ ಮೊದಲ ಪ್ರಸರಣ ಗೀತೆ ಎಂಬ ಅಭಿಮಾನ ಅವರಿಗೆ ನನ್ನ ಮೇಲೆ. 'ಎಲ್ಲೋ ದೂರದಿ ಜಿನುಗುವ ಹನಿಗಳೆ' ಒಮ್ಮೆ ನೇರ ಪ್ರಸಾರ ಭಾಗ್ಯ ಪಡೆದು ಮಿಂಚಿ ಮಾಯವಾದ ಗೀತೆ ಆದರೆ 'ಉಡುಗಣವೇಷ್ಟಿತ' ಒಂದು ದೃಷ್ಟಿಯಿಂದ ಚರಿತ್ರಾರ್ಹವಾದ ಗೀತೆಯಾಯಿತು. 'ತಿಂಗಳ ಹೊಸ ಹಾಡು' ಎಂಬ ಶೀರ್ಷಿಕೆಯಡಿ ಆ ತಿಂಗಳ ಎಲ್ಲಾ ಭಾನುವಾರಗಳೂ ಪ್ರಸಾರವಾಗಿ, ಮನೆ ಮಾತಾಗಿ ಜನರ ಮನಸ್ಸಿನಲ್ಲಿ ಅಚ್ಚೊತ್ತಿ ನಿಂತುಬಿಟ್ಟಿತು. ಅವರ ಮೊದಲ ಪ್ರಸರಣ ಗೀತೆಯು ಹೀಗೆ ಚಿರನೂತನವಾಗಿ ಜನರ ಮನಸ್ಸಿನಲ್ಲಿ ಈಗಲೂ ಅಜರಾಮರವಾಗಿ ನಿಂತುಬಿಟ್ಟಿದೆ. ಈ ಕವಿತೆ, ಈ ಕವಿ ಹಾಗೂ ಈ ಕಂಠ ಇದು ನಮ್ಮ ಅನುಬಂಧ. ಆಶ್ಚರ್ಯಕರವಾದ ವಿಷಯವೆಂದರೆ ಬಹಳಷ್ಟು ವೇದಿಕೆಗಳಲ್ಲಿ ಜಿ.ಎಸ್.ಎಸ್.ರವರು ಅವಕಾಶ ಸಿಕ್ಕಾಗಲೆಲ್ಲ ಇದೇ ಮಾತುಗಳನ್ನು ಆಡುವುದರ ಮೂಲಕ ನನ್ನನ್ನು ಬಾಯಿ ತುಂಬ ಹೊಗಳಿದ್ದಾರೆ.

ಡಾ॥ ಎನ್.ಎಸ್. ಲಕ್ಷ್ಮೀನಾರಾಯಣ ಭಟ್ಟರು ಒಂದು ಕಡೆ ಬರೆಯುತ್ತಾರೆ "ಅದು ಸಾವಿರದ ಒಂಬೈನೂರ ಐವತ್ತರ ದಶಕದ ಕಾಲ, ಶಿವರುದ್ರಪ್ಪನವರ 'ಸಾಮಗಾನ' ಕವನ ಸಂಕಲನ ಹೊರಬಂದು ಇನ್ನೂ ಒಂದು ವರ್ಷ ಆಗಿತ್ತಷ್ಟೆ, ಕವಿಯಾಗಿ ಅವರು ಇನ್ನೂ ಅಜ್ಞಾತವಾಗಿಯೇ ಇದ್ದರು. ಅವರು ತರೀಕೆರೆಯ ಹೋಟೆಲೊಂದರಲ್ಲಿ ಊಟ ಮಾಡುತ್ತಿರುವಾಗ ಹೋಟೆಲಿನ ರೇಡಿಯೋದಲ್ಲಿ ಕನ್ನಡ ಭಾವಗೀತೆಯ ಗಾಯನ ಆರಂಭವಾಯಿತು ಯಾರೋ ಗಾಯಕಿ ಒಬ್ಬಳು ಮಧುರವಾದ ದನಿಯಲ್ಲಿ ಹಾಡತೊಡಗಿದ್ದಳು' 'ಉಡುಗಣವೇಷ್ಟಿತ ಚಂದ್ರ ಸುಶೋಭಿತ ದಿವ್ಯಾಂಬರ

ಸಂಚಾರಿ' ಎಂಬ ಕವಿತೆ ಕೇಳಿದ ಕವಿ ಅವಾಕ್ಕಾದರು.' ಅದು ಅವರದೇ ಕವಿತೆ, ಶಿವರುದ್ರಪ್ಪನವರಿಗೆ ರೋಮಾಂಚನವಾಗಿಹೋಯಿತು. 'ಅರೇ ಇದೇನಿದು! ನನ್ನದೇ ಕವನ, ಯಾರು ಹಾಡುತ್ತಿರುವವರು! ಅದೆಷ್ಟು ಮನೋಹರವಾದ ಗಾಯನ, ಅದೆಂಥ ಅಪೂರ್ವ ರಾಗ ಸಂಯೋಜನೆ! ಆಹಾ ಎನ್ನಿಸುವ, ಅಯ್ಯೋ ಎನ್ನಿಸುವ ಅದೆಂಥ ಮಧುರಾನುಭವ, ಕವಿಯ ಮೈ ಜುಮ್ಮೆಂದಿತು."

"ಹಾಡು ಮುಗಿಯಿತು, 'ನೀವು ಕೇಳಿದ್ದು ಜಿ.ಎಸ್. ಶಿವರುದ್ರಪ್ಪನವರ ಕವಿತೆ, ಹಾಡಿದವರು ಎಚ್.ಆರ್. ಲೀಲಾವತಿ, ರಾಗ ಸಂಯೋಜನೆ ಪದ್ಮಚರಣ್' ಎಂದು ಆಕಾಶವಾಣಿ ಬಿತ್ತರಿಸಿತು. ಜಿ.ಎಸ್.ಎಸ್.ರವರ ಕವಿತೆ ಲೀಲಾವತಿಯವರ ಸಿರಿಕಂಠದ ಮೂಲಕ ಪುನರ್ಭವಗೊಂಡು ನಾಡಿನ ಮನೆಮನೆಗೂ ತಲುಪಿತ್ತು. 'ನಾನು ಒಬ್ಬ ಕವಿಯೇ ನಿಜ' ಎಂಬ ಭರವಸೆ ಆತ್ಮವಿಶ್ವಾಸಗಳನ್ನು ಈ ಗಾಯನ ಕವಿಯಲ್ಲಿ

ಮೂಡಿಸಿತು". ಇದನ್ನು ಅವರೇ ಒಂದು ಕಡೆ ಬರೆದಿದ್ದಾರೆ. ಇದೇ ಮಾತುಗಳನ್ನೇ ಡಾ|| ಎಚ್.ಎಸ್. ವೆಂಕಟೇಶಮೂರ್ತಿಯರೂ ಉಲ್ಲೇಖಿಸುತ್ತಿರುತ್ತಾರೆ. ಅಂದ ಬಳಿಕ ಜಿ.ಎಸ್.ಎಸ್.ರವರ ಮನಸ್ಸು ಎಷ್ಟು ವಿಶಾಲವಾದದ್ದು. ಒಬ್ಬ ಕವಿಯಿಂದ ಒಬ್ಬ ಗಾಯಕಿ ಈ ಮಟ್ಟದ ಹೊಗಳಿಕೆಗೆ ಪಾತ್ರರಾಗುವುದು ಎಂಥ ಅದೃಷ್ಟ. ಇದು ನನ್ನ ಅದೃಷ್ಟವೆಂದೇ ಭಾವಿಸುತ್ತೇನೆ.

ಬಹಳಷ್ಟು ಕವಿಗಳು ನನ್ನ ಹಾಡಿಕೆಯನ್ನು ಮೆಚ್ಚಿ ಹೊಗಳಿದ್ದಾರೆ. ಆಶೀರ್ವದಿಸಿದ್ದಾರೆ. ಕುವೆಂಪುರವರು ನೀವು ಹಾಡದೇ ಇದ್ದಿದ್ದರೆ ನನ್ನ ಕವನಗಳು ಬೀರುವಿನಲ್ಲಿ ಇರುತ್ತಿತ್ತು ಎಂದಿದ್ದರು. ಅರವತ್ತರ ದಶಕದಲ್ಲಿ 'ಲೀಲಾವತಿ, ಕಾಳಿಂಗರಾವ್ ಹೊರತು ಬೇರೆ ಯಾರೂ ನನ್ನ ಕವನಗಳನ್ನು ಹಾಡಬಾರದು' ಎಂದು ಬೆಂಗಳೂರು ಆಕಾಶವಾಣಿಗೆ ಬರೆದಿದ್ದರು. ಬೇಂದ್ರೆಯವರು ಎಷ್ಟು ಚಲೋ ಹಾಡ್ತೀಯವ್ವ ನೀನು ಒಳ್ಳೆ ಆಶಾಭೋಂಸ್ಲೆ ಹಾಗೆ' ಎಂದು ಮೆಚ್ಚಿ ನುಡಿದಿದ್ದರು. 'ಕರ್ನಾಟಕ ಸಾಹಿತ್ಯ ಪರಂಪರೆ' ಎಂಬ ಅವರೇ ಬರೆದ ಸಾಹಿತ್ಯ ಕಾರ್ಯಕ್ರಮ, ಬೆಂಗಳೂರಿನ ಟೌನ್ ಹಾಲಿನಲ್ಲಿ ಆಹ್ವಾನಿತ ಶ್ರೋತೃಗಳ ಮುಂದೆ ನಡೆದಾಗ, ಪು.ತಿ.ನ, ಪರಮೇಶ್ವರ ಭಟ್ಟರು ಆಕಾಶವಾಣಿಯ ನಿಲಯ ನಿರ್ದೇಶಕರಿಗೆ ಪತ್ರ ಬರೆದು ನನ್ನ ಬಗ್ಗೆ ಮೆಚ್ಚುಗೆ ಸೂಚಿಸಿದ್ದಾರೆ.

ಆದರೆ ಜಿ.ಎಸ್.ಎಸ್.ರವರ ಬಗೆಗೆ ಹೇಳುವಾಗ, ಅವರ ಅನಿಸಿಕೆಯನ್ನು ಸಭಾ ಸಮಾರಂಭಗಳಲ್ಲಿ ಹೇಳುವುದಷ್ಟೇ ಅಲ್ಲದೆ, ನನಗೇ ನೇರವಾಗಿ ಪತ್ರಗಳನ್ನೂ

ಬರೆದಿದ್ದಾರೆ ಎಂದರೆ ಅವರದೆಂತಹ ತೆರೆದ ಮನಸ್ಸು. ಅವರ ಒಂದೆರಡು ಪತ್ರಗಳ ಒಕ್ಕಣೆಯನ್ನು ಇಲ್ಲಿ ಉಲ್ಲೇಖಿಸುತ್ತೇನೆ.

1982ರ ಮಾರ್ಚ್ 13ರಂದು ಅವರು ಬರೆದ ಪತ್ರದಲ್ಲಿ ಎಂಥಾ ಮಾತುಗಳಿವೆ ಎಂಬುದನ್ನು ಕವಿಯ ಮಾತಿನಲ್ಲೇ ಹೇಳುತ್ತೇನೆ.

> *'ನನ್ನ ಉಡುಗಣವೇಷ್ಟಿತ' ಎಂಬ ಕವಿತೆಯನ್ನು ನೀವು ತುಂಬಾ ಸೊಗಸಾಗಿ ಹಾಡುವುದರ ಮೂಲಕ, ಸುಮಾರು ಇಪ್ಪತ್ತು ವರ್ಷಗಳ ಹಿಂದೆಯೇ ಕನ್ನಡ ಶ್ರೋತೃವರ್ಗದಲ್ಲಿ ನನಗೊಂದು ಸ್ಥಾನವನ್ನು ನೀವು ಕಲ್ಪಿಸಿದಿರಿ. ಆನಂತರ ಅನೇಕರು ನನ್ನ ಕವನಗಳನ್ನು ಹಾಡಲು ಇದು ಕಾರಣವಾಯಿತು. ಈ ಕಾರಣದಿಂದ ನಾನು ನಿಮಗೆ ತುಂಬಾ ಕೃತಜ್ಞನಾಗಿದ್ದೇನೆ'.*

1998ರ ಸೆಪ್ಟೆಂಬರ್ 27ರ ಪತ್ರದಲ್ಲಿ ಬರೆದ ಅವರ ಮಾತುಗಳು ಹೀಗಿವೆ.

> *'ಕರ್ನಾಟಕ ಸರ್ಕಾರದ ಸುಗಮ ಸಂಗೀತ ಪ್ರಶಸ್ತಿ (ಶಿಶುನಾಳ ಶರೀಫ ಪ್ರಶಸ್ತಿ) ಈ ಬಾರಿ ನಿಮಗೆ ಸಂದದ್ದು ನನಗೆ ತುಂಬಾ ಸಂತೋಷವನ್ನು ತಂದಿದೆ. ಮೊದಲಿನಿಂದಲೂ ನನ್ನ ಕವಿತೆಯ ಜೊತೆಗೆ ಸುಮಧುರ ಸ್ಮರಣೆಯಾಗಿ ಉಳಿದಿರುವ ನಿಮ್ಮ ಗೇಯಗಾರುಡಿಯ ಕಲೆಗಾರಿಕೆಗೆ ಈ ಗೌರವ ಸಂದದ್ದು ಸಹಜವಾಗಿಯೇ ಇದೆ, ಹಾಗೆಯೇ ಕನ್ನಡ ಕವಿತೆಗೆ ಒಟ್ಟಾರೆಯಾಗಿ ನೀವು ಸಲ್ಲಿಸಿದ ಗೀತ ಕೈಂಕರ್ಯಕ್ಕೆ ಹಾಗೂ ಸುಗಮ ಸಂಗೀತ ಪರಂಪರೆಯನ್ನು ನಿಮ್ಮದೇ ಆದ ರೀತಿಯಲ್ಲಿ ಮುಂದುವರಿಸುತ್ತಿರುವುದಕ್ಕೆ ನಿಮಗೆ ದೊರೆತ ಪ್ರಶಸ್ತಿಗಾಗಿ ನನ್ನ ಹಾರ್ದಿಕ ಅಭಿನಂದನೆಗಳು'.*

ಎಂಥ ಸಜ್ಜನಿಕೆ, ಎಂಥ ಸರಳತನ! ಅವರ ಇಂಥ ನಿಷ್ಕಲ್ಮಶ ಸುಂದರ ವ್ಯಕ್ತಿತ್ವದಿಂದಾಗಿಯೇ ನನಗೆ ಜಿ.ಎಸ್.ಎಸ್ ಅಂದರೆ ಅಪಾರ ಗೌರವ, ಬಹಳ ಪ್ರೀತಿ. ಜಿ.ಎಸ್.ಎಸ್.ರವರು ಸಾಹಿತ್ಯ ಅಕಾಡೆಮಿಯ ಅಧ್ಯಕ್ಷರಾಗಿದ್ದಾಗ ಮಡಿಕೇರಿಯಲ್ಲಿ ನಡೆದ ಸಮ್ಮೇಳನಕ್ಕೆ 'ಕಾವ್ಯ ಮತ್ತು ಸುಗಮ ಸಂಗೀತ'ದ ಬಗೆಗೆ ಮಾತನಾಡಲು ಪತ್ರ ಬರೆದು ನನ್ನನ್ನು ಆಹ್ವಾನಿಸಿದ್ದರು.

ಇಂತಹ ಈ ಸಾತ್ವಿಕ ಕವಿ ಜಿ.ಎಸ್. ಶಿವರುದ್ರಪ್ಪನವರನ್ನು ನಮ್ಮ ಸುಗಮ ಸಂಗೀತ ಅಕಾಡೆಮಿ ಟ್ರಸ್ಟಿಗೆ, ಮುಖ್ಯ ಅತಿಥಿಯಾಗಿ ಹಲವಾರು ಸಲ ಆಹ್ವಾನಿಸಿದ್ದೇವೆ. ತನ್ಮೂಲಕ ಅಕಾಡೆಮಿಯ ಗೌರವವನ್ನು ಹೆಚ್ಚಿಸಿಕೊಂಡಿದ್ದೇವೆ. ಜಿ.ಎಸ್.ಎಸ್ ಅವರ ಕವನಗಳನ್ನೇ ಆಯ್ದು ಇಡೀ ಕಾರ್ಯಕ್ರಮದಲ್ಲಿ ಹಾಡಿಸಿ ಅವರ ಮೆಚ್ಚುಗೆ ಹಾಗು ಆಶೀರ್ವಾದವನ್ನು ಪಡೆದಿದ್ದೇವೆ. ಅದು ಅಕಾಡೆಮಿಯ ವತಿಯಿಂದ ನಡೆದ

'ಜಿ.ಎಸ್. ಶಿವರುದ್ರಪ್ಪನವರ ಸಂಗೀತ ಸಂಜೆ' ಎಂಬ ಹೆಸರಿನಲ್ಲಿ ನಡೆಯಿತು. ನಾವು ಸುಗಮ ಸಂಗೀತಗಾರರು ಕವಿಯ ಋಣವನ್ನೆಂತು ತೀರಿಸುವುದು? ನಮ್ಮ ಅಸ್ತಿತ್ವದ ಬೇರು ಕವಿಗಳೇ ಅಲ್ಲವೇ. ಅದೂ ಶಿವರುದ್ರಪ್ಪನವರ ಕವನಗಳಂತೂ ಭಾವಗೀತಾ ಕಲಾವಿದರಿಗೆ ಸವಿ, ಸಕ್ಕರೆ ಬೆಲ್ಲ. ಹಾಗಾಗಿಯೇ ಇವರ ಕವನಗಳನ್ನು ಹಾಡದ ಸುಗಮ ಸಂಗೀತಗಾರರಿಲ್ಲ, ರಾಗ ಸಂಯೋಜನೆ ಮಾಡದ ನಿರ್ದೇಶಕರಿಲ್ಲ, ಚಂದದ ಹಾಡನ್ನು ಮೆಚ್ಚಿ ಸಂತೋಷಿಸುವರೇ ವಿನ: ಯಾರು ಹಾಡಲಿ, ಹಾಡದಿರಲಿ ಅದರ ಗೊಡವೆ ಈ ಕವಿಗಿಲ್ಲ. ಆ ಭಾವನೆ ಅವರ ಕವಿತೆಯಲ್ಲೇ ಮೂಡಿಬಂದಿದೆ. ಅವರ ಕೈಂಕರ್ಯ ಎದೆ ತುಂಬಿ, ಮನ ತುಂಬಿ, ತನು ತುಂಬಿ ಹಾಡುವುದಷ್ಟೇ.

ಎದೆ ತುಂಬಿ ಹಾಡಿದೆನು
ಅಂದು ನಾನು.....

ಎಚ್ ಆರ್ ಲೀಲಾವತಿ

ಎಲ್ಲ ಕೇಳಲಿ ಎಂದು ನಾನು ಹಾಡುವುದಿಲ್ಲ
ಹಾಡುವುದೆ ಅನಿವಾರ್ಯ ಕರ್ಮವೆನಗೆ

ನಿಜ ಜಿ.ಎಸ್.ಎಸ್ ಅವರು ಕವನಗಳ ಕರ್ಮಯೋಗಿ. ಅಂತಲೇ ಆ ಕವನ.

ವರ್ಷಗಳು ಉರುಳುತ್ತಿತ್ತು. ಆಗೊಮ್ಮೆ ಈಗೊಮ್ಮೆ ಜಿ.ಎಸ್.ಎಸ್.ರವರನ್ನು ಕಾರ್ಯಕ್ರಮಗಳಲ್ಲಿ ಭೇಟಿಯಾಗುತ್ತಿದ್ದೆ. ಅವರ ಮನೆಗೂ ಅಪರೂಪಕೊಮ್ಮೆ ಹೋಗುತ್ತಿದ್ದೆ. 2011ರಲ್ಲಿ ಜಿ.ಎಸ್.ಎಸ್.ರವರಿಂದ ನನಗೊಂದು ಫೋನ್ ಬಂತು 'ನನಗೀಗ ಪತ್ರ ಬರೆಯಲು ಸಾಧ್ಯವಾಗುತ್ತಿಲ್ಲ. ನನ್ನ ಹೆಂಡತಿ ನಿಮಗೆ ಪತ್ರ ಬರೆಯುತ್ತಾಳೆ. ನೀವು ಬೆಂಗಳೂರಿಗೆ ಬಂದಾಗ ಮನೆಗೆ ಬನ್ನಿ' ಎಂದು ಹೇಳಿ ಫೋನ್ ಇಟ್ಟುಬಿಟ್ಟರು. ಅವರ ಆ ಮಾತಿನಿಂದಲೇ ನನಗೆ ಅರ್ಥವಾಯಿತು ಅವರಿಗೆ ಯಾಕೋ ನನ್ನ ಕಾಣುವ ಇಚ್ಛೆ ಇದೆ. ಅದನ್ನ ಸೂಚ್ಯವಾಗಿ ಪಾಪ ಬೆಂಗಳೂರಿಗೆ ಬಂದಾಗ ಬನ್ನಿ ಎಂದರೇ ಹೊರತು ನಿಮ್ಮನ್ನು ಕಾಣಬೇಕು ಮನೆಗೆ ಬನ್ನಿ ಎಂದು ನೇರ ಕರೆಯಲಿಲ್ಲ ಎಂಬುದು ನನಗೆ ಅರ್ಥವಾಯಿತು. ಅಲ್ಲೂ ಎಷ್ಟು ಸಂಕೋಚ ಅವರಿಗೆ. ಅವರೆಂದಂತೆ ಅವರ ಹೆಂಡತಿ ಪದ್ಮ ಅವರಿಂದ ಪತ್ರವೂ ಬಂತು, ಅಲ್ಲೂ ಅಷ್ಟೆ, ಸೂಚ್ಯವಾಗಿ ಬರೆದು ನನ್ನನ್ನು ಬೆಂಗಳೂರಿನ ಅವರ ಮನೆಗೆ ಬರಲು ಕರೆದಿದ್ದರು. ಜಿ.ಎಸ್.ಎಸ್ ಅವರಿಗೆ ಪತ್ರವೂ ಬರೆಯಲು ಸಾಧ್ಯವಾಗುತ್ತಿಲ್ಲ ಎಂದರೆ ಅವರ ಆರೋಗ್ಯ ತುಂಬಾ ಸೂಕ್ಷ್ಮವಾಗಿರಬೇಕು ಎಂದು ನನಗೆ ಅರ್ಥವಾಯಿತು. ನನಗೆ ಅತ್ಯಂತ ಪ್ರಿಯವಾದ, ನನ್ನ ಗುರು ಕವಿಯನ್ನು

ನೋಡಲು ನಾನು ಬೆಂಗಳೂರಿಗೆ ತಕ್ಷಣವೇ ಹೊರಟುಬಿಟ್ಟೆ. ನನ್ನ ತಮ್ಮ ಬಾಪು ಸೋಮಶೇಖರನ ಜೊತೆ ಅವರ ಮನೆಗೆ ಹೋದೆ. ನಾವು ಹೋದಾಗ ಒಂದು ರೂಮಿನಲ್ಲಿ ವೈದ್ಯರಿಂದ ಅವರ ಆರೋಗ್ಯ ತಪಾಸಣೆ ನಡೆಯುತ್ತಿತ್ತು. ನಾನು ನನ್ನ ತಮ್ಮ ಹಾಲಿನಲ್ಲಿ ಕುಳಿತೆವು. ಅವರ ಪತ್ನಿಯರಾದ ರುದ್ರಾಣಿ, ಪದ್ಮ ಇಬ್ಬರು ಅಲ್ಲೇ ನಮ್ಮೊಂದಿಗೆ ಮಾತನಾಡುತ್ತಾ 'ನಿಮ್ಮನ್ನು ಕಾಣುವ ಇಚ್ಛೆ ವ್ಯಕ್ತಪಡಿಸಿದರು ಅವರಿಗೆ ಹೆಚ್ಚು ಹೊತ್ತು ಕುಳಿತು ಮಾತನಾಡಲು ಸಾಧ್ಯವಿಲ್ಲ' ಅಂತ ಹೇಳಿದರು ಪದ್ಮ. ಸ್ವಲ್ಪ ಹೊತ್ತಾದ ಮೇಲೆ ವೈದ್ಯರು ಅತ್ತ ಹೋದರು. ಜಿ.ಎಸ್.ಎಸ್.ರವರು ನಾವಿರುವ ಕಡೆ ಬಂದು ಕುಳಿತರು. ತುಂಬಾ ಸೋತು ಹೋಗಿದ್ದರು. ಅನಾರೋಗ್ಯ ಅವರನ್ನು ಹಿಂಡಿ ಹಿಪ್ಪೆ ಮಾಡಿತ್ತು. ನನಗೆ ಅವರನ್ನು ಆ ಸ್ಥಿತಿಯಲ್ಲಿ ಕಂಡು ದುಃಖವಾಯಿತು. ಜಿ.ಎಸ್.ಎಸ್.ರವರು ನನ್ನೊಡನೆ ಮಾತನಾಡುತ್ತಾ ಅವರ ಬಯಕೆಯೊಂದನ್ನು ನನ್ನ ಮುಂದೆ ತೆರೆದಿಟ್ಟರು. "ಲೀಲಾವತಿಯವರೇ, ನನ್ನ 'ತೀರ್ಥವಾಣಿ' ಕವನ ಸಂಗ್ರಹದಲ್ಲಿ ಕೃಷ್ಣನ ಗೀತೆಗಳಿವೆ. ನೀವು ಅವುಗಳಿಗೆ ರಾಗ ಸಂಯೋಜಿಸಬೇಕು. ಎಚ್.ಎಸ್. ವೆಂಕಟೇಶಮೂರ್ತಿಯವರಿಂದ ನಿರೂಪಣಾ ಸಾಹಿತ್ಯ ಬರೆಸಿ, ಬೆಂಗಳೂರಿನಲ್ಲಿ ಒಂದು ಕಾರ್ಯಕ್ರಮ ಮಾಡಿ. ನಾನು ಬಂದು ದೀಪ ಬೆಳಗಿ, ಒಂದು ಹಾಡು ಕೇಳಿ ಹೋಗುತ್ತೇನೆ. ಹೆಚ್ಚು ಹೊತ್ತು ಕೂರಲು ಆಗುವುದಿಲ್ಲ" ಎಂದು ಅವರ ಆಸೆಯನ್ನು ವ್ಯಕ್ತಪಡಿಸಿದರು. ಆದರೆ ಅಂದು ಜಿ.ಎಸ್.ಎಸ್.ರವರು ನನ್ನೊಂದಿಗೆ ಒಂದೂವರೆ ಗಂಟೆ ಮಾತನಾಡಿದರು. ಅದು ಅವರ ಮಾನಸಿಕ ಬಲವಿರಬೇಕು. ಅದೇ ಕೊನೆ ಮತ್ತೆ ಅವರನ್ನು ಕಾಣಲು ಅವರೇ ಇರಲಿಲ್ಲ.

ಜಿ.ಎಸ್.ಎಸ್.ರವರ ಆಸೆಯನ್ನು ಪೂರೈಸಲು ಬೆಂಗಳೂರಿನಲ್ಲಿ ನನಗಂಥಾ ಯಾವ ಪರಿಚಯವೂ ಇರಲಿಲ್ಲ. ಹಾಗಾಗಿ ಒಂದು ಯೋಚನೆ ಬಂತು, ಕನ್ನಡ ಮತ್ತು ಸಂಸ್ಕೃತಿ ಇಲಾಖೆಯ ವತಿಯಿಂದ ಜಿ.ಎಸ್.ಎಸ್.ರವರ ಕೊನೆ ಆಸೆಯನ್ನು ಪೂರೈಸಬಹುದೇನೋ ಎಂದುಕೊಂಡು ಆ ಇಲಾಖೆಗೆ ಹೋದೆ. ಜಿ.ಎಸ್.ಎಸ್ ರವರ ಆಸೆಯನ್ನು ತಿಳಿಸಿ ಅವರು ರಾಷ್ಟ್ರಕವಿಗಳು, ಅವರ ಆಸೆಯನ್ನು ನೆರವೇರಿಸುವುದು ಸರ್ಕಾರಕ್ಕೆ ಸಾಧ್ಯವಿದೆ, ನಾನು ಸಂಗೀತವನ್ನು ಮಾಡಿ ಕಲಾವಿದರಿಗೆ ಕಲಿಸಿಯಾಗಿದೆ. ಎಚ್.ಎಸ್.ವಿ.ಯವರು ನಿರೂಪಣಾ ಸಾಹಿತ್ಯವನ್ನು ಬರೆದು ಕಳುಹಿಸಿದ್ದಾರೆ. ಈ ಸಂಸ್ಥೆ ಪ್ರಾಯೋಜಕತ್ವ ವಹಿಸಿಕೊಂಡು ಕಾರ್ಯಕ್ರಮವನ್ನು ನಡೆಸಿಕೊಟ್ಟರೆ ಆ ಜೀವಕ್ಕೆ ಸಂತೋಷವಾಗುತ್ತದೆ' ಎಂದು ಕೇಳಿಕೊಂಡೆ. 'ಆಗಲಿ ನೋಡುವ' ಎಂದು ಆಶ್ವಾಸನೆಯನ್ನೇನೋ ಕೊಟ್ಟರು. ಅದಕ್ಕಾಗಿ ನಾನು ಮೈಸೂರಿನಿಂದ ನಾಲ್ಕು ಬಾರಿ ಬೆಂಗಳೂರಿನ ಸಂಸ್ಕೃತಿ ಇಲಾಖೆಗೆ ಸುತ್ತಿದೆ. ಎಂದೂ ನಮ್ಮ ಅಕಾಡೆಮಿಗಾಗಿ ಒಂದು ಬಾರಿಯೂ ಇಲಾಖೆಯನ್ನು ಧನಸಹಾಯ ಬೇಡದವಳು. ರಾಷ್ಟ್ರಕವಿ ಆದಂತಹ ಹಿರಿಯ ಕವಿಗಳ ಆಸೆಯನ್ನು ಸಂಸ್ಕೃತಿ ಇಲಾಖೆ ನೆರವೇರಿಸಬಹುದು

ಎಂಬ ನನ್ನ ಆಸೆ ಹುಸಿಯಾಗಿ ಹೋಯಿತು. 2012ರಲ್ಲಿ ಜಿ.ಎಸ್.ಎಸ್.ರವರು ನಮ್ಮನ್ನಗಲಿದರು. ನನ್ನ ಮನಸ್ಸಿನಲ್ಲಿ ಮಾತ್ರ ಅವರ ಆಸೆಯನ್ನು ಪೂರೈಸಲಿಲ್ಲ ಎಂಬ ವ್ಯಥೆ ಕಾಡುತ್ತಲೇ ಇತ್ತು. ಹಾಗಾಗಿ 'ತೀರ್ಥವಾಣಿ'ಯಿಂದ ಆಯ್ದುಕೊಂಡ ಹದಿನೇಳು ಕೃಷ್ಣನ ಹಾಡುಗಳ ಸಂಗೀತ ರೂಪವನ್ನು ಎಚ್.ಎಸ್.ವಿ.ಯವರ ನಿರೂಪಣಾ ಸಾಹಿತ್ಯದೊಂದಿಗೆ ನಮ್ಮ ಸುಗಮ ಸಂಗೀತ ಅಕಾಡೆಮಿಯ ವತಿಯಿಂದ ಮೈಸೂರಿನಲ್ಲಿ ಪ್ರಸ್ತುತಪಡಿಸಿದೆ. ನಂತರ 2021ನೇ ಇಸವಿಯಲ್ಲಿ ಜಿ.ಎಸ್.ಎಸ್. ರವರ ಬಯಕೆಯ ಆ ಕಾರ್ಯಕ್ರಮವನ್ನು ಬೆಂಗಳೂರಿನ ಒಂದು ಸಭೆಯ ವೇದಿಕೆಯಲ್ಲಿ ಪ್ರಸ್ತುತಪಡಿಸಿದೆ. ಬಹಳಷ್ಟು ಸುಗಮ ಸಂಗೀತ ಕಲಾವಿದರು ಅದನ್ನು ವೀಕ್ಷಿಸಿದರು. ಆ ಕಾರ್ಯಕ್ರಮದಲ್ಲಿ ಎಚ್.ಎಸ್.ವಿ.ಯವರು ಭಾಷಣ ಮಾಡಿದರು. ಶಿವರುದ್ರಪ್ಪನವರ ಮಕ್ಕಳೆಲ್ಲಾ ಕಾರ್ಯಕ್ರಮದಲ್ಲಿ ಭಾಗವಹಿಸಿದ್ದೊಂದು ವಿಶೇಷ. ನನಗೆ ತುಂಬಾ ಸಂತೃಪ್ತಿ ನೀಡಿದ ಕಾರ್ಯಕ್ರಮವದು. ಹೆಸರಾಂತ ಕಲಾವಿದರಾದ ಲಕ್ಷ್ಮೀ

ನಾಗರಾಜ್, ಇಂದೂ ನಾಗರಾಜ್, ಸುಪ್ರಿಯಾ, ನಿತಿನ್ ರಾಜಾರಾಮ್ ಶಾಸ್ತ್ರಿ ಹಾಡಿ ಕಾರ್ಯಕ್ರಮವನ್ನು ಕಳೆಗಟ್ಟಿಸಿದರು. ನನ್ನ ಮಗ ಸುಕುಮಾರ್ ನಿರೂಪಣೆಯನ್ನು ಮಾಡಿ ಕಾರ್ಯಕ್ರಮದ ಯಶಸ್ವಿಗೆ ಕೈಜೋಡಿಸಿದ್ದು ಮರೆಯಲಾಗದ ಅನುಭವ. ಅಂದು ಮನಸಾರೆ ನಾನು ಜಿ.ಎಸ್.ಎಸ್.ರವರನ್ನು ನೆನೆದು ಮನಸ್ಸಿನಲ್ಲಿ ವಂದಿಸಿದೆ. ಅವರ ಆಸೆಯನ್ನು ನೆರವೇರಿಸಿದ ಸಂತೃಪ್ತಿ ಅಂದು ನನಗಾಯಿತು. ಈಗ ಜಿ.ಎಸ್. ಎಸ್.ರವರು ನನ್ನ ಬಾಳಿನಲ್ಲಿ ಒಂದು ಸುಂದರ ನೆನಪಾಗಿ ಉಳಿದಿದ್ದಾರೆ.

ಮುಗಿಸುವ ಮುನ್ನ ಜಿ.ಎಸ್.ಎಸ್ ರವರ ಮನದ ಮಾತನ್ನೇ ಹೇಳಿ ಈ ಲೇಖನಕ್ಕೆ ಮುಕ್ತಾಯವನ್ನು ಹಾಡುತ್ತೇನೆ.

ಈ ಪವಿತ್ರ ಭಾರತದಲ್ಲಿ
ಹಿಂದುಗಳಿದ್ದಾರೆ- ಮುಸ್ಲಿಮರಿದ್ದಾರೆ
ಕ್ರೈಸ್ತರಿದ್ದಾರೆ- ಸಿಖ್ಖರಿದ್ದಾರೆ
ಜೈನರಿದ್ದಾರೆ -ಬೌದ್ಧರಿದ್ದಾರೆ
ಬ್ರಾಹ್ಮಣರಿದ್ದಾರೆ -ಲಿಂಗಾಯತರಿದ್ದಾರೆ
ಒಕ್ಕಲಿಗರಿದ್ದಾರೆ- ಅಸ್ಪೃಶ್ಯರಿದ್ದಾರೆ
ಆದರೆ ನಾನು ಹುಡುಕುತ್ತಿರುವುದು ಮನುಷ್ಯರನ್ನು
ದಯಮಾಡಿ ಹೇಳಿ ಅವರೆಲ್ಲಿದ್ದಾರೆ?

'ಕನ್ನಡ ನನ್ನ ಮೊದಲ ಪ್ರೀತಿ, ಎರಡನೇ ಪ್ರೀತಿಯೂ ಅದೇ'. ಇದೇ ಹಾಮಾನಾ ಅವರ ಧ್ಯೇಯ ವಾಕ್ಯ. ಹಾಗಾಗಿ ನಿತ್ಯ ನಿರಂತರ ಕನ್ನಡ ಪರ ಹೋರಾಟಗಾರರಾಗಿದ್ದರು.

ನಾಯಕರು 'ನಾಯಕರೇ'

ಹಾ.ಮಾ. ನಾಯಕ

ಹಳೆಯ ಕೆಳೆಯರ ಮರೆಯಬಹುದೇ
ಹಳೆಯ ಕಾಲದ ಜನಗಳ?
ಹಳೆಯ ಕೆಳೆಯರ ಮರೆಯಬಹುದೇ
ಕಳೆದ ಹಿಂದಿನ ದಿನಗಳ?

ಇದು ಇಂಗ್ಲಿಷ್ ಕವಿ ಬರ್ನ್ಸ್‌ರವರ ಕವನ. ಇದನ್ನು ಕನ್ನಡಕ್ಕೆ ತಂದವರು ಬಿ.ಎಂ.ಶ್ರೀ. ಯವರು. ಈ ಕವಿತೆ ಹಳೆಯ ಗೆಳೆತನದ ಒಂದು ಮಧುರ ಬಾಂಧವ್ಯವನ್ನು ಕಣ್ಮುಂದೆ ಕಟ್ಟುವಂತೆ ತೆರೆದುಕೊಳ್ಳುತ್ತದೆ. ನಿಜಕ್ಕೂ ಸ್ನೇಹ ಅನ್ನುವುದು ಬಲು ಚಂದ ಅತ್ಯಂತ ಮಧುರ. ಅಂತಲೇ ಆ ಸ್ನೇಹದ ನೆನಪು ಆ ಗುಂಗು ಕೂಡ ಮಧುರಾತಿ ಮಧುರವೇ. ನೆನಪುಗಳೇ ಹಾಗೆ ಬಲು ಚಂದ. ಎಂದೋ ಕಂಡಿದ್ದ ಮುಖಗಳು, ಎಂದೋ ಒಡನಾಡಿದ್ದ ವ್ಯಕ್ತಿಗಳು, ಆಡಿದ ಮಾತುಗಳು, ಧುತ್ತೆಂದು ಕಣ್ಮುಂದೆ ಬಂದು ನೆನಪಿನ ಸುರುಳಿಯನ್ನು ಬಿಚ್ಚಿಕೊಂಡಾಗ ನಗೆ

ಮೂಡಿ ಏನೋ ಒಂದು ಆಪ್ಯಾಯಮಾನತೆ. ಇಂಥ ಈ ನೆನಪುಗಳು ಚಿರಂತನ, ಕಾಲಗತಿಯೊಂದಿಗೆ ಮಾಯವಾಗುವುದಿಲ್ಲ. ಎದೆಯಾಳದಲ್ಲಿ ಬೇರು ಬಿಟ್ಟ ಈ ನವಿರು ಭಾವ ಚೈತ್ರದ ಚಿಗುರಿನಂತೆ ಸದಾ ಹೊಸತು. ಸದಾ ಹಸಿರು. ಕಾಲವಂತೂ ಮುಂದೋಡುತ್ತಲೇ ಇರುತ್ತದೆ. ಉರುಳುತ್ತದೆ, ಉರುಳುತ್ತಲೇ ಇರುತ್ತದೆ. ನೆನಪುಗಳು ಮಾತ್ರ ತುಟಿಗೆ ಮಂದಹಾಸವನ್ನು ತರುತ್ತಲೇ ಇರುತ್ತದೆ. ಕಚಗುಳಿ ಇಡುತ್ತದೆ. ಸುಖದ ಕ್ಷಣಗಳನ್ನು ಮತ್ತೆ ಮತ್ತೆ ಮೂಡಿಸುತ್ತ ಸಂತಸವನ್ನು ತರುತ್ತದೆ.

ಇದರ ಜೊತೆಗೆ ನನಗೆ ಇನ್ನೊಂದು ಮಾತೂ ನೆನಪಾಗುತ್ತಿದೆ. ಅದನ್ನು ನಾವು Law of association ಎನ್ನಬಹುದು. ಯಾವುದೋ ಒಂದು ವಸ್ತುವೋ ಘಟನೆಯೋ, ಮಾತೋ ನೆನಪಾದಾಗ, ಅದಕ್ಕೆ ಸಂಬಂಧಿಸಿದಂತೆ ಒಬ್ಬ

ವ್ಯಕ್ತಿಯೋ, ವಸ್ತುವೋ ಕಣ್ಮುಂದೆ ಸುಳಿದು ಹೋಗುವುದು ಆಶ್ಚರ್ಯವೇನಲ್ಲ. ಅದು ವಿಚಿತ್ರವೆನಿಸಬಹುದಾದರೂ ಪರಮ ಸತ್ಯ. ಅಂಥ ಅನುಭವ ನನಗೆ ಆಗುವುದುಂಟು. Law of Association ಮೂಲಕ ನನಗೆ ನೆನಪಾಗುವ ಒಂದು ವಿಷಯವಿದೆ. ನಾನು ಯಾವಾಗ ರತ್ನಗಂಧಿ, ಸುವರ್ಣ ಗಂಧಿ ಗಿಡಗಳನ್ನು ನೋಡಿದರೂ ನನಗೆ ಅರಿವಿಲ್ಲದಂತೆ ತಾನೇ ತಾನಾಗಿ ಹಾ.ಮಾ. ನಾಯಕರ ನೆನಪಾಗಿ ಅವರ ಚಿತ್ರ ನನ್ನ ಕಣ್ಮುಂದೆ ಬಂದೇ ಬಿಡುತ್ತದೆ. ಇದು ಒಂದು ಸಾರಿ, ಎರಡು ಸಾರಿಯಲ್ಲ, ಆ ಗಿಡ ಕಣ್ಣಿಗೆ ಬಿತ್ತೆಂದರೆ ನಾಯಕರ ನೆನಪು.

ನನಗೂ ನನ್ನ ಪತಿ ರಘುರಾಂರವರಿಗೂ ಬೆಳಗಾಗೆದ್ದು ವಾಯುಸೇವನೆಗೆ ಹೋಗುವ ರೂಢಿ. ಇಬ್ಬರೂ ಮಾನಸಗಂಗೋತ್ರಿ ಕಡೆಗೆ ಹೆಜ್ಜೆ ಹಾಕುತ್ತಿದ್ದೆವು. ಗಂಗೋತ್ರಿಯ ತುಂಬಾ 'ಬಾ' ಎಂದು ಕರೆಯುವಂತೆ ಕೈಚಾಚಿದ ಗಿಡ ಮರ ಬಳ್ಳಿಗಳು. ನಳನಳಿಸಿ ನಗುವ ಆ ಹಸಿರು ಎಲೆಗಳು. ಕಣ್ಣಿಗೆ ತಂಪು, ಮನಕ್ಕೆ ಇಂಪು. ವಾಯುವಿಹಾರಕ್ಕೆ ಬಹಳ ಚೇತೋಹಾರಿಯಾದ ಜಾಗ. ಅಲ್ಲಿ ಹೆಣ್ಣು ಮಕ್ಕಳ ಹಾಸ್ಟೆಲ್‌ಗೆ ಹೋಗುವ ದಾರಿಯಲ್ಲಿ ಮೈತುಂಬ ಹೂವು ಹೊದ್ದುಕೊಂಡ ಕೆಂಪು, ಹಳದಿಯ ಹೂ ಗಿಡಗಳು. ನಾನು ಪ್ರತಿದಿನವೂ ಹೂ ತುಂಬಿದ ಆ ಗಿಡಗಳನ್ನು ನೋಡುತ್ತಿದ್ದೆ. ನನಗೂ ರಘುರಾಂಗೂ ಆ ಗಿಡದ ಹೆಸರು ಗೊತ್ತಿರಲಿಲ್ಲ. ನನಗೆ ಗಿಡ, ಮರ, ಬಳ್ಳಿ, ಹೂವು, ಹಕ್ಕಿಗಳ ಮೇಲೆ ತುಂಬಾ ಪ್ರೀತಿ. ಹಾಗಾಗಿ ಅವುಗಳ ಪೂರ್ಣ ಮಾಹಿತಿಯನ್ನು ಕಂಡವರಿಂದ, ಬಲ್ಲವರಿಂದ, ತಿಳಿದುಕೊಳ್ಳುವ

ಪ್ರಯತ್ನ ಮಾಡುವುದು ನನ್ನ ಸ್ವಭಾವ. ಹಾಗಾಗಿ ಈ ಗಿಡದ ಹೆಸರನ್ನು ತಿಳಿಯುವ ಕುತೂಹಲ. ಅಲ್ಲೇ ವಾಕಿಂಗ್ ಬರುವ ಕೆಲವರನ್ನು ಕೇಳಿದೆ. ಯಾರಿಗೂ ಅದರ ಹೆಸರು ಗೊತ್ತಿರಲಿಲ್ಲ. ಹಾಗೇ ಒಂದು ದಿನ ನಾನು, ನನ್ನ ಪತಿ ರಘುರಾಂ ಅದೇ ಸ್ಥಳದಲ್ಲಿ ಬಂದು, ನಿಂತು, ಗಿಡಗಳನ್ನು ನೋಡುತ್ತಿದ್ದಾಗ, ಎದುರುಗಡೆಯಿಂದ ಹಾ.ಮಾ. ನಾಯಕರು ಬರುತ್ತಿದ್ದರು. ಪರಸ್ಪರ ನಮಸ್ಕಾರಗಳ ವಿನಿಮಯ ಆದಮೇಲೆ ನಾನೇ ನಾಯಕರನ್ನು ಕೇಳಿದೆ, ಹೀಗೆ ಮೈ ತುಂಬಾ ಹೂವು ತುಂಬಿಕೊಂಡಿರುವ ಈ ಗಿಡಗಳ ಹೆಸರು ನನಗೆ ಗೊತ್ತಿಲ್ಲ. ಕೆಂಪು ಹಳದಿ ಎರಡು ಬಣ್ಣದ ಈ ಹೂವುಗಳು ಎಷ್ಟು ಚೆನ್ನಾಗಿವೆ ಎಂದೆ. ತಕ್ಷಣ ಹಾ.ಮಾ. ನಾಯಕರು ಆ ಗಿಡಗಳ ಹೆಸರನ್ನು ಹೇಳಿದರು. ಕೆಂಪು ಬಣ್ಣದ ಹೂವಿಗೆ 'ರತ್ನಗಂಧಿ' ಎನ್ನುತ್ತಾರೆ ಹಳದಿ ಬಣ್ಣದ ಹೂವಿಗೆ 'ಸುವರ್ಣ ಗಂಧಿ' ಎನ್ನುತ್ತಾರೆ ಎಂದು. ಹೆಸರು ತಿಳಿಯಿತಲ್ಲ ಎಂದು ನನಗೆ ತುಂಬಾ ಖುಷಿಯಾಯಿತು. ಅಂದಿನಿಂದ ಆ ಗಿಡಗಳು ಎಲ್ಲಿ ಕಣ್ಣಿಗೆ ಬಿದ್ದರೂ ಹಾ.ಮಾ. ನಾಯಕರ ನೆನಪು. ಅವರ ಚಿತ್ರ ಕಣ್ಮುಂದೆ ಬಾರದೆ ಇರುವುದೇ ಇಲ್ಲ. (ಈಗ ರಘುರಾಂ ಅವರೂ ಇಲ್ಲ, ನಾಯಕರೂ ಇಲ್ಲ.)

ಈಗ ನನ್ನ ನೆನಪು 1952–1954ರತ್ತ ಹಾರಿದೆ. ಆ ಕಾಲವನ್ನು ಸಿಂಹಾವಲೋಕನ ಮಾಡುತ್ತಾ ಮೆಲುಕು ಹಾಕುತ್ತಿದೆ. ಆ ಎರಡು ವರ್ಷಗಳು ನಾನು ಮಹಾರಾಜ ಕಾಲೇಜಿನಲ್ಲಿ ಓದುತ್ತಿದ್ದೆ. ಮಹಾರಾಜ ಕಾಲೇಜು ಎನ್ನುವುದಕ್ಕೆ ಅದರದೇ ಆದ ಒಂದು ಔನ್ನತ್ಯ, ಘನತೆ, ಗೌರವ ಎಲ್ಲವೂ ಇದ್ದ ಕಾಲವದು. ಹಿಂದಿರುಗಿ ನೋಡಿದಾಗ ಅಬ್ಬಾ ಎಪ್ಪತ್ತು ವರ್ಷಗಳ ಹಿಂದೆ ಎಂದು ನೆನೆಯುವಾಗ ಸೋಜಿಗವಾಗುತ್ತದೆ. ಅಲ್ಲಿ ಓದುವುದೇ ಒಂದು ಗೌರವ ಎಂದು ತಿಳಿದಿದ್ದ ಕಾಲವದು. ಹಾಗಾಗಿ ಅಂದಿನ ದಿನಗಳಲ್ಲಿ ಕಲಾ ವಿಭಾಗದಲ್ಲಿ ಆಸಕ್ತಿ ಇದ್ದ ವಿದ್ಯಾರ್ಥಿಗಳೆಲ್ಲರಿಗೂ ಮಹಾರಾಜ ಕಾಲೇಜ್ ಕನಸಿನ ದೇಗುಲವಾಗಿತ್ತು. ಆಗ ಅಲ್ಲಿ ಉದ್ದಾಮ ಪಂಡಿತರೂ, ಸಾಹಿತಿಗಳೂ ಅಧ್ಯಾಪಕ ವರ್ಗದಲ್ಲಿದ್ದರು. ಎಸ್.ವಿ. ರಂಗಣ್ಣ, ಭರತರಾಜ್ ಸಿಂಗ್, ಮುದ್ದುಲಿಂಗಣ್ಣಯ್ಯ, ಕುಪ್ಪುಸ್ವಾಮಿ, ಸಿ.ಡಿ.ಎನ್, ಎಸ್.ವಿ. ಪರಮೇಶ್ವರ ಭಟ್ಟ, ಜಿ.ಎಸ್. ಶಿವರುದ್ರಪ್ಪ, ಕುವೆಂಪು, ಡಿ.ಎಲ್. ನರಸಿಂಹಾಚಾರ್ಯರಂಥ ಪಂಡಿತ ಸಾಹಿತಿಗಳು ಇದ್ದರು. ಮಾನ್ಯ ಡಿಸೋಜಾರವರು ಕಾಲೇಜು ಪ್ರಿನ್ಸಿಪಾಲರಾಗಿದ್ದರು.

ಜೊತೆಯಲ್ಲಿ ಓದುತ್ತಿದ್ದ ವಿದ್ಯಾರ್ಥಿಗಳ ಗುಂಪೂ ಅಷ್ಟೆ. ಮುಂದಿನ ದಿನಗಳಲ್ಲಿ ಹೆಮ್ಮೆಪಡುವಂಥ ವ್ಯಕ್ತಿತ್ವವನ್ನು ಬೆಳೆಸಿಕೊಂಡವರು ಅನೇಕರು ಆ ಗುಂಪಿನಲ್ಲಿದ್ದರು. ಕೆಲವರನ್ನು ಹೆಸರಿಸಬಹುದಾದರೆ ಕೆ.ವಿ. ಸುಬ್ಬಣ್ಣ, ಹಾ.ಮಾ. ನಾಯಕ, ಸಾ.ಶಿ. ಮರುಳಯ್ಯ, ವಿಶ್ವನಾಥ ಮಿರ್ಲೆ, ಯು.ಆರ್. ಅನಂತಮೂರ್ತಿ, ನ. ರತ್ನ, ಸಿಂಧುವಳ್ಳಿ ಅನಂತಮೂರ್ತಿ, ಪಿ. ಶ್ರೀನಿವಾಸ ರಾವ್, ವಿ.ಎಸ್. ರಾಘವನ್, ಎಂ.ವಿ. ರಾಜಶೇಖರ ಮೂರ್ತಿ, ಎಂ.ವಿ. ಮಾಲತಿ, ಎ.ಎಸ್. ಪದ್ಮ, ಇತ್ಯಾದಿ,

ಇತ್ಯಾದಿ, ಇವರೆಲ್ಲರೂ ಒಂದಲ್ಲಾ ಒಂದು ಕ್ಷೇತ್ರದಲ್ಲಿ ಹೆಸರು ಮಾಡಿದವರು. ಇನ್ನು ಕಲಾ ವಿದ್ಯಾರ್ಥಿಗಳಿಗೆ ಐಚ್ಛಿಕ ವಿಷಯಗಳು ಬೇರೆ ಬೇರೆ ಇದ್ದರೂ, ಕನ್ನಡ ಹಾಗೂ ಇಂಗ್ಲಿಷ್ ಭಾಷಾ ತರಗತಿಗಳಿಗೆ ಮಾತ್ರ ಎಲ್ಲರೂ ಒಟ್ಟಿಗೆ ಸೇರುತ್ತಿದ್ದೆವು. ಗಂಡು-ಹೆಣ್ಣು ವಿದ್ಯಾರ್ಥಿಗಳು ಒಬ್ಬರೊಡನೊಬ್ಬರು ಬೆರೆತು ಮಾತಾಡುವ ಅವಕಾಶ ಆಗ ಇರಲಿಲ್ಲ. ನಾನು, ಮಾಲತಿ ಹಾಡುತ್ತಿದ್ದುದರಿಂದ ಕಾರ್ಯಕ್ರಮಕ್ಕೆ ಕರೆಯಲು (ಕಾಲೇಜಿನ) ಪಿ. ಶ್ರೀನಿವಾಸರಾವ್, ರಾಘವನ್‌ರಿಗೆ ನಮ್ಮೊಡನೆ ಮಾತನಾಡುವ ಅವಕಾಶವಾಗುತ್ತಿತ್ತು ಅಷ್ಟೇ.

ನಾನು ಮೊಟ್ಟಮೊದಲು ಹಾ.ಮಾ. ನಾಯಕರನ್ನು ಕಂಡದ್ದು ಹೀಗೇ ಕಾಲೇಜಿನ ನನ್ನ ಸಹಪಾಠಿಯಾಗಿ, ನಾವಿಬ್ಬರೂ ಒಂದೇ ತರಗತಿಯಲ್ಲಿದ್ದುದರಿಂದ. ನಾನು ಬಿ.ಎ. ಮಾಡಿದೆ. ಅವರು ಬಿ.ಎ. ಆನರ್ಸ್ ಮಾಡಿದರು.

ಹಾ.ಮಾ. ನಾಯಕರು ನನಗಿಂತ ಮೂರು ವರ್ಷ ದೊಡ್ಡವರಾಗಿದ್ದರು. ಆಗ 21, 22 ವಯಸ್ಸಿನ ಹುಡುಗ. ನಾಯಕರು ಅಂದೂ ಕುತ್ತಿಗೆಯವರೆಗೂ ಬಿಟ್ಟಿದ್ದ ದಟ್ಟವಾದ ಕೂದಲು. ದುಂಡಗಿನ ಸ್ವಲ್ಪ ಅಗಲವಾದ ಮುಖ. ಬಿಳಿ ಬಣ್ಣದ ಸ್ಫುರದ್ರೂಪಿ ಹುಡುಗ. ಎಂದಿನಿಂದಲೂ ಧರಿಸುತ್ತಿದ್ದುದು ಪೈಜಾಮ, ಶರಟು. ಹುಡುಗರೆಲ್ಲ ಅವರವರ ಗುಂಪು ಕಟ್ಟಿಕೊಂಡು (ಬಿಡುವಿನ ವೇಳೆಯಲ್ಲಿ) ಹರಟೆ ಹೊಡೆಯುತ್ತಾ ಕುಳಿತಿರುತ್ತಿದ್ದರೆ ಹಾ.ಮಾ. ನಾಯಕ್ ಯಾವಾಗಲು ಹಾಗೆ ಯಾರ ಕಣ್ಣಿಗೂ ಬೀಳುತ್ತಿರಲಿಲ್ಲ. ತುಂಬಾ ಮಿತಭಾಷಿ ಇರಬೇಕು. ಲೈಬ್ರರಿಯಲ್ಲೋ, ಮತ್ತೆಲ್ಲೋ ಇರುತ್ತಿದ್ದರೇನೋ. ಇದು ಕಾಲೇಜಿನಲ್ಲಿ ನಾನು ಇರುವವರೆಗೂ ಅವರನ್ನು ಕಂಡದ್ದು ಹೀಗೆಯೇ. ಕಾಲೇಜ್ ಮುಗಿದ ಮೇಲೆಯೇ ಅವರ ಪರಿಚಯ ನನಗೆ ಹೆಚ್ಚಾದದ್ದು.

ಸದ್ಯಕ್ಕೆ ಹಾ.ಮಾ. ನಾಯಕರ ವಿಷಯವನ್ನು ಬಿಟ್ಟು ಕಾಲೇಜಿನ ಒಂದು ಬೇರೆಯೇ ಪ್ರಸಂಗವನ್ನು ಹೇಳ್ತೀನಿ. ಹರಿಕಥೆಯಲ್ಲಿ ಬರುವ ಒಂದು ಉಪಕಥೆಯಂತೆ. ಅದು ಕಾಲೇಜಿನ ವಿಷಯವೇ ಆದುದರಿಂದ ಇಲ್ಲಿ ಹೇಳದಿದ್ದರೆ ಬೇರೆ ಅವಕಾಶವೇ ಸಿಗುವುದಿಲ್ಲ. ಎಂ.ವಿ. ಮಾಲತಿ ನಾನು ತುಂಬಾ ಹತ್ತಿರದ ಗೆಳತಿಯರು. ಅವಳ ಅಣ್ಣ ರಾಘವೇಂದ್ರನೂ ನಮ್ಮದೇ ತರಗತಿ. ಪಿ. ಶ್ರೀನಿವಾಸ್ ರಾವ್ ಹಾಗೂ ರಾಘು ತುಂಬಾ ಗೆಳೆಯರು. ರಾಘು ಮನೆಗೆ ಶ್ರೀನಿವಾಸರಾವ್ ಸದಾ ಹೋಗುತ್ತಿದ್ದ. ಮಾಲತಿ ರಾಘುವಿನ ತಂಗಿ ತಾನೇ, ಮನೆಯಲ್ಲಿ ಒಟ್ಟಿಗೆ

ಮಾತನಾಡುವುದು ಸಹಜವಾಗಿತ್ತು. ಪ್ರಾಯಶಃ ಶ್ರೀನಿವಾಸರಾವ್‌ಗೆ ಮಾಲತಿಯ ಮೇಲೆ ಪ್ರೇಮಾಂಕುರವಾಗಿರಬೇಕು. ಇವಳಿಗೂ ಆಕರ್ಷಣೆಯೇನೋ. ಮಾಲತಿ ಒಂದು ದಿನ ನಮ್ಮ ಮನೆಗೆ ಓಡಿ ಬಂದು 'ಲೀಲಾ ಏನು ಮಾಡಲಿ ನಾನೊಂದು ತಪ್ಪು ಕೆಲಸ ಮಾಡಿಬಿಟ್ಟಿದ್ದೀನಿ, ಮೋಹಿನಿ, ಮಹಾರಾಣಿ ಕಾಲೇಜು, ಎನ್ನುವ ಹೆಸರಿನಲ್ಲಿ ಇವತ್ತು, ಇಷ್ಟು ಹೊತ್ತಿಗೆ ಮನುವನ ಪಾರ್ಕ್ ಹತ್ತಿರ ಬಾ ನಿನಗಾಗಿ ಕಾಯ್ತಾ ಇರ್ತೀನಿ ಅಂತ ಶ್ರೀನಿವಾಸರಾವ್‌ಗೆ ಪತ್ರ ಬರೆದುಬಿಟ್ಟಿದ್ದೀನಿ' ಅಂತ ಭಯದಿಂದ ಒದ್ದಾಡಿದಳು. 'ರಾಘುಗೆ ಹೇಳಿದಿಯಾ' ಅಂದೆ, ಇಲ್ಲ ಅಂದ್ಲು. ಮೊದಲು ನಿನ್ನ ಅಣ್ಣನಿಗೆ ಹೇಳಿಬಿಡು ಅಂದೆ. ಅಷ್ಟು ಹೊತ್ತಿಗೆ ಗೆಳೆಯರಿಬ್ಬರೂ ಮನುವನ ಪಾರ್ಕ್ ಕಡೆಗೆ ಹೋಗಿ ಮೋಹಿನಿಗಾಗಿ ಕಾದು ಬಂದಾಗಿತ್ತು. ಮಾಲತಿಗೆ ಹಾಗೆ ಭಯವಾಗಲು ಕಾರಣ ಮಹಾರಾಣಿ ಕಾಲೇಜಿನಲ್ಲಿ ನಿಜವಾಗಿ ಮೋಹಿನಿ ಎನ್ನುವ ಹೆಸರಿನವಳಿದ್ದು, ಆಮೇಲೆ ಗೆಳೆಯರು ಅಲ್ಲಿಗೇ ಹುಡುಕಿಕೊಂಡು ಹೋದರೆ ಅಂತ. ಕೊನೆಗೆ ಮಾಲತಿ ಅಣ್ಣನಿಗೆ ವಿಷಯವನ್ನು ತಿಳಿಸಿದಳು ಎಲ್ಲಾ ಸರಿಹೋಯ್ತು, ವಿಚಿತ್ರವೆಂದರೆ ನಾನು 1983ರಲ್ಲಿ ಫಿಲಡೆಲ್ಫಿಯಾಗೆ ಹೋದಾಗ ಶ್ರೀನಿವಾಸ ರಾವ್ ಅಲ್ಲಿಯ ಕಾಲೇಜಿನಲ್ಲಿ ಇಂಗ್ಲಿಷ್ ಪ್ರೊಫೆಸರ್ ಆಗಿದ್ದ. ಫೋನ್ ಮಾಡಿದೆ. 'ನಾನು ಲೀಲಾ ಬಂದಿದ್ದೇನೆ ನಿಮ್ಮೂರಿಗೆ. ಹೇಗಿದ್ದಿ ಮನೆಗೆ ಬಾ ನಿನ್ನನ್ನು ನೋಡಬೇಕು' ಎಂದೆ. ಆದರೆ ಅದಕ್ಕೆ ಅವನ ಉತ್ತರ 'ಮಾಲತಿ ಹೇಗಿದ್ದಾಳೆ?' ಅಂತ. ಮಾಲತಿಯನ್ನು ಅಪಾರ ಪ್ರೀತಿಸುತ್ತಿದ್ದ ಅಂತ ಗೊತ್ತಾಯ್ತು. ಮೂವತ್ತು ವರ್ಷಗಳ ನಂತರವೂ ಅವನು ಮನೆಗೆ ಬರಲೇ ಇಲ್ಲ, ಮತ್ತೆ ಕಾಣಲೇ ಇಲ್ಲ ಅವನನ್ನು.

ಇನ್ನು ನನ್ನ ಮೂಲ ವಿಷಯಕ್ಕೆ ಬರ್ತೀನಿ. ಎಷ್ಟೋ ಸಾರಿ ಹಾಗೇ, ದಾರಿ ಕವಲೊಡೆದ ಹಾಗೆ ಏನೋ ಬರೆಯೋಕೆ ಹೋಗಿ ಲಹರಿ ಬೇರೆ ಎಲ್ಲೋ ಹರಿದುಬಿಡತ್ತೆ. ಹಾ.ಮಾ. ನಾಯಕರ ಪೂರ್ಣ ಹೆಸರು ಹಾರೋಗದ್ದೆ ಮಾನಪ್ಪ ನಾಯಕ ಅಂತ. ಅವರ ನೆನಪಾಯ್ತು ಎಂದರೆ ಅವರ ಕನ್ನಡದ ಉತ್ಕಟ ಪ್ರೀತಿ ಜೊತೆ ಜೊತೆಗೇ ನೆನಪಾಗುತ್ತದೆ. 'ಕನ್ನಡ ನನ್ನ ಮೊದಲ ಪ್ರೀತಿ, ಎರಡನೇ ಪ್ರೀತಿಯೂ ಅದೇ'. ಇದೇ ಅವರ ಧ್ಯೇಯ ವಾಕ್ಯ. ಹಾಗಾಗಿ ನಿತ್ಯ ನಿರಂತರ ಕನ್ನಡ ಪರ ಹೋರಾಟಗಾರರಾಗಿದ್ದರು. ಕನ್ನಡ ಕಟ್ಟುವ ಕೆಲಸದಲ್ಲಿ ಬದುಕನ್ನೇ ಸವೆಸಿದ ಕನ್ನಡ ಪ್ರೇಮಿ ಇವರು. ಮೈಸೂರು ಮಹಾರಾಜ ಕಾಲೇಜಿನಲ್ಲಿ ಬಿ.ಎ. ಆನರ್ಸ್ ಮುಗಿಸಿದ ನಂತರ ಸ್ನಾತಕೋತ್ತರ ಶಿಕ್ಷಣವನ್ನು ಕೊಲ್ಕತ್ತಾದಲ್ಲಿ ಮಾಡಿ, ಭಾಷಾ ವಿಜ್ಞಾನದಲ್ಲಿ ಎಂ.ಎ. ಪದವಿಯನ್ನು ಪಡೆದರು. ಅದಾದ ನಂತರ ಅಮೆರಿಕೆಯ ಇಂಡಿಯಾನ ವಿಶ್ವವಿದ್ಯಾನಿಲಯದಿಂದ ಪಿ.ಎಚ್.ಡಿ ಪಡೆದರು. ಇವರು ಮೊದಲಿಗೆ ಅಧ್ಯಾಪಕರಾಗಿ ಕೆಲಸ ಮಾಡಿದ್ದು ತುಮಕೂರು ಹಾಗೂ ಶಿವಮೊಗ್ಗದಲ್ಲಿ. ನಂತರ

ತಾವೇ ಓದಿದ ಮಹಾರಾಜ ಕಾಲೇಜಿನಲ್ಲಿ ಭಾಷಾ ವಿಜ್ಞಾನದ ರೀಡರ್ ಆದರು. ಕಾಲಕ್ರಮೇಣ ಕನ್ನಡ ಪ್ರಾಧ್ಯಾಪಕರಾದರು. ಮತ್ತೆ ಮುಂದೆ ಕನ್ನಡ ಅಧ್ಯಯನ ಸಂಸ್ಥೆಯ ನಿರ್ದೇಶಕರೂ ಆದರು. ಗುಲ್ಬರ್ಗ ವಿಶ್ವವಿದ್ಯಾನಿಲಯದ ಕುಲಪತಿಗಳೂ ಆಗಿ ನೇಮಕಗೊಂಡಿದ್ದವರು ಇವರು. ಹದಿನೈದು ವರ್ಷಗಳ ಕಾಲ ಕನ್ನಡ ಅಧ್ಯಯನ ಸಂಸ್ಥೆಯ ನಿರ್ದೇಶಕರಾಗಿದ್ದ ಇವರು, ಕನ್ನಡದ ಅನೇಕ ಮಹತ್ತರ ಕಾರ್ಯಗಳನ್ನು ಸಾಕಾರಗೊಳಿಸಿದರು. ಇವರ ಅವಧಿಯಲ್ಲಿ 350ಕ್ಕೂ ಹೆಚ್ಚು ಪುಸ್ತಕಗಳನ್ನು ಪ್ರಕಟಿಸಿದರು. ಹಾಗಾಗಿ ರಚನಾತ್ಮಕ ಕೆಲಸಗಳಿಂದ ಕನ್ನಡ ಕಟ್ಟುವ ಕೆಲಸವನ್ನು ನಿರಂತರವಾಗಿ ಮಾಡಿದರು.

ಇವರು ಪಾಠ ಮಾಡುವಾಗ ವಿದ್ಯಾರ್ಥಿಗಳಿಗೆ ಚಾರಿತ್ರ್ಯ ಶುದ್ಧಿ, ಶಿಸ್ತು ಇವುಗಳ ಬಗ್ಗೆ ಒತ್ತು ಕೊಡುತ್ತಿದ್ದರು. ಓದುವುದು ಬರಿಯ ಡಿಗ್ರಿ ಪಡೆಯಲಷ್ಟೇ ಅಲ್ಲ. ಡಿಗ್ರಿಗಿಂತ

ಸಚ್ಚಾರಿತ್ರ್ಯ ಹಾಗೂ ನಡತೆ ಬಹಳ ಮುಖ್ಯವೆಂದು ನಂಬಿದವರು ಅವರು. ಹಾಗೆಯೇ ಅವರು ತಮ್ಮ ವಿದ್ಯಾರ್ಥಿಗಳಿಗೆ ವ್ಯಕ್ತಿತ್ವ ವಿಕಸನದ ಬಗ್ಗೆ ತಿಳುವಳಿಕೆ ನೀಡುತ್ತಿದ್ದರು. ಶಿಸ್ತಿನ ಸಿಪಾಯಿ ಹಾಗು ನಿರ್ಭಿಡೆ ಸ್ವಭಾವದವರು. ಶಿಸ್ತಿನ ಬಗೆಗೆ ಒಂದೆರಡು ಉದಾಹರಣೆಗಳನ್ನು ಕೊಡಬಹುದು. ಕಾರಣ, ಆ ಪ್ರಸಂಗಗಳನ್ನು ನಾನೇ ಕಣ್ಣಾರೆ ಕಂಡವಳು. ಉತ್ತಮ ವಾಗ್ಮಿಯೂ ಆಗಿದ್ದ ನಾಯಕರನ್ನು ಅನೇಕ ಸಂಘ ಸಂಸ್ಥೆಗಳು ಅವರ ಕಾರ್ಯಕ್ರಮಗಳಿಗೆ ಉದ್ಘಾಟಕರಾಗಿಯೋ, ಮುಖ್ಯ ಅತಿಥಿಯಾಗಿಯೋ, ಅಧ್ಯಕ್ಷರಾಗಿಯೋ ಆಹ್ವಾನಿಸುತ್ತಿದ್ದುದುಂಟು. ಮೊದಲೇ ಹೇಳಿದಂತೆ ಶಿವಪ್ಪ ನಾಯಕನ ಶಿಸ್ತು ಇವರದು. ಸರ್.ಎಂ. ವಿಶ್ವೇಶ್ವರಯ್ಯರವರ ಕಾಲ ಪ್ರಜ್ಞೆ ಇವರಿಗೆ. ಹೇಳಿದ ವೇಳೆಗೆ ತಪ್ಪದೆ ಕಾರ್ಯಕ್ರಮಕ್ಕೆ ತಮ್ಮ ಹಾಜರಾತಿಯನ್ನು ಹಾಕುತ್ತಿದ್ದರು. ಹೇಳಿದ ವೇಳೆಗೆ ಕಾರ್ಯಕ್ರಮ ಆರಂಭವಾಗಬೇಕು. ಅನಿವಾರ್ಯದಿಂದ ಐದತ್ತು ನಿಮಿಷ ತಡವಾದರೆ ಕೂತಿರುತ್ತಿದ್ದರು. ಅದಕ್ಕಿಂತ ಎಂದೂ ಕಾದು ಕುಳಿತವರಲ್ಲ. ಯಾರಿಗೂ ಹೇಳದೇ ಕೇಳದೇ ಅಲ್ಲಿಂದ ಹೋಗಿಬಿಡುತ್ತಿದ್ದರು. ಕಾರ್ಯಕರ್ತರು ಕೇಳಿಕೊಂಡರೂ ಹಿಂದಿರುಗಿ ಬರುತ್ತಿರಲಿಲ್ಲ. ಇಂಥ ಶಿಸ್ತಿನ ಸಿಪಾಯಿಗಳಿದ್ದರೆ ಮಾತ್ರ ಜನರಿಗೆ ಪಾಠವನ್ನು ಕಲಿಸಬಹುದು. ಶಿಸ್ತಿಲ್ಲದ ಜೀವನಕ್ಕೆ ಯಾವ ಬೆಲೆಯೂ ಇಲ್ಲ ಎಂದು ನಂಬಿದವರು ನಾಯಕರು. ನಾಯಕರೆಂದರೆ ನನಗೆ ತುಂಬಾ ಗೌರವ. ಹಾಗಾಗೇ ನಾನು ನಮ್ಮ ಸುಗಮ ಸಂಗೀತ ಅಕಾಡೆಮಿ ಕಾರ್ಯಕ್ರಮಗಳಿಗೆ ಅವರನ್ನು ಆಹ್ವಾನಿಸಿದ್ದೆ. ತಪ್ಪದೇ ನಮ್ಮ ಎಲ್ಲಾ ಕಾರ್ಯಕ್ರಮಗಳಲ್ಲೂ ಭಾಗವಹಿಸಿದ್ದಾರೆ. ನಮ್ಮ ಅಕಾಡೆಮಿಯಲ್ಲಿ ಎಂದೂ ಕಾಲದ ಅಪವ್ಯಯವಾಗಿಲ್ಲ.

ಅವರ ಕಾಲಪ್ರಜ್ಞೆಯಂತೆಯೇ ನಾವು ಕಾಲಕ್ಕೆ ಬದ್ಧರಾಗಿ ಕಾರ್ಯಕ್ರಮವನ್ನು ನಡೆಸುತ್ತಿದ್ದುದರಿಂದ, ತಪ್ಪದೆ ನಾನು ಕರೆದ ಎಲ್ಲಾ ಕಾರ್ಯಕ್ರಮಗಳಲ್ಲೂ ಸಂತೋಷದಿಂದ ಭಾಗಿಯಾಗಿದ್ದಾರೆ. ನನ್ನ ಮೊಟ್ಟಮೊದಲ ಕ್ಯಾಸೆಟ್ 'ಭಾವಗೀತೆಗಳು' ಅವರ ಅಮೃತ ಹಸ್ತದಿಂದಲೇ ಬಿಡುಗಡೆಯಾದದ್ದು. ಮತ್ತೆ ನಾ ಬರೆದ 'ಶ್ರೀಹರಿಗೀತಾ' ಪುಸ್ತಕ ಕೂಡ ಅವರಿಂದಲೇ ಲೋಕಾರ್ಪಣೆಯಾದದ್ದು. ಅವರ ಭಾಷಣದಲ್ಲಿ ತಮಾಷೆಯಾಗಿ ಹೇಳಿದರು 'ನಾನು ಬಿಡುಗಡೆ ಮಾಡಿದ ಲೀಲಾವತಿಯವರ ಕ್ಯಾಸೆಟ್ ಹೇಗೆ ಮಾರಾಟವಾಯಿತು ಎಂದು ಹೇಳಲೇ ಇಲ್ಲ. ನನ್ನ ಹಸ್ತ ಗುಣ ಪರೀಕ್ಷೆ ಮಾಡಬಹುದಿತ್ತು, ಅವರು ಹೇಳಿದ್ದರೆ' ಅಂತ ನಕ್ಕರು. ಕ್ಯಾಸೆಟ್ ತುಂಬಾ ಚೆನ್ನಾಗಿ ಖರ್ಚಾಗಿ ನನಗೆ ಹಣವನ್ನು ಗಳಿಸಿ ಕೊಟ್ಟಿತ್ತು, ಹಾಗೆಂದೇ ಅವರಿಗೆ ಹೇಳಿದೆ. ಅವರು ಮತ್ತೆ ನಕ್ಕು ನುಡಿದರು 'ಹಾಗಾದರೆ ಈ ನಿಮ್ಮ ಪುಸ್ತಕ 'ಶ್ರೀಹರಿಗೀತ'ಕ್ಕೂ ಒಳ್ಳೆಯ ಬೇಡಿಕೆ ಬರುತ್ತೆ. ನಾನು ಬಿಡುಗಡೆ ಮಾಡಿದೀನಲ್ಲ' ಎಂದರು. ಅಂದರೆ ನಾಯಕರ ಮಾತಿನಲ್ಲಿ ಹೇಗೆ ಒಂದು ಹಾಸ್ಯದ ಝಳಕು ತೂರಿ ಬರುತ್ತಿತ್ತು ಎನ್ನುವುದಕ್ಕೆ ಆ ಮಾತುಗಳು ಸಾಕ್ಷಿ. ಮತ್ತೊಮ್ಮೆ ನನ್ನ ಶಿಷ್ಯರೆಲ್ಲಾ ಸೇರಿ 'ಗುರುವಂದನಾ' ಎನ್ನುವ ಕಾರ್ಯಕ್ರಮವನ್ನು ಮಾಡಿದರು ಆಗಲೂ ನಾನು ಆ ಕಾರ್ಯಕ್ರಮಕ್ಕೆ ನಾಯಕರನ್ನು ಆಹ್ವಾನಿಸಿದ್ದೆ. ಜೊತೆಗೆ ಜಿ.ಎಸ್. ಶಿವರುದ್ರಪ್ಪನವರನ್ನೂ ಆಹ್ವಾನಿಸಿದ್ದೆ. ಅದೊಂದು ತುಂಬಾ ಅದ್ಧೂರಿಯ ಕಾರ್ಯಕ್ರಮವಾಗಿತ್ತು.

ನನ್ನ ಶಿಷ್ಯ ವೃಂದವೆಲ್ಲಾ ಸೇರಿ ನನಗೊಂದು ಚಿನ್ನದ ನೆಕ್ಲೇಸ್ ಕೊಟ್ಟರು. ಈಗಲೂ ಅದನ್ನು ಹಾಕಿಕೊಳ್ಳುತ್ತೇನೆ. ಅಂದು ಶಿಷ್ಯರು ಒಬ್ಬೊಬ್ಬರೂ ಒಂದೊಂದು ಹಾರವನ್ನು ನನ್ನ ಕೊರಳಿಗೆ ಹಾಕುತ್ತಿದ್ದದ್ದರಿಂದ ನನ್ನ ಮುಖವೇ ಮುಚ್ಚಿ ಹೋಗುತ್ತಿತ್ತು. ನಾನು ಹಾರಗಳನ್ನು ತೆಗೆಯಲು ಹೋದರೆ ನಾಯಕರು ತಡೆದರು. 'ಬೇಡ, ತೆಗೆಯಬೇಡಿ. ಇದೊಂದು ಅಪರೂಪದ ವಿಶೇಷ ಗಳಿಗೆ. ಕೊರಳಲ್ಲಿ ಒಂದಷ್ಟು ಹೊತ್ತು ಹಾರಗಳು ಇರಲಿ' ಎಂದು ಹೇಳಿದರು. ಚಿನ್ನದ ನೆಕ್ಲೇಸ್ ಅನ್ನು ಎತ್ತಿ ಹಿಡಿದು ಜನತೆಗೆಲ್ಲಾ ತೋರಿಸಿದರು. ಅಂದು ಅವರ ಭಾಷಣ ತುಂಬಾ ಸೊಗಸಾಗಿತ್ತು. ಎಷ್ಟೆಂದರೂ ವಾಗ್ಮಿ, ಮಾತನಾಡುತ್ತಾ ಅಲ್ಲೊಂದು ಹಾಸ್ಯಲಹರಿ, 'ನೋಡಿ ನಾನು ಹಾಗೂ ಲೀಲಾವತಿ ಕ್ಲಾಸ್ಮೇಟ್ಸ್. ಆದರೆ ಅವರ ತಲೆಯಲ್ಲಿ ಹುಡುಕಿದರೂ ಒಂದು ಬಿಳಿಕೂದಲಿಲ್ಲ, ನನ್ನ ತಲೆಯಲ್ಲಿ ಹುಡುಕಿದರೂ ಒಂದು ಕಪ್ಪು ಕೂದಲಿಲ್ಲ' ಎಂದರು. ಜನರು ಹೋ ಎಂದು ಚಪ್ಪಾಳೆ ತಟ್ಟಿ ಆಡಿಟೋರಿಯಂ ಬಿರಿದು ಹೋಗುವಷ್ಟು ಗಟ್ಟಿಯಾಗಿ ನಕ್ಕರು. ಮಾರನೆಯ ದಿನದ ಪೇಪರಿನಲ್ಲಿ ನಾಯಕರ ಆ ಮಾತನ್ನೇ ಹೈಲೈಟ್ ಮಾಡಿ ಒಂದು ಬಾಕ್ಸ್‌ನಲ್ಲಿ ಪ್ರಕಟಿಸಿದ್ದರು. ಇದು ನಾ ಕೇಳಿದ ನಾಯಕರ ತಿಳಿ ಹಾಸ್ಯದ ಲಹರಿಗಳು.

ನಾಯಕರು ಕನ್ನಡ ಪ್ರೇಮಿಯ ಜೊತೆಗೆ ಪುಸ್ತಕ ಜೀವಿ. ಅವರ ಮನೆಯೇ ಪುಸ್ತಕ ಕಾಶಿ. ನಾನು, ರಘುರಾಂ ಅವರ ಮನೆಗೆ ಹೋಗಿದ್ದಾಗ ನೋಡಿದ್ದು ಪುಸ್ತಕಗಳು ತುಂಬಿದ್ದ ಬೀರುಗಳೇ. ಕಣ್ಣು ಹೊರಳಿಸಿದಲ್ಲೆಲ್ಲಾ ನಮಗೆ ಕಂಡದ್ದು ಅತ್ಯಂತ ಅಚ್ಚುಕಟ್ಟಾಗಿ ಜೋಡಿಸಿಟ್ಟಿದ್ದ ರಾಶಿ ರಾಶಿ ಪುಸ್ತಕಗಳು. ಜೋಡಿಸಿದ್ದ ರೀತಿಯಲ್ಲೂ ನಾಯಕರ ಶಿಸ್ತು ಎದ್ದು ಕಾಣುತ್ತಿತ್ತು. ಅದೊಂದು ಸರಸ್ವತಿಯ ಮಂದಿರ. 'ಪುಸ್ತಕಗಳು ನನಗೆ ತುಂಬಾ ಪ್ರಿಯ, ದುಃಖ ನೋವುಗಳನ್ನು ಮಾಯಿಸಲು ಅವು ದಿವ್ಯ ಔಷಧ. ದಿಗಂತದ ಆಚೆಯ ಬೆಳಕಿಗೆ ಪುಸ್ತಕಗಳು ಕೈಮರಗಳು. ಪುಸ್ತಕ ಪ್ರಪಂಚದ ಸುಖವೇ ಸುಖ' ಇವು ಹಾ.ಮಾ. ನಾಯಕರ ಮುತ್ತಿನಂಥ ಮಾತುಗಳು.

ಇಂತಹ ಪುಸ್ತಕ ಪ್ರೇಮಿ ಬರಹಗಾರರಾಗದಿರಲು ಸಾಧ್ಯವೇ? ಅದರ ಕುರುಹು ನಾಯಕರ ಎಳವೆಯಲ್ಲೇ ಕುಡಿಯೊಡೆದಿತ್ತು. ಮೇಗರವಳ್ಳಿ ಮಾಧ್ಯಮಿಕ ಶಾಲೆಯಲ್ಲಿ

ಓದುತ್ತಿರುವಾಗಲೇ 'ಮಕ್ಕಳ ಪುಸ್ತಕ'ವೆಂಬ ಪತ್ರಿಕೆಗೆ ಲೇಖನ ಬರೆಯುತ್ತಿದ್ದರು. ಪ್ರೌಢಶಾಲೆಯಲ್ಲಿ ಕೈಬರಹ ಪತ್ರಿಕೆಯ ಖಾಯಂ ಲೇಖಕರು. ಇವರ ಹದಿನೆಂಟು, ಹತ್ತೊಂಬತ್ತು ವರ್ಷದಲ್ಲೇ 'ಬಾಳ್ನೋಟಗಳು' ಎಂಬ ಪುಸ್ತಕ ಪ್ರಕಟವಾಯಿತು. ಅವರು ಬೆಳೆದಂತೆ ಅವರ ಸಾಹಿತ್ಯ ಪ್ರಕಟಣೆಯೂ ಬೆಳೆಯುತ್ತಾ ಹೋಯಿತು. ನಾಯಕರ ಸಾಹಿತ್ಯ ಸಾಧನೆಯ ಪ್ರಧಾನವಾದ ಕ್ಷೇತ್ರ 'ಅಂಕಣ ಬರಹಗಳು' ಅಂಕಣ ಬರವಣಿಗೆಯಲ್ಲಿ ನಾಯಕರ ಕೃಷಿ ಅಗಾಧ. ಅದೊಂದು ಸಾಧನೆ ಎಂದೇ ಹೇಳಬಹುದು. ಇವರ ಅಂಕಣ ಬರಹವನ್ನು ಪ್ರಕಟ ಮಾಡದ ಪತ್ರಿಕೆಗಳೇ ಇಲ್ಲವೆನ್ನಬಹುದು. ಒಂದೊಂದಕ್ಕೂ ಒಂದೊಂದು ಹೆಸರಿನ ಶೀರ್ಷಿಕೆ. ಸಾಹಿತ್ಯ ಸಲ್ಲಾಪ, ಸಲ್ಲಾಪ, ಸಂದರ್ಭ, ಸಮೂಹ, ಸಂಪರ್ಕ, ಸಾಂಪ್ರತ, ಸಂವಹನ, ಸಂಪ್ರತಿ ಹೀಗೆ ಎಲ್ಲಾ 'ಸ' ಕಾರದಿಂದ ಆರಂಭವಾಗುವ ಶೀರ್ಷಿಕೆಗಳು. ಆಯಾಯ ಶೀರ್ಷಿಕೆಗಳಿಗೆ ಒಪ್ಪುವಂಥ, ಅದರಡಿಯ ಬರಹಗಳು. ಇವರ ಅಂಕಣ ಬರಹ 'ಸಂಪ್ರತಿಗೆ' ಕೇಂದ್ರ ಸಾಹಿತ್ಯ ಅಕಾಡೆಮಿಯ ಪ್ರಶಸ್ತಿ ದೊರೆತು ಅಂಕಣ ಬರಹವೂ ಇತರ ಸಾಹಿತ್ಯ ಬರಹಗಳ ಗುಂಪಿಗೆ ಸೇರಿಕೊಂಡಿತು. ಇವರು ಬೇರೆ ಸಾಹಿತ್ಯ ಪ್ರಕಾರದಲ್ಲೂ ಕೃಷಿ ಮಾಡಿದ್ದಾರೆ. ಜೀವನ ಚರಿತ್ರೆಗಳು, ಮಕ್ಕಳ ಸಾಹಿತ್ಯ, ವ್ಯಕ್ತಿ ಚಿತ್ರಣಗಳು, ಕಥೆಗಳು, ಅಲ್ಲದೆ ಅನುವಾದಗಳೂ ಇವೆ. ಪಂಜಾಬಿ ಕವಿಯತ್ರಿ ಅಮೃತಾ ಪ್ರೀತಮ್‌ರವರ ಕವನಗಳ ಅನುವಾದ 'ಸುನೇರಿ' ಮತ್ತು ಮೈಥಿಲಿ ಭಾಷೆಯ ಕವಿ ವಿದ್ಯಾಪತಿಯವರ ಕವನಗಳನ್ನು 'ಪ್ರಣಯ ಪದಾವಳಿ' ಎಂಬ ಹೆಸರಿನಲ್ಲಿ ಕನ್ನಡಕ್ಕೆ ತಂದಿದ್ದಾರೆ. ಇವರು ಭಾಷಾಶಾಸ್ತ್ರಜ್ಞ ಹಾಗೂ ಜಾನಪದ

ವಿದ್ವಾಂಸರು. ಹಾಗೆಯೇ ಗಂಗೋತ್ರಿಯಲ್ಲಿ ಜಾನಪದ. ಸಂಗ್ರಹಾಲಯವನ್ನು ಸ್ಥಾಪಿಸಿದರು. ಇವರು ಇಂಗ್ಲಿಷ್, ಕನ್ನಡ ಎರಡೂ ಭಾಷೆಯಲ್ಲಿ ಬರೆದಿದ್ದಾರೆ.

ಅವರ 'ಅಂಕಣ' ಬರಹದ ಬಗ್ಗೆ ಒಂದು ಘಟನೆಯನ್ನು ನಿರೂಪಿಸುತ್ತೇನೆ. ನಾಯಕರು 'ಸುಧಾ' ವಾರಪತ್ರಿಕೆಯಲ್ಲಿ 'ಸಂಪ್ರತಿ' ಎನ್ನುವ ಹೆಸರಿನಲ್ಲಿ ಅಂಕಣ ಬರೆಯುತ್ತಿದ್ದರು. ಒಂದು ಅಂಕಣದಲ್ಲಿ ಬರೆದಿದ್ದರು 'ಸಿ. ಅಶ್ವತ್ಥ್‌ರವರು ಸುಗಮ ಸಂಗೀತವನ್ನು ಒಬ್ಬರೇ ಒಂದು ಗಂಟೆ ಹಾಡುವುದರ ಮೂಲಕ ಆ ಕ್ಷೇತ್ರದಲ್ಲಿ ದಾಖಲೆಯನ್ನು ಮಾಡಿದರು' ಎಂದು. ಅಶ್ವತ್ ಆ ಕಾರ್ಯಕ್ರಮಕ್ಕೆ ನಾಯಕರನ್ನು ಕರೆಸಿದ್ದರು. ಅವರ ಬರಹ ಓದಿ ನನಗೆ ತುಂಬಾ ಬೇಸರವಾಯ್ತು. ನಾನು ನಾಯಕರಿಗೆ ಫೋನ್ ಮಾಡಿದೆ. 'ನಾಯಕರೇ ನೀವು ಪತ್ರಿಕೆಯಲ್ಲಿ ಬರೆದಿರುವುದು ತಪ್ಪು. ಒಂದು ಗಂಟೆ ಯಾವ ದಾಖಲೆಯೂ ಅಲ್ಲ. ನಾನು ಒಂದು ಪಿಟೀಲು, ಒಂದು ತಬಲ ಸಹಕಾರದೊಡನೆ ಮೂರೂವರೆ ಗಂಟೆಗಿಂತ ಕಡಿಮೆ ಎಂದೂ ಹಾಡಿಲ್ಲ. ನಿಮಗೆ ಬೇಕಾದರೆ ಪತ್ರಿಕೆಯಲ್ಲಿ ಪ್ರಕಟವಾಗಿರುವ ಸುದ್ದಿಗಳನ್ನೂ ಕಳುಹಿಸುತ್ತೇನೆ. ನನ್ನಂತೆಯೇ ಕಾಳಿಂಗರಾವ್, ಮೈಸೂರು ಅನಂತಸ್ವಾಮಿಯವರೂ ಹಾಡುತ್ತಿದ್ದರು. ಅವರಿಬ್ಬರಿಗೆ ಜೊತೆಗೆ ಹಾಡುವ ಜನರಾದರೂ ಇದ್ದರು, ನನಗೆ ಯಾರೂ ಇರಲಿಲ್ಲ ನಾನೊಬ್ಬಳೇ. ನಿಮ್ಮಂಥ ಉನ್ನತ ಸ್ಥಾನದಲ್ಲಿರುವ ಬರಹಗಾರರ ಮಾತನ್ನು ಜನ ದಿಟವೆಂದು ನಂಬುತ್ತಾರೆ. ಅದು ತಪ್ಪು ಪ್ರಚಾರಕ್ಕೆ ಎಡೆಮಾಡಿಕೊಡುತ್ತದೆ' ಅಂತ ಹೇಳಿ ಪತ್ರವನ್ನೂ ಬರೆದೆ. ನನ್ನ ಪತ್ರ ತಲುಪಿದ ನಾಲ್ಕೇ ದಿನಕ್ಕೆ ಅವರಿಂದ ಉತ್ತರ ಬಂತು. 'ದಯವಿಟ್ಟು ಕ್ಷಮಿಸಿ. ಈ ವಿಷಯ ನನಗೆ ಗೊತ್ತಿರಲಿಲ್ಲ ಮುಂದಿನ ಸಾರಿ ನಿಮ್ಮ ಬಗ್ಗೆ ಬರೆಯುವಾಗ ಮಾಹಿತಿಯನ್ನು ನೀಡುತ್ತೇನೆ' ಎಂದು ಬರೆದರು. ನಿಜಕ್ಕೂ ದೊಡ್ಡ ಮನುಷ್ಯ ಅಂದುಕೊಂಡೆ. ಮತ್ತೆ ಒಂದೆರಡು ವಾರದ ಬಳಿಕ ಸುಧಾ ವಾರಪತ್ರಿಕೆಯಲ್ಲಿ ನನ್ನ ಕುರಿತು ಬರೆದರು. ಒಬ್ಬ ವ್ಯಕ್ತಿ ತನ್ನ ತಪ್ಪನ್ನು ಒಪ್ಪಿಕೊಳ್ಳುವುದಕ್ಕೆ, ಆ ವ್ಯಕ್ತಿಗೆ ನಿಜಕ್ಕೂ ತುಂಬಾ ಹಿರಿ ಮನಸ್ಸಿರಬೇಕು. ಅದೂ ನಿರಂತರ ನಿಲ್ಲುವಂಥ ಪತ್ರದಲ್ಲೇ ಬರೆದಿದ್ದಾರೆ ಅಂದರೆ, ಅದು ಹಾ.ಮಾ. ನಾಯಕರ ಹಿರಿಯ ಗುಣ. ಆ ಪತ್ರ ಈಗಲೂ ನನ್ನ ಬಳಿ ಇದೆ. ಇಂಥ ಅವರ ಹಿರಿತನವನ್ನು ಕಂಡು ನಿಜಕ್ಕೂ ನಾಯಕರು 'ನಾಯಕರೇ' ಎಂದುಕೊಂಡೆ.

ನಾಯಕರು ಸದಾ ಶುಭ್ರವಾಗಿ ಕಾಣುವಂತೆ, ಅವರ ಮನೆಯನ್ನೂ ತುಂಬಾ ಸ್ವಚ್ಛವಾಗಿಟ್ಟುಕೊಂಡಿದ್ದಾರೆ. ಅವರ ಮನೆಯ ಕಾಂಪೌಂಡಿನ ಮುಂದೆ, ಗೇಟಿನ ಎರಡೂ ಕಡೆಯೂ ಒಂದೊಂದು ತೇಗದ ಮರವನ್ನು ನೆಡೆಸಿದ್ದಾರೆ. ನಾವು ನೋಡುವ ಕಾಲಕ್ಕೇ ಆ ಮರಗಳು ಸಾಕಷ್ಟು ಬೆಳೆದಿದ್ದವು. ಅವರೇ ತರಿಸಿಕೊಂಡು ಹಾಕಿದ ಗಿಡಗಳವು. ನಾನು ನಾಯಕರನ್ನು ಕೇಳಿದೆ 'ತೇಗದ ಮರ ತುಂಬಾ ಬೆಲೆಬಾಳುವ ಮರ. ಇನ್ನು ಕೆಲವೇ ವರ್ಷಗಳಲ್ಲಿ ಅದನ್ನು

ಯಾರಾದರೂ ಮರಗಳ್ಳರು ಕಡಿದುಕೊಂಡು ಹೋಗಿಬಿಡಬಹುದಲ್ಲ. ಇದನ್ಯಾಕೆ ಹಾಕಿಸಿದಿರಿ?' ಅಂತ. ಅದಕ್ಕೆ ನಾಯಕರೆಂದರು 'ಲೀಲಾವತಿಯವರೇ, ಕೆಟ್ಟ ಮನುಷ್ಯರಿರುವವರೆಗೂ ಇಂಥವೆಲ್ಲ ನಡೆಯುತ್ತಲೇ ಇರುತ್ತದೆ. ಕಾಳರಾತ್ರಿಯಲ್ಲಿ ದಟ್ಟ ಕಾಡಿಗೇ ನುಗ್ಗಿ ಗಂಧದ ಮರಗಳನ್ನು ಕಡಿದುಕೊಂಡು ಹೋಗುವ ಮಂದಿಗೆ, ಈ ಮರ ಕಡಿದುಕೊಂಡು ಹೋಗುವುದು ಅಷ್ಟು ಕಷ್ಟವೇನಲ್ಲ. ನನಗೂ ಗೊತ್ತು. ಮರಗಳು ನೆಮ್ಮದಿಯನ್ನು ಕೊಟ್ಟಷ್ಟು ದಿನ ಅನುಭವಿಸುತ್ತೇನೆ. ಅದು ನನಗೆ ಸಾಕು' ಎಂದು ನಿರ್ಲಿಪ್ತನಂತೆ ನುಡಿದರು.

ಇನ್ನು ಮೈಸೂರು ಆಕಾಶವಾಣಿಗೂ, ನಾಯಕರಿಗೂ ತುಂಬಾ ಹತ್ತಿರದ ಸಂಬಂಧವಿತ್ತು. ನಾಯಕರ ಬರವಣಿಗೆಯನ್ನು ಮೆಚ್ಚಿಕೊಂಡಿದ್ದ ಆಕಾಶವಾಣಿ, ನಾಯಕರನ್ನು ಬೆಳಿಗ್ಗೆ ಪ್ರಸಾರವಾಗುವ 'ಚಿಂತನ' ಕಾರ್ಯಕ್ರಮಕ್ಕೆ ಹೆಚ್ಚಾಗಿಯೇ

ಆಹ್ವಾನಿಸುತ್ತಿತ್ತು. ಅವರ 'ಚಿಂತನ' ಕಾರ್ಯಕ್ರಮಗಳಿಗೆ ಜನ ಮೆಚ್ಚುಗೆಯ ಪತ್ರಗಳು ಸಾಕಷ್ಟು ಬರುತ್ತಿದ್ದವು. ಅಲ್ಲದೆ ಆಕಾಶವಾಣಿಗಾಗಿ ಕೆಲವು ರೂಪಕಗಳನ್ನೂ ಬರೆದು ಕೊಟ್ಟಿದ್ದರು. 'ವಿದ್ಯಾಪತಿ' ರೂಪಕದಲ್ಲಿ ವಿದ್ಯಾಪತಿಯ ಕವನಗಳನ್ನಳವಡಿಸಿ ಅವರೇ ನಿರೂಪಣೆಯನ್ನೂ ಮಾಡಿದ್ದಾರೆ. ಹಾಗೆಯೇ ಇನ್ನೊಂದು ರೂಪಕ ಡಿ.ವಿ.ಜಿಯವರ ಕವನವನ್ನಾಧರಿಸಿದ್ದು. 'ಒಂದು ಜೀವನ ಧರ್ಮ' ಇದನ್ನೂ ಬರೆದು ಪ್ರಸ್ತುತ ಪಡಿಸಿದವರು ನಾಯಕರೇ. ಬೇಂದ್ರೆಯವರ 'ಒಲವೇ ನಮ್ಮ ಬದುಕು' ಕವನಗಳನ್ನಾಧರಿಸಿದ ರೂಪಕ. ಒಂದೊಂದು ರೂಪಕ ಸಾಹಿತ್ಯವೂ, ಸುಲಲಿತವಾದ ಸಂಗೀತದಂತೆಯೇ ಸೌಕುಮಾರ್ಯವಿರುವ ಪದಗಳ ಜೋಡಣೆ. ಅವರ ನಿರೂಪಣಾ ಧ್ವನಿಯೂ ಭಾವಪೂರ್ಣ, ಸುಸ್ಪಷ್ಟ. ಈ ಮೂರು ರೂಪಕಗಳ ಸಂಗೀತವೂ ನನ್ನದೇ. ಈಗ ಹಾ.ಮಾ. ನಾಯಕರು ನಮ್ಮೊಂದಿಗಿಲ್ಲ. ಆದರೆ ಅವರು ಬರೆದ ರೂಪಕದ ಸಾಹಿತ್ಯ ಹಾಗೂ ಅವರ ಸುಸ್ಪಷ್ಟ ಲಾಲಿತ್ಯಪೂರ್ಣ ಧ್ವನಿ ನನ್ನ ಬಳಿ ಜೋಪಾನವಾಗಿದೆ, ಅವರು ಬರೆದ ಪತ್ರಗಳಂತೆಯೇ.

ಹಾ.ಮಾ. ನಾಯಕರು ಕಾಲೇಜಿನಲ್ಲಿ ನನ್ನ ಸಹಪಾಠಿ ಎನ್ನುವುದಕ್ಕಿಂತ ಹೆಚ್ಚಾಗಿ ಅವರನ್ನು ನಾನು ಒಬ್ಬ ಕನ್ನಡದ ಕಟ್ಟಾಳಾಗಿ, ಒಬ್ಬ ಅಂಕಣಕಾರರಾಗಿ, ನನ್ನ ರೇಡಿಯೋ ಬಂಧುವಾಗಿ, ಶಿಸ್ತಿನ ಸಿಪಾಯಿಯಾಗಿ, ಸತ್ಯಸಂಧ ನಿಷ್ಠಾವಂತ ಪ್ರಾಧ್ಯಾಪಕರಾಗಿ, ಒಂದು ಸುಸಂಸ್ಕೃತ ವ್ಯಕ್ತಿಯಾಗಿ ಗೌರವಿಸುತ್ತೇನೆ.

ನಿಸಾರರಿಗೆ ಇನ್ನೊಂದು ಬೇಸರವೂ ಇತ್ತು.
'ನಿತ್ಯೋತ್ಸವ' ಕವಿಯೆಂದಷ್ಟೇ ಅವರನ್ನು
ಗುರುತಿಸುತ್ತಿದ್ದುದು ಅವರ ನೋವಿಗೆ
ಕಾರಣವಾಗಿತ್ತು. ಅವರು ಬರಿಯ
ನಿತ್ಯೋತ್ಸವದ ಕವಿಯಷ್ಟೇ ಅಲ್ಲ.

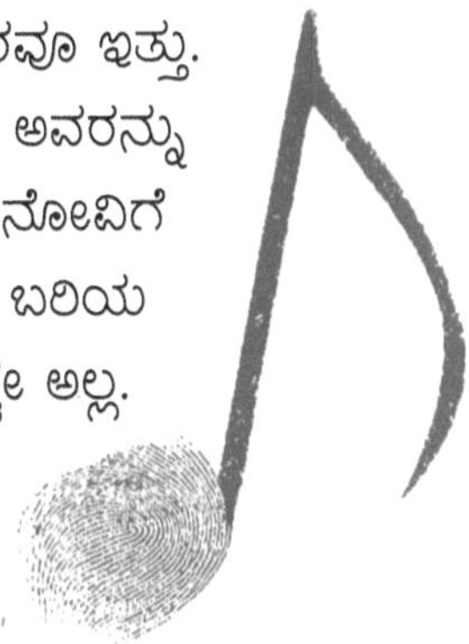

ಎಷ್ಟೊಂದು ಗೆಲವಿತ್ತು, ನಗುವಿತ್ತು

ಕೆ.ಎಸ್. ನಿಸಾರ್ ಅಹಮದ್

ಉತ್ಸವ ಎಂದರೆ ಹಬ್ಬ, ಸಂತೋಷ ಸಡಗರ, ಖುಷಿ, ಆನಂದ, ಎಲ್ಲಾ. ರಾಮೋತ್ಸವ, ಗಣೇಶೋತ್ಸವ ಎಂಬೆಲ್ಲ ಪದ ಪ್ರಯೋಗಗಳು ಹಬ್ಬದ ಸಡಗರವನ್ನು ಸೂಚಿಸುವ ಸಂಭ್ರಮದ ಸಂಕೇತಗಳಾಗಿವೆ. ಆದರೆ ಈ ಉತ್ಸವ ಎನ್ನುವ ಪದ ಪ್ರಯೋಗ ಹಬ್ಬಗಳ ಸಡಗರಕ್ಕಷ್ಟೇ ಸೀಮಿತವಲ್ಲ. ಖುಷಿ, ಆನಂದ, ಸಂತೋಷವನ್ನು ತರುವಂಥ ಯಾವುದೇ ಸಂದರ್ಭವೂ ಒಂದು ರೀತಿಯಲ್ಲಿ ಉತ್ಸವವೇ. ಸುಖದ ಕ್ಷಣಗಳನ್ನು ಹಂಚಿಕೊಂಡು ಸಂಭ್ರಮಿಸುವ ಗಳಿಗೆಗಳೆನ್ನಬಹುದು. ಈ ದೃಷ್ಟಿಯಿಂದ ಅದು ಕಾವ್ಯೋತ್ಸವ, ಗೀತೋತ್ಸವ, ನೃತ್ಯೋತ್ಸವ, ಯಾವುದೂ ಆಗಬಹುದು. ಕಲೆಯ ಯಾವ ರಸ ಗಳಿಕೆಯೂ ಆನಂದದ ಉತ್ಸವವೇ ಅಲ್ಲವೇ. ಇಂಥ ಈ ರಸಗಳಿಗೆಗಳ ಆನಂದ ನಿಜಕ್ಕೂ ನಿತ್ಯೋತ್ಸವವೂ ಆದರೆ ಎಂಥ ಚಂದ, ಇಂಥ ಆನಂದದ ಕ್ಷಣಗಳಿಗಾಗಿ ಮಾನವನ ಜೀವನ ಸದಾ ತುಡಿಯುತ್ತಲೇ ಇರುತ್ತದೆ.

ಇದಕ್ಕೆ ಮುಖ್ಯವಾಗಿ ಕಾರಣ, ಮಾನವ ಬುದ್ಧಿಜೀವಿ, ಹಾಗೂ ಭಾವಜೀವಿ ಮತ್ತು ಕಲ್ಪನಾಜೀವಿ. ಮಾನವನ ಬುದ್ಧಿ ಭಾವಗಳಿಗೆ ಹಲವಾರು ರೆಕ್ಕೆಗಳು. ಅವನ ಬುದ್ಧಿ ಭಾವಗಳು ನಿರಂತರ ಅರಳುತ್ತಲೇ ಇರುತ್ತವೆ. ಅವು ಬತ್ತದ ಕಾರಂಜಿ, ಹಾಗಾಗಿ ಹೊಸ ಹೊಸ ಪ್ರಯೋಗಗಳಿಗೆ, ಆವಿಷ್ಕಾರಗಳಿಗೆ ನಾಂದಿ ಹಾಡುತ್ತಲೇ ಇರುತ್ತವೆ. ಅಂಥ ಆವಿಷ್ಕಾರಗಳ ಪರಿಣಾಮವಾಗಿ ನಾವಿಂದು ಕಲೆಗಳಲ್ಲಿಯಾಗಲೀ, ಸಾಹಿತ್ಯದಲ್ಲಿಯೇ ಆಗಲಿ, ಹೊಸ ಹೊಸ ಪ್ರಕಾರಗಳನ್ನು ಹುಟ್ಟು ಹಾಕುತ್ತಾ, ಬೆಳೆಸುತ್ತಾ, ಬಂದಿದ್ದೇವೆ. ಬುದ್ಧಿಗಮ್ಯವೂ, ಭಾವಗಮ್ಯವೂ ಆದ ಈ ಕಲೆ, ಸಾಹಿತ್ಯ ಯಾವುದೇ ಆಗಲಿ, ಬುದ್ಧಿ ಭಾವ ಸಂಗಮದಿಂದ ಸೌಂದರ್ಯಾನುಭೂತಿಯ ಆನಂದವನ್ನು ನೀಡುತ್ತದೆ.

ಈ ನಿಟ್ಟಿನಲ್ಲಿ ನಾವು ಕಾವ್ಯ ಗಾಯನ ಅಂದರೆ ಭಾವಗೀತೆಯ ಸ್ವರೂಪವನ್ನು ನೋಡಬಹುದು. ಕಾವ್ಯಗಾಯನವೆಂದರೆ ಅರ್ಥಪೂರ್ಣವಾದ ಸುಂದರ ಸಾರಾಂಶ,

ಮಧುರ ಕವಿತೆಯ ಪದಪುಂಜಗಳನ್ನು ಅವುಗಳ ಕಾವ್ಯ ಭಾವವನ್ನರಿತು, ಅದರ ರಸ, ಧ್ವನಿ, ಅರ್ಥಗಳನ್ನರಿತು ಅತ್ಯಂತ ಮನೋಹರ ಶೈಲಿಯಲ್ಲಿ ಹಾಡುವುದು.

ಸಾಹಿತ್ಯಂ ಚ ಸಂಗೀತಂ ಚ ಸರಸ್ವತ್ಯಾಂ ಸ್ತನ ದ್ವಯಂ
ಏಕಮಾಪಾತ ಮಧುರಂ ಅನ್ಯದಾ ಲೋಚನಾಮೃತಂ ॥

ಎನ್ನುವ ಮಾತು ಸಂಗೀತಕ್ಕೂ ಸಾಹಿತ್ಯಕ್ಕೂ ಇರುವ ಅವಿನಾಭಾವ ಸಂಬಂಧವನ್ನು ಸ್ಪಷ್ಟವಾಗಿ ತಿಳಿಸುತ್ತದೆ. ಇದು ಭಾವಗೀತೆಯ ಹಾಡಿಕೆಯ ಸ್ವರೂಪಕ್ಕೂ ಅನ್ವಯಿಸುತ್ತದೆ ಹಾಗೂ ಅದನ್ನು ಸ್ಫುಟವಾಗಿ ಅರ್ಥೈಸುತ್ತದೆ. ಭಾವಗೀತಾ ಗಾಯನದಲ್ಲಿ ಕಾವ್ಯವೇ ಪ್ರಧಾನ. ಕವಿತೆಗಳಿಲ್ಲದೆ ಭಾವಗೀತಾ ಗಾಯಕರಿಗೆ ಅಸ್ತಿತ್ವವೇ ಇಲ್ಲ.

ಈ ಕಾವ್ಯದ ಸ್ವರೂಪ ಹಾಗೂ ಗಾಯನದ ಸ್ವರೂಪ ಕೂಡ ಕಾಲದಿಂದ ಕಾಲಕ್ಕೆ ಬದಲಾಗುತ್ತಲೇ ಬಂದಿದೆ. ಇಂದು ನಾವು ಆಧುನಿಕ ಕನ್ನಡ ಕಾವ್ಯದ ಯುಗದಲ್ಲಿದ್ದೇವೆ. ಮಾನವನ ಸಹಜವಾದ ನವರಸ ಕಲ್ಪನೆಯ ಭಾವಗಳನ್ನು ಕಾವ್ಯದ ಮೂಲಕ ಹೊರಹೊಮ್ಮಿಸುವ ಕವಿಗಳು ಗಾಯಕರ ಪಾಲಿಗೆ ಸಾಹಿತ್ಯ ರತ್ನಗಳೇ. ಅವರ ಒಂದೊಂದು ಕಾವ್ಯವೂ ಒಂದೊಂದು ಆಣಿಮುತ್ತುಗಳೇ. ಇಂಥ ಈ ರಸಭರಿತ, ಭಾವಭರಿತ ಕಾವ್ಯವನ್ನು ರಾಗದ ಉಡಿಗೆ ತೊಡಿಗೆಗಳಿಂದ ಶೃಂಗರಿಸಿ ಹಾಡುವ ಭಾವಗೀತಾ ಗಾಯಕರಿಗೆ ಕಾವ್ಯದೊಂದಿಗೆ ಒಂದು ಅವಿನಾಸಂಬಂಧ. ಈ ದೃಷ್ಟಿಯಿಂದ ಕವಿ ಹಾಗೂ ಗಾಯಕರ ನಡುವೆ ಒಂದು ಮಧುರ ಬಾಂಧವ್ಯವಿದೆ. ಕಾವ್ಯ ಗಂಗೆಯಲ್ಲಿ ತೇಲಿಬಿಟ್ಟ ಬೆಳಕಿನ ಕುಡಿಗಳಂತೆ ಈ ಬಾಂಧವ್ಯ ಪರಸ್ಪರ ಪೂರಕ..

ಇನ್ನು ನಿತ್ಯೋತ್ಸವವೆನ್ನುತ್ತಿದ್ದ ಹಾಗೆಯೇ ತಪ್ಪದೆ ನಿಸಾರ್ ಅಹಮದ್ ಅವರ ನೆನಪು ತಂತಾನೆ ಮಿಂಚಿ ಬಿಡುತ್ತದೆ. ಕಾರಣ 'ನಿತ್ಯೋತ್ಸವ' ಕವನ ಸಂಕಲನದ ಕವಿಯೇ ನಮ್ಮೆಲ್ಲರ ಪ್ರೀತಿಯ ನಿಸಾರ ಅಹಮದ್‌ರವರು. ಇವರು ನಿತ್ಯೋತ್ಸವದ ಹೆಸರಿನಲ್ಲಿಯೇ ಕನ್ನಡಿಗರ ಮನಕ್ಕೆ ದಾಂಗುಡಿಯಿಟ್ಟವರು. ಮನದ ಆಳದಲ್ಲಿ ಬೇರೂರಿ ನೆಲೆಯಾಗಿ ನಿಂತವರು. ಕವಿಯಾಗಿ ಸುಂದರ ಕವಿತೆಗಳನ್ನು ಜನತೆಗಿತ್ತವರು.

ಇಂಥ ಒಬ್ಬ ಕನ್ನಡದ ಕವಿಯ ಬೆಳವಣಿಗೆಯತ್ತ ಸಿಂಹಾವಲೋಕನ ಮಾಡಿದಾಗ ನಾವು ಬೆಳೆಯುವ ಪರಿಸರ ಎಷ್ಟು ಪ್ರಭಾವ ಬೀರುತ್ತದೆ ಎನ್ನುವುದು ಗಮನಕ್ಕೆ ಬರುತ್ತದೆ. ಕೊಕ್ಕರೆಹೊಸಹಳ್ಳಿ ಶೇಕ್‌ಹೈದರ್ ನಿಸಾರ್ ಅಹಮದ್‌ರವರು 1936 ಫೆಬ್ರವರಿ 5ರಂದು, ದೇವನಹಳ್ಳಿಯಲ್ಲಿ ಜನಿಸಿದರು. ಇವರ ತಂದೆ ಶೇಕ್ ಹೈದರ್‌ರವರು, 1941ರಲ್ಲಿ ಬೆಂಗಳೂರಿಗೆ ಬಂದು ನೆಲೆಸಿದರು. ಅವರು ಕನ್ನಡ ಹಾಗೂ ಸಂಸ್ಕೃತದಲ್ಲಿ ಪಾಂಡಿತ್ಯವಿದ್ದವರು. ಮಹಾನ್ ಕನ್ನಡ ಪ್ರೇಮಿ, ಪುಟ್ಟ ಹುಡುಗ ನಿಸಾರ್ ಅಹಮದ್‌ರನ್ನು ಲಾಲ್‌ಬಾಗಿಗೆ ಕರೆದುಕೊಂಡು ಹೋಗಿ ಅಲ್ಲಿಯ ಸುಂದರ ವಾತಾವರಣದ ನಡುವೆ ಮರದ ನೆರಳಿನಲ್ಲಿ ಕೂರಿಸಿ ಕನ್ನಡವನ್ನು ತಿದ್ದಿಕೊಟ್ಟು, ಕನ್ನಡ ಭಾಷಾ ಪ್ರೇಮಕ್ಕೆ ನಾಂದಿ ಹಾಡಿದವರು. ಕನ್ನಡ ಶಾಲೆಗೆ ಸೇರಿಸಿ ಮಗನಲ್ಲಿ ಕನ್ನಡ ಭಾಷಾ ಪ್ರೇಮವನ್ನು ಬೆಳೆಸಿದರು. ತಂದೆಯಿಂದಲೇ ಕನ್ನಡ ಭಾಷಾ ಪ್ರೇಮವನ್ನು ಬೆಳೆಸಿಕೊಂಡ ಮಗ ತನ್ನ ಹತ್ತನೇ ವಯಸ್ಸಿನಲ್ಲಿಯೇ ಶಾಲೆಯ 'ವನಸುಮ' ಪತ್ರಿಕೆಗೆ ಮೊದಲ ಕನ್ನಡ ಪದ್ಯವನ್ನು ಬರೆದರು. ನಂತರ ಕಾಲೇಜು ದಿನಗಳಲ್ಲಿ ಇವರಿಗೆ ತುಂಬು ಪ್ರೋತ್ಸಾಹವನ್ನಿತ್ತವರು ಜಿ.ಪಿ.ರಾಜರತ್ನಂರವರು.

ಬಿತ್ತಿ ಮಸಿ ನೆತ್ತರನು
ಕಾಗದದ, ಭೂಮಿಯಲಿ
ಸೃಷ್ಟಿಸಿದೆ ನಕ್ಷತ್ರಗಳೆಂಬ ನರರನ್ನು,
ನಿಲ್ಲಿಸಿದೆನಲ್ಲಲ್ಲಿ,
ಒಟ್ಟುಗೂಡಿಸಿ ಕೆಲರ;
ಕರೆದೆ 'ಪದ'ವೆನ್ನುತಾ ಗುಂಪಿನವರನ್ನು,
ಕೂಡಿಸೀ ಗುಂಪುಗಳ
ಕವಿತೆ ಎಂದಿದ ಕರೆದು
ಹಲರನಿಳಿಸಿಹೆನಣ್ಣ ರಸವುಳ್ಳ ಹಣ್ಣ

ಎಂದು ಕಾಲೇಜು ದಿನಗಳಲ್ಲೇ ತನ್ನ ಹದಿನೆಂಟನೇ ವಯಸ್ಸಿನಲ್ಲೇ (1954) ಬರೆದ ಕವಿ, ಮುಂದೆ ಅಗಾಧವಾಗಿ ಬೆಳೆದು, ನಿಜಕ್ಕೂ ಜನತೆಗೆ ರಸವುಳ್ಳ ಕವಿತಾ ಫಲಗಳನ್ನು ಯಥೇಚ್ಛವಾಗಿ ನೀಡಿದ ಸಾರ್ಥಕ ಕವಿಯೂ ಹೌದು.

ಮುಂದೆ ಭೂ ವಿಜ್ಞಾನದಲ್ಲಿ ಸ್ನಾತಕೋತ್ತರ ಪದವಿ ಪಡೆದು ಭೂ ವಿಜ್ಞಾನಿಯಾದರು. ಮೊಟ್ಟ ಮೊದಲ ಕೆಲಸ ಗುಲ್ಬರ್ಗಾದಲ್ಲಿ. ಅದೇ ಭೂವಿಜ್ಞಾನ ಸಂಸ್ಥೆಯಲ್ಲಿ. ಕಲ್ಲು, ಮಣ್ಣು, ಸಿಮೆಂಟು, ಧೂಳಿನ ನಡುವೆ ಕವಿಯ ಮೃದು ಮನದ ನಿಸಾರರಿಗೆ ಅಲ್ಲಿ ಹೊಂದಿಕೊಳ್ಳುವುದಾಗಲಿಲ್ಲ. ಬೆಂಗಳೂರಿಗೇ ಬಂದು ಕಾಲೇಜುಗಳಲ್ಲಿ ವಿಜ್ಞಾನದ ಅಧ್ಯಾಪಕ, ಪ್ರಾಧ್ಯಾಪಕರರಾಗಿ, ಪುಸ್ತಕಗಳ ನಡುವೆ ಆತ್ಮ ಸಂತೋಷವನ್ನು ಕೊಂಡುಕೊಂಡರು. ಹಾಗಾಗಿ ಅವರು ಕವಿಯಾಗಿ ನನ್ನಂತಹ ಭಾವಗೀತಾ ಗಾಯಕ/ಗಾಯಕಿಯರಿಗೆ ಹಾಡುವಂತಹ ಮತ್ತು ಭಾವೋನ್ನತಿಯಲ್ಲಿ ಉನ್ನತ

ಮಟ್ಟದ ಅಸಂಖ್ಯಾತ ಕವಿತೆಗಳನ್ನು ನೀಡಿದರು. ಹಾಗಾಗಿ ಇವರು ನಮ್ಮಂಥವರಿಗೆ ತುಂಬಾ ಹತ್ತಿರದವರು.

ಒಂದು ಕವಿತೆ ಸಂಗೀತ ರೂಪದಲ್ಲಿ ಸಾರ್ಥಕತೆಯನ್ನು ಪಡೆಯಬೇಕಾದರೆ ಕೆಲವು ನಿಯಮಗಳು ಅನಿವಾರ್ಯವಾಗುತ್ತದೆ. ಸುಂದರ ಕವಿತೆಗೆ, ಅರ್ಥಪೂರ್ಣ ಮೋಹಕ ರಾಗದ ಬಂಧ ಕೂಡಿ ಬಂದಾಗ ಬಂಗಾರಕ್ಕೆ ಪರಿಮಳ ಬಂದಂತೆ. ಆ ನಿಟ್ಟಿನಲ್ಲಿ ನಿಸಾರರ ಈ ಅರ್ಥಪೂರ್ಣ ಮಧುರ ಕವಿತೆಯನ್ನು ನೋಡಬಹುದು.

ಹೊತ್ತಿ ಉರಿದ ಹಿರಿಯಾಸೆ ನಂದಿತೋ ಹಣತೆ ಹಿಡಿದ ದೀನ
ಸಂಗವಿರದೆ ಕಂಗೆಡುತಲಿರುವೆ, ನಡೆ ಹುಡುಕಿ ನಿಜದ ತಾಣ

**

ಜ್ಯೋತಿಯಾಗಿ ಪ್ರಜ್ವಲಿಸುತಿಹುದು ತಾನೊಂದನಾದಿ ಪ್ರೀತಿ
ಸಲಹಲೆಂದು ಮನುಕುಲವ ನೋನುತಿದೆ ಮರೆಯದೇವಜಾತಿ
ನಂಬಿ ಏಳು ಮೈದುಂಬಿ ಏಳು, ಆ ತುಂಬು ಬಾಳಿಗಾಗಿ
ಕೊನೆಗೊಮ್ಮೆ ಕರೆದು ಕಂಬನಿಯನೆರಡು ನಿನ್ನೆದೆಯ ಬೀಳಿಗಾಗಿ.

ಇಂಥ ಈ ಭಾವ ಲಹರಿಯನ್ನು 1960ರ ದಶಕದಲ್ಲಿ ನಾನು ಆಕಾಶವಾಣಿಯಲ್ಲಿ ಅನುಭವಿಸಿ ಹಾಡಿದ್ದೆ. ಹಾಡಿ ಕಣ್ಣೀರನ್ನೂ ಮಿಡಿದಿದ್ದೆ. ಒಳ್ಳೆಯ ಕಾವ್ಯ ಗಾಯನದ ಸ್ವರೂಪವೇ ಅಂತಹುದು. ಪದ್ಮಚರಣರ ಮಧುರ ರಾಗ ಸಂಯೋಜನೆಯಲ್ಲಿ, ಸುಗಮ ಸಂಗೀತ ಕ್ಷೇತ್ರದಲ್ಲಿ, ಚಿರಂತನ ಸ್ಥಾನ ಪಡೆದ ಗೀತೆ ಇದು. ಇಂತಹ

ಅದ್ಭುತ ಕವನವನ್ನು ನೀಡಿದ ಕವಿ ನಿಸಾರ್ ಅಹಮದ್ ನಿಜಕ್ಕೂ ಶ್ರೇಷ್ಠ ಕವಿ. ಈಗ ಕೇಳಿದರೂ ರೋಮಾಂಚನವಾಗುತ್ತದೆ. ಕಣ್ಣಲ್ಲಿ ನೀರಾಡುತ್ತದೆ. ಪ್ರಾಯಶಃ ಇದೇ ನಿಜವಾದ ಭಾವಗೀತೆಯ ಲಕ್ಷಣವಿರಬೇಕು. ಆ ಪದ ಬಂಧ, ಭಾವ, ಅರ್ಥ, ರಸ ಇಂಥವೇ ಮನದ ಬಾಗಿಲನ್ನು ನಿರಂತರ ತಟ್ಟುವ ಸತ್ವಯುತ ಕವನಗಳು.

ನಿಸಾರರು ಭಾವಗೀತೆಯೆಂದು ಬರೆದಿರುವ ಎಲ್ಲ ಕವಿತೆಗಳೂ ಸಾಮಾನ್ಯವಾಗಿ ಸಂಗೀತವನ್ನು ಅಪೇಕ್ಷಿಸುವ ಗೀತೆಗಳೇ. ಹಾಗಾಗಿ ಸುಗಮ ಸಂಗೀತಗಾರರಿಗೆ ನಿಸಾರರ ಕವಿತೆಗಳೆಂದರೆ ಹಬ್ಬ. ಆ ಗೀತೆಗಳಲ್ಲಿ ಪದಗಳ ಕ್ಲಿಷ್ಟತೆ ಇಲ್ಲ. ಸರಳ ಸುಂದರ. ಅರ್ಥಪೂರ್ಣ ಪದಗಳ ಹೂಮಾಲೆಯಂತೆ ಅವುಗಳ ಹೆಗ್ಗಳಿಕೆ. ಅವರ ಭಾವಗೀತೆಯನ್ನಾದರೂ ನೋಡಬಹುದು.

ಬರುವನೇನೆ ಸಖಿ ಚೆಲುವ? ಬಂದುಕ್ಕಿಸುವನೆ ನಲಿವ?
ಒಲವಿನ ತಿಳಿಜಲವೆರೆದು
ಸೊರಗಿರುವೀ ಬಾಳ್ನೆಲವ...
ಬಾ ವಸಂತ ಬಾಳಿಗೆ
ತಾ ಸಂತಸ ಏಳಿಗೆ.
ನಿನ್ನ ಅನುರಾಗವೇ ಬೆಳಗಿರುವುದೆನ್ನೆದೆಯ
ಇರುಳು ಬಾನಿನ ತುಂಬ ಬಿಂಬವಾಗಿ.
ಸಿದ್ಧವಿದೆ ಬಾ ಯಾತ್ರಿ ಎದೆಯ ಗದ್ದುಗೆ ನಿನಗೆ
ರಾತ್ರಿ ಮಾತ್ರವನಿಲ್ಲಿ ಕಳೆದುಹೋಗು.

ಮೇಲೆ ಹೇಳಿದ ಯಾವ ಕವನವೇ ಆಗಲಿ ಎಷ್ಟೊಂದು ಸರಳ, ಸುಂದರವಾಗಿದೆ. ನುಡಿಯಲು ಕಷ್ಟವಾಗದ ಲಲಿತ ಪದ ಬಂಧಗಳ ಮೋಡಿ. ಹಾಡಿಗೆಗೆ ಒಗ್ಗುವ ಕವನಗಳಲ್ಲಿ ಆ ಶೃಂಗಾರ ಭಾವ ಕವಿತೆಗಳಲ್ಲಿ. ಭಾವಕ್ಕೆ ತಕ್ಕಂತಹ ನವಿರು ಪದಬಂಧಗಳ ಲಾಲಿತ್ಯ. ಹಾಡಲು ನಾಲಿಗೆಗೆ ಎಲ್ಲೂ ತೊಡಕಾಗುವುದಿಲ್ಲ. ಇದರಿಂದ ನಿಸಾರರು ಗಾಯಕರಿಗೆ ತುಂಬಾ ಹತ್ತಿರ. ನಿಸಾರರ ಕವನಗಳಲ್ಲಿ ಕಾವ್ಯದೊಂದಿಗೆ ಮೂಡಿ ಬಂದಿರುವ ಭಾವ, ನಾದ, ಲಯಗಳ ಓಘ ಹಾಡಿಕೆಗೆ ಹೇಳಿ ಮಾಡಿಸಿದಂತಿದೆ. ಇವರ ಈ ಕವನಗಳು ಎದೆಯಾಳಕ್ಕೆ ಇಳಿಯುತ್ತಿದ್ದಂತೆಯೇ ರಾಗ ಮಾಧುರ್ಯದ ಕವಚ ತಂತಾನೆ ಸ್ಫುರಿಸುತ್ತದೆ. ಆ ಒಂದು ಗುಣ ಇವರ ಕಾವ್ಯದಲ್ಲಿದೆ. ಉದಾಹರಣೆಗಾಗಿ ಈ ಕವಿತೆಗಳ ಸಾಲುಗಳನ್ನು ನೋಡಬಹುದು.

ಮತ್ತದೇ ಬೇಸರ, ಅದೇ ಸಂಜೆ, ಅದೇ ಏಕಾಂತ
ನಿನ್ನ ಜೊತೆ ಇಲ್ಲದೆ, ಮಾತಿಲ್ಲದೆ ಮನ ವಿಭ್ರಾಂತ.

**

ಗಾನ ಯಾನ
ಕಾವ್ಯ ಮಿಲನ

ನಾ ನಿನ್ನ ಕಂಡಾಗ ಎಷ್ಟೊಂದು ನಲಿವಿತ್ತು
ಎಷ್ಟೊಂದು ಗೆಲವಿತ್ತು, ಅಷ್ಟೊಂದು ನಗುವಿತ್ತು.

ಮೇಲಿನ ಯಾವ ಕವಿತೆಗಳನ್ನು ನೋಡಿದರೂ 'ಸುಲಿದ ಬಾಳೆಯ ಹಣ್ಣಿನಂದದಿ' ಎಂಬ ಮಾತು ನೆನಪಾಗದಿರದು. ಇಲ್ಲಿ ಎಂಥ ಸರಳ ಪದ ಲಾಲಿತ್ಯವಿದೆ. ಈ ಎಲ್ಲ ಕವನಗಳೂ ತಂತಾನೆ ಹಾಡಿಸಿಕೊಂಡು ಹೋಗುವಂಥ ಗುಣವನ್ನು ಪಡೆದಿವೆ.

ನಿಸಾರ್ ಅವರ ಕವನಗಳು ಯಾವೊಂದು ರಸಕ್ಕೂ ಸೀಮಿತವೂ ಅಲ್ಲ ಎನ್ನುವುದು ನಿಜವೇ. ಅವರ ಕವನಗಳಲ್ಲಿ ದೇಶಪ್ರೇಮವೂ ಇದೆ. ನಾಡಗೀತೆಯೂ ಇದೆ. ಪ್ರಕೃತಿಯ ವರ್ಣನೆಯೂ ಇದೆ. ದೈವವಿದೆ, ತತ್ವವಿದೆ, ಜೀವನ, ರಾಜಕೀಯ, ಹಬ್ಬ ಹರಿದಿನ ಎಲ್ಲವೂ ಇದೆ. ನಿಸಾರರ ಕವನಗಳಲ್ಲಿ ವಿಷಯಗಳ ಹರಹು ಸಮೃದ್ಧವಾಗಿದೆ. ಇವರದು ರಮ್ಯ ಶೈಲಿಯ ಗೀತೆಗಳು.

ಎಚ್ ಆರ್ ಲೀಲಾವತಿ

ಸುಗಮ ಸಂಗೀತ ಕ್ಷೇತ್ರದಲ್ಲೇ ಪ್ರಪ್ರಥಮವಾಗಿ ತಯಾರಾದ, ಒಂದು ಪವಾಡವನ್ನೇ ಸೃಷ್ಟಿಸಿದ ಧ್ವನಿಸುರುಳಿ 'ನಿತ್ಯೋತ್ಸವ'. ಕವನ ಸಂಕಲನದ ಹೆಸರೂ, ನಿತ್ಯೋತ್ಸವ. ಕವಿ, ನಿಸಾರ್ ಅಹಮದ್ ಹಾಗೂ ರಾಗ ಸಂಯೋಜಕರು ಮೈಸೂರು ಅನಂತಸ್ವಾಮಿ. ಇಬ್ಬರಿಗೂ ಕೀರ್ತಿಯನ್ನು ತಂದ ಧ್ವನಿಸುರುಳಿ ಇದು. ಇದರಲ್ಲಿ ಇರುವ ಒಂದು ಗೀತೆ, 'ಬೆಣ್ಣೆ ಕದ್ದ ನಮ್ಮ ಕೃಷ್ಣ'ಕ್ಕೂ ಒಂದು ಇತಿಹಾಸವಿದೆ. ಸಾಮಾನ್ಯವಾಗಿ ಕವಿಗಳು ತಮ್ಮ ಮನದ ಭಾವನೆಗಳನ್ನು ಕಾವ್ಯದ ಮೂಲಕ ಹೊರಗೆಡಹುವುದು ಕಾವ್ಯದ ರೀತಿ. ಇವು ಇಂದಿನ ಸಿನಿಮಾ ಹಾಡುಗಳಂತಲ್ಲ. ಅಂದರೆ ಸಿದ್ಧವಾದ ಟ್ಯೂನ್‌ಗೆ ಸಾಹಿತ್ಯ ಬರೆಯುವುದು. ಹಿಂದೆಲ್ಲ ಸಾಹಿತ್ಯ ಮೊದಲು, ಸಂಗೀತ ನಂತರ ಎನ್ನುವ ಪದ್ಧತಿ ಇತ್ತು. ಈಗ ಬದಲಾದ ಕಾಲದಲ್ಲಿ ಟ್ಯೂನ್‌ಗೆ, ರಾಗಕ್ಕೆ, ಸಾಹಿತ್ಯ ಅಳವಡಿಸುತ್ತಾರೆ. ನಿಸಾರರ ಈ ಒಂದು ಕವನ ಕೂಡ ಈ ರೀತಿಯಲ್ಲಿ ರಚಿತವಾದದ್ದು. ಅನಂತಸ್ವಾಮಿ ತಾನು ಸಿದ್ಧಪಡಿಸಿದ ಒಂದು ಟ್ಯೂನ್‌ಗೆ, 'ಇದಕ್ಕೆ ಸಾಹಿತ್ಯ ಬರಿ' ಅಂತ ಒತ್ತಾಯಪಡಿಸಿ ಬರೆಸಿದ ಗೀತೆ 'ಬೆಣ್ಣೆ ಕದ್ದ ನಮ್ಮ ಕೃಷ್ಣ ಬೆಣ್ಣೆ ಕದ್ದನಮ್ಮ' ಮತ್ತೆ ಅವರ ಯಾವ ಕವನವೂ ಈ ರೀತಿ ಸೃಷ್ಟಿಯಾಗಿಲ್ಲ. ಆದರೆ ಈ ಕವನ ಜನರ ಎದೆ ಬಾಗಿಲ ತಟ್ಟಿತು. ಅತ್ಯಂತ ಪ್ರಸಿದ್ಧ ಪಡೆದ ಒಂದು ಗೀತೆಯಾಗಿ ಜನಮನದಲ್ಲಿ ಚಿರಸ್ಥಾಯಿಯಾಗಿ ಉಳಿದುಬಿಟ್ಟಿತು. 'ನಿತ್ಯೋತ್ಸವ' ಧ್ವನಿಸುರುಳಿಯ ಎಲ್ಲ ಗೀತೆಗಳೂ ತುಂಬಾ ಪ್ರಸಿದ್ಧಿ ಪಡೆದವು.

ಅರವತ್ತರ ದಶಕದಲ್ಲಿ ದೆಹಲಿಯ ಆಕಾಶವಾಣಿ ಕೇಂದ್ರ ಭಾರತದ ಎಲ್ಲಾ ಆಕಾಶವಾಣಿ ಕೇಂದ್ರಗಳಿಂದ ದೇಶಭಕ್ತಿಯ ಗೀತೆಗಳನ್ನು ತರಿಸಿಕೊಂಡು

ಬಿತ್ತರಿಸಿತು. ಬೆಂಗಳೂರು ಆಕಾಶವಾಣಿ ಕೇಂದ್ರ ಕಳುಹಿಸಿದ್ದ ನಿಸಾರರ ಕವನ, ಸಾಹಿತ್ಯ ಹಾಗೂ ಸಂಗೀತದ ದೃಷ್ಟಿಯಿಂದ ಹದಿನಾಲ್ಕು ಭಾಷೆಗಳಲ್ಲಿ ಮೊದಲ ಸ್ಥಾನವನ್ನು ಪಡೆದ, ಹೆಮ್ಮೆಯ ಗೀತೆ ಎನಿಸಿತು. ಇದರ ರಾಗ ಸಂಯೋಜನೆ ಪದ್ಮಚರಣರದು. ಹಾಡಿದ ಗಾಯಕಿಯರು ರೇಖಾ, ಕೃಪಾ ಜೋಡಿ. ಆ ಕಾವ್ಯದ ಹೆಸರು 'ಸ್ವಾತಂತ್ರ್ಯದ ಹಣತೆ'.

ಸದಾ ಉರಿಯುತಿರುವ ಹಾಗೆ ಸ್ವಾತಂತ್ರದ ಹಣತೆ
ದುಡಿಮೆ ತೈಲವೆರೆಯುತಿರಲು ಬಿಡುವಿಲ್ಲದೆ ಜನತೆ
ಎಂತು ಕುಂದಬಹುದು ನಮ್ಮ ತಾಯ್ನಾಡಿನ ಘನತೆ ;

ಮುಳ್ಳಿನಿಂದ ಅರಿವೆ ಬಿಡಿಸಿದಂತೆ ಬಂತೆ ಮುಕ್ತಿ?
ಹುಲಿಯ ಬಾಯ ಮೇವ ಕಸಿಯುವಂತೆ ಧೀರ ಶಕ್ತಿ
ಪಡೆಯುತಿಹುದು ಜನತೆ ಬಾಳ ಬೆಸೆಯೆ ನಾಡ ಭಕ್ತಿ.

ಸ್ವಾತಂತ್ರ್ಯದ ಜೊತೆಗೆ ಬಂದು ಕೂಡಲಿಲ್ಲ ಗಳಿಕೆ
ವ್ಯಕ್ತಿ ವ್ಯಕ್ತಿ ಬೆವರ ಹೀರಿ, ಮರವಾಗಿದೆ ಮೊಳಕೆ
ಮೇಲೇರಿದ ಹಾಗೆ ಭದ್ರ ಪಾಯವುಂಟು ಗೃಹಕೆ

ಸಾಗಿದಂತೆ ಸಲ್ಲುತಿರಲಿ ಸಾಧನೆಯೆಡೆ ಗಮನ
ಪ್ರಾಣವನ್ನೆ ಪಗಡೆಯಾಡಿದವರಿಗೆಮ್ಮ ನಮನ
ತಾಯ ಮುಡಿಗೆ ದಿನವು ಏರುತಿರಲಿ ಹೂವು ದವನ.

ಒಡಲಾಳದಿಂದ ಬಂದಂತಹ ಸುಂದರ ಕವಿ ಕಲ್ಪನೆ. ಆರಿಸಿಟ್ಟ ಆಣಿ ಮುತ್ತಿನಂಥ ಪದಗಳು. ನಿಸಾರ್ ಅಹಮದ್‌ರವರು ಇಂಥ ಭಾವಲೋಕವನ್ನು ಸೃಷ್ಟಿಸಿ, ಜನತೆಗೆ ಹತ್ತಿರವಾಗಿರುವುದು ಆಶ್ಚರ್ಯವಿಲ್ಲ.

ನಿಸಾರರಿಗೆ ಹಾಡೆಂದರೆ ಬಹಳ ಪ್ರೀತಿ ಎನಿಸುತ್ತದೆ. ಹಾಗಾಗಿಯೇ ಇವರ ಬಹಳ ಕವನಗಳಲ್ಲಿ ಹಾಡಿನ ಬಗ್ಗೆ ಅನೇಕ ಮುದ್ದಾದ ಸಾಲುಗಳಿವೆ.

ಸೊಗವನೆಂತು ಹಾಡಲಿ
ಹಿಗ್ಗನೆಂತು ಹರಡಲಿ

ಬೇರೆ ಹಾಡ ಕಲಿಸು ತಾಯೆ
ಬೇರೆ ತೆರನ ರಾಗವ

ಮನದ ದುಗುಡ ಮರೆಗೆ ಸರಿಸಿ
ನಲ್ಮೆಗಾನ ಹಾಡಿದೆ

ಹಾರಿ ಹಾಡುತ್ತ ಮುದ ಸೂಸಿದೆ
ಹಾಡು, ಕವಿಯೇ ಹಾಡು

ನನ್ನ ಹಾಡಿನಲ್ಲಿ ಹಾಯದಿರಲಿ
ನೆರಳು ಹೆರವರ.

ನಿಜ, ಈ ಕವಿಗೆ ಹಾಡಿನ ಗುಂಗಿದೆ. ಅವರ ಕೇಳಿಕೆಯಂತೆಯೇ, ಅವರ ಹಾಡುಗಳಲ್ಲಿ ಹೆರವರ ಕಾವ್ಯದ ನೆರಳು ಹಾಯುತ್ತಿಲ್ಲ. ತನ್ನತನವನ್ನು ಉಳಿಸಿಕೊಂಡೇ ಬೆಳೆದು ಬಂದ ಕವಿ.

ಯಾಕೋ ಏನೋ, ನಾನು ನನ್ನ ಪರಿಚಯದ ನಿಸಾರ್ ಅಹಮದ್‌ರವರ ವ್ಯಕ್ತಿ ಚಿತ್ರಣಕ್ಕಿಂತ ಹೆಚ್ಚಾಗಿ ಅವರ ಕಾವ್ಯಾರಾಧನೆಯನ್ನೇ ಮಾಡಿಬಿಟ್ಟೆನೇಕೋ. ನನಗೆ ಐವತ್ತನೇ ದಶಕದಿಂದ ನಿಸಾರ್ ಅವರ ಪರಿಚಯವಿದೆ. ನಿಸಾರ್ ಅವರು

ತುಂಬಾ ಸರಳವಾದ ವ್ಯಕ್ತಿ. ಮಾತು ಸ್ವಲ್ಪ ಕಡಿಮೆಯೇ. ಆದರೆ ಅವರಿಗೆ ತುಂಬಾ ಇಷ್ಟವಾದ ವ್ಯಕ್ತಿ ಎನಿಸಿದರೆ ಗಂಟೆಗಟ್ಟಲೆ ಮಾತನಾಡುತ್ತಿದ್ದ ವ್ಯಕ್ತಿ. ನನ್ನ ಪತಿ ರಘುರಾಂರವರಿಗೂ ಅವರು ಪರಿಚಿತರೇ. ನಾನು ಅವರ ಹಾಡುಗಳನ್ನು ಧ್ವನಿ ಮುದ್ರಿಸಲು ಅವರ ಒಪ್ಪಿಗೆ ಕೇಳಿ ಪತ್ರ ಬರೆದಾಗ ಪತ್ರ ತಲುಪಿದ ಎರಡು ಮೂರು ದಿನಗಳಲ್ಲೇ ನನಗೆ ಒಪ್ಪಿಗೆಯ ಪತ್ರವನ್ನು ಕಳುಹಿಸಿಬಿಡುತ್ತಿದ್ದರು. ಯಾವ ಹಣದ ಅಪೇಕ್ಷೆಯನ್ನೂ ಮುಂದಿಡದ, ತೀರಾ ಸರಳ, ಸಜ್ಜನ ವ್ಯಕ್ತಿ ಅವರು.

ಕೆಲವು ವರ್ಷಗಳ ಹಿಂದೆ ಮೈಸೂರಿನ 'ಭ್ರಮರ ಟ್ರಸ್ಟ್' ನಿಸಾರ್ ಅಹಮದ್‌ರವರನ್ನು ಆಹ್ವಾನಿಸಿ, ಅವರಿಗೆ ಸನ್ಮಾನಿಸಿ, ಗೌರವದಿಂದ ಐವತ್ತು ಸಾವಿರ ರೂಪಾಯಿಯ ಹಮ್ಮಿಣಿಯನ್ನು ನೀಡಿತು. ಆ ಸಂದರ್ಭಕ್ಕೆಂದು, 'ಭ್ರಮರ ಟ್ರಸ್ಟ್'ನ ಒಡತಿ ಮಾಧುರಿ ತಾತಾಚಾರಿಯವರು ನಿಸಾರ್ ಅಹಮದ್‌ರವರ ಕವನಗಳನ್ನು ಅರ್ಧ ಗಂಟೆ ಹೊತ್ತು ಹಾಡಿಸಬೇಕೆಂದು ಕೇಳಲು ಜಿ.ಟಿ. ನಾರಾಯಣ್‌ರವರೊಡನೆ ನಮ್ಮ ಮನೆಗೆ ಬಂದಿದ್ದರು. ನಾನು ನನ್ನ ಶಿಷ್ಯೆಯನ್ನು ತಯಾರು ಮಾಡಿ ಹಾಡಿಸಲು ಒಪ್ಪಿಕೊಂಡೆ. ನಿಸಾರ್ ಅಹಮದ್‌ರವರ ಅಪರೂಪದ ಕವನಗಳನ್ನು ಆಯ್ಕೆಮಾಡಿಕೊಂಡು ರಾಗ ಸಂಯೋಜಿಸಿದೆ. ಸಂಯೋಜಿಸಿದ ಆರು ಹಾಡುಗಳನ್ನು ನನ್ನ ಶಿಷ್ಯೆ ಮಧುಲಿಕಾ ಶ್ರೀನಿವಾಸ್‌ಗೆ ಕಲಿಸಿದೆ. ಸಂಜೆ ಕಾರ್ಯಕ್ರಮದ ವೇದಿಕೆಯಲ್ಲಿ ಅವಳು ಹಾಡಿದಳು. ನಿಸಾರರಿಗೆ ಅಲ್ಲಿ ಗೌರವ ಸಮರ್ಪಣೆಯಾಯಿತು. ರಾತ್ರಿ ಹೋಟೆಲ್ ಸದರನ್ ಸ್ಟಾರ್‌ನಲ್ಲಿ ಭೋಜನ ಕೂಟವೇರ್ಪಡಿಸಿದ್ದರು.

ಈ ಸಂದರ್ಭದಲ್ಲಿ ನಿಸಾರರೊಂದಿಗೆ ನಾನು, ನನ್ನ ಶಿಷ್ಯೆ ಒಂದೇ ಟೇಬಲ್‌ನಲ್ಲಿ ಕುಳಿತಿದ್ದೆವು. ಆಗ ನಿಸಾರರು ನನ್ನೊಡನೆ ಬಾಯ್ತುಂಬ ಮಾತನಾಡಿದರು. ಅವರ ವ್ಯಥೆಯನ್ನೂ ಹಂಚಿಕೊಂಡರು. ಮಧುಲಿಕಾ ಹಾಡಿದ ಒಂದು ಹಾಡು 'ಆಹಾ ಪ್ರಾತಃಕಾಲದ ಸ್ಪರ್ಶದಿ' ಹಾಡನ್ನು ಉಲ್ಲೇಖಿಸುತ್ತಾ 'ಲೀಲಾವತಿ ಇದು ನಾನೇ ಬರೆದ ಹಾಡೇನಮ್ಮ' ಅಂತ ಕೇಳಿದರು. ಅವರು ಹೋದಲ್ಲೆಲ್ಲಾ ಒಂದೇ ಹಾಡು ಕಿವಿಗೆ ಬಿದ್ದೂ ಬಿದ್ದೂ, ಈ ಕವನ ಅವರೇ ಬರೆದದ್ದೆಂದು ಮರೆತು ಹೋಗಿರಬೇಕು. ಮತ್ತೊಂದು ಮಾತನ್ನೂ ಹೇಳಿ ವ್ಯಥೆ ಪಟ್ಟರು. 'ಏನಮ್ಮ ಲೀಲಾವತಿ ನಾನು ಬರೆದಿರುವುದು ಮೂರೇ ಹಾಡೇನಮ್ಮ? ಎಲ್ಲಿ ಹೋದರೂ 'ಜೋಗದ ಸಿರಿ ಬೆಳಕಿನಲ್ಲಿ', 'ಕುರಿಗಳು ಸಾರ್ ಕುರಿಗಳು', 'ಬೆಣ್ಣೆ ಕದ್ದ ನಮ್ಮ ಕೃಷ್ಣ' ಇದೇ ಮೂರು ಹಾಡ್ತಾರಲ್ಲ. ನನ್ನನ್ನ ಈ ಮೂರೇ ಹಾಡಿಗೆ ಸ್ಟ್ಯಾಂಪ್ ಮಾಡಿಬಿಟ್ಟಿದ್ದಾರಲ್ಲ' ಎಂದರು. ಅಲ್ಲದೆ ಇನ್ನೂ ಒಂದು ಮಾತನ್ನು ಹೇಳಿದರು. 'ಜೋಗದ ಸಿರಿ ಬೆಳಕಿನಲ್ಲಿ' ನಿಜವಾಗಿ ಕಾವ್ಯ ದೃಷ್ಟಿಯಿಂದ ಅಷ್ಟೇನೂ ಉತ್ತಮ ಕಾವ್ಯವಲ್ಲ. ಮೊಟ್ಟಮೊದಲ ಧ್ವನಿ ಮುದ್ರಣದ ಹಾಡಾಗಿ, ಪ್ರಸಿದ್ಧಿ ಪಡೆದು ಬಿಟ್ಟಿತಷ್ಟೇ' ಎಂದಾಗ ನಿಸಾರರಿಗೆ ಕೈ ಮುಗಿಯಬೇಕೆಂದೆನಿಸಿತು. ಕವಿ ತನ್ನನ್ನೇ ತಾನು ವಿಮರ್ಶೆ ಮಾಡಿಕೊಂಡದ್ದು, ತನ್ನ ಮನಸ್ಸಿನಲ್ಲಲ್ಲ, ನನ್ನ ಮುಂದೆ. ಹೀಗೆ ಎಷ್ಟು ಕವಿಗಳು ತಮ್ಮ ಕವನವನ್ನು ತಾವೇ ವಿಮರ್ಶಿಸಿಕೊಂಡು, ಅದು ಅಷ್ಟು ಚೆನ್ನಾಗಿಲ್ಲ, ಎಂದು ಹೇಳುವ ಮನಸ್ಥಿತಿಯನ್ನು ಪಡೆದಿದ್ದಾರೆ. ಸ್ವವಿಮರ್ಶೆ, ಅದೂ ಅನ್ಯರ ಮುಂದೆ! ನಿಸಾರರಿಗೆ ಇನ್ನೊಂದು ಬೇಸರವೂ ಇತ್ತು. 'ನಿತ್ಯೋತ್ಸವ' ಕವಿಯೆಂದಷ್ಟೇ ಅವರನ್ನು ಗುರುತಿಸುತ್ತಿದ್ದುದೂ ಅವರ ನೋವಿಗೆ ಕಾರಣವಾಗಿತ್ತು. ಅವರು ಬರಿಯ ನಿತ್ಯೋತ್ಸವದ ಕವಿಯಷ್ಟೇ ಅಲ್ಲ. ಅವರು ಅನೇಕ ಕವನ ಸಂಕಲನಗಳು, ವೈಚಾರಿಕ ಕೃತಿಗಳು, ಮಕ್ಕಳ ಸಾಹಿತ್ಯ ಕೃತಿಗಳು, ಅನುವಾದಿತ ಕೃತಿಗಳು, ಜೊತೆಗೆ ಸಂಪಾದಿತ ಕೃತಿಗಳು ಎಲ್ಲವನ್ನೂ ರಚಿಸಿದ್ದಾರೆ. ವಿಸ್ತಾರವಾದ ಸಾಹಿತ್ಯ ಕೃಷಿ ಮಾಡಿದ್ದಾರೆ. ನಾವು ಅವರನ್ನು ಬರಿಯ ನಿತ್ಯೋತ್ಸವದ ಕವಿ ಎಂದು ಕರೆದು ಅವರ ಬೆಲೆಯನ್ನು ತಗ್ಗಿಸಬಾರದು. ಅವರು ಕನ್ನಡ ಸಾಹಿತ್ಯಕ್ಕೆ ವಿಫುಲ ಸೇವೆ ಸಲ್ಲಿಸಿದ್ದಾರೆ.

ನಿಸಾರ್ ಅಹಮದ್‌ರವರು ಎಂದೂ ಟಿಪ್ ಟಾಪ್ ಆಗಿ ವೇಷಭೂಷಣವನ್ನು ಧರಿಸುತ್ತಿದ್ದರು. ಅವರು ಕೋಟು ಹಾಕಿಕೊಳ್ಳದೆ ಎಂದೂ ಯಾವ ಕಾರ್ಯಕ್ರಮಕ್ಕೂ ಬಂದುದೇ ಇಲ್ಲ. ಮನೆಯಿಂದ ಹೊರಗೆ ಹೆಜ್ಜೆ ಹಾಕಿತೆಂದರೆ ಗ್ಯಾರಂಟಿ ಇವರು ಕೋಟು ಹಾಕಿಕೊಂಡೇ ಹೊರಗೆ ಕಾಲಿಡೋದು ಅಂತ. ಒಬ್ಬೊಬ್ಬರಿಗೆ ಒಂದೊಂದು ಪ್ರಿಯವಾಗಿರುತ್ತೆ. ಹಾಗೇ ಅದು ಅವರ ಐಡೆಂಟಿಟಿಯೂ ಆಗಿ ಬಿಡುತ್ತೆ. ಇದು ಪ್ರಾಯಶಃ ಅವರ ವ್ಯಕ್ತಿತ್ವದ ಒಂದು ಭಾಗವೇ ಆಗಿತ್ತೆನ್ನುವುದು ಮಾತ್ರ ನಿಜ. ಆ ಬಗ್ಗೆ ಪ್ರಶ್ನಿಸಿದ ನನಗೂ ದೊರಕಿದ್ದು ಮಾತ್ರ ಅವರ ಮುಗ್ಧ ನಗೆಯ ಉತ್ತರ.

ಗಾನ ಯಾನ
ಕಾವ್ಯ ಮಿಲನ

2010–11ರಲ್ಲಿ ನಡೆದ ನಮ್ಮ ಸುಗಮ ಸಂಗೀತ ಅಕಾಡೆಮಿಯ ರಜತ ಮಹೋತ್ಸವವನ್ನು ಇಡೀ ಒಂದು ವರ್ಷ ಆಚರಿಸಿ ಇಪ್ಪತ್ತೈದು ಕಾರ್ಯಕ್ರಮಗಳನ್ನು ಪ್ರಸ್ತುತಪಡಿಸಲಾಯ್ತು. ಅದೊಂದು ವೈವಿಧ್ಯಮಯ ಕಾರ್ಯಕ್ರಮ. ಕಲೆಯ ಎಲ್ಲಾ ಕ್ಷೇತ್ರದ ಕಲಾವಿದರನ್ನೂ ಕರೆದು ಕಾರ್ಯಕ್ರಮವನ್ನು ನಡೆಸಲಾಯ್ತು. ಕಾರ್ಯಕ್ರಮದ ಸಮಾರೋಪದ ದಿನ ಬೇರೆ ಬೇರೆ ಕ್ಷೇತ್ರದ ಸಾಧಕರನ್ನು ಗೌರವಿಸಿ ಸನ್ಮಾನಿಸಲಾಯ್ತು. ರಜತ ಮಹೋತ್ಸವ ಎನ್ನುವ ಹೆಸರಿಗೆ ತಕ್ಕ ಹಾಗೆ ಇಪ್ಪತ್ತೈದು ಮಂದಿಯನ್ನು ಆಹ್ವಾನಿಸಿ ಬಂದವರಿಗೆಲ್ಲ ಪ್ರಯಾಣದ ವೆಚ್ಚವನ್ನು ನೀಡಿ, ಎಲ್ಲರಿಗೂ ಗೌರವ ಧನವನ್ನೂ ಅರ್ಪಿಸಿ, ಗೌರವಿಸಿದ ಸಾರ್ಥಕತೆ ಮೈಸೂರಿನ ನಮ್ಮ ಸುಗಮ ಸಂಗೀತ ಅಕಾಡೆಮಿಗೆ. ಅಂದಿನ ಸಮಾರೋಪ ಕಾರ್ಯಕ್ರಮದ ಅಧ್ಯಕ್ಷತೆಯನ್ನು ವಹಿಸಿದ್ದವರು ನನ್ನ ಪ್ರೀತಿಯ ಕವಿ ನಿಸಾರ್ ಅಹಮದ್‌ರವರು. ಕಾರ್ಯಕ್ರಮದ ಎರಡು ತಿಂಗಳ ಮುಂಚೆಯೇ ನಾನು ನಿಸಾರ್ ಅವರಿಗೆ

ದೂರವಾಣಿಯಲ್ಲಿ ಮಾತಾಡಿ ಕಾರ್ಯಕ್ರಮದ ರೂಪುರೇಷೆಗಳನ್ನೆಲ್ಲಾ ಅವರಿಗೆ ತಿಳಿಸಿದೆ. ಹಿಂದೂ ಮುಂದೂ ಏನೂ ಯೋಚನೆ ಮಾಡದೆ 'ಇಂಥಾ ಒಳ್ಳೆಯ ಕಾರ್ಯಕ್ರಮ ಮಾಡ್ತಿದ್ದೀರಿ. ಅದರಲ್ಲಿ ಭಾಗವಹಿಸಲು ನನಗೆ ತುಂಬಾ ಸಂತೋಷ' ಎಂದರು. ಮತ್ತೆ 'ನನ್ನದು ಒಂದು ಕಂಡೀಶನ್' ಅಂದರು, ಹೇಳಿ ಏನದು? ಎಂದು ಕೇಳಿದೆ. ಒಂದು ಹೋಟೆಲ್ ಹೆಸರು ಹೇಳಿ 'ಆ ಹೋಟೆಲಿನಲ್ಲಿಯೇ ನಾನು ಉಳಿಯುವ ಏರ್ಪಾಡು ಮಾಡಬೇಕು' ಎಂದರು. 'ಸರಿ ಆಯ್ತು ಆ ಹೋಟೆಲಿನಲ್ಲಿಯೇ ನೀವು ಉಳಿಯುವಂತೆ ಏರ್ಪಾಡು ಮಾಡೋಣಂತೆ' ಅಂದೆ ಮತ್ತೆ 'ಇನ್ನೊಂದು ಮಾತು' ಅಂದರು 'ಆಯ್ತು ನಿಸಾರ್ ಅವರೇ ಹೇಳಿ' ಅಂದೆ. 'ನನ್ನ ಜೊತೆ ನನ್ನ ನಾಲ್ಕು ಸ್ನೇಹಿತರು ಬರ್ತಾರೆ ಅವರೆಲ್ಲರಿಗೂ ಎಲ್ಲಾ ಅನುಕೂಲವನ್ನು ಮಾಡಿಕೊಡಬೇಕು' ಎಂದರು. ಅವರ ಜೊತೆ ಬರುವವರನ್ನು ಗೌರವದಿಂದ ನೋಡಿಕೊಳ್ಳುವುದು ನಮ್ಮ ಧರ್ಮ. ಹಾಗಾಗಿ ನಿಸಾರ್ ಅಹಮದ್‌ರವರಿಗೆ ತೃಪ್ತಿಯಾಗುವಂತೆ ಅವರಿಗೆ, ಅವರ ಎಲ್ಲಾ ಮಿತ್ರರಿಗೂ, ಅವರು ಹೇಳಿದ ಹೋಟೆಲಿನಲ್ಲೇ ಎಲ್ಲಾ ಸೌಕರ್ಯವನ್ನು ಕಲ್ಪಿಸಿದೆವು. ನಿಸಾರರು ಕಾರ್ಯಕ್ರಮದ ಹೊತ್ತಿಗೆ ಸರಿಯಾಗಿ ಗೆಳೆಯರನ್ನು ಕೂಡಿಕೊಂಡು ಬಂದರು. ಅಲ್ಲಿ ಬಂದಿದ್ದ ಬೇರೆ ಬೇರೆ ಕಲಾವಿದರೊಂದಿಗೆ ಕಲೆತು ಮಾತನಾಡಿದರು. ಅದ್ಭುತವಾದ ಸಮಾರೋಪ ಭಾಷಣವನ್ನು ಮಾಡಿದರು. ಅಕಾಡೆಮಿಯ ಗೌರವವನ್ನು ಸ್ವೀಕರಿಸಿದರು. ನನಗೆ ಪ್ರಿಯರಾದ ಕವಿ ಪ್ರೀತಿಯಿಂದ ನಮ್ಮ ಅಕಾಡೆಮಿಗೆ ಬಂದದ್ದು ನನಗೊಂದು ರೀತಿಯ ಸಂತೃಪ್ತಿ.

ಈಗ ಕೆಲವು ವರ್ಷಗಳ ಹಿಂದೆ ಮೈಸೂರಿನ ಕೃಷ್ಣಮೂರ್ತಿಪುರಂನಲ್ಲಿರುವ ಮೈಸೂರು ಅನಂತಸ್ವಾಮಿ ಪಾರ್ಕಿನ ಎದುರಿನಲ್ಲಿ ಒಂದು ಹೊಸ ಕಟ್ಟಡದ ಉದ್ಘಾಟನೆ. ಆ ಕಟ್ಟಡದ ಹೆಸರೇ 'ನಿತ್ಯೋತ್ಸವ'. ಆ ಕಟ್ಟಡದ ಮಾಲೀಕರು ನಿಸಾರ್ ಅಹಮದ್‌ರವರ ಆರಾಧಕರು. ಅಂತೆಲೇ ಆ ಹೆಸರನ್ನು ಆಯ್ಕೆ ಮಾಡಿದ್ದಾರೆ. ಆಶ್ಚರ್ಯವೆಂದರೆ ಅತ್ಯಂತ ನೆಚ್ಚಿನ ಗೆಳೆಯರಾದ ಗಾಯಕ ಅನಂತಸ್ವಾಮಿ ಹಾಗೂ ಕವಿ ನಿಸಾರರು, ಈ ಇಬ್ಬರ ಪರಸ್ಪರ ಸ್ನೇಹದ ಗುರುತಾಗಿಯೇ ಹೀಗೆ ಸ್ನೇಹದ ಕಡಲಿನಲ್ಲಿ ಬೆರೆತಿರುವರೇನೋ ಅಂತ ನನಗಂತೂ ಅನ್ನಿಸಿತು. ಆ ಕಟ್ಟಡ ಸಾಂಸ್ಕೃತಿಕ ಕಾರ್ಯಕ್ರಮಗಳಿಗಾಗಿ ಕಟ್ಟಿದ್ದೆಂದು, ಅದರ ನಿರ್ಮಾಣ ಮಾಡಿದವರು ಹೇಳಿದ್ದರೂ ಈಗ ಸಾಂಸ್ಕೃತಿಕ ಕಾರ್ಯಕ್ರಮಗಳ ಜೊತೆಗೆ, ಮದುವೆಗಳೂ ನಡೆಯುತ್ತವೆ ಹಾಗೂ ಬೇರೆಲ್ಲಾ ಕಾರ್ಯಕ್ರಮಗಳೂ ನಡೆಯುತ್ತವೆ.

ಹಾಂ, ನಾನು ಹೇಳಹೊರಟಿರುವುದು ಆ ಮಹಲಿನ ಉದ್ಘಾಟನೆಯ ಬಗೆಗೆ. ನಿಸಾರ್ ಅಹಮದ್‌ರವರಿಂದಲೇ ಉದ್ಘಾಟನೆ ಮಾಡಿಸಿ, ಅವರ ಮುಂದೆ ಅವರ ಕವನಗಳನ್ನೇ ಹಾಡಿಸಬೇಕು. ಕೆಲವು ಕವನಗಳಿಗೆ ನೃತ್ಯ ಮಾಡಿಸಬೇಕು. ಎಂಬ ತೀರ್ಮಾನವಾಗಿತ್ತು. ನಿಸಾರ್ ಅಹಮದ್‌ರವರು ಅವರ ಹಾಡಿನ ಕಾರ್ಯಕ್ರಮವನ್ನು ನಡೆಸಲು ಲೀಲಾವತಿಯವರನ್ನು ಕೇಳಿ ಎಂದು ನನ್ನ ಹೆಸರನ್ನು ಸೂಚಿಸಿದ್ದಾರೆ. ಹಾಗಾಗಿ ಆ ಕಟ್ಟಡದ ಮಾಲೀಕರು ನನ್ನನ್ನು ಕೇಳಲು ಬಂದರು. ನಾನು ಒಪ್ಪಿಕೊಂಡೆ, ನಿಸಾರ್ ಅಹಮದ್‌ರವರು ನನಗೆ ಪತ್ರದ ಮೂಲಕ ಅವರ ಮೂವತ್ತೆರಡು ಹಾಡುಗಳ ಪಟ್ಟಿಯನ್ನು ಕಳುಹಿಸಿದರು. ಯಾವ ಯಾವ ಹಾಡನ್ನು ನೃತ್ಯ ಮಾಡಿಸಬೇಕೆಂದೂ, ಎಷ್ಟು ವಾದ್ಯಗಳಿರಬೇಕೆಂದೂ, ಅವರ ಆಸೆಯನ್ನೆಲ್ಲ ದೂರವಾಣಿಯ ಮೂಲಕ ನನಗೆ ತಿಳಿಸುತ್ತಲೇ ಹೋದರು. ನಾನು ನೃತ್ಯ ಕಲಾವಿದರು, ವಾದ್ಯದವರು, ಹಾಡುವವರು ಎಲ್ಲರ ಪಟ್ಟಿಯನ್ನೂ ಮಾಡಿ, ಅವರುಗಳನ್ನು ಸಂಪರ್ಕಿಸಿದೆ. ಎಲ್ಲರೂ ಅವರವರ ಸಂಭಾವನೆಯನ್ನು ಇಂತಿಷ್ಟು ಎಂದು. ಹೇಳಿದರು. ನಾನು ಎಲ್ಲವನ್ನೂ ಸೇರಿಸಿ ಇಷ್ಟು ಹಣ ಕೊಟ್ಟರೆ ಕಾರ್ಯಕ್ರಮವನ್ನು ನಡೆಸಿಕೊಡಬಹುದು ಎಂದು ಹೇಳಿದೆ. ಕಾರ್ಯಕ್ರಮ ನಡೆಸಬೇಕೆಂದಿದ್ದವರಿಗೆ ಏನನಿಸಿತೋ ಏನೋ, ಆಮೇಲೆ ಅವರು ಉಭ-ಶುಭ ಅಂತ ಏನೂ ಹೇಳಲಿಲ್ಲ. ನಿಸಾರ್ ಅಹಮದ್‌ರವರಿಂದಲೇ ಆ 'ನಿತ್ಯೋತ್ಸವ' ಸಾಂಸ್ಕೃತಿಕ ಕಟ್ಟಡ ಉದ್ಘಾಟನೆಯಾಯ್ತು. ಬೆಂಗಳೂರಿನ ಕಲಾವಿದರು ಬಂದು ಹಾಡಿ ಹೋದರು ಅಂತ ತಿಳಿಯಿತು. ಸೌಜನ್ಯ ಎನ್ನುವ ಪದದರ್ಥವೇ ಬಹಳ ಜನಕ್ಕೆ ತಿಳಿಯದು ಎಂದು ಈ ಘಟನೆ ಸಾಬೀತು ಮಾಡಿತು. ಒಂದು ಆಹ್ವಾನ ಪತ್ರಿಕೆಯನ್ನಾದರೂ ಕಳುಹಿಸುವ ಸುಸಂಸ್ಕೃತಿ ತೋರಬಹುದಿತ್ತು. ಈ ಘಟನೆಯಿಂದ ನಿಸಾರ್ ಅವರಿಗೆ ಬೇಸರವಾಯಿತೆಂದು ತಿಳಿಯಿತು. ಲಕ್ಷಾಂತರ ರೂಪಾಯಿ ಖರ್ಚು ಮಾಡಿ ಕಟ್ಟಿಸಿದ ಆ 'ನಿತ್ಯೋತ್ಸವ' ಸಾಂಸ್ಕೃತಿಕ ಕಟ್ಟಡದ

ಕಂಟ್ರ್ಯಾಕ್ಟರ್‌ಗೆ ಕೆಲವೊಂದು ಸಾವಿರ ಕಲಾವಿದರಿಗೆ ಕೊಡಲು ಕೈಕಟ್ಟಿತ್ತು. ನಿಸಾರರ ಆಸೆಗೂ ತಣ್ಣೀರೆರೆಚಿದಂತಾಗಿತ್ತು.

ನಂತರದ ದಿನಗಳಲ್ಲಿ ನಿಸಾರ್ ಅವರನ್ನು ನಾನು ಭೇಟಿಯಾದದ್ದು ಇಲ್ಲವೇ ಇಲ್ಲವೇನೋ. ನನ್ನ ಬಗ್ಗೆ ನನ್ನ ಮಗ ಸಾಕ್ಷ್ಯಚಿತ್ರ ತೆಗೆಸುವ ಸಮಯದಲ್ಲಿ ಅವರು ಅನಾರೋಗ್ಯದಿಂದಿದ್ದಾರೆ ಅಂತ ತಿಳಿಯಿತು.ಅವರ ಮನೆಗೆ ಹೋಗಲಿಲ್ಲ. ನನ್ನ ಸಾಕ್ಷ್ಯಚಿತ್ರದಲ್ಲಿ ಅವರ ಮಾತೂ ಇದ್ದಿದ್ದರೆ, ಅದೊಂದು ಅಮೂಲ್ಯ ದಾಖಲೆಯಾಗುತ್ತಿತ್ತೆಂದು ನನಗೆ ಇನ್ನೂ ಅನ್ನಿಸುತ್ತಿದೆ.

ಕೊನೆಗಾಲದಲ್ಲಿ ಅವರು ಅಷ್ಟು ನೆಮ್ಮದಿಯಿಂದಿರಲಿಲ್ಲವೆನ್ನಬೇಕು. ನಿಸಾರರು ನಮ್ಮನ್ನಗಲಿದ್ದು 2020ರ ಮೇ 3ರಂದು. ಅದಕ್ಕೆ ಒಂದು ವರ್ಷ ಮುಂಚೆ ಹೆಂಡತಿಯನ್ನು ಕಳೆದುಕೊಂಡ ದುಃಖದಿಂದ ಬಳಲಿದ್ದರು. ಅದಕ್ಕಿಂತ ದೊಡ್ಡ

ಪೆಟ್ಟು ಅವರ ಬಾಳಿನಲ್ಲಿ ಎಂದರೆ ನಿಸಾರರು ತೀರಿಕೊಳ್ಳುವ ಹದಿನೆಂಟು ದಿನಗಳ ಮುಂಚೆ ಅಮೇರಿಕೆಯಲ್ಲಿದ್ದ ಅವರ ಪ್ರೀತಿಯ ಪುತ್ರ ತೀರಿಕೊಂಡದ್ದು. ಅದು ಅವರಿಗೆ ಸಹಜವಾಗಿ ದೊಡ್ಡ ಪೆಟ್ಟಾಗಿರಬೇಕು. ಹಿರಿಯರ ಮುಂದೆ ಕಿರಿಯರನ್ನು ಕಳೆದುಕೊಳ್ಳುವುದು ತುಂಬಾ ದೊಡ್ಡ ಆಘಾತ. ಅದೊಂದು ಭರಿಸಲಾಗದ ದುರಂತ ಹಾಗೂ ದುಃಖ.

ನನ್ನ ಹಾಗೂ ನಿಸಾರ್ ಅಹಮದ್‌ರವರ ಒಂದು ಪರಿಚಯದ ಬಂಧದಲ್ಲಿ ನನಗನಿಸುವುದು, ಇವರ ಹೆಸರಿನ ಅರ್ಥದಂತೆಯೇ ಇವರ ವ್ಯಕ್ತಿತ್ವ ಕೂಡ. 'ನಿಸಾರ್' ಎಂದರೆ ತ್ಯಾಗ ಬುದ್ಧಿಯವ. 'ಅಹಮದ್' ಎಂದರೆ ಒಳ್ಳೆಯ ಗುಣ. ಒಳ್ಳೆಯ ಸ್ನೇಹಿತ, ಸಜ್ಜನನೆಂದೇ ಆಗುತ್ತದೆ. ಇವುಗಳ ಅರ್ಥವನ್ನು ನಾನು ನೇರ ಅವರಿಂದಲೇ ಕೇಳಿ ತಿಳಿದುಕೊಂಡದ್ದು ಈ ಎಲ್ಲ ಗುಣಗಳ ಸಮ್ಮೇಳನ, ಒಂದೇ ವ್ಯಕ್ತಿಯಲ್ಲಿ ಸಮ್ಮಿಳಿತವಾಗಿದೆ. ಅವರಿಗೆ ಕೋಟಿ ನಮನ.

‘ಕಾವ್ಯವಿರುವುದು ಓದಲಿಕ್ಕೆ, ಹಾಡುವುದಕ್ಕಲ್ಲ’,
ಎಂಬ ಗಟ್ಟಿ ದನಿ ಶರ್ಮ ಅವರದ್ದು.
ಕಾವ್ಯ ವಾಚನ ಕಲೆಯಾಗಬೇಕೇ
ಹೊರತು ಗಾಯನದ ಕಲೆಯಲ್ಲ ಎಂದು
ಪ್ರತಿಪಾದಿಸುತ್ತಲೇ ಬಂದವರು.

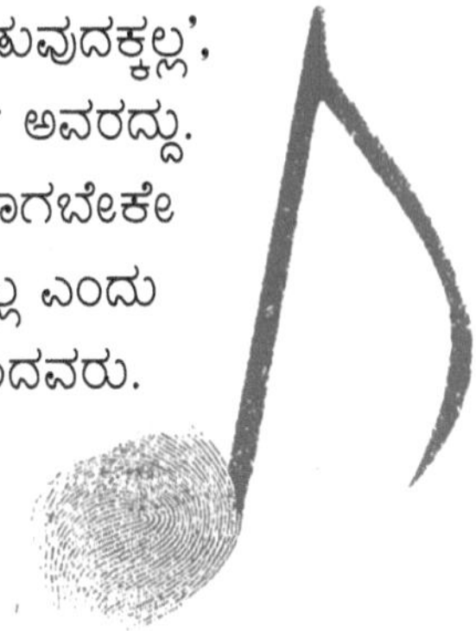

ಹಾಡಬಾರದು ಕವಿತೆಯನ್ನು...

ಬಿ.ಸಿ. ರಾಮಚಂದ್ರ ಶರ್ಮ

ನಾನು ಮೊದಲು ರಾಮಚಂದ್ರ ಶರ್ಮರನ್ನು ಕಂಡಿದ್ದು ಪ್ರಾಯಶಃ ಐವತ್ತರ ದಶಕದಲ್ಲಿರಬೇಕು. ಮೈಸೂರಿನ ಶಾರದಾ ವಿಲಾಸ ಕಾಲೇಜಿನ ಒಂದು ಕಾರ್ಯಕ್ರಮಕ್ಕೆ ಅವರು ಆಹ್ವಾನಿತರಾಗಿ ಬಂದಿದ್ದರು. ಆಗಿನ ಕಾಲದಲ್ಲಿ ಮನರಂಜನೆ ಎಂದರೆ ಕಾಲೇಜು ವೇದಿಕೆಗಳ ಹೊರತು ಈಗಿನಂತೆ ಯಾವ ಸಂಘ ಸಂಸ್ಥೆಗಳೂ ಇರಲಿಲ್ಲ. ಕಾಲೇಜು ನಮ್ಮ ಮನೆಯಿಂದ ಎರಡು ನಿಮಿಷದ ನಡಿಗೆ. ಸಾಲದ್ದಕ್ಕೆ ನಾನು 1950–52ರವರೆಗೆ ಅದೇ ಕಾಲೇಜಿನ ವಿದ್ಯಾರ್ಥಿನಿಯಾಗಿ, ಇಂಟರ್‌ಮೀಡಿಯೆಟ್ ಓದಿದ್ದು. ಆ ನಮ್ಮ ಕಾಲೇಜೆಂದರೆ ಏನೋ ಒಂದು ರೀತಿಯ ವಾಂಛಲ್ಯ ಬೇರೆ ನನಗೆ. ಆ ಕಾರ್ಯಕ್ರಮದಲ್ಲಿ ರಾಮಚಂದ್ರ ಶರ್ಮರು, ಕುವೆಂಪು ಅವರ ಒಂದು ಕವನವನ್ನು ವಾಚಿಸಿದರು.

ಓಂ ಸಚ್ಚಿದಾನಂದ
ವಿಶ್ವಮುಖವಾದ ಪರಬ್ರಹ್ಮದಲ್ಲಿ...

ಈ ಕವನವನ್ನು ರಾಮಚಂದ್ರ ಶರ್ಮರು ವಾಚಿಸಿದ ರೀತಿ, ಅಬ್ಬಾ, ಈಗಲೂ ನನ್ನ ಮನಸಿನಾಳದಲ್ಲಿ ಅಚ್ಚೊತ್ತಿಬಿಟ್ಟಿದೆ. ಏನು ಭಾವಪೂರ್ಣ ವಾಚನವದು. ಎಂಥಾ ವಾಚನದ ಓಘ ಅದು. ಗಂಭೀರವಾದ ಆ ಕಂಠಸಿರಿಯಿಂದ ಅವರು ಆ ಕವನವನ್ನು ವಾಚನ ಮಾಡುತ್ತಿದ್ದರೆ, ಶ್ರೋತೃಗಣ ನಿಜವಾಗಿ ಮಂತ್ರಮುಗ್ಧವಾಗಿ ಕೇಳುತ್ತಿತ್ತು. ಅವರ ಆ ಕಂಠದಲ್ಲಿ ಅದೆಂಥದೋ ಮೋಡಿ ಮಾಡುವ ಶಕ್ತಿ ಇತ್ತು. ಬಲಗೈಯನ್ನು ಮೇಲಕ್ಕೆ ಎತ್ತುತ್ತಾ ವಾಚನ ಮಾಡುತ್ತಿದ್ದರು. ಬೇಂದ್ರೆಯವರೂ ಹಾಗೇ ಮಾಡುತ್ತಿದ್ದುದು. ಚಂದವಿತ್ತು ಆ ಕಾರ್ಯಕ್ರಮ. ಶರ್ಮರ ಪತ್ನಿ ಪದ್ಮ ಅವರ ಪರಿಚಯ ನನಗಾಗಲೇ ಇತ್ತು.

ನಂತರದ ದಿನಗಳಲ್ಲಿ ಸಾಹಿತ್ಯದಲ್ಲಿನ ಅವರ ಬೆಳವಣಿಗೆಯನ್ನು ನಾನು ಗಮನಿಸುತ್ತಾ ಬಂದೆ. ಅವರ ಕಾವ್ಯದ ರೂಪ ರೇಖೆಯೇ ಬೇರೆ. ಬದುಕು

ಚಲನಶೀಲವಾದದ್ದು. ಹಾಗಾಗಿಯೇ ಬದುಕಿನ ಎಲ್ಲ ವಲಯಗಳಲ್ಲಿಯೂ ಅನಿವಾರ್ಯವಾಗಿಬಿಡುತ್ತದೆ. ಸಾಹಿತ್ಯ, ಕಲೆ, ವೇಷ-ಭೂಷಣ, ಮಾತು, ರೀತಿನೀತಿ, ನಂಬಿಕೆ, ಸಂಪ್ರದಾಯ, ಭಾಷೆ ಯಾವುದೂ ಇದಕ್ಕೆ ಹೊರತಲ್ಲ. ಚಲನಶೀಲತೆಯಿಂದ ವೈವಿಧ್ಯತೆಯ ಆವಿಷ್ಕಾರವಾಗುತ್ತದೆ.

ಹಾಗಾಗಿಯೇ ಕಾವ್ಯವೂ ಕೂಡ ಅನೇಕ ಹೊರಳುಗಳನ್ನು ದಾಟಿ ಬಂದಿದೆ. ಹಳೆಗನ್ನಡದ ಕಾವ್ಯ, ನಡುಗನ್ನಡ ಕಾವ್ಯ, ಹೊಸಗನ್ನಡ ಕಾವ್ಯ ಇತ್ಯಾದಿ ಕುಡಿಯೊಡೆದಿವೆ. ಹೊಸಗನ್ನಡದ ಕಾವ್ಯದಲ್ಲೇ ಭಿನ್ನತೆಯು ಆವಿರ್ಭವಿಸಿದೆ. ನವೋದಯ, ನವ್ಯ, ದಲಿತ, ಬಂಡಾಯ ಇತ್ಯಾದಿ. ಭಾಷೆಯೊಂದೇ ಸ್ವರೂಪ ಬೇರೆ. ನವೋದಯದ ಅಡಿಯಲ್ಲೇ ಹುಟ್ಟಿಕೊಂಡದ್ದು ನವ್ಯಕಾವ್ಯ. ನವ್ಯಕಾವ್ಯಕ್ಕೆ ನಾಂದಿ ಹಾಡಿದವರು ಗೋಪಾಲಕೃಷ್ಣ ಅಡಿಗರು ಎನ್ನಲಾಗುತ್ತದೆ. 'ಯಾವ ಮೋಹನ ಮುರಳಿ ಕರೆಯಿತು', ಅಂಥ ಗೀತೆಯನ್ನು ಕೊಟ್ಟವರು ಮುಂದೆ ನವ್ಯ ಶೈಲಿಯ ಕಾವ್ಯಕ್ಕೆ ಅಡಿಪಾಯ ಹಾಕಿದರು. ಆ ಘಟ್ಟದಲ್ಲಿ ಅವರನ್ನು ಅನುಸರಿಸಿದ ಅನೇಕ ಕಾವ್ಯಾಭ್ಯಾಸಿಗಳು ಹುಟ್ಟಿಕೊಂಡರು. ಆ ಪಂಥದ ದಾರಿಗೆ ತಮ್ಮನ್ನು ತಾವು ಒಡ್ಡಿಕೊಂಡವರು ರಾಮಚಂದ್ರ ಶರ್ಮರೂ ಕೂಡ. 'ಕಾವ್ಯವಿರುವುದು ಓದಲಿಕ್ಕೆ, ಹಾಡುವುದಕ್ಕಲ್ಲ', ಎಂಬ ಗಟ್ಟಿ ದನಿಯವರದು. ಕಾವ್ಯ ವಾಚನ ಕಲೆಯಾಗಬೇಕೇ ಹೊರತು ಗಾಯನದ ಕಲೆಯಲ್ಲ ಎಂದು ಪ್ರತಿಪಾದಿಸುತ್ತಲೇ ಬಂದವರು. ಹಾಗಾಗಿ ನವ್ಯಸಾಹಿತ್ಯ ಕಾಲ ಘಟ್ಟದ ಪ್ರಮುಖ ಲೇಖಕರು ಇವರು. ಇವರು ರಚಿಸಿದ ಕಥೆಗಳೂ ಅಷ್ಟೇ ಹೊಸ ಸಂವೇದನೆಯ ತುಡಿತವುಳ್ಳ ಕಥೆಗಳು. ಶರ್ಮರು ಕಾವ್ಯದ ಬಗ್ಗೆ ಅಪಾರ ಶ್ರದ್ಧೆ ಹಾಗೂ ನಿಷ್ಠೆ ಉಳ್ಳವರು.

ರಾಮಚಂದ್ರ ಶರ್ಮರು ನಾಗಮಂಗಲದ ಬಳಿಯ ಬೋಗಾದಿಯ ಕೂಸು. ಚಿಕ್ಕಂದಿನಲ್ಲೇ ತಂದೆಯನ್ನು ಕಳೆದುಕೊಂಡವರು. ಮನೆಯಲ್ಲಿ ಕಡು ಬಡತನ. ಆದರೆ ಹುಡುಗ ಬಲು ಚೂಟಿ, ಹಠವಾದಿ, ಹೋರಾಟದ ಮನಸ್ಸು. ದೊಡ್ಡ ದೊಡ್ಡ ಕನಸುಗಳು ಹುಡುಗನಿಗೆ. ಹೈಸ್ಕೂಲಿನ ನಂತರ ಮೈಸೂರು ವಿಶ್ವವಿದ್ಯಾನಿಲಯದಲ್ಲಿ ಬಿ.ಎಸ್ಸಿ, ಬಿ.ಎಡ್ ಮಾಡಿಕೊಂಡ ಬಳಿಕ ಬೆಂಗಳೂರಿನಲ್ಲಿಯ ಹೈಸ್ಕೂಲಿನಲ್ಲಿ ಅಧ್ಯಾಪಕ ಕೆಲಸ. ಅಲ್ಲಿಂದ ಮುಂದೆ ಇಥಿಯೋಪಿಯ, ಲಂಡನ್‌ಗಳಲ್ಲೂ ಅಧ್ಯಾಪಕ ವೃತ್ತಿ. ನಂತರ ಮನಃಶಾಸ್ತ್ರದಲ್ಲಿ ಡಾಕ್ಟರೇಟ್ ಪಡೆದು, ಇಂಗ್ಲೆಂಡ್, ಝೂಂಬಿಯಾ, ಯುನೆಸ್ಕೋ ಸಂಸ್ಥೆಗಳಲ್ಲಿ ಮನಃಶಾಸ್ತ್ರಜ್ಞರಾಗಿ ಸಲಹೆಗಾರರಾಗಿದ್ದರು ರಾಮಚಂದ್ರಶರ್ಮರು. ಇವರಿಗೆ ಸಾಹಿತ್ಯ ಪ್ರೀತಿ ಮಾತ್ರ ಚಿಕ್ಕಂದಿನಿಂದಲೇ ಇತ್ತು. ಇವರು ಕೆಲವು ಕಾಲ ಬೆಂಗಳೂರಿನ ಸಾಹಿತ್ಯ ಪರಿಷತ್ತಿನಲ್ಲಿಯೂ ಕೆಲಸ ಮಾಡುತ್ತಿದ್ದುದುಂಟು. ಪರಿಷತ್ತಿನ ವಾತಾವರಣದಲ್ಲಿ ಇವರಿಗೆ ಬಿ.ಎಂ.ಶ್ರೀ, ವಿ.ಸೀ, ಎಂ.ಆರ್. ಶ್ರೀನಿವಾಸಮೂರ್ತಿ, ಕ.ವೆಂ. ರಾಘವಾಚಾರ್, ಎಲ್. ಗುಂಡಪ್ಪ ಇಂಥವರುಗಳ ಸಂಪರ್ಕಕ್ಕೆ ಬಂದುದರಿಂದ, ಇವರೊಳಗೆ ಸುಪ್ತವಾಗಿ ಅಡಗಿದ್ದ ಆ ಸಾಹಿತ್ಯ ಪ್ರೀತಿಗೆ ಪ್ರೇರಣೆಯಾಯಿತು. ಇವರು ಹೆಚ್ಚಾಗಿ ಪರದೇಶಗಳಲ್ಲೇ ಕೆಲಸ ಮಾಡುತ್ತಿದ್ದರೂ ದಿನಗಳೆದಂತೆ ಇವರ ಸಾಹಿತ್ಯ ಪ್ರೀತಿ ದೃಢವಾಗಿ ಗಟ್ಟಿಯಾಗುತ್ತಲೇ ಇವರಿಗೆ ಅಂಟಿಕೊಂಡಿತ್ತು.

ಇವರು ಪ್ರೀತಿಸಿ ಮದುವೆಯಾದ ಪತ್ನಿ ಪದ್ಮ ಕೂಡ ಲೇಖಕಿಯಾಗಿದ್ದರಿಂದ, ಇವರ ಸಾಹಿತ್ಯ ಸೃಷ್ಟಿಗೆ ಹೆಚ್ಚಿನ ಬೆಂಬಲವೂ ದೊರೆಯಿತು. ಹಾಗಾಗಿಯೇ ದಂಪತಿಗಳು ಕುವೆಂಪುರವರ 'ಕಾನೂನು ಹೆಗ್ಗಡತಿ', ಚಿತ್ತಾಲರ ಕಥೆಗಳು, ಮಾಸ್ತಿ ಅವರ 'ಚಿಕವೀರ ರಾಜೇಂದ್ರ' ಇಂಗ್ಲಿಷಿಗೆ ಅನುವಾದ ಮಾಡಿದ್ದಾರೆ. ರಾಮಚಂದ್ರ ಶರ್ಮರು ಕಾವ್ಯ, ಕಥೆ, ನಾಟಕ, ಚಿಂತನೆ, ಅನುವಾದ ಎಲ್ಲ ಸಾಹಿತ್ಯ ಕ್ಷೇತ್ರದಲ್ಲೂ ಕೆಲಸ ಮಾಡಿದ್ದರೂ ಅವರಿಗೆ ಕಾವ್ಯ ಪ್ರೇಮವೇ ಹೆಚ್ಚು. ಶರ್ಮರು ಅತ್ಯುತ್ತಮ ವಾಗ್ಮಿ. ರಾಷ್ಟ್ರ ಹಾಗು ಅಂತಾರಾಷ್ಟ್ರೀಯ ಮಟ್ಟದ ವೇದಿಕೆಗಳಲ್ಲಿ ಅನೇಕ ವಿಚಾರ ಸಂಕಿರಣಗಳಲ್ಲೂ ಭಾಗವಹಿಸಿದ್ದಾರೆ. ಇವರು ಅನೇಕ ಪ್ರಶಸ್ತಿಗಳಿಗೂ ಭಾಜನರಾಗಿದ್ದಾರೆ. ಇವರ 'ಸಪ್ತಪದಿ' ಕೃತಿಗೆ ಕೇಂದ್ರ ಸಾಹಿತ್ಯ ಅಕಾಡೆಮಿ ಪ್ರಶಸ್ತಿ ದೊರಕಿದೆ. ಇವರ 'ಸೆರಗಿನ ಕೆಂಡ' ನಾಟಕಕ್ಕೆ ರಾಷ್ಟ್ರ ಮಟ್ಟದ ಪ್ರಶಸ್ತಿ ಸಂದಿದೆ. ಅದೊಂದು ಚಂದದ ರೇಡಿಯೋ ನಾಟಕ, ಅದಕ್ಕೆ ನಾನೂ ಕಿವಿಯಾಗಿದ್ದೆ. ಇವರ 'ನೆರಳು' ನಾಟಕಕ್ಕೆ ರಾಜ್ಯ ಸರ್ಕಾರದ ಪ್ರಶಸ್ತಿ ಬಂದಿದೆ. ಒಂದು ನೂರು ಇಂಗ್ಲಿಷ್ ಕವನಗಳನ್ನು ಕನ್ನಡಕ್ಕೆ ತರ್ಜುಮೆ ಮಾಡಿದ್ದಾರೆ. ಇಷ್ಟೆಲ್ಲ ಸಾಧಿಸಿದ ಶರ್ಮರಿಗೆ ಹಲವಾರು ಪ್ರಶಸ್ತಿಗಳು ಸಂದಿವೆ. ಮುಖ್ಯವಾಗಿ ರಾಜ್ಯೋತ್ಸವ ಪ್ರಶಸ್ತಿ, ಶಿವರಾಮ ಕಾರಂತ, ಗೊರೂರು ಪ್ರತಿಷ್ಠಾನ, ಕೈಲಾಸಂ ಹೀಗೆ ಆ ದಿಗ್ಗಜರೆಲ್ಲರ ಹೆಸರಿನ ಪ್ರಶಸ್ತಿಗಳು ಇವರ ಮುಡಿಗೇರಿವೆ.

ಶರ್ಮರಿಗೆ ಕಾವ್ಯದ ಬಗೆಗೆ ಎಂಥಾ ನಿಷ್ಠೆ ಹಾಗೂ ಶ್ರದ್ಧೆಯೆಂದರೆ ತಾವು ನಂಬಿದ ಪಂಥವೇ ಸರಿ ಎಂದು ಸಾಧಿಸಿ ತೋರಿಸುವ ಛಲವಾದಿ, ಗಟ್ಟಿತನ. ಶರ್ಮರು ಭಾವಗೀತೆಗಳನ್ನು ಬಹಳ ಹಗುರವೆಂದು ಟೀಕಿಸುತ್ತಿದ್ದರು. ಇಲ್ಲಿ ಒಂದು ಮಾತನ್ನು ಪ್ರಸ್ತಾಪಿಸಬಹುದು. ಮೊದಮೊದಲು ನವೋದಯ ಕಾವ್ಯವನ್ನೇ ಜನತೆಗಿತ್ತ ಗೋಪಾಲಕೃಷ್ಣ ಅಡಿಗರೇ ನವ್ಯ ಕಾವ್ಯದ ಹರಿಕಾರರೆನ್ನಿಸಿದವರು. ಶರ್ಮರ ಮಾತಿಗೆ ಅಡಿಗರ ಮಾತನ್ನೇ ಉಲ್ಲೇಖಿಸಬಹುದಾದರೆ 'ಭಾವಗೀತೆಗಳನ್ನು ಇನ್ನೂ ಬರೆಯಬೇಕು, ಬರೆಯುತ್ತಾರೆ. ಕಾವ್ಯ ಲಯದಲ್ಲೇ ಇರುವ ಭಾವಗೀತೆ ಕವನಗಳನ್ನು ಹಾಡಬಾರದೆಂದೇನೂ ಇಲ್ಲ. ಉತ್ತಮ ಕವಿತೆಯನ್ನು ಯಾವುದೋ ಅಲ್ಲದ ರಾಗಕ್ಕೆ ಅಳವಡಿಸಿ, ಸಂಗೀತದ ಆಧಿಪತ್ಯವನ್ನು ಮೆರೆದು ಸರಸ್ವತೀ ದ್ರೋಹ ಮಾಡಬಾರದಷ್ಟೆ. ನಿಜವಾದ ಕವಿ ಕೂಡ ಹಾಡುವುದಕ್ಕಾಗಿ ಬರೆದು ಕ್ಯಾಸೆಟ್ ಮಾಡಿಸಬಹುದು'. ಅಡಿಗರ ಮಾತು ನಿಜಕ್ಕೂ ತುಂಬಾ ಗಮನಾರ್ಹ ಹಾಗೂ

ಪಕ್ವತೆಯ ಅನಿಸಿಕೆ ಎನ್ನಬಹುದು. ಮರೆಯಬಹುದೇ ಅವರ ಚಿರನೂತನ ಕವನ 'ಯಾವ ಮೋಹನ ಮುರಳಿ ಕರೆಯಿತು', 'ಸಂಗೀತದ ಮೋಡಿಯಿಂದ ಕಾವ್ಯ ನೀರಾಗುತ್ತದೆ' ಎನ್ನುವ ಎಷ್ಟೋ ನವ್ಯ ಕವಿಗಳಿದ್ದಾರೆ. ಹಾಡಿನ ಮೂಲಕ ಕಾವ್ಯ ಜನತೆಗೆ ಬಹುಬೇಗ ತಲುಪುತ್ತದೆ ಮತ್ತು ಮನಸ್ಸಿನಲ್ಲೇ ಉಳಿಯುತ್ತದೆ. ನವ್ಯ ಕಾವ್ಯ ಹೆಚ್ಚಾಗಿ ಜನತೆಯನ್ನು ಮುಟ್ಟುವುದೇ ಇಲ್ಲವಲ್ಲ. ಜನಪದ ಕಾವ್ಯ ಉಳಿದದ್ದು ಹಾಡಿದ್ದರಿಂದ. ಗಮಕಿಗಳಿಂದ ಮಹಾಕಾವ್ಯಗಳು ಬೆಳಗಿದವು. ಅಂತಲೇ ಹಿಂದೆ ರಾಜಸ್ಥಾನಗಳಲ್ಲೂ ಗಮಕಿಗಳಿದ್ದರು.

ಕಾವ್ಯವನ್ನು ಹಾಡದೆಯೇ ಇದ್ದಿದ್ದರೆ ಸುಗಮ ಸಂಗೀತ ಪ್ರಕಾರಕ್ಕೆ ಅಸ್ತಿತ್ವವೇ ಇರುತ್ತಿರಲಿಲ್ಲ. ಮಾತು, ಧಾತುವಿನ ಸುಂದರ ಸಮ್ಮಿಲನದಿಂದಾಗಿ ಕುಡಿಯೊಡೆದದ್ದು ಭಾವಗೀತಾ ಪ್ರಕಾರ. ಇದು ಪಂಡಿತರಿಂದ ಪಾಮರರವರೆಗೆ ಎಲ್ಲ ಹೃದಯವಂತ ರಸಿಕರ ಮೆಚ್ಚುಗೆ ಗಳಿಸಿದೆ. ಹಿಂದೆ ಯಾರೋ ಒಬ್ಬರು ಒಮ್ಮೆ 'Light music' ಎಂಬ ಮಾತನ್ನು ಹಗುರವಾದ ಅರ್ಥದಲ್ಲಿ ಬಳಸಿದಾಗ, ಅಲ್ಲೇ ಇದ್ದ ಬಾಲಮುರಳಿ ಕೃಷ್ಣರವರು ಕೂಡಲೇ ಅವರನ್ನು ತಿದ್ದಿ Light music is the music that gives you light' ಎಂದರಂತೆ. ಅದಕ್ಕೆ ವಿಶಾಲ ಮನೋಭಾವವಿರಬೇಕು. ಸಂಕುಚಿತತೆ ಇರಬಾರದು. ಇದೇ ವಿಷಯವಾಗಿ ಒಮ್ಮೆ ಪು.ತಿ. ನರಸಿಂಹಾಚಾರ್ಯರು 'ಸುಗಮ ಸಂಗೀತ ಲಘು ನೆಲೆಯದು ಎಂಬ ಭಾವನೆ ಅನೇಕ ಸಂಗೀತ ವಿದ್ವಾಂಸರಲ್ಲಿದೆ. ಶಾಸ್ತ್ರೀಯ ಸಂಗೀತ ಡಿಗ್ರಿ ಆದರೆ ಸುಗಮ ಸಂಗೀತ ಒಂದು ಡಿಪ್ಲೊಮೊ ಎಂಬಂತೆ ಮಾತನಾಡುತ್ತಾರೆ. ಇದು ತಪ್ಪು.

ಸುಗಮ ಸಂಗೀತ ಸೃಜನಶೀಲ ವ್ಯಕ್ತಿತ್ವದಿಂದ ಸೃಷ್ಟಿಯಾಗುವ ಸಂಗೀತ. ಡಿಪ್ಲೊಮೊ ಎನ್ನುವುದೇ ನಿಜವಾದರೆ ಇದು ಪೋಸ್ಟ್ ಗ್ರಾಜುಯೇಟ್ ಡಿಪ್ಲೊಮೊ ಅಷ್ಟೇ' ಎಂದರು. ನನಗೆ ಈ ಪ್ರಕಾರ ಇಷ್ಟ ಎನ್ನಬಹುದೇ ಹೊರತು ಇನ್ನೊಂದನ್ನು ಹೀಗಳೆಯಬಾರದು. ಈಗ ಈ ಸುಗಮ ಸಂಗೀತ ಪ್ರಕಾರಕ್ಕೆ ವಿಶ್ವವ್ಯಾಪಿತನ ದೊರೆತಿದೆ. ಇದಕ್ಕೂ ಸಾಕಷ್ಟು ವೇದಿಕೆಗಳಿವೆ. ರಾಜ್ಯೋತ್ಸವ, ಶಿಶುನಾಳ ಶರೀಫ ಪ್ರಶಸ್ತಿಗಳನ್ನೂ ಕರ್ನಾಟಕ ಸರ್ಕಾರವೇ ನೀಡುತ್ತಿದೆ.

1992ರಲ್ಲಿ ಬೆಂಗಳೂರಿನ ಕೃಷ್ಣರಾಜ ಪರಿಷನ್ಮಂದಿರದಲ್ಲಿ (ಸಾಹಿತ್ಯ ಪರಿಷತ್) ಒಂದು ಕಾರ್ಯಕ್ರಮವನ್ನು ಡಾ॥ ಎನ್.ಎಸ್. ಲಕ್ಷ್ಮೀನಾರಾಯಣ ಭಟ್ಟರ ಮೇಲ್ವಿಚಾರಣೆಯಲ್ಲಿ ಆಯೋಜನೆ ಮಾಡಲಾಗಿತ್ತು. ಸಾಹಿತ್ಯದ ಬಗ್ಗೆ ಭಾಷಣಗಳು, ಸುಗಮ ಸಂಗೀತಗಾರರಿಂದ ಭಾವಗೀತೆಗಳ ಹಾಡುಗಾರಿಕೆಯನ್ನು ಒಳಗೊಂಡ ಕಾರ್ಯಕ್ರಮವದು. ನನ್ನನ್ನು ಒಬ್ಬ ಭಾಷಣಕಾರಳಾಗಿ ಆಹ್ವಾನಿಸಿದ್ದರು. ನನ್ನ ಭಾಷಣದ ವಿಷಯ 'ಕಾವ್ಯ ಮತ್ತು ಸುಗಮ ಸಂಗೀತ'. ನಾನು ಅದೇ ಕ್ಷೇತ್ರದವಳಾಗಿದ್ದರಿಂದ ಸಹಜವಾಗಿ ನನ್ನ ಪಾಲಿಗೆ ಆ ವಿಷಯವನ್ನು ಕೊಟ್ಟಿದ್ದರು. ನಾನು ಸುಗಮ ಸಂಗೀತದ ಹುಟ್ಟಿನಿಂದ ಆವರೆಗೂ ಆ ಸಂಗೀತ ಪ್ರಕಾರ ಬೆಳೆದು ಬಂದಿರುವ ಮಾರ್ಗವನ್ನು ಗುರುತಿಸುತ್ತ, ಕಾವ್ಯಕ್ಕೂ ಸಂಗೀತಕ್ಕೂ ಇರುವ ಮಧುರ ಬಾಂಧವ್ಯವನ್ನು ವಿಶದೀಕರಿಸುತ್ತ 'ಕಾವ್ಯವೆಂದರೆ ತೋಟದಲ್ಲರಳಿದ ಹೂವುಗಳಂತೆ. ಆ ಹೂವುಗಳನ್ನು ಮಾಲೆ ಮಾಡಿ ಮನೆಮನೆಗೂ ಮುಟ್ಟಿಸುವ ಹೂವಾಡಗಿತ್ತಿಯರು ನಾವು, ಸುಗಮ ಸಂಗೀತಗಾರರು' ಎಂದು ಹೇಳಿದೆ. ಆ ಮಾತು ಕಿವಿಗೆ ಬೀಳುತ್ತಿದ್ದಂತೆಯೇ ಶ್ರೋತೃವೃಂದದಲ್ಲಿದ್ದ ಒಬ್ಬರು ನನ್ನ ಮಾತುಗಳನ್ನು ಪ್ರತಿಭಟಿಸಿದರು. ಸಭಿಕರಲ್ಲಿ ಹಾಗೆ ಎದ್ದು ನಿಂತು ಮಾತನಾಡಿದ ವ್ಯಕ್ತಿ ರಾಮಚಂದ್ರ ಶರ್ಮರೆಂಬುದನ್ನು ನಾನು ಗುರುತಿಸಿದೆ. ಶರ್ಮರು 'ನಾವು ಕಾವ್ಯವನ್ನು ರಚಿಸುವುದು ನೀವು ಹಾಡಲಿ ಎಂದಲ್ಲ. ನಮ್ಮ ಕಾವ್ಯವನ್ನು ನೀವು ಹಾಡಬೇಕಿಲ್ಲ. ಕಾವ್ಯ ಬರೆಯುವುದು ಓದಿಕೊಳ್ಳಲಿಕ್ಕೆ, ಹಾಡಲಿಕ್ಕಲ್ಲ' ಎಂದರು. ತಕ್ಷಣ ನಾನು 'ಶರ್ಮರೇ ನೀವು ಬರೆಯುವಂಥ ಕಾವ್ಯವನ್ನು ನಾವು ಹಾಡುವುದೂ ಇಲ್ಲ. ಹಾಡಿಗೊಂದು ಪಾಡಿದೆ ನೋಡಿ. ಹಾಡಲು ನಮಗೆ ಬೇಕು ಬೇಂದ್ರೆ, ಕುವೆಂಪು, ನರಸಿಂಹಸ್ವಾಮಿ, ಶಿವರುದ್ರಪ್ಪ, ಕಣವಿ, ಮುಗಳಿ, ಆನಂದಕಂದ ಇಂಥವರು' ಎಂದೆ. ಅವರು ಒಂದು ರೀತಿಯ ಛಲವಾದಿ. ತನ್ನ ನಂಬಿಕೆಗೆ ಬದ್ಧರಾದವರು. ಅನ್ಯದಾರಿಯನ್ನು ಒಪ್ಪದವರು.

ಒಂದೆರಡು ತಿಂಗಳು ಕಳೆದಿರಬಹುದು. ಒಂದು ದಿನ ನಾನು ಬೆಂಗಳೂರು ಆಕಾಶವಾಣಿಯನ್ನು ಕೇಳುತ್ತಿರುವಾಗ ಆಶ್ಚರ್ಯ ಕಾದಿತ್ತು. ಅದು ಭಾನುವಾರದ 'ನವಸುಮ' ಎಂಬ ವಿಶೇಷ ಕಾರ್ಯಕ್ರಮ. ಅದರ ವಿಶೇಷತೆಯೆಂದರೆ ಆ

ಒಂದು ತಿಂಗಳಿನ ಭಾನುವಾರಗಳು 'ನವಸುಮ'ವಾಗಿ ಅದೊಂದೇ ಹಾಡನ್ನು ಪ್ರಸಾರ ಮಾಡುವುದು. ಮೊದಲು ಆ ಕಾವ್ಯವನ್ನು ಬರೆದ ಕವಿಯೇ ಆ ಕವನವನ್ನು ಓದುವುದು. ನಂತರ ರಾಗ ಸಂಯೋಜನೆಯೊಂದಿಗೆ ಆ ಹಾಡು ಮೂಡಿಬರುವುದು. ಕೆಲವೊಮ್ಮೆ ಆಕಾಶವಾಣಿಯ ನಿಲಯದವರೇ ಕವನವನ್ನು ಓದುವ ಪ್ರಸಂಗವೂ ಉಂಟು (ಕವಿ ಬದುಕಿಲ್ಲದಿರುವಾಗ) ಅಥವಾ ಕವಿ ಓದಲು ಇಷ್ಟಪಡದಿದ್ದಾಗ. ಈ ಕಾರ್ಯಕ್ರಮಕ್ಕಾಗಿಯೇ, ಹೊಸ ಕವನವನ್ನು ಬರೆಸಿ ಕವಿಯಿಂದ ಓದಿಸುವುದೇ ಸಾಮಾನ್ಯವಾಗಿ ನಡೆಯುತ್ತಿದ್ದುದು. ಆದರೆ ಕುವೆಂಪು ಇತ್ಯಾದಿ ಕೆಲವು ಕವಿಗಳು ಕವನ ಓದಲು ಆಕಾಶವಾಣಿಗೆ ಬರುತ್ತಿರಲಿಲ್ಲ.ಹಾಂ, ಅಂದಿನ ನನ್ನ ಆಶ್ಚರ್ಯವೆಂದರೆ 'ನವಸುಮ'ಕ್ಕಾಗಿ ಹಾಡಿಸಿದ ಕವನ ಇದೇ ನಮ್ಮ ಪ್ರಸಿದ್ಧ ಕವಿ ಬಿ.ಸಿ. ರಾಮಚಂದ್ರ ಶರ್ಮರದಾಗಿತ್ತು. ಕಾವ್ಯವನ್ನು ಹಾಡುವುದರ ವಿರುದ್ಧ ಧ್ವನಿಯೆತ್ತಿದ ಕವಿಯ ಕಾವ್ಯವೇ ಹಾಡಾಗಿತ್ತು.

ಅದು ಕಳೆದು ಒಂದು ತಿಂಗಳಾಗಿತ್ತಷ್ಟೆ. ರಾಮಚಂದ್ರ ಶರ್ಮರು ಒಂದು ಕಾರ್ಯಕ್ರಮದ ಸಲುವಾಗಿ ಮೈಸೂರಿನ ಕಲಾಮಂದಿರಕ್ಕೆ ಬಂದಿದ್ದರು. ಆ ಸಂದರ್ಭದಲ್ಲಿ ನನಗವರ ಭೇಟಿಯಾಯ್ತು. ಕಾವ್ಯದ ಬಗ್ಗೆ ಶರ್ಮರ ನಿಲುವನ್ನು ಕಂಡಿದ್ದ ನಾನು, ಅವರು ಎದುರು ಸಿಕ್ಕಾಗ ಛೇಡಿಸದೇ ಬಿಡಲಿಲ್ಲ. 'ಏನು ಶರ್ಮರೇ, ನಿಮ್ಮ ಒಂದು ಕವನ, ರಾಗದುಡಿಗೆತೊಡುಗೆಗಳನ್ನು ತೊಟ್ಟು ಆಕಾಶವಾಣಿಯಿಂದ ಬಿತ್ತರಗೊಂಡಿತಲ್ಲ' ಎಂದೆ ನಾನು. ಅದಕ್ಕವರು ದೇಶಾವರಿ ನಗೆ ನಗುತ್ತ 'ಬಿಡಿ ಮ್ಯಾಡಮ್, ಕೂಸು ತಾಯಿಯ ಗರ್ಭದಲ್ಲಿರುವವರೆಗೂ ತಾಯಿಗೆ ಸೇರಿದ್ದು. ಹಡೆದ ಮೇಲೆ ಎಲ್ಲರ ಕೈಗೂಸು' ಎಂದರು. ನಾನು ನಕ್ಕೆ. ಪ್ರಾಯಶಃ ಅವರ ಅಭಿಪ್ರಾಯ ಆ ಮಟ್ಟಿಗೆ ಬದಲಾಗಿತ್ತು. ಖಂಡಿತವಾಗಿ ಯಾರೂ ಬದಲಾಗಬಾರದೆಂದೇನಿಲ್ಲವಲ್ಲ. ವ್ಯಕ್ತಿಯ ಇಂಥ ಬದಲಾವಣೆ ಬದುಕಿನ ಚಲನಶೀಲತೆಯ ಒಂದು ಉದಾಹರಣೆ ಎನ್ನಬಹುದು. ಮತ್ತೆ ಮುಂದೊಂದು ದಿನ ಅವರಿಂದ ಪತ್ರ ಬಂತು. 'ನನ್ನ ಹೊಸ ಕವನ ಸಂಕಲನದಲ್ಲಿ ನಿಮಗೆ ಕೆಲವು ಹಾಡುವಂಥ ಕವನಗಳು ಸಿಗಬಹುದು' ಎಂದು ಬರೆದಿದ್ದರು. ಅದು ತಪ್ಪೂ ಅಲ್ಲ. ಅಸಹಜವೂ ಅಲ್ಲ. ಅಂಥ ಬದಲಾವಣೆಗಳನ್ನು ನಾವು ಗೌರವಿಸಬೇಕು. ಗೌರವಿಸಲು ಕಲಿಯಬೇಕು. ಇದು ನಮ್ಮ ಶರ್ಮರು.

ಶಿಶುನಾಳ ಶರೀಫರ ಕಾವ್ಯವನ್ನು ಮುನ್ನೆಲೆಗೆ ತರುವ ಪ್ರಯತ್ನದಲ್ಲಿ ಲಕ್ಷ್ಮೀನಾರಾಯಣ ಭಟ್ಟರ ಶ್ರಮ ಬಹಳಷ್ಟಿದೆ. ಇದಕ್ಕೆ ಅವರಿಗೆ ಚಿಕ್ಕಂದಿನಲ್ಲಿ ಆದ ಗಾಢ ಪ್ರಭಾವವೆನ್ನಬಹುದು.

ಕಾಳಕತ್ತಲೆಯೊಳಗಿನ ಕವಿತೆ

ಎನ್.ಎಸ್. ಲಕ್ಷ್ಮೀನಾರಾಯಣ ಭಟ್ಟ

ಪರಿಸರ ಎನ್ನುವುದು ಒಂದು ವ್ಯಕ್ತಿಯ ಬಾಳನ್ನು ರೂಪಿಸುವುದರಲ್ಲಿ ಎಷ್ಟೊಂದು ಪ್ರಭಾವಶಾಲಿ ಎನ್ನುವುದು ಅಕ್ಷರಶಃ ನಿಜ. ಹುಟ್ಟಿದ ಮನೆಯ ಪ್ರಭಾವದ ಜೊತೆಗೆ ಹುಟ್ಟಿದ ಊರಿನ ಪರಿಸರವೂ ವ್ಯಕ್ತಿಯ ಬದುಕನ್ನು ರೂಪಿಸುವುದರಲ್ಲಿ ತನ್ನ ಪ್ರಭಾವವನ್ನು ಖಂಡಿತವಾಗಿಯೂ ಬೀರಬಲ್ಲದು. ಊರಿನ ಬಗ್ಗೆ ಮಾತನಾಡುವುದಕ್ಕೆ ನನಗೊಂದು ಕಾರಣವಿದೆ. ನನಗೆ ಶಿವಮೊಗ್ಗ ನೆನಪಾಗುತ್ತಿದೆ. ಶಿವಮೊಗ್ಗ ಜಿಲ್ಲೆಯೇ ನಿಸರ್ಗಭರಿತವಾದ ಮಲೆನಾಡಿನ ಒಂದು ಅವಿಭಾಜ್ಯ ಅಂಗವೆನ್ನಬಹುದು. ಜೊತೆಗೆ ಶಿವಮೊಗ್ಗ ನಗರವೂ ಕರ್ನಾಟಕದ ಸಾಂಸ್ಕೃತಿಕ ರಾಜಧಾನಿ ಎನಿಸಿಕೊಂಡಿರುವುದು ಆಶ್ಚರ್ಯವೇನಲ್ಲ. ಇಲ್ಲಿನ ಕಲೆ ಮತ್ತು ಸಂಸ್ಕೃತಿ ಪ್ರಾಯಶಃ ಜನರನ್ನು ಸುಸಂಸ್ಕೃತರನ್ನಾಗಿಸಿದೆ. ಕನ್ನಡ ಭಾಷಾ ಪ್ರೇಮವಂತೂ ಇಲ್ಲಿಯ ಜನರ ಧಮನಿ ಧಮನಿಯಲ್ಲೇ ಹರಿದು

ಬರುತ್ತಿದೆ ಎನಿಸುತ್ತದೆ. ಮಲೆನಾಡಿನದೊಂದು ಗುಣವೇ ಅಂಥದೇನೋ, ಅದರ ಗಂಧ ಗಾಳಿಯೇ ಅಂಥದೇನೋ. ಹಿಂದೆ ಅಲ್ಲಿ ನಡೆಯುತ್ತಿದ್ದ ಹರಿಕಥೆ, ಸಂಗೀತ, ಗಮಕವಾಚನ, ಧಾರ್ಮಿಕ ಪ್ರವಚನಗಳು, ಸಂಸ್ಕೃತ ಹಾಗೂ ವೇದಶಾಸ್ತ್ರ ಪಂಡಿತರ ನಿವಾಸಗಳು ಒಂದೇ ಎರಡೇ, ಪುಸ್ತಕ ಪ್ರೇಮಿಗಳು, ಪುಸ್ತಕ ಭಂಡಾರಗಳು ಎಲ್ಲವೂ ಅಲ್ಲಿಯ ಆಸ್ತಿ. ಇಂಥ ಪರಿಸರದಲ್ಲಿ ಹುಟ್ಟಿದ ವ್ಯಕ್ತಿಗೆ ಅದರ ಪ್ರಭಾವ ಆಗದಿದ್ದೀತೇ?

ಎನ್.ಎಸ್. ಲಕ್ಷ್ಮೀನಾರಾಯಣ ಭಟ್ಟರು ಹುಟ್ಟಿದ್ದು ಇಂಥ ಸರಸತಿಯ ತಾಣವಾದ ಶಿವಮೊಗ್ಗೆಯಲ್ಲಿ. ಮನೆಯ ಪಾಲಿಗೆ ಲಕ್ಷ್ಮಿ ಮುನಿಸಿಕೊಂಡಿದ್ದರೂ ಸರಸ್ವತಿಯ ಕೃಪಾಕಟಾಕ್ಷವಿತ್ತೆಂದೇ ಹೇಳಬೇಕು. ಭಟ್ಟರ ತಂದೆ ಬಡವರಾಗಿದ್ದರೂ ವಿದ್ಯಾವಂತರೆಂದೂ, ಸಂಸ್ಕೃತ, ವೇದ ಶಾಸ್ತ್ರಗಳನ್ನು ಅರಿತವರೆಂದೂ ಊರಿನಲ್ಲಿ ಅವರಿಗೆ ತುಂಬಾ ಗೌರವವಿತ್ತು. ಶಿಷ್ಯರಿಗೆಲ್ಲಾ ವೇದ ಮಂತ್ರವನ್ನು ಕಲಿಸಿದವರು

ಲಕ್ಷ್ಮೀನಾರಾಯಣ ಭಟ್ಟರವರ ತಂದೆ ಶಿವರಾಮ ಭಟ್ಟರು. ಆದರೆ ತಂದೆಯಿಂದ ವೇದ ಮಂತ್ರ ಕಲಿಯುವ ಯೋಗ ಮಗನಿಗೇ ಇರಲಿಲ್ಲ. ಕಾರಣ ಮಗು ಲಕ್ಷ್ಮೀನಾರಾಯಣ ಒಂದುವರೆ ವರ್ಷವಾಗಿದ್ದಾಗಲೇ ತಂದೆ ಶಿವರಾಮ ಭಟ್ಟರು ತೀರಿಕೊಂಡುಬಿಟ್ಟರು.

ಹುಡುಗ ತುಂಬಾ ಬುದ್ಧಿಶಾಲಿ. ನೆನಪಿನ ಶಕ್ತಿ ಎಂದು ಅಗಾಧ. ಚಿಕ್ಕಂದಿನಿಂದಲೇ ಸಂಗೀತ ಸಾಹಿತ್ಯ ಪ್ರೇಮ ತುಂಬಾ ಚಿಕ್ಕ ವಯಸ್ಸಿನಲ್ಲಿಯೇ ಗಮಕವಾಚನ, ಹರಿಕಥೆ, ಸಂಗೀತ, ಕಲೆಯನ್ನು ಅದು ನಡೆಯುವ ಸ್ಥಳಕ್ಕೆಲ್ಲ ಹೋಗಿ ಕಲಾವಿದರ ಮುಂದೆಯೇ ಕುಳಿತು ಕಲೆಗಳಿಗೆ ಕಿವಿಯಾಗಿದ್ದ ಹುಡುಗ. ಮನೆಯಲ್ಲಿ ವಾರದಲ್ಲಿ ಮೂರು ನಾಲ್ಕು ದಿನ ರಾತ್ರಿ ಬುಡ್ಡಿ ದೀಪದ ಸುತ್ತ ಕುಳಿತು ಈ ಹುಡುಗ ಹಾಗೂ ಅವನ ಅಕ್ಕಂದಿರು ಸರದಿಯ ಪ್ರಕಾರ ಕಾದಂಬರಿಗಳನ್ನು ಓದುವ ಪದ್ಧತಿ ಇತ್ತು. ಇಂಥ ವಾಚನ ಅಭಿರುಚಿ ಬೆಳೆದದ್ದು ತಾಯಿ ಮೂಕಾಂಬಿಕೆಯವರಿಂದ ಅವರು ಸರಾಗವಾಗಿ ಓದದಿದ್ದರೂ ಮಕ್ಕಳಿಂದ ಪುಸ್ತಕಗಳನ್ನು ತರಿಸಿ ಹೀಗೆ ಕಾದಂಬರಿಗಳನ್ನು ಓದಿಸಿ ಕೇಳುತ್ತಿದ್ದರು. ಮನೆಯಲ್ಲಿ ಎಲ್ಲರಿಗೂ ಅಂಥಾ ಸಾಹಿತ್ಯ ಪ್ರೇಮವಿತ್ತು.

ಕಡು ಬಡತನವಿದ್ದರೇನು? ಓದಲೇಬೇಕೆಂಬ ಹಠ, ಛಲ, ಗುರಿ ಇದ್ದರೆ ಸಾಧನೆಯ ದಾರಿಯಲ್ಲಿ ಎಂಥ ಅಡ್ಡಿ ಆತಂಕ ಬಂದರೂ ಗುರಿಯ ಸಾಧಿಸಬಹುದು. ಹುಡುಗ ಲಕ್ಷ್ಮೀನಾರಾಯಣ ತನಗಿಂತ ಚಿಕ್ಕ ತರಗತಿಯವರಿಗೆ ಪಾಠ ಮಾಡಿದ, ತಾಯಿ ಅವರಿವರ ಮನೆಯಲ್ಲಿ ಕೆಲಸ ಮಾಡಿದರು. ಹಾಗಾಗಿ ಶಿವಮೊಗ್ಗೆಯಲ್ಲಿ

ಇಂಟರ್‌ಮೀಡಿಯೆಟ್ ಪೂರೈಸಿದ. ಮುಂದೆ ಓದಲು ಮೈಸೂರಿಗೆ ಪಯಣ. ಶಿವಮೊಗ್ಗೆಯ ಕೆಲವು ಹಿತಚಿಂತಕರು ಅಲ್ಲಿ ವಾರಾನ್ನ ಮಾಡಿಕೊಂಡು ಓದು ಮುಂದುವರಿಸಬಹುದೆಂದು ಸಲಹೆ ನೀಡಿದ್ದರು. ತ.ಸು. ಶ್ಯಾಮರಾಯರು, ಎಸ್.ವಿ. ರಂಗಣ್ಣನವರು ಸಹಾಯ ಮಾಡ್ತಾರೆ ಅಂತಲೂ ಹೇಳಿ ಕಳುಹಿಸಿದ್ದರು. ಹಾಗಾಗಿ ಮೈಸೂರಿಗೆ ಬಂದು ವಾರಾನ್ನ ಮಾಡಿಕೊಂಡು ಮಹಾರಾಜ ಕಾಲೇಜಿಗೆ ಸೇರಿಕೊಂಡರು. ಓದಲು ಬುಡ್ಡಿ ದೀಪ ಇಲ್ಲವೇ ಬೀದಿ ದೀಪ. ಅಂದಿನ ಕಾಲದಲ್ಲಿ ಹೀಗೆ ಕಷ್ಟಪಟ್ಟು ಓದಿ ಮುಂದೆ ಬಂದವರೇಷ್ಟೋ. ಆ ಗುಂಪಿಗೆ ಲಕ್ಷ್ಮೀನಾರಾಯಣ ಭಟ್ಟರೂ ಸೇರುತ್ತಾರೆ. ಮೈಸೂರಿನ ಮಹಾರಾಜ ಕಾಲೇಜಿನಲ್ಲಿ ಎಂ.ಎ. ಮಾಡಿ ನಂತರ ಅವರು ಬೆಂಗಳೂರು ವಿಶ್ವವಿದ್ಯಾನಿಲಯದಲ್ಲಿ ಪಿ.ಎಚ್.ಡಿ ಮಾಡ್ತಾರೆ. ಬೆಂಗಳೂರಿನ ಆಚಾರ್ಯ ಪಾಠಶಾಲೆಯಲ್ಲಿ ನಾಲ್ಕು ವರ್ಷಗಳು ಅಧ್ಯಾಪಕರಾಗಿ ಕೆಲಸ ಮಾಡಿದರು. ನಂತರ ಬೆಂಗಳೂರು ವಿಶ್ವವಿದ್ಯಾನಿಲಯದ ಕನ್ನಡ ವಿಭಾಗಕ್ಕೆ ಅಧ್ಯಾಪಕರಾದರು. ನಂತರದ ದಿನಗಳಲ್ಲಿ ಆರ್ಟ್ಸ್ ಫ್ಯಾಕಲ್ಟಿ ಡೀನ್ ಆಗಿ ನಿವೃತ್ತರಾದರು. ಬಡತನದ ಬೇಗೆಯಲ್ಲಿ ಬೆಂದ ವ್ಯಕ್ತಿ ಹೇಗೆ ಹಠ, ಛಲ, ಸಾಧನೆಯಿಂದ ಶಿಖರದೆತ್ತರಕ್ಕೆ ಏರಬಹುದು ಎಂಬುದಕ್ಕೆ ಸಾಕ್ಷಿಯಾಗಿ ನಿಲ್ಲುತ್ತಾರೆ ಲಕ್ಷ್ಮೀನಾರಾಯಣ ಭಟ್ಟರು.

ಚಿಕ್ಕ ವಯಸ್ಸಿನಿಂದ ಲಕ್ಷ್ಮೀನಾರಾಯಣ ಭಟ್ಟರಿಗೆ ಹಾಡಿನ ಗೀಳು. ಶಿವಮೊಗ್ಗೆಯ ಸಾಂಸ್ಕೃತಿಕ ಪರಿಸರದಲ್ಲೇ ಬೆಳೆದ ಹುಡುಗ ಜೊತೆಗೆ ಹುಟ್ಟಿನಿಂದಲೇ ಬಂದ ಸಂಸ್ಕಾರ ಹುಡುಗನ ಮನಸ್ಸನ್ನು ಹಾಡಿನತ್ತ ಎಳೆಯುತ್ತಿತ್ತು. ಶಾಲೆಯಲ್ಲಿ ಓದುತ್ತಿದ್ದಾಗ ಭಜನೆಯನ್ನು ಹಾಡಲು ಆಯ್ಕೆಯಾಗಿದ್ದ ಹುಡುಗ ಸಹಜವಾಗಿ ಹಾಡಿನತ್ತ ಒಲಿದದ್ದು ಆಶ್ಚರ್ಯವೇನಲ್ಲ. ಜೊತೆಗೆ ಓದುವ ಹಂಬಲ. ಹಳೆಗನ್ನಡದ ಕಾವ್ಯಗಳನ್ನೂ ಓದಿಕೊಂಡಿದ್ದ ಹುಡುಗನಿಗೆ ಕಾವ್ಯಕನ್ನಿಕೆ ಒಲಿದು ಆಶೀರ್ವದಿಸಿದ್ದು ಆಶ್ಚರ್ಯವೇನಲ್ಲ. ಶಿವಮೊಗ್ಗೆಯಲ್ಲಿದ್ದಾಗಲೇ ಕಾವ್ಯಗಳನ್ನು ರಚಿಸಲು ತೊಡಗಿದ್ದ ಹುಡುಗ. ಕಾಲಕ್ರಮೇಣ ಅದು ಪರಿಪಕ್ವತೆಯ ಕಡೆಗೆ ಸಾಗಿತು.

ಮೈಸೂರಿಗೆ ಬಂದ ಮೇಲೆ ಅನೇಕ ಹೆಸರಾಂತ ಸಂಗೀತಗಾರರ ಸಂಗೀತ ಕಚೇರಿಗಳಿಗೆ ಹೋಗುತ್ತಿದ್ದ. ಮಹಾರಾಜ ಕಾಲೇಜಿನಲ್ಲಿ ಓದುತ್ತಿದ್ದ ದಿನಗಳವು. ಐವತ್ತರ ದಶಕದಲ್ಲಿ ಕಾಳಿಂಗರಾವ್ ಹಾಗೂ ನಾನು ಆಕಾಶವಾಣಿಯಲ್ಲಿ ಭಾವಗೀತೆಗಳನ್ನು ಹಾಡುತ್ತಿದ್ದ ಕಾಲ.

ಆ ಸಮಯದಲ್ಲಿಯೇ ಭಟ್ಟರು ಸುಗಮ ಸಂಗೀತಕ್ಕೆ ಒಲಿದದ್ದು ಎಂದು ಅವರೇ ಹೇಳಿಕೊಂಡಿದ್ದಾರೆ. ಅವರಿಗೆ ಆಗ ನನ್ನ ಹಾಡಿಕೆಯ ಬಗ್ಗೆ ಅನಿಸಿದ ಮಾತುಗಳನ್ನು ಅವರ ಮಾತಿನಲ್ಲಿಯೇ ಕೇಳುವುದಾದರೆ

ಗಾನ ಯಾನ
ಕಾವ್ಯ ಮಿಲನ

> 'ಸುಗಮ ಸಂಗೀತದ ನೀಲಾಕಾಶದಲ್ಲಿ ಥಳಥಳಿಸುವ ಬೆಳ್ಳಿ ತಾರೆಯಾಗಿ ಮೂಡಿ ಸಂಗೀತಪ್ರಿಯರೆಲ್ಲರ ಗಮನ ಸೆಳೆದ ಅನನ್ಯ ಗಾಯಕಿ ಎಚ್.ಆರ್. ಲೀಲಾವತಿ. ಅವರು ಹಾಡಿದ ಗೀತೆಗಳು ಸುಗಮ ಸಂಗೀತದ ಆರಂಭದ ದಿನಗಳಲ್ಲಿ ಒಂದು ಹೊಸ ಶಕ್ತಿಧಾರೆಯಾಗಿ ನಾಡಿನ ಪೂರ್ತಿ ಹರಿಯಿತು. ನಾನು ಮಹಾರಾಜ ಕಾಲೇಜಿನಲ್ಲಿ ಓದುತ್ತಿದ್ದ ದಿನಗಳು. ಲೀಲಾವತಿ ಆಗಲೇ ಕನ್ನಡ ಭಾವ ಗಾಯನ ಕ್ಷೇತ್ರದಲ್ಲಿ ಒಬ್ಬ ತಾರೆಯಾಗಿಬಿಟ್ಟಿದ್ದರು. ಅದು ಕನ್ನಡ ಗೀತೆಗಳ ವಸಂತಕಾಲ. 'ನಾಗಿನ್'ನಂಥ ಚಿತ್ರಗಳ ರಮಣೀಯ ಹಿಂದಿ ಚಿತ್ರಗಳ ಪ್ರಬಲ ಸೆಳೆತವನ್ನೂ ಎದುರಿಸಿ ಕನ್ನಡ ಗೀತೆಗಳು ಜನಮನಕ್ಕೆ ಲಗ್ಗೆ ಇಟ್ಟ ಕಾಲ. ಇನ್ನೂ ವಿದ್ಯಾರ್ಥಿಯಾಗಿದ್ದ ನಾನು ರಾತ್ರಿ ಯಾರ ಮನೆಯ ರೇಡಿಯೋದಿಂದಲೋ ಹರಿದು

> ಬರುತ್ತಿದ್ದ ಲೀಲಾವತಿಯವರ ಗಾಯನವನ್ನು ಫುಟ್‌ಪಾತಿನ ಮರಗಳ ಮರೆಯಲ್ಲಿ ನಿಂತು ಪೂರ್ತಿಯಾಗಿ ಕೇಳಿ ಮುಂದೆ ಸಾಗಿದ ಸಂದರ್ಭವೊಂದು ನೆನಪಿಗೆ ಬರುತ್ತಿದೆ. ಲೀಲಾವತಿ ಆಗ ನಮ್ಮ ಆದರ್ಶ ಗಾಯಕಿ. ಮಹಾರಾಣಿ ಕಾಲೇಜಿನಲ್ಲಿ ಅವರ ಗಾಯನವಿದ್ದಾಗ ಹುಡುಗಿಯರ ಕಾಲೇಜಿನ ಕಾಂಪೌಂಡಿನೊಳಗೆ ಅಕ್ರಮ ಪ್ರವೇಶ ಮಾಡಿ ಹಾಡು ಕೇಳಿದ ಆಸಾಮಿ ನಾನು.
>
> ಕನ್ನಡದ ಅನೇಕ ಶ್ರೇಷ್ಠ ಭಾವಗೀತೆಗಳ ಕವಿಯಾದ ಜಿ.ಎಸ್. ಎಸ್ ಅವರನ್ನೂ ಮತ್ತು ಮುಂದೆ ಎಪ್ಪತ್ತು ಎಂಭತ್ತರ ದಶಕದಲ್ಲಿ ಭಾವಗೀತೆಗಳ ಪುನರುಜ್ಜೀವನಕ್ಕೆ ತೆತ್ತುಕೊಂಡ ನನ್ನನ್ನೂ ಹೀಗೆ ಮರಳು ಮಾಡಿದ ಗಾಯಕಿ ಲೀಲಾವತಿ. ನಾನು ಮುಂದೆ ಭಾವಗೀತೆಗಳನ್ನು ರಚಿಸಿ ಅದನ್ನು ಲೀಲಾವತಿ ಹಾಡುವಂತಾಗಬೇಕೆಂದು ಕನಸು ಕಂಡವನು ನಾನು. ಅದು ನನಸಾಯಿತೆನ್ನುವುದು ನನ್ನ ಭಾಗ್ಯ'.

ಲಕ್ಷ್ಮೀನಾರಾಯಣ ಭಟ್ಟರಿಗೆ ಸುಗಮ ಸಂಗೀತದ ಬಗೆಗೆ ಎಂಥ ಪ್ರೇಮ ಆಸಕ್ತಿ ಇತ್ತೆನ್ನುವುದು ಉತ್ತರ ಅವರ ಮಾತುಗಳಿಂದಲೇ ವ್ಯಕ್ತವಾಗುತ್ತದೆ ಕಾಳಿಂಗರಾವ್, ಮೈಸೂರು ಅನಂತಸ್ವಾಮಿ, ಅಶ್ವತ್ಥ್ ಇತ್ಯಾದಿ ಕಲಾವಿದರ ಬಗೆಗೂ ಮೆಚ್ಚುಗೆಯ ಮಾತನಾಡಿದ್ದಾರೆ.

ಹೀಗೆ ಒಂದು ಸಂದರ್ಭದಲ್ಲಿ ನನಗೆ ಮತ್ತು ನನ್ನ ಪತಿ ರಘುರಾಂಗೆ ಲಕ್ಷ್ಮೀನಾರಾಯಣ ಭಟ್ಟರ ಪರಿಚಯವಾಯ್ತು. ಅವರು ಕವಿ, ನಾವು ಗಾಯಕರು. ಹೀಗಾಗಿ ನಮ್ಮ ಪರಿಚಯ ಸ್ನೇಹಕ್ಕೆ ತಿರುಗಲು ಹೆಚ್ಚು ವೇಳೆ ಬೇಕಾಗಲಿಲ್ಲ. ಕವಿ, ಗಾಯಕರು, ಭಾವಗೀತಾ ವಲಯದಲ್ಲಿ ಪರಸ್ಪರ ಆಧಾರಪಡುವವರು ತಾನೇ. ಅವರು ಅಂದರೆ ಕವಿಗಳು ಕಾವ್ಯದ ಬುತ್ತಿಯನ್ನು ಕಟ್ಟಿಕೊಟ್ಟರೆ, ಭಾವಗೀತಾ ಗಾಯಕರು ರಾಗದ ಮೇಲೋಗರ ಮಾಡಿ, ಕಾವ್ಯಗಾಯನವನ್ನು ರಸಿಕ ವೃಂದಕ್ಕೆ ಉಣಬಡಿಸುತ್ತೇವೆ. ಇನ್ನೂ ಬೇರೆ ತರಹದಲ್ಲಿ ಹೇಳಬಹುದಾದರೆ ಕವಿ ಕಾವ್ಯ ತೋಟದಲ್ಲರಳಿದ ಹೂವುಗಳಂತೆ. ನಾವು ಗಾಯಕರು ಹೂವುಗಳ ಮಾಲೆಗಾರರು. ಮಾಲೆಗಳನ್ನು ಮನೆಮನೆಗೂ ಮುಟ್ಟಿಸುತ್ತೇವೆ. ಅಥವಾ ಕವಿಗಳು ನೀಡುವ ಕಾವ್ಯ ಬಂಗಾರಕ್ಕೆ ನಾವು ರಾಗದ ರೂಪುರೇಷೆಯನ್ನು ನೀಡುತ್ತೇವೆ. ಅದು ಹೇಗೆ ಹೇಳಿದರೂ ಕವಿಗೂ ಗಾಯಕರಿಗೂ ಒಂದು ಅವಿನಾಭಾವ ಸಂಬಂಧವಿದೆ. ಹಾಗಾಗಿ ಲಕ್ಷ್ಮೀನಾರಾಯಣ ಭಟ್ಟರಿಗೂ ನಮಗೂ ಮೈತ್ರಿ ಗಾಢವಾಗುತ್ತಾ ಹೋಯಿತು. ಅವರು ಬೆಂಗಳೂರಿನಿಂದ ಮೈಸೂರಿಗೆ ಬಂದಾಗ ಸಾಮಾನ್ಯವಾಗಿ ನಮ್ಮ ಮನೆಗೂ ಬರುತ್ತಿದ್ದರು. ಅವರು ಯಾವಾಗಲೂ ಅನ್ನುತ್ತಿದ್ದರು? 'ಏನ್ ಲೀಲಾವತಿಯವರೇ ನಿಂತರೆ ಸಂಗೀತ, ಕೂತರೆ ಸಂಗೀತ, ಮಾತೆತ್ತಿದರೆ ಸಂಗೀತವಾದ ಮನೆ ಇದು' ಎಂದು. ಅವರು ಬಂದ ಮೇಲೆ ಕಾವ್ಯ, ಲಘು ಸಂಗೀತ, ಸಾಹಿತ್ಯ ಇಂಥ ವಿಷಯಗಳ ಮೇಲೆ ಹರಟೆ, ಅಭಿಪ್ರಾಯ ಹಂಚಿಕೆ ಇತ್ಯಾದಿ ತಪ್ಪದೇ ನಡೆಯುತ್ತಿತ್ತು.

ಜನಪ್ರಿಯವಾದ ಸಾಹಿತ್ಯ ಶ್ರೀಮಂತವಾದ ಭಾವಗೀತಾ ಗಾಯನ ಕುರಿತು ಶಾಸ್ತ್ರೀಯ ಸಂಗೀತದ ಹಲವು ವಿದ್ವಾಂಸರಿಗಿರುವ ತಿರಸ್ಕಾರ. ರಬೀಂದ್ರ ಸಂಗೀತ, ಅಸ್ಸಾಮಿ ಸಂಗೀತ, ಬಂಗಾಳಿ ಭಾವ ಗಾಯನ, ಮರಾಠಿ ಭಾವ ಗಾಯನದ ವೈವಿಧ್ಯತೆ. ಅಲ್ಲಿ ಲಘು ಸಂಗೀತಕ್ಕಿರುವ ಗೌರವ ಹೀಗೆ ಎಲ್ಲೆಲ್ಲೋ ನಮ್ಮ ಮಾತು ಸಾಗುತ್ತಿತ್ತು. ಉತ್ತಮ ಕಾವ್ಯದ ಬಲದಿಂದಾಗಿ ಲಘು ಸಂಗೀತ ಪಡೆದುಕೊಂಡಿರುವ ಲಾಭ, ಬೇರೆ ಯಾವ ಸಂಗೀತ ಪ್ರಕಾರಕ್ಕೂ ಇಲ್ಲ ಎನ್ನುವ ಮತ ಭಟ್ಟರದು. ಆ ಮಾತನ್ನು ನಾನು ಒಪ್ಪುತ್ತಿರಲಿಲ್ಲ. ಪ್ರತಿಯೊಂದು ಶೈಲಿಯ ಸಂಗೀತಕ್ಕೂ ಅದರದೇ ಆದ ಸ್ವರೂಪ, ಮಹತ್ವವಿದೆ. ಸಂಗೀತ ರಸಿಕರು ಅವರವರ ಭಾವ ಲಹರಿಗೆ ತಕ್ಕಂತೆ ಸಂಗೀತವನ್ನು ಆಸ್ವಾದಿಸುತ್ತಾರೆ. ಇದೇ ಎಲ್ಲಕ್ಕಿಂತ ಹೆಚ್ಚು ಎಂಬ ನಿಮ್ಮ ಮಾತನ್ನು ನಾನು ಒಪ್ಪಲಾರೆ. ಎಲ್ಲದಕ್ಕೂ ಅದರದೇ ಆದ ಸ್ವರೂಪವಿದೆ ಎಂದ ತಕ್ಷಣ ಅವರಿಗೆ ಅಸಹನೆ ಶುರುವಾಗಿಬಿಡೋದು. ಅವರ ಮಾತೇ ಸರಿ. ಅದನ್ನೇ ಒಪ್ಪಿಕೊಳ್ಳಬೇಕೆಂಬ ಇರಾದೆ ಅವರದು. ಅನೇಕ ವೇಳೆ ನಮ್ಮ ವಾದ ವಿವಾದಗಳು ಮುಗಿಯದ ಯುದ್ಧವಾಗುತ್ತಿತ್ತು. ಆ ವಿಷಯದಲ್ಲಿ ಅವರೊಂದು

ತರಹ ಹಠಮಾರಿ. ಅವರು ನವ್ಯ ಕವಿಯೂ ಹೌದು. ನವೋದಯ ಕವಿಯೂ ಹೌದು. ಭಾವಗೀತಾ ಗಾಯಕರಿಗೆ ಭಟ್ಟರು ಅತ್ಯಂತ ಉನ್ನತ ಮಟ್ಟದ ಕಾವ್ಯವನ್ನು ನೀಡಿದ್ದಾರೆ. ಅದರಲ್ಲಿ ಎರಡು ಮಾತಿಲ್ಲ. ಸಂಖ್ಯೆಯೂ ಅಪಾರ.

ಲಕ್ಷ್ಮೀನಾರಾಯಣ ಭಟ್ಟರ ಬಗ್ಗೆ ನನಗೆ ಅಪಾರ ಗೌರವ ಇರುವುದರಿಂದಲೇ ನನ್ನ ಮೊಟ್ಟಮೊದಲ ಕವನ ಸಂಗ್ರಹ 'ಲಹರಿ'ಗೆ ಭಟ್ಟರಿಂದ ಪುಸ್ತಕದ ಮುನ್ನುಡಿಯನ್ನು ಬರೆಸಿರುವುದು. ತುಂಬಾ ಒಳ್ಳೆಯ ಮಾತುಗಳನ್ನೂ ಆಡಿದ್ದಾರೆ. ಕೆಲವೊಂದು ಸಲಹೆಗಳನ್ನೂ ಕೊಟ್ಟಿದ್ದಾರೆ.

> 'ಲೀಲಾವತಿಯವರ ಈ ಗೀತೆಗಳಲ್ಲಿ ಭಾವುಕ ಜೀವವೊಂದರ ಸಂವೇದನೆ, ನುಡಿ ಮಿಡಿತಗಳು ಕಾಣುತ್ತವೆ. ಇವುಗಳನ್ನು ಓದಿದ ಯಾರಿಗೂ ಅವರು ಸಾಕಷ್ಟು ಸಾಹಿತ್ಯಾಭ್ಯಾಸ ಮಾಡಿದವರು.

> ಕವಿತೆಗಳಲ್ಲಿ ಒಲವುಳ್ಳವರು ಎನ್ನುವುದು ತಾನಾಗಿ ತಿಳಿದೀತು. ಶುದ್ಧವಾದ ಪದಜ್ಞಾನ, ಮಾತ್ರಾಲಯಗಳ ಮೇಲಿನ ಹಿಡಿತ, ಹಿತವಾದ ಮಾತಿನ ಹೆಣಿಗೆ ಇವೆಲ್ಲ ಈ ಗೀತೆಗಳಲ್ಲಿವೆ. ಗಾಯನಕ್ಕಾಗಿಯೇ ಬರೆದುದಾದುದರಿಂದ ಅವುಗಳ ಆಕೃತಿಯೂ ಅದಕ್ಕೆ ಹೊಂದುವಂತೆ ಒಂದು ಮಿತಿಯಲ್ಲಿದೆ'

ಎಂದು ಬರೆದಿದ್ದಾರೆ.

ಮುಂದೆ ನನ್ನ ಮೊಟ್ಟಮೊದಲ ಭಾವಗೀತೆಗಳ ಕ್ಯಾಸೆಟ್ ಬಿಡುಗಡೆಯ ಸಮಾರಂಭಕ್ಕೂ ಲಕ್ಷ್ಮೀನಾರಾಯಣ ಭಟ್ಟರೇ ಬಂದು ಕ್ಯಾಸೆಟ್ ಬಿಡುಗಡೆ ಮಾಡಿದರು. ಅದರಲ್ಲಿ ಭಟ್ಟರ ರಚನೆ 'ಬಾರೋ ವಸಂತ ಬಾರೋ ಬಾ' ಕೂಡ ಹಾಡಿದ್ದೇನೆ. ಹಾ.ಮಾ. ನಾಯಕರ ಅಧ್ಯಕ್ಷತೆಯಲ್ಲಿ ಆ ಕಾರ್ಯಕ್ರಮ ನಡೆಯಿತು.

ಹಿಂದಿನ ಚಲನಚಿತ್ರ ಗೀತೆಗಳ ರಾಗ ಸಂಯೋಜನೆಗೂ, ಈಗಿನ ಚಲನಚಿತ್ರ ರಾಗ ಸಂಯೋಜನೆಯ ಕ್ರಮಕ್ಕೂ ಅಜಗಜಾಂತರ ವ್ಯತ್ಯಾಸವಾಗಿದೆ. ಹಿಂದೆ ಚಲನಚಿತ್ರ ಸಾಹಿತಿಗಳ ಕೈಲಿ ಸಾಹಿತ್ಯವನ್ನು ಬರೆಸಿ ನಂತರ ಅದಕ್ಕೆ ಸಂಗೀತ ನಿರ್ದೇಶಕರಿಂದ ರಾಗ ಸಂಯೋಜನೆ ಮಾಡಿಸುವ ಕ್ರಮವಿತ್ತು. ಆದರೆ ಬದಲಾದ ಇಂದಿನ ಸಂದರ್ಭದಲ್ಲಿ ಸಿದ್ಧವಾದ ಟ್ಯೂನ್‌ಗೆ ಸಾಹಿತ್ಯ ಬರೆಸುವ ಪದ್ಧತಿ ಬಂದುಬಿಟ್ಟಿದೆ. ಸಾಹಿತ್ಯ ಮೊದಲು ಸಿದ್ಧವಾದರೆ ಆ ಸಾಹಿತ್ಯದ ಅರ್ಥ ಭಾವವನರಿತು ರಾಗ ಸಂಯೋಜಿಸಬಹುದಿತ್ತು. ಎಲ್ಲಾ ವಿಚಿತ್ರ. ಕಾವ್ಯವೆಂದರೆ

'ಬುದ್ಧಿ ಭಾವಗಳ ವಿದ್ಯುದಾಲಿಂಗನ' ಎಂಬ ಮಾತೊಂದಿದೆ. ಅದೇ ರೀತಿ ಚಲನಚಿತ್ರ ಗೀತೆಗಳೂ ಅರ್ಥ ಭಾವಪೂರಣವೇ. ಅದಕಾಗಬೇಕು ರಾಗ ಸಂಯೋಜನ. ಉಲ್ಟಾಪಲ್ಟಾ ಅಲ್ಲ.

1980–81ರಲ್ಲಿ ಲಕ್ಷ್ಮೀನಾರಾಯಣ ಭಟ್ಟರು ಬೆಂಗಳೂರು ವಿಶ್ವವಿದ್ಯಾನಿಲಯದಲ್ಲಿ ರೀಡರ್ ಆಗಿದ್ದರು. ಕವಿ ಎಂದ ಬಳಿಕ ಅವರಿಗೆ ಸಾರ್ವಜನಿಕ ವೇದಿಕೆ, ಆಕಾಶವಾಣಿ, ದೂರದರ್ಶನ ಎಲ್ಲಾ ಕಡೆಯೂ ಸಂಪರ್ಕವಿರುತ್ತದೆ. ಎಲ್ಲ ಕಡೆಯೂ ಕವಿಗೆ ಗೌರವವಿದೆ. 1956ರಿಂದ ಬೆಂಗಳೂರು ಆಕಾಶವಾಣಿ ಒಂದು ಹೊಸ ರೂಪದ ಕಾರ್ಯಕ್ರಮವನ್ನು ಹಮ್ಮಿಕೊಂಡಿರುವುದುಂಟು. ಮೊದಮೊದಲು 'ನವಸುಮ' ಎನ್ನುವುದು ವಾರದ ಹೊಸ ಹಾಡಾಗಿ ನಂತರದ ವರ್ಷಗಳಲ್ಲಿ ತಿಂಗಳ ಹೊಸ ಹಾಡು ಎನಿಸಿತು. ಒಂದು ತಿಂಗಳಿನಲ್ಲಿ ಒಬ್ಬ ಕವಿಯ ಒಂದೇ ಹಾಡು ತಿಂಗಳ ಎಲ್ಲ ಭಾನುವಾರಗಳೂ ಪ್ರಸಾರವಾಗುವ ಕ್ರಮವದು. ಮೊದಲು ಕವಿ ತನ್ನ ಕವಿತೆಯನ್ನು ಓದುತ್ತಾನೆ ನಂತರ ಆ ಕವಿತೆ ರಾಗದುಡಿಗೆತೊಡಿಗೆಯನ್ನು ತೊಟ್ಟು ಹಾಡಿ ಪ್ರಸಾರವಾಗುತ್ತದೆ. ಅಂಥವೊಂದು ಕಾರ್ಯಕ್ರಮಕ್ಕೆ ಭಟ್ಟರಿಗೆ ಕಾಂಟ್ರಾಕ್ಟ್ ಕಳಿಸಿ, ಕವನವನ್ನು ತರಿಸಿಕೊಂಡಿರುತ್ತಾರೆ ಆಕಾಶವಾಣಿಯವರು. ಎಲ್ಲಾ ಆದಮೇಲೆ ಒಂದು ದಿನ ಇದ್ದಕ್ಕಿದ್ದ ಹಾಗೆ ನಿಲಯ ನಿರ್ದೇಶಕರಿಂದ ಫೋನ್ ಬರುತ್ತದೆ. 'ಭಟ್ಟರೆ ದಯಮಾಡಿ ಕೂಡಲೇ ನೀವು ಆಕಾಶವಾಣಿಗೆ ಬರಬೇಕು. ದೆಹಲಿ ಆಕಾಶವಾಣಿ ಕೇಂದ್ರದ ಲಘು ಸಂಗೀತದ ಪ್ರೊಡ್ಯೂಸರ್ ಜನರಲ್ ಏಮನಿ ಶಂಕರ ಶಾಸ್ತ್ರಿಗಳು ನಿಲಯಕ್ಕೆ ಬಂದಿದ್ದಾರೆ. ನಿಮ್ಮನ್ನು ಕಾಣಬೇಕಂತೆ' ಅಂತಾರೆ. ಭಟ್ಟರಿಗೆ ಅರ್ಥವೇ ಆಗಲ್ಲ. ಏಮನಿ ಶಂಕರ ಶಾಸ್ತ್ರಿಗಳ ವೀಣಾವಾದನದ ಕ್ಯಾಸೆಟ್ ಕೇಳಿ ಮೆಚ್ಚಿಕೊಂಡಿರುತ್ತಾರೆ ಭಟ್ಟರು.

ಭಟ್ಟರು ಆಕಾಶವಾಣಿಗೆ ಬೇಗ ಬರಲಿ ಎಂಬ ಉದ್ದೇಶದಿಂದ ನಿರ್ದೇಶಕ ಕೃಷ್ಣಾರೆಡ್ಡಿಯವರು ಆಕಾಶವಾಣಿಯ ಕಾರನ್ನೇ ಕಳುಹಿಸಿ ಭಟ್ಟರನ್ನು ಕರೆಸಿಕೊಳ್ಳುತ್ತಾರೆ. ಭಟ್ಟರು ಅಲ್ಲಿಗೆ ಹೋದ ಮೇಲೆ ನೋಡ್ತಾರೆ, ಒಂದು ರೂಮಿನಲ್ಲಿ ನಿರ್ದೇಶಕರು, ಏಮನಿ ಶಂಕರ ಶಾಸ್ತ್ರಿಗಳು, ಅವರ ಮಗಳು, 'ನವಸುಮ' ಹಾಡುವ ಕಲಾವಿದರು, ಸಂಗೀತ ವಿಭಾಗದ ನಿರ್ವಾಹಕರಾದ ಪದ್ಮ ಎಲ್ಲರೂ ಇರ್ತಾರೆ. ಪರಸ್ಪರ ವಂದನೆ, ಪರಿಚಯ ಎಲ್ಲಾ ಆದ ಬಳಿಕ ನಿರ್ದೇಶಕರು ಹೇಳ್ತಾರೆ 'ಈ ತಿಂಗಳ ನವಸುಮಕ್ಕೆ ನಿಮ್ಮ ಗೀತೆ ಇದೆಯಲ್ಲ, ಅದಕ್ಕೆ ಶಾಸ್ತ್ರಿಯವರಿಂದ ರಾಗ ಸಂಯೋಜನೆ ಮಾಡಿಸಬೇಕಾಗಿದೆ. ಅದಕ್ಕೇ ಅವರು ನಿಮ್ಮೊಂದಿಗೆ ಮಾತನಾಡಬೇಕಂತೆ' ಎಂದರು. 'ಅಯ್ಯೋ ಖಂಡಿತವಾಗಿ ಮಾಡಲಿ. ಅದು ಸಂತೋಷದ ವಿಷಯ. ಅದರಲ್ಲಿ ಮಾತನಾಡುವುದೇನಿದೆ? ಎನ್ನುತ್ತಾರೆ ಭಟ್ಟರು. ಆಗ ಶಂಕರ ಶಾಸ್ತ್ರಿಗಳು ಹೇಳುತ್ತಾರೆ. 'ನಾನು ನಿನ್ನೆ ದೆಹಲಿಯಿಂದ ರೈಲಿನಲ್ಲಿ ಬರುವಾಗ ಒಂದು ರಾಗ

ಸಂಯೋಜನೆ ಮಾಡಿದ್ದೇನೆ. ಅದು ತುಂಬಾ ಚೆನ್ನಾಗಿ ಬಂದಿದೆ. ಆದರೆ ಅದರಲ್ಲಿ ಒಂದು ತೊಡಕು ಇದೆ' ಎಂದು ಕೈಯಲ್ಲಿ ತಾಳ ಹಾಕಿ ತೋರಿಸುತ್ತಾ 'ಕವನ ನನ್ನ ರಾಗದ ತಾಳಕ್ಕೆ ಹೊಂದಿಕೆಯಾಗಲ್ಲ. ಬೇರೆ ಕವನ ಬರೆದು ಕೊಡಿ ಒಂದು ದಿನದಲ್ಲಿ'. ಇದು ಏಮನಿಯವರ ಮಾತು. ಭಟ್ಟರಿಗೆ ಅವರ ಮಾತನ್ನು ಕೇಳಿ ತುಂಬಾ ಅಸಮಾಧಾನವಾಗುತ್ತೆ. 'ಕುವೆಂಪು, ಬೇಂದ್ರೆ, ಪು.ತಿ.ನ ಯಾರೂ ಹಾಗೆ ಸಿದ್ಧವಾದ ಟ್ಯೂನ್‌ಗೆ ಸಾಹಿತ್ಯ ಬರೆದಿಲ್ಲ' 'ನೀವು ಬರೆದುಕೊಡಿ. ಇದು ಸಾಧ್ಯ ಅಂತ ತೋರಿಸೋಣ' 'ನನ್ನ ಮನಸ್ಥಿತಿಗೆ ಅದು ಸಾಧ್ಯವಿಲ್ಲ. ಸಿದ್ಧವಾದ ರಾಗಕ್ಕೆ ಹೊಂದಿಸಿ ಕವಿತೆ ಬರೆಯುವುದು ಸರಿಯಾಗುವುದಿಲ್ಲ. ಕವಿತೆಯ ಆಶಯವನ್ನು ಹೇಳಲು ಅಗತ್ಯವಾದ ಪದಗಳನ್ನು ಬಳಸಲು ಅದು ಅಡ್ಡಿಯಾಗುತ್ತದೆ. ಕವಿಯ ಸ್ವಾತಂತ್ರ್ಯಕ್ಕೆ ಭಂಗ ಬರುತ್ತದೆ. ಅಂಥ ರಚನೆ ಕಳಪೆ ಮಟ್ಟದ್ದಾಗಿರುತ್ತದೆ. ಅದಕ್ಕೇ ನಾನು ಚಿತ್ರಗೀತೆಗಳ ಆಹ್ವಾನವನ್ನು ಒಪ್ಪಲಿಲ್ಲ' ಈಗೇನು ಮಾಡೋದು ಅಂತ

ನಿರ್ದೇಶಕರಿಗೆ ಚಿಂತೆ. 'ಬೇರೆ ಯಾರ ಕೈಲಾದರೂ ಬರೆಸಿ' ಅಂತ ಭಟ್ಟರು ಹೇಳಿದರೆ 'ನಿಮಗೆ ಕಾಂಟ್ರಾಕ್ಟ್ ಕೊಟ್ಟಾಗಿದೆಯಲ್ಲ' ಅಂತ ನಿರ್ದೇಶಕರು. ಅದಕ್ಕೂ ಸಿದ್ಧವಾದ ಭಟ್ಟರು 'ನಾನು ಬೇಕಾದರೆ ಕಾಂಟ್ರಾಕ್ಟ್‌ನ್ನು ಹರಿದು ಬಿಡ್ತೀನಿ. ಮುಂದೆ ಯಾವಾಗಲಾದರೂ ಕಾಂಟ್ರಾಕ್ಟ್ ಕೊಡಿ. ಈ ಸಾರಿ ಬೇರೆಯವರ ಹತ್ತಿರ ಬರೆಸಿ, ನನ್ನಿಂದ ಸಾಧ್ಯವಿಲ್ಲ' ಅಂತಾರೆ. ಮತ್ತೆ ಭಟ್ಟರೇ ಇನ್ನೊಂದು ಕೆಲಸ ಮಾಡೋಣ. ನನ್ನದೇ ಬೇರೆ ಕವನ ಶಾಸ್ತ್ರಿಯವರ ರಾಗದ ತಾಳಕ್ಕೆ ಹೊಂದುವಂತಿದ್ದರೆ ಅಂತ ಸಲಹೆ ಕೊಡುತ್ತಾರೆ. ಲೈಬ್ರರಿಯಿಂದ ಭಟ್ಟರ ಬೇರೆ ಬೇರೆ ಪುಸ್ತಕಗಳನ್ನು ತರಿಸ್ತಾರೆ. ಏಮನಿ ಶಂಕರ ಶಾಸ್ತ್ರಿಗಳ ರಾಗ ಸಂಯೋಜನೆಗೆ ಹೊಂದುವಂಥ ಒಂದು ಕವನ ಸಿಗುತ್ತದೆ. 'ಶರಣಾದೆ ತಾಯಿ ಶರಣಾದೆ' ಎಂಬ ಕವನವನ್ನು ಅಲ್ಲಿದ್ದ ಗಾಯಕ/ಗಾಯಕಿಯರಿಂದ ಹಾಡಿಸುತ್ತಾರೆ. ತುಂಬಾ ಚೆನ್ನಾಗಿ ಕೇಳಿಸುತ್ತೆ. ಕವಿ ಸಂಯೋಜಕ ಎಲ್ಲರ ಮುಖದಲ್ಲೂ ಮಲ್ಲಿಗೆ ನಗೆ ಅರಳುತ್ತದೆ. ಹೀಗೆ ಲಕ್ಷ್ಮೀನಾರಾಯಣ ಭಟ್ಟರು ತಮಗನ್ನಿಸಿದ್ದನ್ನು ನೇರವಾಗಿ ಹೇಳುವ ಸ್ವಭಾವದವರು.

ಶಿಶುನಾಳ ಶರೀಫರ ಕಾವ್ಯವನ್ನು ಮುನ್ನೆಲೆಗೆ ತರುವ ಪ್ರಯತ್ನದಲ್ಲಿ ಲಕ್ಷ್ಮೀನಾರಾಯಣ ಭಟ್ಟರ ಶ್ರಮ ಬಹಳಷ್ಟಿದೆ. ಇದಕ್ಕೆ ಅವರಿಗೆ ಚಿಕ್ಕಂದಿನಲ್ಲಿ ಆದ ಗಾಢ ಪ್ರಭಾವವೆನ್ನಬಹುದು. ಇವರು ಶಾಲೆಯಲ್ಲಿ ಓದುತ್ತಿದ್ದಾಗೊಮ್ಮೆ ಶಾಲೆಯ ಆಡಳಿತ ಮಂಡಳಿ ಅ.ನ. ಕೃಷ್ಣರಾಯರನ್ನು ಶಾಲೆಯ ವಾರ್ಷಿಕೋತ್ಸವ ಸಮಾರಂಭಕ್ಕೆ ಕರೆಸಿದ್ದರು. ಅ.ನ.ಕೃ ಅವರದು ಅದ್ಭುತ ಮಾತುಗಾರಿಕೆ. ಅಡೆತಡೆ ಇಲ್ಲದ ಅಸ್ಖಲಿತ ವಾಗ್ಝರಿ. ಗಂಗೆಯಂತೆ ಓತಪ್ರೋತವಾಗಿ ಹರಿಯುತ್ತಿತ್ತು. ಅ.ನ.ಕೃ.ರವರ

ಕಾದಂಬರಿಗಳನ್ನು ಓದಿದ್ದ ಹುಡುಗ ಅವರ ಭಾಷಣದ ಓಘಕ್ಕೆ ಮಂತ್ರ ಮುಗ್ಧನಾಗಿ ಹೋದ. ಅ.ನ.ಕೃರವರು ಮಾತಿನ ಮಧ್ಯೆ ಹಠಾತ್ತಾಗಿ ಒಂದು ಕವಿತೆಯ ಭಾಗವನ್ನು ಉದ್ಧರಿಸಿದರು.

ಸೋರುತಿಹುದು ಮನೆಯ ಮಾಳಿಗಿ
ಅಜ್ಞಾನದಿಂದ
ಸೋರುತಿಹುದು ಮನೆಯ ಮಾಳಿಗಿ
ದಾರುಗಟ್ಟಿ ಮಾಳ್ಪರಿಲ್ಲ
ಕಾಳ ಕತ್ತಲೆಯೊಳಗೆ ನಾನು
ಮೇಲಕೇರಿ ಹೋಗಲಾರೆ

ಆ ತತ್ವ ಪದದ ಅರ್ಥವನ್ನು ವಿವರಿಸಿದ ಅ.ನ.ಕೃ.ರವರು 'ಹಿಂದೂ ವೇದಾಂತದ ದೃಷ್ಟಿಕೋನದಿಂದ ಬರೆದವನು ಯಾರೋ ನಾಡಾಡಿ ಅಲ್ಲ. ಮತ ಜಾತಿಗಳ ಗಡಿದಾಟಿ ನಿಂತ ಒಬ್ಬ ದೊಡ್ಡ ಮನುಷ್ಯ. ಶಿಶುನಾಳ ಶರೀಫ ಸಾಹೇಬ. ನಮ್ಮ ಕರ್ನಾಟಕದ ಕಬೀರ' ಎಂದರು. ಇದೆಲ್ಲವನ್ನು ಕೇಳಿದ ಹುಡುಗನ ಮನಸ್ಸಿನಲ್ಲಿ ಆ ಮಾತುಗಳು ತುಂಬಾ ಪ್ರಭಾವ ಬೀರಿತು. ಅ.ನ.ಕೃ ಮಾತುಗಳ ಫಲವಾಗಿ ಶರೀಫ ಸಾಹೇಬರ ಚಿತ್ರ ಹುಡುಗನ ಮನಸ್ಸಿನಲ್ಲಿ ದಟ್ಟವಾಗಿ, ಗಾಢವಾಗಿ ಬೇರೂರಿ ನಿಂತುಬಿಟ್ಟಿತು. ಹುಡುಗನಿಗೊಂದು ಪ್ರೇರಕ ಶಕ್ತಿಯಾಯಿತು. ಮುಂದೆ ಶರೀಫರ ತತ್ವಪದಗಳನ್ನು ಸಂಗ್ರಹಿಸಿ, ಅವರ ತತ್ವಪದಗಳ ಕ್ಯಾಸೆಟ್‌ಗಳು ಹೊರಬರಲು ಕಾರಣ ಅ.ನ.ಕೃ. ಮಾತುಗಳೇ ಪ್ರೇರಕವಾದದ್ದು ಎಂದು ಲಕ್ಷ್ಮೀನಾರಾಯಣ ಭಟ್ಟರೇ ಹೇಳಿದ್ದಾರೆ. ಹುಡುಗನಿಗೆ ಶರೀಫರ ಗೀಳು ಹಿಡಿದುಬಿಟ್ಟಿತು. ಇದಕ್ಕೆ ಇಂಬುಗೊಡುವಂತೆ ಇನ್ನೂ ಒಂದು ಸಂಗತಿ ನಡೆಯಿತು. ಹುಡುಗ ಭಟ್ಟ ಇದ್ದ ಬ್ರಾಹ್ಮಣರ ಬೀದಿಯಲ್ಲಿ ಪ್ರತಿ ಸೋಮವಾರ ಹರಿದಾಸರೊಬ್ಬರು ನಿತ್ಯಯಾತ್ರೆಗೆ ಬರುತ್ತಿದ್ದರು. ತಂಬೂರಿ ಹಿಡಿದು ಚಿಟಿಕೆ ಹಾಕಿಕೊಂಡು ಒಳ್ಳೆ ದಿವ್ಯನಾದ ಕಂಠದಿಂದ ದಾಸರ ಕೀರ್ತನೆಗಳನ್ನು ಹಾಡುತ್ತಾ ಬರುತ್ತಿದ್ದರು. ಶರೀಫರ ಪದ್ಯದ ಗೀಳಿನ ಹುಡುಗ ದಾಸರನ್ನು 'ಶಿಶುನಾಳ ಶರೀಫ ಸಾಹೇಬರು ನಿಮಗೆ ಗೊತ್ತಾ' ಅಂತ ಕೇಳ್ತಾನೆ. ದಾಸರು 'ನಾನು ಆ ಕಡೆಯವನೇ ಆಗಿ ಅವರ ಪದಗಳು ಗೊತ್ತಿಲ್ಲದಿದ್ದರೆ ನಾನು ಕೀರ್ತನೆ ಹಾಡಿ ಏನು ಪ್ರಯೋಜನ' ಅಂತ ಅಲ್ಲೇ ಶಿಶುನಾಳ ಶರೀಫರ ಒಂದು ಪದವನ್ನು ಹಾಡ್ತಾರೆ.

ಎಂಥಾ ಮೋಜಿನ ಕುದುರಿ –ಹತ್ತಿದ ಮ್ಯಾಲೆ
ತಿರುಗುವುದು ಹನ್ನೊಂದು ಫೇರಿ
ಪಾಂಡವರ ಮನಿಯೊಳಗ ಪಾಗದಾಗಿತ್ತು

ಪಾಗದ ಗೂಟವ ಝಾಡಿಸಿ ಕಿತ್ತು
ಹೋಗುವಾಗ ಶಿಶುನಾಳಕೋಡೋಡಿ ಬಂದು
ಗೋವಿಂದ ಗುರುವಿಗೆ ವಶವಾಗಿತ್ತು!
ಎಂಥಾ ಮೋಜಿನ ಕುದುರೆ!

ದಾಸರು ಚಿಟಿಕೆ ಹಾಕುತ್ತಾ ಕಣ್ಮುಚ್ಚಿ ಹಾಡಿದರು. ಅವರ ಕಣ್ಣಲ್ಲಿ ನೀರಿತ್ತು. ಹಾಡು ಕೇಳಿದ ಹುಡುಗನ ಮೈ ಝುಲ್ ಎಂದಿತು. ಶಿಶುನಾಳ ಶರೀಫರ ಪದ ಎದೆಯ ಹೊಕ್ಕಿತ್ತು. ದಿನದಿನಕ್ಕೆ ಶಿಶುನಾಳ ಶರೀಫರ ಹಾಡಿನ ಗೀಳು ಮತ್ತೂ ಹೆಚ್ಚಾಯಿತು.

ಮುಂದೆ ಒಂದಿಪ್ಪತ್ತು, ಇಪ್ಪತ್ತೈದು ವರ್ಷಗಳ ಬಳಿಕ ಲಕ್ಷ್ಮೀನಾರಾಯಣ ಭಟ್ಟರು ಬೆಂಗಳೂರು ವಿಶ್ವವಿದ್ಯಾಲಯದಲ್ಲಿದ್ದಾಗ ಶಿಶುನಾಳ ಶರೀಫರ ಕಾರಣಕ್ಕೆ ಸಂಘರ್ಷಕ್ಕೆ ಸಿಕ್ಕಿ ವಿಶ್ವವಿದ್ಯಾಲಯದವರ ಕೆಂಗಣ್ಣಿಗೆ ಸಿಲುಕಬೇಕಾಗುತ್ತದೆ. ಬೆಂಗಳೂರು

ವಿಶ್ವವಿದ್ಯಾಲಯವು ಕೀರ್ತನ ಪ್ರಕಾರಕ್ಕೆ ಸೇರುವ ಪದ್ಯಗಳ ಒಂದು ಸಂಗ್ರಹ ಮಾಡಿಕೊಡುವಂತೆ, ಆ ಕೆಲಸವನ್ನು ಭಟ್ಟರಿಗೆ ಒಪ್ಪಿಸುತ್ತದೆ. ಲಕ್ಷ್ಮೀನಾರಾಯಣ ಭಟ್ಟರು ಎಲ್ಲ ದಾಸರುಗಳ ಕೀರ್ತನೆಗಳನ್ನೂ ಅವಲೋಕಿಸಿ ಕೀರ್ತನೆಗಳನ್ನು ಆಯ್ಕೆ ಮಾಡಿ, ಹಸ್ತಪ್ರತಿಯನ್ನು ಸಿದ್ಧ ಮಾಡಿಕೊಡುತ್ತಾರೆ. ಅದು ಪ್ರಕಟಣೆಗೆ ಮುಂಚೆ ವಿಷಯ ತಜ್ಞರೊಬ್ಬರ ಪರಿಶೀಲನೆಗೆ ಕಳುಹಿಸಿ, ಅವರ ಪ್ರತಿಕ್ರಿಯೆ ಹಾಗೂ ಒಪ್ಪಿಗೆಯನ್ನು ಪಡೆಯುವುದು ವಿಶ್ವವಿದ್ಯಾಲಯದ ಪದ್ಧತಿ. ಅದರಂತೆ ಭಟ್ಟರು ತಯಾರು ಮಾಡಿಕೊಟ್ಟ ಹಸ್ತಪ್ರತಿಯನ್ನು ಡಾ॥ ಮುಗಳಿಯವರ ಕಡೆಗೆ ಕಳುಹಿಸಿಕೊಟ್ಟರು. ಮುಗಳಿಯವರು ಹಸ್ತಪ್ರತಿಯನ್ನು ಪರಿಶೀಲಿಸಿ ಎಲ್ಲಾ ಸರಿ ಇದೆ. ಆದರೆ ಒಂದು ಸಣ್ಣ ತಿದ್ದುಪಡಿ ಮಾಡಬೇಕು. ದಾಸರ ಕೀರ್ತನೆಯ ಜೊತೆ ಶರೀಫ ಸಾಹೇಬರ ಪದ್ಯಗಳನ್ನು ಸೇರಿಸಲಾಗಿದೆ. ಇದು ಸರಿಯಲ್ಲ. ಶರೀಫರು ಒಬ್ಬ ಮುಸ್ಲಿಂ ಪದ್ಯಕಾರರು. ಹರಿದಾಸರಲ್ಲ ಅದನ್ನು ತೆಗೆದರೆ ಈ ಕೀರ್ತನ ಸಂಗ್ರಹ ವಿದ್ಯಾರ್ಥಿಗಳಿಗೆ ಯೋಗ್ಯವಾದ ಒಳ್ಳೆಯ ಪಠ್ಯಪುಸ್ತಕವಾಗುತ್ತದೆ ಎಂದು ಬರೆದು ಕಳುಹಿಸಿಬಿಟ್ಟರು. ಆದರೆ ಭಟ್ಟರಿಗೆ ಈ ಸಲಹೆ ಒಪ್ಪಿಗೆಯಾಗಲಿಲ್ಲ. ಹರಿದಾಸರ ಕೀರ್ತನೆಗಳ ಮಾದರಿಯಲ್ಲಿಯೇ ಇದೆ. ಜಾತಿ ಮತ ಯಾವುದಾದರೇನು? ಸತ್ವ ಮುಖ್ಯ. ಮುಗಳಿಯವರ ಸಲಹೆಯನ್ನು ಇವರು ಒಪ್ಪಿಕೊಳ್ಳಲಿಲ್ಲ. 'ಹಾಗೆ ಮಾಡಿದರೆ ನಾನು ನನ್ನ ಪ್ರಾಮಾಣಿಕ ನಂಬಿಕೆಯನ್ನು ಬಲಿಕೊಟ್ಟಂತಾಗುತ್ತದೆ. ಅದರ ವಿರುದ್ಧ ಹೋದಂತಾಗುತ್ತದೆ. ನಾನು ಅಪ್ರಮಾಣಿಕನಾಗಿ ನಡೆದುಕೊಳ್ಳಲಾರೆ' ಎಂದು

ಪ್ರಕಟಣಾ ಮುಖ್ಯಾಧಿಕಾರಿಗಳಿಗೆ ತಿಳಿಸಿಬಿಟ್ಟರು. ಮುಖ್ಯಾಧಿಕಾರಿಗಳಿಗೆ ಕೋಪವೇ ಬಂತು. ಅವರು ಭಟ್ಟರ ಬಗ್ಗೆ ವೈಸ್ ಛಾನ್ಸಲರಿಗೆ ದೂರುಕೊಟ್ಟರು.

ಆಗ ವಿಶ್ವವಿದ್ಯಾಲಯದ ಕುಲಪತಿಗಳಾಗಿದ್ದವರು ಜಯರಾಮನ್ ಅವರು ದಕ್ಷ ಅಧಿಕಾರಿ ಎಂದು ಹೆಸರಾಗಿದ್ದವರು. ಭಟ್ಟರು ಕೋರ್ಟ್ ಮಾರ್ಷಲ್‌ಗೆ ಸಿದ್ಧವಾಗಿ ಅವರ ಮುಂದೆ ಹೋದರು. 'ಸಾರ್ ಆ ಶರೀಫ ಯಾರೋ ಒಬ್ಬ ಅನಾಮಿಕನಲ್ಲ. ಕೀರ್ತನರೂಪದ ಶ್ರೇಷ್ಠ ತತ್ವಪದಗಳನ್ನು ಬರೆದಿರುವ ಒಬ್ಬ ಸತ್ವಶಾಲಿ ಕವಿ. ಜಾತಿ, ಮತದ ಕಾರಣದಿಂದ ಅವನನ್ನು ಕೈಬಿಡುವುದು ಸರಿಯೇ ಸಾರ್' ಎಂದು ಹೇಳಿ ಸಲಹೆ ಕೊಡುತ್ತಾರೆ.

ಭಟ್ಟರ ಆ ಹಸ್ತಪ್ರತಿ 'ಕಲ್ಲು ಸಕ್ಕರೆ ಕೊಳ್ಳಿರೋ' ಎಂಬ ಶೀರ್ಷಿಕೆಯಲ್ಲಿ ಪುಸ್ತಕವಾಗಿ ಹೊರ ಬಂತು. ನಮ್ಮ ನಿಷ್ಠೆ ಸತ್ವಪೂರ್ಣವಾಗಿ, ಸತ್ಯಪೂರ್ಣವಾಗಿದ್ದರೆ ಯಾವ ಸಂದರ್ಭದಲ್ಲಾದರೂ, ಯಾರ ಬಳಿಯಲ್ಲಾದರೂ ಅದನ್ನು ಮುಂದಿಟ್ಟು ಯಶಸ್ಸು ಪಡೆಯಬಹುದು ಎನ್ನುವುದಕ್ಕೆ ಈ ಪ್ರಸಂಗ ಬಹಳ ಮಹತ್ವದ್ದಾಗಿ ಕಾಣಿಸುತ್ತದೆ. ಸತ್ಯಕ್ಕೆ ಜಯವಾದ ಪ್ರಸಂಗವಿದು.

ಮುಂದೆ ಭಟ್ಟರು ಸಿ. ಅಶ್ವತ್ಥ್ ರನ್ನೂ ಒಪ್ಪಿಸಿ ಶರೀಫರ ಪದಗಳಿಗೆ ರಾಗ ಸಂಯೋಜನೆ ಮಾಡುವಂತೆ ಮಾಡಿದರು. ಒಂದೆರಡು ಪದ್ಯಗಳ ಯಶಸ್ಸನ್ನು ನೋಡಿ, ಅಶ್ವತ್ಥ್‌ರು ಒಟ್ಟು ಎಂಟು ಕ್ಯಾಸೆಟ್‌ಗಳಲ್ಲಿ ಶರೀಫರ ಪದಗಳ ಧ್ವನಿಮುದ್ರೆಯಾಗುವಂತೆ ಮಾಡಿದರು ಲಕ್ಷ್ಮೀನಾರಾಯಣ ಭಟ್ಟರು. ಅವುಗಳೆಲ್ಲ ತುಂಬಾ ಪ್ರಸಿದ್ಧಿಯನ್ನು ಪಡೆದವು. ಮುಂದೆ ಶರೀಫರನ್ನು ಕುರಿತ ಒಂದು ಚಲನಚಿತ್ರವೂ ಬಂತು. ಅದಕ್ಕೆ ಪ್ರಶಸ್ತಿಯೂ ಬಂತು.

ಯಾವುದೇ ಕೆಲಸವನ್ನು ನಂಬಿಕೆ, ನಿಷ್ಠೆಯಿಂದ ಮಾಡಿದಾಗ ಅದಕ್ಕೆ ಖಂಡಿತವಾಗಿ ಯಶಸ್ಸು ದೊರೆತೇ ದೊರೆಯುತ್ತದೆ. ಈ ನಿಟ್ಟಿನಲ್ಲಿ ಶರೀಫರನ್ನು ಮನೆ ಮನೆಗೂ ಮುಟ್ಟಿಸಿದ ಲಕ್ಷ್ಮೀನಾರಾಯಣ ಭಟ್ಟರು ನಿಜಕ್ಕೂ ಧನ್ಯರು.

ಇಷ್ಟೆಲ್ಲಾ ಹೇಳಿ ಲಕ್ಷ್ಮೀನಾರಾಯಣ ಭಟ್ಟರ ಗೇಯ್ಮೆ ಅಂದರೆ ಬೇರೆ ಬೇರೆ ಸಾಧನೆ ಪ್ರಶಸ್ತಿ ಗೌರವಗಳ ಬಗ್ಗೆ ತಿಳಿದುಕೊಳ್ಳದಿದ್ದರೆ ಹೇಗೆ? ಇವರು ಪ್ರೊಫೆಸರ್, ಕವಿ, ಅನುವಾದಕ, ಮುಖ್ಯವಾಗಿ ಸಂಗೀತ, ಸಾಹಿತ್ಯ ಎರಡು ಕಡೆ ಆಲೋಚನೆ ಇರುವ ಕನ್ನಡ, ಇಂಗ್ಲಿಷ್, ಸಂಸ್ಕೃತದಲ್ಲಿ ಕೃತಿ ರಚನೆ ಮಾಡಿದ್ದಾರೆ. ಇವರು ಭಾವಗೀತೆ ಸಾಹಿತ್ಯ, ವಿಮರ್ಶೆ, ಅನುವಾದ, ನವ್ಯ ಕವಿತೆ, ಮಕ್ಕಳಿಗಾಗಿ ಗೀತೆಗಳನ್ನು ರಚಿಸಿದ್ದಾರೆ. ಪು.ತಿ.ನ.ರವರು ಬರೆದಿರುವ ಮಾದರಿಯಲ್ಲಿ ಭಟ್ಟರು 'ಊರ್ವಶಿ' ಎಂಬ ಗೀತ ನಾಟಕವನ್ನು ಬರೆದಿದ್ದಾರೆ. ಶಿಶುನಾಳ ಶರೀಫರ ಬಗ್ಗೆ ಗೀಳನ್ನು

ಹಚ್ಚಿಕೊಂಡ ಭಟ್ಟರು ಶಿಶುನಾಳ ಶರೀಫರ ತತ್ವಪದಗಳನ್ನು ಕಲೆಹಾಕಿ, ಅದಕ್ಕೆ ಟೀಕೆ, ಟಿಪ್ಪಣಿ, ಪ್ರಸ್ತಾವನೆಯೊಂದಿಗೆ ಪ್ರಕಟಿಸಿದ್ದಾರೆ. ಷೇಕ್ಸ್‌ಪಿಯರ್‌ನ ಐವತ್ತು ಸಾನೆಟ್ಟುಗಳನ್ನು ಕನ್ನಡಕ್ಕೆ ಅನುವಾದಿಸಿದ್ದಾರೆ. ಇವರು ಕವಿ ಯೇಟ್ಸ್, ಎಲಿಯಟ್ ಹಾಗೂ ಷೇಕ್ಸ್‌ಪಿಯರ್ ಅನುವಾದ ಮಾಡಿದ ಕೃತಿಗಳಿಗೆ ಕರ್ನಾಟಕ ಸಾಹಿತ್ಯ ಅಕಾಡೆಮಿಯ ಬಹುಮಾನ ಬಂದಿದೆ. 1970ರ ದಶಕದಲ್ಲಿ ಇವರ ಕಾವ್ಯಕ್ಕೆ ಕರ್ನಾಟಕ ಸಾಹಿತ್ಯ ಅಕಾಡೆಮಿ ಪ್ರಶಸ್ತಿ ಬಂದಿದೆ. ಅಲ್ಲದೆ ಇವರು ಶಿವರಾಮ ಕಾರಂತ ಪ್ರಶಸ್ತಿ, ಮಾಸ್ತಿ ಪ್ರಶಸ್ತಿ, ಅ.ನ.ಕೃ ಪ್ರಶಸ್ತಿ, ವರ್ಧಮಾನ ಪ್ರಶಸ್ತಿಗೆ ಭಾಜನರಾಗಿದ್ದಾರೆ. ಕೇಂದ್ರ ಸಾಹಿತ್ಯ ಪ್ರಶಸ್ತಿ ಹಾಗೂ ಬಾಲ ಸಾಹಿತ್ಯ ಪುರಸ್ಕಾರವೂ ದೊರೆತಿದೆ. ರಾಜ್ಯೋತ್ಸವ ಪ್ರಶಸ್ತಿಯೂ ಇವರ ಹೊನ್ನ ಮುಡಿಗೇರಿದೆ. ಇವರಿಗೆ ನವ್ಯ ಕಾವ್ಯಗಳಲ್ಲಿ ಆಸಕ್ತಿ. ಇವರು ಬರೆದಿರುವ ಗೀತ ಕಾವ್ಯಗಳ ಸಂಖ್ಯೆಯಂತೂ ಅಪಾರ. ಇವರ ಎರಡು ಕವನಗಳು 'ಎಂಥ ಮರುಳಯ್ಯ ಇದು ಎಂಥಾ ಮರಳು' ಮತ್ತು 'ಬಂದೇ

ಬರತಾವ ಕಾಲ' ಚಲನಚಿತ್ರಗಳಲ್ಲಿ ಹಾಡಾಗಿ ಹರಿದಿವೆ. ರಾಗ ಸಂಯೋಜನೆಗೆ ಸಾಹಿತ್ಯ ಬರೆಯುವುದಿಲ್ಲ ಎಂಬ ದೃಢ ನಿಲುವಿನಿಂದಾಗ ಚಲನಚಿತ್ರ ಸಾಹಿತಿ ಆಗಲಿಲ್ಲ. ಇವರು ಅತ್ಯಂತ ಪ್ರಭಾವೀ ಭಾಷಣಕಾರ. ಗಂಟೆಗಟ್ಟಲೆ ಭಾಷಣ ಮಾಡಿ ಶ್ರೋತೃಗಳನ್ನು ಮಂತ್ರ ಮುಗ್ಧರನ್ನಾಗಿಸಬಲ್ಲ ಕಲೆ ಇವರಿಗಿತ್ತು. ದೇಶ ವಿದೇಶಗಳಿಗೆ ಆಹ್ವಾನಿತರಾಗಿ ಸಂದರ್ಶನ ಹಾಗೂ ಉಪನ್ಯಾಸಗಳನ್ನು ನೀಡಿದ ಯಶಸ್ವೀ ಭಾಷಣಕಾರ. ಮತ್ತೆ ಬದುಕಿನಲ್ಲಿ ಶಿಸ್ತನ್ನು ಅಳವಡಿಸಿಕೊಂಡಿದ್ದರು. ಎಷ್ಟು ಕವನಗಳು ಧ್ವನಿ ಮುದ್ರಣವಾಗಿವೆ, ಯಾವ ಯಾವ ಪುಸ್ತಕದಲ್ಲಿದೆ ಯಾರು ಹಾಡಿದ್ದು, ಎಂಬುದನ್ನು ಕರಾರುವಕ್ಕಾಗಿ ಹೇಳಬಲ್ಲ ಶಿಸ್ತಿನ ಸಿಪಾಯಿ ಲಕ್ಷ್ಮೀನಾರಾಯಣ ಭಟ್ಟರು ಅವರ ನೆನಪಿಗೆ ನಮನ.

ಈ ಕವಿಯ ಬಗ್ಗೆ ನನಗೆ ಅಪಾರ ಪ್ರೀತಿ.
ಒಂದು ರೀತಿಯ *'Homely type'*
ಅಂತಾರಲ್ಲ ಆ ರೀತಿಯ ವ್ಯಕ್ತಿ. ಸೀದಾ
ಸಾದಾ ಮನುಷ್ಯ ಅನ್ನಿಸಿತು.

ಅದಮ್ಯ ಉತ್ಸಾಹದ ನಾದಿ

ಸುಮತೀಂದ್ರ ನಾಡಿಗರು

ಸಂತೋಷದ ದಿನ ಹುಟ್ಟಿದ ಹಬ್ಬ
ಶುಭವಾಗಲಿ ನಿಮಗೆ
ಇಂಥ ದಿವಸಗಳು ನೂರಾರಿರಲಿ
ನಿಮ್ಮ ಬಾಳಿನೊಳಗೆ

ಜನ್ಮದಿನಕ್ಕೆ ಶುಭಕೋರುವ ಒಂದು ಚಂದದ ಕವಿತೆ. ಹುಟ್ಟಿದ ದಿನಕ್ಕೆ ಹಾಡುವಂಥಾ ಕವನಗಳು ಕಡಿಮೆಯೇ. ಕುವೆಂಪು ಅವರ ಒಂದು ಕವಿತೆ ಹೀಗಿದೆ.

ಜೀವಿತ ಪಥವಾಗಲಿ ನಿನಗಿವರೆಲ್ಲರ
ಆಶೀರ್ವಾದದ ರಥ ರೇಖೆ
ಕಂದಾ ನಿನಗಿದೆ ತಾಯ್ ತಂದೆಯ ಹರಕೆ
ಹುಟ್ಟಿದ ಹಬ್ಬಕೆ ಕಬ್ಬಿಗನೆದೆಯರಕೆ

ಈ ನಿಟ್ಟಿನಲ್ಲಿ ನನ್ನ ಶಿಷ್ಯಳ ಕೋರಿಕೆಯ ಮೇಲೆ ನಾನೂ ಒಂದು ಕವನ ಬರೆದಿದ್ದೀನಿ

ಹುಟ್ಟಿದ ಹಬ್ಬಕೆ ಒಲುಮೆಯ ಹರಕೆ
ಹರುಷದಿ ಬಾಳು ವರುಷ ನೂರಾರು

ಇವೆಲ್ಲವೂ ಹುಟ್ಟಿದ ಹಬ್ಬದ ಆನಂದದ ಗಳಿಗೆಗಳನ್ನು ಸಂಭ್ರಮಿಸಿ ಹಾಡುವ ಹಾಡುಗಳು. ಎಷ್ಟು ಜನಕ್ಕೆ ಇಂಥಾ ಹಾಡು ಗೊತ್ತಿದೆ. ಗೊತ್ತಿದ್ದರೂ ಎಲ್ಲರೂ ಎಲ್ಲಿ ಹಾಡ್ತಾರೆ. ಮಾತೆತ್ತಿದರೆ 'Happy birthday to you' ಎನ್ನುವ ಈ ಕಾಲದಲ್ಲಿ ನಾನೂ ಮೇಲೆ ಹೇಳಿದ ಎಲ್ಲಾ ಹಾಡುಗಳಿಗೂ ರಾಗ ಸಂಯೋಜಿಸಿ ಶಿಷ್ಯರಿಗೆ ಕಳಿಸಿದ್ದೇನೆ. 'ಸಂತೋಷದ ದಿನ ಹುಟ್ಟಿದ ಹಬ್ಬ, ಶುಭವಾಗಲಿ ನಿಮಗೆ...' ನನಗೆ ತುಂಬಾ ಪ್ರಿಯವಾದ ಒಂದು ಜನ್ಮದಿನದ ಹಾಡು. ಇದನ್ನು ಬರೆದವರು ಕವಿ ಸುಮತೀಂದ್ರ ನಾಡಿಗರು. ನಾಡಿಗರು ನನಗೆ ತುಂಬಾ ಪರಿಚಿತರು.

ಇವರು ಚಿಕ್ಕಮಗಳೂರು ಜಿಲ್ಲೆ, ಮೂಡಿಗೆರೆ ತಾಲ್ಲೂಕಿನ ಕಳಸದವರು. ಇಂಗ್ಲಿಷ್ ಹಾಗೂ ಕನ್ನಡದ ಪ್ರತಿಭಾವಂತ ವಿದ್ಯಾರ್ಥಿ. ಮೈಸೂರು ವಿಶ್ವವಿದ್ಯಾನಿಲಯ ಹಾಗೂ ಅಮೇರಿಕೆಯ ಫಿಲಿಡೆಲ್ಫಿಯಾ ವಿಶ್ವವಿದ್ಯಾಲಯದಿಂದ ಎಂ.ಎ ಡಿಗ್ರಿ ಪಡೆದರು. ಫಿಲಿಡೆಲ್ಫಿಯಾ ಅಂದ್ರೆ ನೆನಪಾಗುವುದು, ಅಲ್ಲೇ ನೆಲೆಸಿದ್ದ ಇಂಗ್ಲಿಷ್ ಪ್ರೊಫೆಸರ್ ಪಿ. ಶ್ರೀನಿವಾಸ ರಾವ್. ಮಹಾರಾಜ ಕಾಲೇಜಿನಲ್ಲಿ ನನ್ನ ಸಹಪಾಠಿಯಾಗಿದ್ದವರು. ನಾಡಿಗರ ಭಾವ ಅಥವಾ ಭಾಮೈದ 'ನಾಡಿಗರು 'ಬೇಂದ್ರೆಯವರ ಕಾವ್ಯದ ವಿಭಿನ್ನ ನೆಲೆಗಳು' ಅನ್ನುವ ವಿಷಯದ ಮೇಲೆ ಬೆಂಗಳೂರು ವಿಶ್ವವಿದ್ಯಾನಿಲಯದಿಂದ ಡಾಕ್ಟರೇಟ್ ಪಡೆದರು.

ಇವರು ಅದಮ್ಯೋತ್ಸಾಹದ ಸಾಹಿತ್ಯ ನಿಷ್ಠ. ಇವರು ಕಥೆ, ಕಾವ್ಯ, ವಿಮರ್ಶೆ, ಅನುವಾದ, ಮಕ್ಕಳ ಸಾಹಿತ್ಯ ಎಲ್ಲದರಲ್ಲೂ ತಮ್ಮನ್ನು ತೊಡಗಿಸಿಕೊಂಡವರು. ಇವರು ಮುಖ್ಯವಾಗಿ ನವ್ಯ ಸಾಹಿತ್ಯದ ಪ್ರಮುಖ ಧ್ವನಿಗಳಲ್ಲಿ ಒಬ್ಬರು ಎನ್ನಬಹುದು. ಪ್ರೊ. ಎಂ. ಗೋಪಾಲಕೃಷ್ಣ ಅಡಿಗ ಹಾಗೂ ಕೆ.ಎಸ್. ನರಸಿಂಹಸ್ವಾಮಿಯವರ ಬಗ್ಗೆ ವಿಶೇಷ ಅಧ್ಯಯನ ಮಾಡಿದ್ದಾರೆ. ಇವರು ಅನುವಾದ ಕ್ಷೇತ್ರದಲ್ಲೂ ಹೆಚ್ಚು ಕೆಲಸವನ್ನು ಮಾಡಿದ್ದಾರೆ. ಬಂಗಾಳಿ ಕವಿತೆಗಳನ್ನು ಕನ್ನಡಕ್ಕೆ ಅನುವಾದಿಸಿದ್ದಾರೆ. ಸಿಂಧಿ ಸಾಹಿತ್ಯ ಚರಿತ್ರೆಯನ್ನು ಇಂಗ್ಲಿಷ್‌ನಿಂದ ಕನ್ನಡಕ್ಕೆ ಅನುವಾದಿಸಿದ್ದಾರೆ. ಕನ್ನಡವಷ್ಟೇ ಅಲ್ಲದೆ ಇಂಗ್ಲಿಷಿನಲ್ಲೂ ಕೃತಿಗಳನ್ನು ರಚಿಸಿದ್ದಾರೆ. Selected poems of Gopalakrishna Adiga, poems of G. S. Shivarudrappa, Critical studies of S. L. Byrappa, Complete works of P. Srinivasa Rao ಇತ್ಯಾದಿ ಇತ್ಯಾದಿ.

ಇವರು ವೃತ್ತಿಯಲ್ಲಿ ಪ್ರಾಧ್ಯಾಪಕರು. 1996–1999ರವರೆಗೆ ನ್ಯಾಷನಲ್ ಬುಕ್ ಟ್ರಸ್ಟ್‌ನ ಅಧ್ಯಕ್ಷ ಸ್ಥಾನವನ್ನು ವಹಿಸಿದ್ದರು. ಅವರು ಅಧ್ಯಕ್ಷರಾಗಿದ್ದ ಸಂಧರ್ಭದಲ್ಲಿ ಬೆಂಗಳೂರಿನಲ್ಲೊಂದು ಕಾವ್ಯದ (ಮಕ್ಕಳ) ಕಾರ್ಯಕ್ರಮವನ್ನು ಏರ್ಪಡಿಸಿದ್ದರು. ಭಾಗವಹಿಸಿದ್ದವರು ತಮ್ಮ ತಮ್ಮ ಮಕ್ಕಳ ಕಾವ್ಯವನ್ನು ಓದುವುದು ಮತ್ತು ಎಲ್ಲಾ ಕವಿಗಳೂ ಅದರ ವಿಮರ್ಶೆ ಮಾಡುವುದು. ಒಂದು ರೀತಿಯ ಮಕ್ಕಳ ಕಾವ್ಯ ವಿಮರ್ಶೆಯ ಕಾರ್ಯಕ್ರಮವೆನ್ನಬಹುದೇನೋ. ಅದರಲ್ಲಿ ಭಾಗವಹಿಸಲು ನನಗೂ ಅವಕಾಶ ಮಾಡಿಕೊಟ್ಟಿದ್ದರು ನಾಡಿಗರು. ಅವರು ತಮ್ಮನ್ನೇ ತಾವು ವಿಮರ್ಶೆ ಮಾಡಿಕೊಳ್ಳುತ್ತಿದ್ದರು, ತಮ್ಮ ಕಾವ್ಯದ ಬಗ್ಗೆ ಒಂದು ರೀತಿಯ ಕಾವ್ಯಮೋಹಿಯೂ ಆಗಿದ್ದರು.

ಇವರು ಭಾಷಾಪ್ರಿಯರು. ಕನ್ನಡ, ಇಂಗ್ಲಿಷ್, ಮರಾಠಿ, ಕೊಂಕಣಿ, ಬಂಗಾಳಿ ತಿಳಿದಿತ್ತು. ಇವರ ಸಾಧನೆಗೆ ಅನೇಕ ಪ್ರಶಸ್ತಿಗಳು ಸಂದಿದ್ದವು. ರಾಜ್ಯೋತ್ಸವ ಪ್ರಶಸ್ತಿ, ವಿ.ಎಂ. ಇನಾಂದಾರ್ ಪ್ರಶಸ್ತಿ, ದಿನಕರ ಪ್ರತಿಷ್ಠಾನ ಪ್ರಶಸ್ತಿ. ಎಂ.ವಿ.ಸೀ ಪುರಸ್ಕಾರ ಇತ್ಯಾದಿ. ಹರಿದ್ವಾರದ ಕಾಂಗ್ಡಿ ವಿಶ್ವವಿದ್ಯಾಲಯದ ಗೌರವ ಡಾಕ್ಟರೇಟ್ ಇವರಿಗೆ ಸಂದಿತ್ತು.

ಪತ್ರಿಕೆಗಳಲ್ಲಿ ಇವರ ಪುಸ್ತಕ ವಿಮರ್ಶೆ ಬಹಳಷ್ಟು ಪ್ರಕಟವಾಗುತ್ತಿತ್ತು. ನನ್ನ ಎರಡು ಪುಸ್ತಕಗಳನ್ನೂ ವಿಮರ್ಶೆ ಮಾಡಿದ್ದಾರೆ.

> 'ಎಚ್.ಆರ್. ಲೀಲಾವತಿಯವರು ಭಾವಗೀತೆಗಳನ್ನು ಹಾಡುವುದಕ್ಕೆ ಪ್ರಸಿದ್ಧರಾದವರು. ಇತ್ತೀಚೆಗೆ ಕವನ ಸಂಕಲನವನ್ನೂ ಪ್ರಕಟಿಸಿದ್ದಾರೆ. 'ಶ್ರೀಹರಿಗೀತ' ಅವರು ಬರೆದಿರುವ ಭಕ್ತಿಗೀತೆಗಳ ಸಂಕಲನ. ಇಲ್ಲಿರುವ ಎಪ್ಪತ್ತು ಹಾಡುಗಳೂ ಕೃಷ್ಣನನ್ನು ಕುರಿತ ಹಾಡುಗಳು. ಎಲ್ಲ ಹಾಡುಗಳೂ ಲಯಬದ್ಧವಾಗಿವೆ. ಕೆಲವು ಸಂಸ್ಕೃತಮಯವಾಗಿವೆ. ಮಿಕ್ಕವು ತಿಳಿಗನ್ನಡದ ಹಾಡುಗಳಾಗಿವೆ. ಕೆಲವು ದಾಸರ ಹಾಡುಗಳ ಚರ್ವಿತಚರ್ವಣವೆನಿಸಿದರೆ ಇನ್ನು ಕೆಲವು ಮುನ್ನುಡಿಕಾರರಾದ ಪು.ತಿ.ನ. ಅವರು ಹೇಳುವಂತೆ 'ಎದೆಯಾಳದಿಂದ ಮೂಡಿ ಬಂದ ಸ್ವಂತ ಅನುಭವಗಳಂತಿವೆ' ಇಲ್ಲಿನ ಹಾಡುಗಳಲ್ಲಿ ಛಂದಸ್ಸಿನ ವೈವಿಧ್ಯವಿದೆ.
>
> ಎಚ್.ಆರ್. ಲೀಲಾವತಿ ಸುಗಮ ಸಂಗೀತಕ್ಕೆ ಹೆಸರಾದವರು. ಆದರೆ ಅವರಿಗೂ 'ನವ್ಯಕವಿ'ಗಳಾಗುವ ಒತ್ತಾಯ. ಅದರ ಫಲ 'ಅವುಡುಗಚ್ಚಿದ ಬೇನೆ'... ಇದಕ್ಕೆ ಮುನ್ನುಡಿ ಬರೆದಿರುವ ಗೋಪಾಲಕೃಷ್ಣ ಅಡಿಗರು ಹೇಳುವಂತೆ 'ಶ್ರೀಮತಿಯವರಿಗೆ

ಪದ್ಯರಚನ ಶಕ್ತಿ ಸಹಜವಾಗಿಯೆ ಬಂದಂತಿದೆ. ಒಂದು ಅನುಭವದ ಅನೇಕ ಎಳೆಗಳನ್ನು ಒಂದುಗೂಡಿಸುವ ಶಿಲ್ಪಕಾರ್ಯ ನಡೆಯಬೇಕು. ಇಲ್ಲಿ ಎಷ್ಟೋ ಕವನಗಳಲ್ಲಿ ಒಂದೊಂದೇ ಸಾರ್ಥಕ ಪ್ರತಿಮೆ, ಅವು ಒಂದು ರೀತಿಯ 'ಹನಿಗವನಗಳಾಗಿ ಕಾಣುತ್ತವೆ' ಅಲ್ಲಲ್ಲಿ ಅರ್ಥಪೂರ್ಣ ಚಿತ್ರಗಳನ್ನು ಕೊಡಬಲ್ಲ ಕವಯಿತ್ರಿ ಇದಕ್ಕಿಂತ ಹೆಚ್ಚಿನದೇನಾದರೂ ಸಾಧಿಸುವರೇ ಎಂದು ಕಾದು ನೋಡಬೇಕು'.

ಈ ಕವಿಯ ಬಗ್ಗೆ ನನಗೆ ಅಪಾರ ಪ್ರೀತಿ. ಒಂದು ರೀತಿಯ 'Homely type' ಅಂತಾರಲ್ಲ ಆ ರೀತಿಯ ವ್ಯಕ್ತಿ. ಒಂದು ರೀತಿಯ ಸೀದಾ ಸಾದಾ ಮನುಷ್ಯ ಅನ್ನಿಸಿತು. ನಾಡಿಗರನ್ನು ನಮ್ಮ ಸುಗಮ ಸಂಗೀತ ಅಕಾಡೆಮಿಗೆ ಅತಿಥಿಯಾಗಿ ಮೂರು ಸಲ ಕರೆಸಿದ್ದೇವೆ. ನಮ್ಮ ಮನೆಗೆ ಯಾರೇ ಅತಿಥಿಗಳು ಬಂದರೂ

ಅವರಿಗೆ ನಮ್ಮ ಮನೆಯ ಮಹಡಿಯಲ್ಲಿ ಉಳಿಯುವ ಸೌಕರ್ಯ ಇದೆ. ನಾಡಿಗರು ಅಲ್ಲೇ ಉಳಿದಿದ್ದರು. ನಮ್ಮ ಅಕಾಡೆಮಿಯ ಕಾರ್ಯಕ್ರಮ ಮುಗಿದ ಮಾರನೆಯ ದಿನ ಸಂಜೆ ನಮ್ಮ ಮನೆಯಲ್ಲಿ ನಾಡಿಗರ ಕಾವ್ಯ ಪಠಣ ಕಾರ್ಯಕ್ರಮವನ್ನು ಏರ್ಪಡಿಸಿ ನನ್ನ ಶಿಷ್ಯವೃಂದ ಹಾಗೂ ಬಲ್ಲವರನ್ನೆಲ್ಲಾ ಕರೆದಿದ್ದೆ. ನಾಡಿಗರು ಸಾಕಷ್ಟು ಕವನಗಳನ್ನು ಓದಿದರು. ವ್ಯಾಖ್ಯಾನ ಮಾಡಿದರು. ಬಂದವರು ಕೇಳಿದ ಪ್ರಶ್ನೆಗಳಿಗೆಲ್ಲಾ ವಿವರವಾಗಿ ಉತ್ತರ ಕೊಟ್ಟರು. ಮಧ್ಯೆ ಗಂಟೆಗಳು ಉರುಳಿದ್ದೇ ಯಾರಿಗೂ ಗೊತ್ತಾಗಲಿಲ್ಲ.

ಇನ್ನೊಮ್ಮೆ ನನ್ನ ನವ್ಯ ಕವನ ಸಂಗ್ರಹ 'ಅವಡುಗಚ್ಚಿದ ಬೇನೆ'ಯನ್ನು ಬಿಡುಗಡೆ ಮಾಡಲು ಅವರನ್ನು ಕರೆಸಿದ್ದೆವು. ಪುಸ್ತಕವನ್ನು ಬಿಡುಗಡೆ ಮಾಡಿ ಒಳ್ಳೆಯ ಮಾತನ್ನಾಡಿದರು. ನಮ್ಮ ಮನೆಯಲ್ಲೇ ಉಳಿದಿದ್ದರು ಎಂದು ಮತ್ತೆ ಹೇಳಬೇಕಾಗಿಲ್ಲವಲ್ಲ. ಆ ಸಂಧರ್ಭವೇ ಇರಬೇಕು ಅವರು ಅವರ ಪತ್ನಿ ಪದ್ಮರವರನ್ನೂ ಜೊತೆಗೆ ಕರೆ ತಂದಿದ್ದರು. ದಂಪತಿಗಳೊಂದಿಗೆ ಹರಟೆ ಎಲ್ಲಾ ಇತ್ತು. ಅಂದು ಯಾವ ಸಂಧರ್ಭ ಎಂದು ನೆನಪಿಲ್ಲ. ನನ್ನ ಬಂಧು ಬಳಗ, ಕೆಲವು ಮಂದಿ ಸೇರಿ ನನ್ನಿಂದ ಕೇಕ್ ಕಟ್ ಮಾಡಿಸಿದ್ದರು. ನಾಡಿಗ ದಂಪತಿಗಳು ನನಗೆ ಒಂದು ಚೆಂದದ ಕಲಾತ್ಮಕ ಉಡುಗೊರೆಯನ್ನು ಕೊಟ್ಟಿದ್ದರು.

ಮೂರನೇ ಬಾರಿಯೂ ನಾಡಿಗರು ನಮ್ಮ ಸುಗಮ ಸಂಗೀತ ಅಕಾಡೆಮಿಯ ಆಹ್ವಾನದ ಮೇರೆಗೆ ಬಂದು ಅಕಾಡೆಮಿಯ ಕಾರ್ಯಕ್ರಮದಲ್ಲಿ ಭಾಗವಹಿಸಿದ್ದರು.

ಇಸವಿ 2000ದಲ್ಲಿ ನನ್ನ ಶಿಷ್ಯವೃಂದ ಹಾಗೂ ನನ್ನ ಪತಿ ರಘುರಾಂ ಮತ್ತು ಅಭಿಮಾನಿಗಳೆಲ್ಲಾ ಸೇರಿ ನನ್ನ ಕುರಿತು ಒಂದು ಅಭಿನಂದನಾ ಗ್ರಂಥವನ್ನು ತರಲು ತೀರ್ಮಾನಿಸಿ 'ನಾದಲೀಲಾ' ಎಂಬ ಹೆಸರಿನಲ್ಲಿ ಆ ಗ್ರಂಥವನ್ನು ತಂದೇ ಬಿಟ್ಟರು. 'ನಾದಲೀಲಾ' ಅಭಿನಂದನ ಗ್ರಂಥದ ವಿಶೇಷವೆಂದರೆ ಲೇಖಕ/ಲೇಖಕಿಯರ ವರ್ಗೀಕರಣ ಮಾಡಿ ಒಂದೊಂದು ವರ್ಗಕ್ಕೂ ಸಪ್ತಸ್ವರಗಳ ಒಂದೊಂದು ಸ್ವರದ ಚಿನ್ಹೆಯನ್ನಿಟ್ಟಿರುವುದು. 1. ಕವಿಗಳು, ಸಾಹಿತಿಗಳು ಕಂಡಂತೆ (ಸ) 2. ಕಲಾವಿದರು ಕಂಡಂತೆ (ರಿ) 3. ಬಾನುಲಿಯ ಬಂಧುಗಳು ಕಂಡಂತೆ (ಗ) 4. ಬಂಧುಗಳು ಕಂಡಂತೆ (ಮ) 5. ಪತ್ರಿಕಾಕರ್ತರು ಕಂಡಂತೆ (ಪ) 6. ಶಿಷ್ಯರು ಕಂಡಂತೆ (ದ) 7. ಅಭಿಮಾನಿಗಳು ಕಂಡಂತೆ (ನಿ) ಕೊನೆಯದಾಗಿ ನನ್ನ ನಾ ಕಂಡಂತೆ – ಆರೋಹಣ – ಸಪ್ತಸ್ವರಗಳ ಸಮ್ಮಿಲನ, ಅದೇ ಸಂಗೀತ.

ಈ ಎಲ್ಲಾ ವಿಭಾಗ ಮಾಡಿಕೊಟ್ಟವಳು ನಾನು. ಹೌದು.

ಸುಮತೀಂದ್ರ ನಾಡಿಗರು ನನ್ನ ಬಗ್ಗೆ ಲೇಖನದ ಬದಲು ಕವನವನ್ನೇ ಬರೆದಿದ್ದಾರೆ.

ಎಚ್.ಆರ್. ಲೀಲಾವತಿಯವರಿಗೆ

ಪ್ರತಿಯೊಂದು ಅಮಾವಾಸ್ಯೆ ಬರಲಿ ದೀಪಾವಳಿ
ಕಷ್ಟದಮವಾಸ್ಯೆಯಲಿ ನೋವಿನಮವಾಸ್ಯೆಯಲಿ
ದುಃಖದಮಾವಾಸ್ಯೆಯಲಿ ಬರಲಿ ದೀಪಾವಳಿ
ಕತ್ತಲನು ಓಡಿಸಲು ದೀಪಾವಳಿ ॥

ದೀಪಗಳು ಎಲ್ಲೆಲ್ಲೂ ಬೆಳಗುತ್ತಲಿರಲಿ
ಕಿವಿಯ ಕೊರೆಯುವ ಸದ್ದು ಕೇಳಿಸದೆ ಇರಲಿ
ಬೆಂಕಿಯಪಘಾತಗಳು ಘಟಿಸದೇ ಇರಲಿ
ಎಲ್ಲರಿಗು ಶುಭ ತರಲಿ ದೀಪಾವಳಿ ॥

ನಮ್ಮವರೆ ನಿಮಗಿಂದು ಕೋರುವೆನು ಶುಭವ
ಹಾರೈಸುವೆನು ನಿಮಗೆ ಸಕಲ ಬಗೆ ಸುಖವ
ಆಗೀಗ ವಿರಸಗಳ ಕತ್ತಲೆಯ ಗಾಳಿ
ಮರೆಯಾಗಿ ಬರುತಿರಲಿ ದೀಪಾವಳಿ ॥

'We don't meet people by accident, everyone is meant to cross our path for a reason' ಎಂಬ ಮಾತನ್ನು ಓದಿದ್ದೆ. ನಿಜ, ಹಾಗಾಗಿ ಎಚ್.ಎಸ್.ವಿ.ಯವರು ನನ್ನ ಬಾಳಿಗೆ ಬಂದರು.

ಕವಿತೆಗೆ ಸಂಭ್ರಮ ತೊಡಿಸಿದವರು

ಎಚ್.ಎಸ್. ವೆಂಕಟೇಶಮೂರ್ತಿ

ಪ್ರೀತಿ ತುಂಬಿದ 'ಅಕ್ಕಾ' ಎನ್ನುವ ಆ ಕರೆಯಲ್ಲಿ ಎಷ್ಟೊಂದು ಮಾರ್ದವತೆ, ಕರೆಸಿಕೊಳ್ಳುವ ಜೀವಕ್ಕೆ ಎಷ್ಟೊಂದು ಅಪ್ಯಾಯಮಾನ. ನಿಜ, ಆ ಬಾಂಧವ್ಯವೇ ಅಂತಹುದು. ಸೋದರ ಸೋದರಿಯರ ಆ ಪ್ರೀತಿಯಲ್ಲಿ ಮಡುಗಟ್ಟಿದ ಆ ಒಂದು ಮಲ್ಲಿಗೆಯ ಪರಿಮಳದ ಎಳೆ ಸದಾ ಕಾಲ ಪರಿಮಳಿಸುವಂತಹುದು. ನಿಜ, ಆ ಪ್ರೀತಿ ನಿತ್ಯ ನಿರಂತರ. ಮನಸ್ಸಿಗೆ ಎಷ್ಟು ಆಹ್ಲಾದಕರ. ಈ ಭಾವಕ್ಕೆ ಒಂದೇ ತಾಯಿಯ ಗರ್ಭದಲ್ಲಿ ಜನಿಸಿದ ಒಡಹುಟ್ಟೇ ಆಗಬೇಕಿಲ್ಲ. ಇಬ್ಬರು ಗೆಳೆಯರು ತುಂಬಾ ಆತ್ಮೀಯವಾಗಿದ್ದರೆ 'ಒಳ್ಳೆ ಅಣ್ಣ ತಮ್ಮಂದಿರಿದ್ದ ಹಾಗಿದ್ದಾರೆ' ಅನ್ನುವ ಹಾಗೆ. ಅದೊಂದು ಪ್ರೀತಿಯ ಭಾವ ಬಂಧನ. ಅದು ಮಾತಿಗೆ ಮೀರಿದ್ದು, ಅಕ್ಷರಗಳ ಅಳತೆಗೆ ಸಿಗಲಾರದ್ದು. 'ಬಲ್ಲವನೇ ಬಲ್ಲ ಬೆಲ್ಲದ ಸವಿ' ಎನ್ನುವ ಹಾಗೆ ಅದನ್ನು ಅನುಭವಿಸಿದ ಜೀವಗಳಿಗೆ ಮಾತ್ರ ಅರಿವಾಗುವ ಒಂದು ಪ್ರೀತಿಯ ರೀತಿ. ಅದೊಂದು ದಿವ್ಯವಾದ ಭಾವಸೆಲೆ. ಅವರನ್ನು ತಮ್ಮನಾಗಿ ಪಡೆದ ನನಗೆ ನಿಜಕ್ಕೂ ತುಂಬಾ ಖುಷಿ ಇದೆ, ಸಂತೋಷವಿದೆ. ಇದೇನಿದು ತಮ್ಮನನ್ನು ಬಹುವಚನದಲ್ಲಿ ಕರೆಯುತ್ತೀಯ ಎನಿಸಬಹುದಲ್ಲವೇ?. ಅದು ನಾನವರ ಯೋಗ್ಯತೆಗೆ

ಕೊಡುವ ಬೆಲೆ. ಕರೆಯುವ ರೀತಿ ಮುಖ್ಯವಲ್ಲ, ಭಾವ ಮುಖ್ಯ. ಅವರು ನನ್ನ ತಮ್ಮ, ನಾನು ಅವರಿಗೆ ಅಕ್ಕ ಅಷ್ಟೇ ಅಕ್ಕರೆಯ ಸಕ್ಕರೆ ಇದೆ ಅಲ್ಲಿ.

ಹುಟ್ಟುತ್ತಲೇ ತಂದೆಯನ್ನು ಕಳೆದುಕೊಂಡು ತುಂಬಾ ಬಡತನದಲ್ಲೇ ಬೆಳೆದ ಹುಡುಗ. ಅವನ ಪ್ರೀತಿಗೆ ಮಡಿಲಾದವರು ಅವನ ತಾಯಿ ಹಾಗೂ ಅಜ್ಜಿ. ಹುಟ್ಟಿದ್ದು ದಾವಣಗೆರೆ ಜಿಲ್ಲೆಯ ಹೊದಿಗೆರೆ ಗ್ರಾಮ. ಹುಡುಗನ ಮುತ್ತಜ್ಜ ಕೆಲ್ಲೋಡು ಪುಟ್ಟಪ್ಪ ಪ್ರಸಿದ್ಧ ಗಮಕಿ. ಅಜ್ಜ ಭೀಮರಾಯರು ಮೃದಂಗ ವಾದಕರಾಗಿದ್ದರು. ಜೊತೆಗೆ ಅವರಿಗೆ ನಾಟಕದಲ್ಲಿ ವಿಶೇಷ ಆಸಕ್ತಿ ಇತ್ತು. ತಾಯಿಯ ತವರು ಮನೆಯಲ್ಲಿ ನಡೆಯುತ್ತಿದ್ದ ಭಜನೆ, ನಾಟಕ, ಗಮಕ ವಾಚನ, ಯಕ್ಷಗಾನ, ಬೊಂಬೆಯಾಟ ಇವೆಲ್ಲ ಸಾಂಸ್ಕೃತಿಕ ಕಾರ್ಯಕ್ರಮಗಳು ಹುಡುಗನ ಮೇಲೆ ತುಂಬಾ ಪ್ರಭಾವ ಬೀರಿತು. ಪರಿಸರದ ಪ್ರಭಾವ ವ್ಯಕ್ತಿಗಳ ಬೆಳವಣಿಗೆಯಲ್ಲಿ ಅತ್ಯಂತ ಪ್ರಭಾವಶಾಲಿ, ಸುತ್ತಮುತ್ತ ನಡೆಯುತ್ತಿದ್ದ ಉತ್ಸವಗಳನ್ನೆಲ್ಲ

ಕಣ್ತುಂಬಿಕೊಂಡ ಬಾಲ್ಯ, ಜೊತೆಗೆ ಬೆಳೆದದ್ದು ಕೆರೆ, ತೊರೆ, ಬೆಟ್ಟ ಗುಡ್ಡಗಳ ಪರಿಸರದ ಪ್ರಕೃತಿ ಮಾತೆಯ ಮಡಿಲಿನಲ್ಲಿ. ಹಾಗಾಗಿ 1944ರಲ್ಲಿ ಹೊದಿಗೆರೆ ಗ್ರಾಮದಲ್ಲಿ ಹುಟ್ಟಿದ ಪುಟ್ಟ ಕಂದ ಇಂದು 80ರ ಸಾಹಿತ್ಯ ತ್ರಿವಿಕ್ರಮನಾಗಿ ಬೆಳೆದ ವ್ಯಕ್ತಿ ಬೇರಾರು ಅಲ್ಲ, ನನ್ನ ಪ್ರೀತಿಯ ಸೋದರ ಎಚ್.ಎಸ್. ವೆಂಕಟೇಶಮೂರ್ತಿಯವರು.

ತನ್ನ ಹುಟ್ಟೂರು ಹೊದಿಗೆರೆಯಲ್ಲಿ ಆರಂಭದ ಶಾಲೆ, ಹೊಳಲ್ಕೆರೆಯಲ್ಲಿ ಎಸ್.ಎಸ್. ಎಲ್.ಸಿ. ಮಾಡಿದ್ದು. ಅವನು ಬೆಳೆದ ಪರಿಸರದ ಪ್ರಭಾವದಿಂದಾಗಿ ಹುಡುಗನ ಮನಸ್ಸು ಆಗಲೇ ಕವಿತೆಯ ಜಾಡು ಹಿಡಿದಿತ್ತು. ಆ ಸಂದರ್ಭದಲ್ಲಿ ಹುಡುಗನ ವ್ಯಕ್ತಿತ್ವ ವಿಕಸನಕ್ಕೆ ಸೃಜನಶೀಲತೆಗೆ ರೂಪ ನೀಡಿದವರು ಕನ್ನಡ ಅಧ್ಯಾಪಕ ನರಸಿಂಹ ಶಾಸ್ತ್ರಿಗಳು. ಹಿರಿಯ ಬರಹಗಾರರ ಪರಿಚಯ ಮಾಡಿಸಿದರು. ಅವರುಗಳ ಸಾಹಿತ್ಯವನ್ನು ಓದಲು ಪ್ರೇರೇಪಿಸುವುದರ ಜೊತೆಗೆ, ಹುಡುಗನ ಬರವಣಿಗೆಯನ್ನು ಓದಿ ಮೆಚ್ಚಿ ತುಂಬಾ ಪ್ರೋತ್ಸಾಹವನ್ನಿತ್ತರು. ಅಂತಲೇ ಎಚ್. ಎಸ್.ವಿಯವರು ಅವರ ಮೊದಲ ಕವನ ಸಂಗ್ರಹ 'ಪರಿವೃತ್ತ'ವನ್ನು ತಮ್ಮ ಗುರುಗಳಾದ ನರಸಿಂಹ ಶಾಸ್ತ್ರಿಗಳಿಗೆ ಅರ್ಪಿಸಿದ್ದಾರೆ. ಹೆಚ್. ಎಸ್.ವಿ. ಕಾಲೇಜಿಗೆ ಸೇರಿದ್ದು ಚಿತ್ರದುರ್ಗದಲ್ಲಿ. ಕರ್ನಾಟಕ ವಿಶ್ವವಿದ್ಯಾನಿಲಯದಿಂದ ಬಿ.ಎ. ಪದವಿ ಗಳಿಸಿದರು. ಮತ್ತೊಂದು ವಿಷಯವೆಂದರೆ ಭದ್ರಾವತಿಯಲ್ಲಿ ಡಿಪ್ಲೊಮೊ

ಮಾಡಿ ಮಲ್ಲಾಡಿಹಳ್ಳಿಯ ಪ್ರೌಢಶಾಲೆಯಲ್ಲಿ ಐದು ವರ್ಷಗಳು ಕ್ರಾಫ್ಟ್ ಟೀಚರ್ ಆಗಿ ದುಡಿದರು. ಆದರೆ ಇವರ ಓದುವ ಹಪಾಹಪಿ ಇವರನ್ನು ಸುಮ್ಮನೆ ಕೂರಲು ಬಿಡಲಿಲ್ಲ. ಬೆಂಗಳೂರಿನ ಸೆಂಟ್ರಲ್ ಕಾಲೇಜಿನಲ್ಲಿ ಎಂ.ಎ. ಮಾಡಿದರು. ನಂತರ 'ಕನ್ನಡದಲ್ಲಿ ಕಥನ ಕವನಗಳು' ಎಂಬ ವಿಷಯವಾಗಿ ಪಿ.ಎಚ್.ಡಿಯನ್ನು ಪಡೆದು ಡಾ॥ ಎಚ್. ಎಸ್. ವೆಂಕಟೇಶಮೂರ್ತಿಯಾದರು. ಇವರು ಕನ್ನಡ ಪ್ರಾಧ್ಯಾಪಕರಾಗಿ ದುಡಿದದ್ದು ಬೆಂಗಳೂರಿನ ಸೇಂಟ್ ಜೋಸೆಫ್ ಕಾಲೇಜಿನಲ್ಲಿ.

ಒಬ್ಬ ಆದರ್ಶ ಗುರು ಶಿಷ್ಯರ ಮೇಲೆ ಹೇಗೆ ಪ್ರಭಾವವನ್ನು ಬೀರಬಹುದು ಎನ್ನುವುದಕ್ಕೆ ಸಾಕ್ಷಿಯಾಗಿ ಎಚ್.ಎಸ್.ವಿ.ಯವರು ನಿಲ್ಲುತ್ತಾರೆ. ಇವರು ಕಲಿಯುವಾಗ ಹೇಗೆ ಇವರ ಗುರುಗಳಾದ ನರಸಿಂಹ ಶಾಸ್ತ್ರಿಗಳ ಗಾಢ ಪ್ರಭಾವವಾಗಿತ್ತೋ ಹಾಗೆಯೇ ಎಚ್.ಎಸ್.ವಿ.ಯವರು ಕಲಿಸುತ್ತಿದ್ದ ಸೇಂಟ್ ಜೋಸೆಫ್ ಕಾಲೇಜಿನಲ್ಲಿ ಇವರ

ಶಿಷ್ಯರ ಮೇಲೆ ಎಚ್.ಎಸ್.ವಿ. ಎಂಬ ಗುರುಗಳ ಪ್ರಭಾವವೂ ಆಯಿತು. ಇವರು ಕಾಲೇಜಿನಲ್ಲಿ ಅಧ್ಯಾಪಕರಾಗಿ ಪಾಠ ಮಾಡುವಾಗ ಮೊದಮೊದಲು ಶಿಷ್ಯರಾರಿಗೂ ಕನ್ನಡದ ಮೇಲೆ ಆಸಕ್ತಿಯೇ ಇರಲಿಲ್ಲವಂತೆ. ಒಂದು ರೀತಿಯ ಅಸಡ್ಡೆ ಎಂದರು ಸರಿಯಾದೀತೇ. ಆದರೆ ಎಚ್.ಎಸ್.ವಿ.ಯವರು ಮಾಡುತ್ತಿದ್ದ ಪಾಠದ ಕ್ರಮದಿಂದಾಗಿ ವಿದ್ಯಾರ್ಥಿಗಳಿಗೆ ದಿನದಿಂದ ದಿನಕ್ಕೆ ಆಸಕ್ತಿ ಹೆಚ್ಚಾಯಿತಂತೆ. ವಿದ್ಯಾರ್ಥಿಗಳಿಗೆ ಎಚ್. ಎಸ್.ವಿ.ಯವರು ಕನ್ನಡವನ್ನು ಹೆಚ್ಚು ಹೆಚ್ಚು ಪ್ರೀತಿಸಲು ಕಲಿಸಿದರು. ಕನ್ನಡದಲ್ಲಿ ಸಾಹಿತ್ಯ ಸೃಷ್ಟಿಯನ್ನು ಮಾಡಲು ಪ್ರೋತ್ಸಾಹಿಸಿದರು. ಅದರ ಫಲವಾಗಿ 25 ಪುಸ್ತಕಗಳನ್ನು ವಿದ್ಯಾರ್ಥಿಗಳಿಂದಲೇ ಬರೆಸಿ ಪ್ರಕಟಿಸಿದರು. ಅಂದಿನ ಇವರ ಹಲವು ವಿದ್ಯಾರ್ಥಿಗಳು ಇಂದು ಹೆಸರಾಂತ ಬರಹಗಾರರಾಗಿದ್ದಾರೆ. ಇದು ಎಚ್. ಎಸ್.ವಿ.ಯವರು ಗುರುವಾಗಿ ಮಾಡಿದ ಸಾಧನೆ. ಇದು ಮೇಷ್ಟ್ರ ಮನೋಧರ್ಮ.

ಇನ್ನು ಸಾಹಿತ್ಯ ವಲಯದಲ್ಲಿ ಎಚ್.ಎಸ್.ವಿ.ಯವರ ಬೆಳವಣಿಗೆ, ಅವರ ಸಾಧನೆ, ಕನ್ನಡದ ಒಲುಮೆಯನ್ನು ನೋಡುವಾಗ ಯಾರಿಗೂ ಅಚ್ಚರಿಯಾಗದೆ ಇರದು. ಅವರು ಕನ್ನಡ ಸಾಹಿತ್ಯಕ್ಕೆ ನೀಡಿದ ಕೊಡುಗೆಯನ್ನು ಗಮನಿಸುವಾಗ ಅವರ ಲೇಖನಿಗೆ ಬಿಡುವೇ ಇಲ್ಲವೇನೋ ಎನ್ನಿಸುತ್ತದೆ ನನಗೆ. ಎಚ್.ಎಸ್.ವಿ,ಯವರು ಕನ್ನಡ ಸಾಹಿತ್ಯಕ್ಕೆ ಅಂಥ ಮಹತ್ತರ ಕೊಡುಗೆಯನ್ನು ನೀಡಿದ್ದಾರೆ. ಕನ್ನಡ ಸಾಹಿತ್ಯದ ಎಲ್ಲ ಪ್ರಕಾರಗಳಲ್ಲೂ ಅಮೂಲ್ಯ ಕೊಡುಗೆಗಳನ್ನು ನೀಡಿದ್ದಾರೆ. ಎಚ್.ಎಸ್.ವಿ,ಯವರು ಸಾಹಿತ್ಯದ ಒಂದೇ ಪ್ರಕಾರಕ್ಕೆ ಸೀಮಿತವಾಗದ ಸಾಹಿತಿ. ಗೋಡೆಗಳನ್ನು ನಿರ್ಮಿಸಿಕೊಳ್ಳದ ಸಾಹಿತಿ.

ಕವಿತೆ, ಕಾದಂಬರಿ, ನಾಟಕ, ಪ್ರಬಂಧ, ಜೀವನ ಚರಿತ್ರೆ, ಮಕ್ಕಳ ಸಾಹಿತ್ಯ, ವಿಮರ್ಶೆ, ಅನುವಾದ ಇತ್ಯಾದಿ ಇತ್ಯಾದಿ. ಜೊತೆಗೆ 'ಬುದ್ಧ ಚರಣ'ವೆಂಬ ಮಹಾಕಾವ್ಯದ ಸೃಷ್ಟಿ. ಜೊತೆಗೆ ಇವರಿಗೆ ಚಲನಚಿತ್ರ ಹಾಗೂ ರಂಗಭೂಮಿಯೊಡನೆ ಕೂಡ ನಿರಂತರ ಸಂಪರ್ಕವಿದೆ. ಅಬ್ಬಾ, ಎಂಥಾ ಮಹತ್ತರ ಸಾಧನೆ ಹೇಗೆ ಸಾಧ್ಯವಾಯಿತು? ಎಂದಾಗ ಎಚ್.ಎಸ್.ವಿ.ಯವರು ಕನ್ನಡ, ಸಂಸ್ಕೃತ, ಇಂಗ್ಲಿಷ್ ಸಾಹಿತ್ಯದ ಪ್ರಭಾವ, ನನ್ನ ಕಾವ್ಯ ವ್ಯಕ್ತಿತ್ವವನ್ನು ಅರಳಿಸಿತು ಎನ್ನುವುದರ ಜೊತೆಗೆ ಶಿವರುದ್ರಪ್ಪನವರ ಪ್ರಭಾವ ತುಂಬಾ ಇದೆ ಎಂದು ನೆನೆಯುತ್ತಾರೆ.

ಎಚ್.ಎಸ್.ವಿ.ಯವರ ಕೆಲವು ಅನಿಸಿಕೆಗಳು, ಅಂದರೆ ಅವರ ಮನದ ಮಾತುಗಳನ್ನು ಕೇಳುವಾಗ ಎಂಥಾ ಉತ್ಕೃಷ್ಟವಾದ, ಉನ್ನತವಾದ ನುಡಿಗಳು ಎನ್ನಿಸದಿರದು. ಅವರ ಪ್ರಕಾರ ಮೇಷ್ಟ್ರಾಗೋಕೆ ಒಂದು ಬೇರೆ ಮನೋಧರ್ಮವಿರಬೇಕು. ನಿರಂತರ ಅಭ್ಯಾಸಿ ಪ್ರಾಧ್ಯಾಪಕ. ತಾನುರಿಯದೆ ದೀಪ ಇನ್ನೊಂದು ಹಣತೆಯನ್ನು ಹಚ್ಚಲಾರದು. ಸಾಹಿತ್ಯ ನಿಂತ ನೀರಲ್ಲ. ವಿದ್ಯಾರ್ಥಿಗಳಿಗೆ ಪಠ್ಯೇತರ ವಿಷಯಗಳನ್ನು ಹೇಳಬೇಕು. ಅವರ ಮುಂದಿನ ಬದುಕಿಗೆ ತಯಾರಿ ಮಾಡಬೇಕು. ಸಾಹಿತ್ಯ ಪ್ರಗತಿಗೆ ಸಹಾಯಕವಾಗಬೇಕು. ಮನುಷ್ಯನನ್ನು ಮನುಷ್ಯನಾಗಿ ಉಳಿಯುವುದಕ್ಕೆ ಸಂಗೀತ, ಸಾಹಿತ್ಯ ಕಾರಣವಾಗುತ್ತವೆ. ರಂಗ ಚಟುವಟಿಕೆ, ನಾಟಕಗಳು ಅವನನ್ನು ರೂಪಿಸಲು ಸಹಾಯಕವಾಗುತ್ತವೆ. ಎಂಥಾ ಮೌಲ್ಯಯುತ ಮಾತುಗಳಿವು.

ವ್ಯಕ್ತಿಯ ಸೃಜನಾತ್ಮಕ ಸಾಹಿತ್ಯವೊಂದು ಕಡೆಯಾದರೆ ಬೇಡಿಕೆಗಾಗಿ ಬರೆಯುವ ಸಾಹಿತ್ಯ ಇನ್ನೊಂದು ಕಡೆ. ಆ ನಿಟ್ಟಿನಲ್ಲಿ ಬರುವುದು ಚಲನಚಿತ್ರ ಸಾಹಿತ್ಯ ದೂರದರ್ಶನಕ್ಕಾಗಿ ಸೃಜಿಸಲಾದ ಸಾಹಿತ್ಯ ಸೃಜನಾತ್ಮಕ ಸಾಹಿತ್ಯದಲ್ಲಿ ಮನಸ್ಸಿನಲ್ಲಿ ಹರಳುಗಟ್ಟಿದ ಭಾವನೆಗಳ ಅಭಿವ್ಯಕ್ತಿ. ಹೇಳಿ ಬರೆಸುವ ಚಲನಚಿತ್ರ ಅಥವಾ ದೂರದರ್ಶನದ ಸಾಹಿತ್ಯಕ್ಕೆ ಕೆಲವು ಕಟ್ಟುಪಾಡುಗಳುಂಟು ಅದನ್ನು ಅನುಸರಿಸಿ ಸಾಹಿತ್ಯ ರಚಿಸಬೇಕಾಗುತ್ತದೆ. ಕಾರಣ ಆ ಸಾಹಿತ್ಯ ವಲಯವೇ ಭಿನ್ನವಾದದ್ದು ಅಲ್ಲಿ ಸೃಜನಶೀಲತೆ ಇಲ್ಲವೆಂದಲ್ಲ, ಆದರೆ ಅಲ್ಲಿ ಅದಕ್ಕೊಂದು ಪರಿಧಿ ಇದೆ. ಅದನ್ನು ಮೀರುವ ಹಾಗಿಲ್ಲ. ಅಂಥ ವಿಭಿನ್ನ ಸಾಹಿತ್ಯ ವಲಯವನ್ನು ಎಚ್.ಎಸ್.ವಿ.ಯವರು ತುಂಬಾ ರಚನಾತ್ಮಕವಾಗಿಯೇ ದುಡಿಸಿಕೊಂಡು ಯಶಸ್ವಿಯಾಗಿದ್ದಾರೆ. ಚಿನ್ನಾರಿ ಮುತ್ತ, ಕೊಟ್ರೇಶಿ ಕನಸು, ಕ್ರೌರ್ಯ, ಕೊಟ್ಟ, ಮತದಾನ ಈ ಚಲನಚಿತ್ರಗಳಲ್ಲಿ ಕೆಲವಕ್ಕೆ ಹಾಡು, ಕೆಲವಕ್ಕೆ ಸಂಭಾಷಣೆಯನ್ನು ಬರೆದಿದ್ದಾರೆ. ದೂರದರ್ಶನ ಧಾರಾವಾಹಿಗಳಾದ ಯಾವ ಜನ್ಮದ ಮೈತ್ರಿ, ಸವಿಗಾನ, ಮುಕ್ತ, ಇವುಗಳಿಗೆ ಶೀರ್ಷಿಕೆಯ ಗೀತೆಗಳನ್ನು ರಚಿಸಿದ್ದಾರೆ. ಇವೆಲ್ಲ ಕಥೆಯ ಆಶಯಕ್ಕೆ ಪೂರಕವಾಗಿ ಬರಬೇಕಾಗುತ್ತದೆ. ಹಾಗಾಗಿ ಸ್ವಲ್ಪ ನಿಬಂಧನೆಗೆ ಒಳಪಡುವುದು ಅನಿವಾರ್ಯವಾಗುತ್ತದೆ. ಅಮೃತವಾಹಿನಿ ಹಾಗೂ ಹಸಿರು ರಿಬ್ಬನ್ ಚಿತ್ರಗಳ ಕಾವ್ಯಕ್ಕೆ ಫಿಲ್ಮ್ ಫೇರ್ ಪ್ರಶಸ್ತಿಯು ಸಂದಿದೆ. ಒಂದು ಸೃಜನಾತ್ಮಕ ಮನಸ್ಸು ಪ್ರಾಯಶಃ ಎಲ್ಲಾ

ಕಡೆಗೂ ತನ್ನನ್ನು ಒಗ್ಗಿಸಿಕೊಳ್ಳುತ್ತದೆ ಅಂತ ಕಾಣುತ್ತದೆ. ಹಾಗಾಗಿಯೇ ಈ ಎಲ್ಲಾ ವಲಯಗಳಲ್ಲೂ ಯಶಸ್ಸು ದೊರೆತಿರುವುದು. ಇವರನ್ನು ಒಬ್ಬ ಸತ್ವಯುತವಾದ ಹಾಗೂ ಸಮೃದ್ಧ ಕವಿ ಎನ್ನಬಹುದು. ಬಿಡುವಿರದ ಚಿಂತನೆಯೊಡನೆ ಮೂಡಿ ಬರುವ ಸೃಜನಾತ್ಮಕ ಬರವಣಿಗೆ ಧಣಿವರಿಯದ ಸಾಹಿತ್ಯ ಸೃಷ್ಟಿ. ಇವರ ಲೇಖನಿಗೆ ಪುರುಸೊತ್ತೇ ಇಲ್ಲ. ಇವರ ಅನಾರೋಗ್ಯದ ಸಮಯದಲ್ಲೂ ಇವರಿಗೆ ಸಾಹಿತ್ಯ ಚಿಂತನೆಯೇ. ಇವರ ಆ ಬುದ್ಧಿ, ಚೈತನ್ಯ ಎಷ್ಟು ಚುರುಕಾಗಿರಬೇಡ. ಇವರಿಗೆ ಕನ್ನಡ ಭಾಷೆ, ಸಾಹಿತ್ಯ ಜೀವಂತವಾಗಿರಬೇಕೆಂಬ ಆ ತುಡಿತ, ಅದು ಎಂದೂ ಉಳಿಯಲೆಂಬ ಕಳಕಳಿ ಇವರ ರಕ್ತದಲ್ಲೇ ಮೂಡಿಬಂದಿರಬೇಕು.

ಎಚ್.ಎಸ್.ವಿ.ಯವರು ಹೇಗೆ ಸಾಹಿತ್ಯಪ್ರಿಯರೋ, ಕಾವ್ಯ ಪ್ರಿಯರೋ ಹಾಗೇ ಸಂಗೀತ ಪ್ರಿಯರೂ ಕೂಡ. ಹಾಗಾಗಿಯೇ ಹೆಚ್ಚಾಗಿ ಅವರು ಸಾಹಿತ್ಯ ವಲಯದಲ್ಲಿ

ಎಷ್ಟು ಜನಪ್ರಿಯರೋ ಹಾಗೆಯೇ ಸುಗಮ ಸಂಗೀತ ಕಲಾವಿದರ ವಲಯದಲ್ಲೂ ಅಷ್ಟೇ ಜನಪ್ರಿಯರು. ಹಾಗಾಗಿಯೇ ಪ್ರಾಯಶಃ ಇವರ ಕಾವ್ಯ ಧ್ವನಿ ಸುರುಳಿಗಳಾಗಿ ಮನೆಮನೆಯನ್ನು ತಲುಪಿರುವುದು. ನಿಜ, ಇವರು ಮನೆಮನೆಯ ಕವಿಯೂ ಹೌದು, ಮನ ಮನದ ಕವಿಯೂ ಹೌದು. ಅಷ್ಟೇ ಅಲ್ಲ ಎಚ್.ಎಸ್.ವಿ.ಯವರು ಇಂದಿನ ಕವಿಯೂ ಹೌದು ನಾಳೆಗಳ ಕವಿಯೂ ಹೌದು.

ಈ ಕವಿ ಶಾಸ್ತ್ರೀಯ ಸಂಗೀತಕ್ಕೆ ಮರುಳಾದದ್ದಕ್ಕೂ ಒಂದು ಘಟನೆ ಇದೆ. ಎಚ್. ಎಸ್.ವಿ.ಯವರಿಗೆ ಪು.ತಿ.ನ. ಅವರ ಬಗ್ಗೆ ಅಪಾರ ಗೌರವ. ಒಮ್ಮೆ ಎಚ್. ಎಸ್.ವಿ.ಯವರು ಪು.ತಿ.ನ. ಮನೆಗೆ ಹೋಗಿದ್ದಾಗ 'ಮೂರ್ತಿ ನೀವು ಸಂಗೀತ ಕೇಳುತ್ತಿರೋ' ಎಂದು ಪ್ರಶ್ನಿಸಿದ್ದಾರೆ. ಅದಕ್ಕೆ ಎಚ್.ಎಸ್.ವಿ.ಯವರು 'ಸರ್, ನನಗೆ ಸಂಗೀತ ಅಂದರೆ ಜೀವ. ನೂರಾರು ಸೀಡಿಗಳು ನನ್ನ ಬಳಿ ಇವೆ' ಎಂದರು. ಪು.ತಿ.ನ. ಅವರಿಗೆ ಆ ಮಾತು ರುಚಿಸದೆ 'ಸಂಗೀತ ಕೇಳುವುದು ಅಂದರೆ ಅದಲ್ಲ. ಸಂಗೀತ ಕಛೇರಿಗೆ ಹೋಗಿ ರಸಿಕರ ಮಧ್ಯೆ ಕೂತು ಸಂಗೀತವನ್ನು ಆಸ್ವಾದಿಸಬೇಕು' ಎಂದರಂತೆ. ಪು.ತಿ.ನ. ಅವರ ಮಾತು ಎಚ್.ಎಸ್.ವಿ.ಯವರ ಮನ ಮುಟ್ಟಿತು. 'ಹಾಗಾಗಿ ಅಲ್ಲಿಂದ ಮುಂದೆ ಎಲ್ಲೇ ಕಚೇರಿಗಳಾಗಲಿ ನಾನು ತಪ್ಪದೆ ಸಭೆಗೆ ಹೋಗುತ್ತಿದ್ದೆ. ನಿಧಾನವಾಗಿ ನಾನು ಶಾಸ್ತ್ರೀಯ ಸಂಗೀತಕ್ಕೆ ಮರುಳಾದೆ. 1970–80ರ ದಶಕದಲ್ಲಿ ರಾಮನವಮಿ ಸಂಗೀತೋತ್ಸವದಲ್ಲಿ ನಾನು ಖಾಯಂ ಗಿರಾಕಿ! ಟಿ.ಆರ್. ಮಹಾಲಿಂಗಂ, ಬಾಲಮುರಳಿಕೃಷ್ಣ, ಎಂ.ಎಸ್. ಸುಬ್ಬಲಕ್ಷ್ಮಿ, ಆರ್. ಕೆ. ಶ್ರೀಕಂಠನ್, ಎಂ.ಎಲ್. ವಸಂತಕುಮಾರಿ, ದೊರೆಸ್ವಾಮಿ ಅಯ್ಯಂಗಾರ್,

ಜೇಸುದಾಸ್ ಮೊದಲಾದ ದಿಗ್ಗಜರ ಸಂಗೀತವನ್ನು ಕೇಳಿದ್ದು ಆ ದಶಕದಲ್ಲಿ' ಎಂದು ದಾಖಲಿಸಿದ್ದಾರೆ.

ಸುಗಮ ಸಂಗೀತಗಾರರಿಗೆ ಎಚ್.ಎಸ್.ವಿ. ತುಂಬಾ ಪ್ರೀತಿಯ ಕವಿ. ಹಾಗಾಗಿಯೇ ಸುಗಮ ಸಂಗೀತ ಕಾರ್ಯಕ್ರಮಗಳು ನಡೆಯುವ ಬಹಳಷ್ಟು ವೇದಿಕೆಗಳಲ್ಲಿ ಎಚ್.ಎಸ್.ವಿ.ಯವರು ಭಾಗವಹಿಸುತ್ತಿದ್ದರು. ಅವರ ಸಾಹಿತ್ಯದಂತೆಯೇ ಅವರ ಮಾತೂ ಅಷ್ಟೇ ಹೊಳಪಿನಿಂದ ಕೂಡಿರುತ್ತಿತ್ತು. ಅವರು ವೇದಿಕೆಯಲ್ಲಿ ನಿಂತು ಅಸ್ಖಲಿತ ಕನ್ನಡದಲ್ಲಿ ಭಾಷಣ ಮಾಡುತ್ತಿದ್ದರೆ ಮೈ ನವಿರೇಳುತ್ತಿತ್ತು. ಅವರ ವಾಗ್ಝರಿಗೆ ಮೈ ರೋಮಾಂಚನಗೊಳ್ಳುತ್ತಿತ್ತು.

ಒಬ್ಬ ವ್ಯಕ್ತಿ ಇನ್ನೊಬ್ಬರ ಜೀವನದಲ್ಲಿ ಹೇಗೆ ಎಲ್ಲಿ ಯಾವಾಗ ಬಂದರು ಬರುತ್ತಾರೆ ಎಂಬುದನ್ನು ನೆನಪಿಟ್ಟುಕೊಳ್ಳುವುದು ಕಷ್ಟ. ಹಾಗೆಯೇ

ಎಚ್.ಎಸ್.ವಿ.ಯವರು ನನ್ನ ಬದುಕಿಗೆ ಯಾವಾಗ ಬಂದರು? ನೆನಪಿಲ್ಲ. ದಶಕಗಳಂತೂ ಕಳೆದಿದೆ. 'We don't meet people by accident, everyone is meant to cross our path for a reason' ಎಂಬ ಮಾತನ್ನು ಓದಿದ್ದೆ. ನಿಜ, ಎಚ್.ಎಸ್.ವಿ.ಯವರು ನನ್ನ ತಮ್ಮನಾಗಿ ನನ್ನ ಬಾಳಿಗೆ ಬರಬೇಕಿತ್ತು. ಹಾಗಾಗಿ ಬಂದರು. ಇದನ್ನು ಮೀರಿ ಇದಕ್ಕೆ ಬೇರೆ ಯಾವ ವಿವರಣೆಯೂ ಇಲ್ಲ. ಎಚ್.ಎಸ್.ವಿ.ಯವರು ನನಗೆ ತೀರಾ ಹತ್ತಿರದವರಾಗಿದ್ದಾರೆ. ಅವರನ್ನು ಸಾಕಷ್ಟು ಸಲ ಭೇಟಿಯಾಗಿದ್ದೇನೆ. ಅವರು ಕವಿ, ನಾನು ಗಾಯಕಿ. ಸುಗಮ ಸಂಗೀತಗಾರರಿಗೆ ಬುತ್ತಿ ಕಟ್ಟಿ ಕೊಡುವವರು ಕವಿಗಳೇ. ಕವಿಯ ಕಾವ್ಯವಿಲ್ಲದೆ ಸುಗಮ ಸಂಗೀತಕ್ಕೆ ಅಸ್ತಿತ್ವವೇ ಇಲ್ಲ. ಹಾಗಾಗಿ ನನ್ನ ಹಾಗೂ ಎಚ್.ಎಸ್.ವಿ.ಯವರ ಭಾವ ಬಂಧನಕ್ಕೆ ಮುಖ್ಯ ಕಾರಣ ಕಾವ್ಯ ಹಾಗೂ ಗಾಯನವೇ ಎನ್ನುವುದು ನಿರ್ವಿವಾದ.

ಅವರ ಮಾತಿನಲ್ಲೇ ಹೇಳುವುದಾದರೆ–

> 'ಜಿ.ಎಸ್.ಎಸ್. ಯಾವಾಗಲೂ ಹೇಳ್ತಾಯಿದ್ರು, 'ಕವಿಯನ್ನ ಕವಿ ಮಾಡುವುದು ಗಾಯಕನ ಪ್ರತಿಭೆ' ಅಂತ. ಹಾಗೆ ಶಿವರುದ್ರಪ್ಪನವರನ್ನು ಕವಿಯಾಗಿ ಮಾಡಿ ಅವರಿಗೆ ಅಪಾರವಾದ ಆತ್ಮವಿಶ್ವಾಸವನ್ನು ದೊರಕಿಸಿದ್ದು ನಮ್ಮ ಶ್ರೀಮತಿ ಎಚ್.ಆರ್. ಲೀಲಾವತಿಯವರು ಎಂಬುದನ್ನು ನಾವು ಕೃತಜ್ಞತೆಯಿಂದ ನೆನಪಿಸಿಕೊಳ್ಳಬೇಕಾಗುತ್ತದೆ.
>
> ಕನ್ನಡ ಭಾವಗೀತೆಗಳ ಇತಿಹಾಸದಲ್ಲಿ ಶ್ರೀಮತಿ ಎಚ್.ಆರ್. ಲೀಲಾವತಿಯವರನ್ನು ನಾನು ಆದ್ಯರು ಅಂತ ಕರೆಯಲಿಕ್ಕೆ ಇಷ್ಟಪಡ್ತೀನಿ. ಹೇಗೆ ನಾವು ಪಂಪನನ್ನ ಕನ್ನಡ ಕಾವ್ಯ ರಂಗದ ಆದಿಕವಿ ಅಂತ ಕರೀತೀವೋ ಹಾಗೇ, ಲೀಲಾವತಿಯವರು ಕೂಡ

> ಭಾವಗೀತೆ ಗಾಯನ ಜಗತ್ತಿನ ಆದ್ಯರಲ್ಲಿ ಆದ್ಯರೂ ಮತ್ತು ಅತ್ಯಂತ ಮುಖ್ಯರು. ಶುದ್ಧ ಶಾರೀರ, ಶುದ್ದ ಲಯ, ಶುದ್ಧ ಭಾಷೋಚ್ಚಾರ. ನಿಜವಾದ ಭಾವಗೀತೆ ಅನುಭವಿಸಿ ಹಾಡುವಂತ ಪಕ್ವವಾದಂಥ ಒಂದು ಮನಸ್ಥಿತಿ.
>
> ಪದ್ಮಚರಣ್ ಅವರ ಸಂಯೋಜನೆ, ಲೀಲಾವತಿಯವರ ಗಾಯನ ಒಂದು ಅದ್ಭುತವಾದ ಕಾಂಬಿನೇಷನ್. ನಾನು ಬಹಳ ಕಾಲ ಲೀಲಾವತಿಯವರನ್ನು ನೋಡಿದ್ದಲ್ಲ, ಮೊದಲು ಕೇಳಿದ್ದು. ಒಂದು ಮಧುರವಾದ ದಿವ್ಯ ದನಿಯಾಗಿ ಅವರು ಮೊಟ್ಟಮೊದಲು ನನ್ನ ಭಾವ ಜಗತ್ತನ್ನು ಪ್ರವೇಶ ಮಾಡಿದರು. ಆಗ ನಾನಿನ್ನು ಹೈಸ್ಕೂಲ್ ವಿದ್ಯಾರ್ಥಿ. ನನಗೆ 14 ವರ್ಷ ಇರಬಹುದು ಅಷ್ಟೇ, ಒಂದು ಸಣ್ಣ

> ಹಳ್ಳಿ. ಆ ಹಳ್ಳಿಯಲ್ಲಿ ರೇಡಿಯೋ ಒಂದನ್ನು ಬಿಟ್ಟರೆ ಬೇರೆ ಯಾವ ನಗರಗಳ ಸಾಮಗ್ರಿ ಇಲ್ಲದಂತಹ ಹಳ್ಳಿ. ಆ ಹಳ್ಳಿಯಲ್ಲಿ ನಾನೊಬ್ಬನೇ ಏಕಾಂಗಿಯಾಗಿ ರೇಡಿಯೋ ತಿರುಗಿಸಿದಾಗ, ಲೀಲಾವತಿಯವರ ಅತ್ಯಂತ ಸುಂದರವಾದಂಥ ದಿವ್ಯ ಗಾಯನ ನನಗೆ ಕೇಳಿಸ್ತಾ ಇತ್ತು. ಆಗೆಲ್ಲಾ ಇದು ಬೇಂದ್ರೆ ಅವರ ಕವಿತೆ, ಹಾಡುತ್ತಿರುವವರು ಲೀಲಾವತಿ, ಇದು ಕುವೆಂಪು ಅವರ ಕವಿತೆ, ಹಾಡುತ್ತಿರುವವರು ಲೀಲಾವತಿ, ಇದು ಶಿವರುದ್ರಪ್ಪನವರ ಕವಿತೆ, ಹಾಡುತ್ತಿರುವವರು ಲೀಲಾವತಿ, ಯಾರು ಈ ಲೀಲಾವತಿ? ನನಗೆ ಕುತೂಹಲ. ಎಂಥ ಮಧುರವಾದ ಕಂಠ, ಎಂಥ ಭಾವ ತುಂಬಿದ ಗಾಯನ, ಆಹಾ ಒಂದುದಿನ ನಾನೂ ಕವಿಯಾದ್ರೆ, ಈ ಲೀಲಾವತಿಯವರು ನನ್ನ ಹಾಡನ್ನೂ ಹಾಡಬಹುದೇ ಅಂತ ಒಂದು ಸಣ್ಣ ಆಸೆ ಮನಸಲ್ಲಿ ಹುಟ್ಟಿದ ದಿನಗಳವು'.

ಚಿಕ್ಕಂದಿನಿಂದಲೇ ನನ್ನ ಹಾಡಿಕೆಯ ಮೇಲೆ ಇಷ್ಟೊಂದು ಪ್ರೀತಿಯನ್ನು ಬೆಳೆಸಿಕೊಂಡ ಕವಿ ಎಚ್.ಎಸ್.ವಿ. ಆದರೆ ದುರದೃಷ್ಟ, ಅವರು ಕವಿಯಾಗಿ ಬೆಳೆದ ಕಾಲಕ್ಕೆ ನನ್ನ ಗಂಟಲಿನ ತೊಂದರೆಯಿಂದಾಗಿ ನಾನು ಹಾಡುವುದನ್ನು ನಿಲ್ಲಿಸಿಬಿಟ್ಟಿದ್ದೆ. ದೂರದರ್ಶನಕ್ಕಾಗಿ ನಾನು ಅವರ ಒಂದೇ ಒಂದು ಕವನ 'ಮಧುರೆಗೆ ಹೋದನು ಮಾಧವ' ಎಂಬುದನ್ನು ಹಾಡಿದ್ದೆ, ಆದರೆ ಅದು ಈಗ ಲಭ್ಯವಿಲ್ಲ.

ಒಮ್ಮೆ ಚಿಕ್ಕಮಗಳೂರಿನಲ್ಲಿ ನಡೆದ ಸುಗಮ ಸಂಗೀತ ಪರಿಷತ್ತಿನ ಕಾರ್ಯಕ್ರಮದಲ್ಲಿ ನಾನು, ಶಿವರುದ್ರಪ್ಪನವರು, ಎಚ್.ಎಸ್.ವಿ.ಯವರು ಭಾಗವಹಿಸಿದ್ದೆವು. ನಾನು ನನ್ನ ಪತಿ ರಘುರಾಂ ಒಂದು ಕೊಠಡಿಯಲ್ಲಿ, ಶಿವರುದ್ರಪ್ಪನವರು, ಎಚ್.ಎಸ್.ವಿ.ಯವರು ನಮ್ಮ ಪಕ್ಕದ ಕೊಠಡಿಯಲ್ಲಿ. ಆಗಂತೂ ನಾವು ಕಾವ್ಯ ಹಾಗೂ ಸುಗಮ ಸಂಗೀತದ ಬಗ್ಗೆ ಚರ್ಚೆ ಮಾಡಿದ್ದೇ ಮಾಡಿದ್ದು. ನಾನು ನನ್ನ ಅಭಿಪ್ರಾಯವನ್ನು ನೇರ ನುಡಿಯಲ್ಲಿ ಅಂದಿನ ವೇದಿಕೆಯಲ್ಲಿ ಹೇಳಿದ್ದೆ. 'ವಾದ್ಯಗಳ ಗಡಚಿಕ್ಕುವ ಸಂಗೀತದ ಭರಾಟೆಯಲ್ಲಿ ಕವಿಯ ಕಾವ್ಯ ಸತ್ತು ಹೋಗುತ್ತದೆ' ಎಂದಿದ್ದೆ. ಅಂದು ಆ ತಾಳವಾದ್ಯದವರೆಲ್ಲಾ ಸಂಪು ಹೂಡಿ ನಾವು ನುಡಿಸೋಲ್ಲಾ ಅಂದು ಗಲಾಟೆ ಮಾಡಿದ್ದರು. ಆಮೇಲೇನೋ ಸಮಜಾಯಿಷಿ ಮಾಡಿ ಕಾರ್ಯಕ್ರಮ ಮುಂದುವರೆಯಿತು. ಅಲ್ಲದೆ ಎಷ್ಟೋ ವೇದಿಕೆಗಳಲ್ಲಿ ನಾನು ಭಾಷಣ ಮಾಡುವಾಗ 'ಕವಿಗಳು ಹಾಗೂ ಪತ್ರಕರ್ತರೆಲ್ಲರೂ ಹೆಣ್ಣು ಮಕ್ಕಳ ಸಾಧನೆಯನ್ನು ಎಂದೂ ಮುನ್ನಡೆಗೆ ತರುವುದಿಲ್ಲ. ಎಲ್ಲಾ ಪುರುಷ ಕಲಾವಿದರ ಬೆಂಬಲಿಗರು. ಎದುರು ಕಂಡಾಗ ಮಾತ್ರ ಲೀಲಾವತಿ ನೀವೆಂಥ ಅದ್ಭುತ ಗಾಯಕಿ ಅಂತಾರೆ. ನಾನು ಕಾಳಿಂಗರಾಯರ ಕಾಲದಿಂದಲೂ ಅವರ ಜೊತೆ ಜೊತೆಯಲ್ಲೂ (ರೇಡಿಯೋದಲ್ಲಿ ಮಾತ್ರ) ಹಾಡಿ ಬಂದವಳು. ಇವರೆಲ್ಲ ವೇದಿಕೆಯಲ್ಲೂ, ಪತ್ರಿಕೆಯಲ್ಲೂ ಹೇಳುವುದು, ದಾಖಲು ಮಾಡುವುದು ಗಂಡು ಕಲಾವಿದವರನ್ನು ಮಾತ್ರ' ಎಂದು ನಿರ್ಭಿಡೆಯಿಂದ ಹೇಳಿದ್ದೀನಿ, ಹೇಳುತ್ತೀನಿ.

ಇಂಥ ನನ್ನ ಭಾಷಣಗಳನ್ನು ಎಚ್.ಎಸ್.ವಿ.ಯವರು ಕೇಳಿದ್ದಾರೆ. ಇಲ್ಲೂ ಒಂದು ಮಾತನ್ನು ಪ್ರೀತಿಯಿಂದ ಹೇಳುತ್ತೇನೆ. ಶಿವರುದ್ರಪ್ಪನವರು ಮಾತ್ರ ವೇದಿಕೆಗಳಲ್ಲಿ ಮುಕ್ತವಾಗಿ ನನ್ನ ಹಾಡುಗಾರಿಕೆಯನ್ನು ಮೆಚ್ಚಿ ಮಾತನಾಡುತ್ತಿದ್ದರು. ಕೊನೆಯವರೆಗೂ ಅವರು ಹಾಗೇ ಇದ್ದರು. ನನ್ನ ಈ ನೇರ ನುಡಿಗಳನ್ನು ಕೇಳಿದ್ದ ಎಚ್.ಎಸ್.ವಿ.ಯವರು ಹೇಳುತ್ತಿದ್ದರು. 'ಲೀಲಾವತಿಯವರ ಗಂಭೀರವಾದ ಕಾಳಜಿ ಸುಗಮ ಸಂಗೀತದ ಬಗ್ಗೆ, ಭಾವಗೀತೆ ಗಾಯನದ ಬಗ್ಗೆ, ಅವರು ವ್ಯಕ್ತಪಡಿಸಿದಂತಹ ಬಹಳ ಪ್ರಾಮಾಣಿಕವಾದ, ನಿಷ್ಠುರವಾದ ಅಭಿಪ್ರಾಯಗಳು. ಆದರೆ ನಮ್ಮಲ್ಲಿ ಸಾಧ್ಯವಿಲ್ಲ. ಲೀಲಾವತಿಯವರ ಹಾಗೆ ತೆರೆದ ಮನಸ್ಸಿನಿಂದ ಮಾತನಾಡುವಂಥ ಜನ ಬಹಳ ಕಡಿಮೆ. ಅದಕ್ಕೆ ಅನೇಕ ಸಾರಿ ಅನೇಕರಿಗೆ ಇವರ ಮಾತುಗಳು ಹಿತವಾಗುವುದಿಲ್ಲ. ಆದರೆ ಇನ್ನೊಬ್ಬರಿಗೆ ಹಿತವಾಗುತ್ತೆ ಅಂತ ಮಾತನಾಡುವ ಜಾಯಮಾನದವರಲ್ಲ ಲೀಲಾವತಿಯವರು. ತಮಗೆ ಸರಿ ಅನಿಸಿದ್ದು ಮಾತ್ರ ಹೇಳಿಕೊಂಡು ಬರುವಂಥವರು. ಇವತ್ತೂ ಅವರು ವೇದಿಕೆಯ ಮೇಲೆ ಮಾತನಾಡಿದರೆ ಹಾಡಿನ ಥರಾನೇ ಇರುತ್ತೆ. ಈಗಲೂ ಅವರ ಸೌಂದರ್ಯದ ಗುಟ್ಟೇನು ಅಂದ್ರೆ, ಸೌಂದರ್ಯ ಯೌವ್ವನದಲಿಲ್ಲ, ರೂಪದಲ್ಲಿಲ್ಲ, ಅದು ಅಂತರಂಗದ ಅಸ್ಮಿತೆಯಲ್ಲಿದೆ. 'ಹಾಡು ಮುಗಿಯುವುದಿಲ್ಲ, ಮುಗಿದರದು

ಹಾಡಲ್ಲ'. ಕೆ.ಎಸ್.ನ. ಅವರ ಮಾತು. ಈ ಮಾತನ್ನು ಲೀಲಾವತಿಯವರಿಗೆ ಅನ್ವಯಿಸಿ ಹೇಳ್ತಾ ಇದ್ದೀನಿ'.

ಇಂಥಾ ಮೆಚ್ಚುಗೆಯ ಮಾತುಗಳನ್ನ ಆಡಿರುವ ನನ್ನ ಸೋದರ ಎಚ್.ಎಸ್.ವಿ. ಯವರಿಗೆ ಅಕ್ಕನಾಗಿ ನಾನು ನನ್ನ ಪ್ರೀತಿಯನ್ನ ಅಲ್ಲದೆ ಬೇರೇನ ನೀಡಲಿ. ಒಬ್ಬ ಕವಿಯಿಂದ ಒಬ್ಬ ಗಾಯಕಿಯು ಇಂಥ ಮಾತುಗಳನ್ನು ಕೇಳುವಾಗ ಎಂಥಾ ಸಾರ್ಥಕತೆಯ ಭಾವ, ಆನಂದದ ಭಾವ ಮನಸ್ಸು, ಹೃದಯದ ತುಂಬ. ಅದು ಬಿಚ್ಚು ಮನಸ್ಸಿನ ನನ್ನ ಸೋದರ ಎಚ್.ಎಸ್.ವಿ.

ಒಮ್ಮೆ ಬೆಂಗಳೂರಿನಲ್ಲಿ ಒಂದು ಕಾರ್ಯಕ್ರಮ. ಅದರಲ್ಲಿ ನಾನು ಎಚ್.ಎಸ್.ವಿ. ಇಬ್ಬರೂ ಭಾಗವಹಿಸಿದ್ದೆವು. ನನ್ನ ಭಾಷಣ ಮೊದಲಿತ್ತು. ಯಥಾ ಪ್ರಕಾರ ನಾನು ಎಂದಿನಂತೆ 'ನಮ್ಮ ಸುಗಮ ಸಂಗೀತ ಕ್ಷೇತ್ರದಲ್ಲಿ ಪುರುಷರ ಹೆಸರನ್ನೇ ಮೆರೆಸುವ

ಜಾಯಮಾನ ಇನ್ನೂ ಹೋಗಿಲ್ಲ. ಯಾವುದೇ ಕ್ಷೇತ್ರದಲ್ಲಿ ಹೆಣ್ಣು ಸಾಧನೆ ಮಾಡಿ ನೆಲೆ ನಿಲ್ಲಲು ಗಂಡಿಗಿಂತ ಹೆಚ್ಚು ಶ್ರಮ ಪಡಬೇಕು. ಸಂಸಾರವನ್ನೂ ತೂಗಿಸಿಕೊಂಡು ಹೋಗಬೇಕು. ಗಂಡ, ಮಕ್ಕಳ ಜವಾಬ್ದಾರಿಯನ್ನೂ ಹೊತ್ತು, ಹೊರಗೆ ಹೋಗಿ ಕೆಲಸ ಮಾಡುವ ಪ್ರಕ್ರಿಯೆಯನ್ನೂ ನಿಭಾಯಿಸಿ (ಮುಖ್ಯ ಆಕಾಲದಲ್ಲಿ), ಅವಳ ನೆಚ್ಚಿನ ಕಾರ್ಯಕ್ಷೇತ್ರದಲ್ಲಿ ಅದ್ಭುತ ಸಾಧನೆ ಮಾಡುವುದು ಗಂಡು ಸಾಧಕನಿಗಿಂತ ಕಷ್ಟ' ಎಂದೆಲ್ಲ ಆಡಿದ್ದೆ. ನನ್ನ ನಂತರ ಎಚ್.ಎಸ್.ವಿ.ಯವರ ಭಾಷಣದ ಸರದಿ. ಶುರುವಿನಲ್ಲಿ ಅವರು ನುಡಿದ ನುಡಿಗಳು ಹೀಗಿತ್ತು 'ನಾನು ಮಾತೃ ಗೋತ್ರದವನು. ಹೆಣ್ಣು ಮಕ್ಕಳನ್ನು ಅಪಾರ ಗೌರವಿಸುತ್ತೇನೆ. ಅವರ ಸಾಧನೆಯ ಬಗ್ಗೆ ತುಂಬಾ ಗೌರವವಿದೆ' ಇತ್ಯಾದಿ ಇತ್ಯಾದಿ ಹೇಳಿದರು.

ಎಚ್.ಎಸ್.ವಿ.ಯವರು ತುಂಬಾ ಸಜ್ಜನ, ಸುಸಂಸ್ಕೃತ ಜೀವಿ. ಕಷ್ಟಪಟ್ಟು ಮೇಲೆ ಬಂದವರು, ಜೀವನದ ಮೌಲ್ಯಗಳ ಬಗ್ಗೆ ಅಪಾರ ಗೌರವವಿರುವವರು. ನಮ್ಮ ಸುಗಮ ಸಂಗೀತ ಅಕಾಡೆಮಿಯ ರಜತ ಮಹೋತ್ಸವದಲ್ಲಿ ಎಚ್.ಎಸ್.ವಿ.ಯವರು ನಮ್ಮ ಕಾರ್ಯಕ್ರಮವನ್ನು ಉದ್ಘಾಟಿಸಿ, ಅಕಾಡೆಮಿಯ ಬಗ್ಗೆ ತುಂಬಾ ಒಳ್ಳೆಯ ಮಾತುಗಳನ್ನಾಡಿದರು, ಕಾರ್ಯಕ್ರಮಕ್ಕೆ ಬಂದವರನ್ನು ನಮ್ಮ ಮನೆಯಲ್ಲೇ ಉಳಿಸಿಕೊಳ್ಳುವ ಏರ್ಪಾಡಿದೆ. ಆದರೆ ಎಚ್.ಎಸ್.ವಿ.ಯವರು ಅಂದು ನಮ್ಮೊಂದಿಗೆ ಉಳಿಯಲಿಕ್ಕಾಗದುದು ನನಗೆ ನಿರಾಸೆಯಾಯಿತು. ಅಂದು ನಮ್ಮ ಮನೆಯ ಹತ್ತಿರವೇ ಇದ್ದ ಎಚ್.ಎಸ್.ವಿ.ಯವರ ಬರಹಗಾರ ಗೆಳೆಯ ಎಚ್.ಎಸ್. ರಾಘವೇಂದ್ರ

ರಾವ್ ಅವರು ನಮ್ಮ ಮನೆಗೆ ಬಂದು ಎಚ್.ಎಸ್.ವಿ. ಯವರನ್ನು ಕರೆದುಕೊಂಡು ಹೋದರು. ಅಂದು ಎಚ್.ಎಸ್.ವಿ.ಯವರಿಗೆ ನಾ ಬರೆದ ಕವನವನ್ನೆಲ್ಲಾ ತೋರಿಸಿ ಅವರಿಂದ ಅಭಿಪ್ರಾಯವನ್ನು ಪಡೆದಿದ್ದೆ.

ಕವನವೆನ್ನುತ್ತಿದ್ದ ಹಾಗೆ ನೆನಪಾಗುತ್ತಿದೆ, ಎಚ್.ಎಸ್.ವಿ.ಯವರು ಅವರ ವೈವಿಧ್ಯಮಯ ರಚನೆಗಳ ಜೊತೆ ಸಾಕಷ್ಟು ಪುಸ್ತಕಗಳಿಗೆ ಮುನ್ನುಡಿಯನ್ನೂ ಬರೆದಿರಬೇಕು. ಪಾಪ, ಅದರ ಲೆಕ್ಕ ಅವರಿಗೆ ಇರಲಾರದು. ಅವರು ಸುಮಾರು ಸಾವಿರ ಕವನಗಳನ್ನು ಬರೆದಿದ್ದೇನೆ ಎಂಬ ಲೆಕ್ಕವನ್ನು ಮಾತ್ರ ಇತ್ತೀಚೆಗೆ ಹೇಳಿದರು. 1995ರಲ್ಲಿ ನನ್ನದೊಂದು ಭಾವಗೀತೆಗಳ ಸಂಕಲನವನ್ನು ಹೊರತರಲು ಸಿದ್ಧಮಾಡಿಕೊಂಡೆ. ಅದಕ್ಕೆ ಮುನ್ನುಡಿ ಬೇಕಲ್ಲ. ನನಗೆ ಆಗ ಹೊಳೆದದ್ದು ಒಂದೇ ಹೆಸರು. ಅದು ಎಚ್.ಎಸ್.ವಿ. ಅದರಲ್ಲಿ ಅವರು ಬರೆಯುತ್ತಾರೆ

> 'ಶ್ರೀಮತಿ ಎಚ್.ಆರ್. ಲೀಲಾವತಿ ಕನ್ನಡ ಸುಗಮ ಸಂಗೀತ ಕ್ಷೇತ್ರದ ಬಹುದೊಡ್ಡ ಹೆಸರು. ಲೀಲಾವತಿಯವರ ಮನೋಹರವಾದ ಭಾವಗೀತೆಗಳ ಗಾಯನಕ್ಕೆ ಆಗಲೇ ಮನಸೋತಿದ್ದೆ. ಶ್ರೀಮತಿ ಲೀಲಾವತಿಯವರು ಸ್ವತಃ ಕವಿತಾ ರಚನೆಯನ್ನು ಮಾಡುತ್ತಾರೆ ಎಂಬುದು ನಂತರದ ದಿನಗಳಲ್ಲಿ ನನ್ನ ಗಮನಕ್ಕೆ ಬಂದಿತು.
>
> ಸಾಹಿತ್ಯದಲ್ಲಿ ಲೀಲಾವತಿ ಅವರಿಗಿರುವಷ್ಟು ಪ್ರವೇಶ ಬೇರೆ ಕನ್ನಡ ಗಾಯಕರಿಗೆ ಇಲ್ಲವೆಂದೇ ಹೇಳಬೇಕು. ಹೀಗೆ ಸ್ವತಃ ಕಾವ್ಯ ರಚನೆಯ ಆಕರ್ಷಣೆಗೆ ಒಳಗಾಗಿರುವುದರಿಂದಲೇ ಅವರ ಗಾಯನದಲ್ಲಿ ಒಂದು ವಿಶಿಷ್ಟವಾದ ತನ್ಮಯ ಭಾವ ಕಾಣಿಸುತ್ತದೆ ಎಂದು ನಾನು ಭಾವಿಸುತ್ತೇನೆ. ಕಾವ್ಯ ಸಂವೇದನೆ ಎಂಬುದು ಸುಲಭವಾಗಿ ದೊರೆಯುವ ಭಾಗ್ಯವಲ್ಲ. ಲೀಲಾವತಿಯವರಿಗೆ ಆ ಭಾಗ್ಯ ಆಯಾಚಿತವಾಗಿ ಪ್ರಾಪ್ತವಾಗಿದೆ ಅದಕ್ಕಾಗಿ ಅವರನ್ನು ಅಭಿನಂದಿಸಬೇಕಾಗಿದೆ'.

ಎಚ್.ಎಸ್.ವಿ.ಯವರಿಗೆ ನಮ್ಮ ಕಾಟ ಅಷ್ಟಕ್ಕೇ ಮುಗಿಯಲಿಲ್ಲ. ನನ್ನ ಮಗ ಸುಕುಮಾರ್ 'ಒಂಟಿ ಹುಡುಗನ ಕನಸು' ಎಂಬ ಒಂದು ಕವನ ಸಂಗ್ರಹವನ್ನು ಅಚ್ಚಿಗೆ ಸಿದ್ಧಗೊಳಿಸಿದ. ಅದು 2006ನೇ ಇಸವಿ. ಅದರ ಮುನ್ನುಡಿಗೆ ಮತ್ತೆ ನೆನಪಾದುದು ಮತ್ತಾರು ಅದೇ ನನ್ನ ಪ್ರೀತಿಯ ತಮ್ಮ ಎಚ್.ಎಸ್.ವಿ. ಮುನ್ನುಡಿಯಲ್ಲಿ ಅವರು ಬರೆಯುತ್ತಾರೆ–

> ನನಗೆ ತುಂಬಾ ಆತ್ಮೀಯರಾದ ಶ್ರೀಮತಿ ಎಚ್.ಆರ್. ಲೀಲಾವತಿ ಮತ್ತು ಶ್ರೀರಘುರಾಂ ಅವರು ದೂರವಾಣಿಯ ಮೂಲಕ ನನ್ನನ್ನು ಸಂಪರ್ಕಿಸಿ ನನ್ನ ಮಗ ಸುಕುಮಾರ್ ಕೆಲವು ಕವಿತೆಗಳನ್ನು ಬರೆದಿದ್ದಾನೆಂದೂ ಅದಕ್ಕೆ ನಾನು ಪ್ರಾಸ್ತಾವಿಕವಾಗಿ ಕೆಲವು ಮಾತು

ಬರೆಯಬೇಕೆಂದು ಕೋರಿದಾಗ ನನಗೆ ಎಷ್ಟು ಆಶ್ಚರ್ಯವಾಯಿತೋ ಅಷ್ಟೇ ಸಂತೋಷವೂ ಆಯಿತು. ಹೊಸ ಪೀಳಿಗೆಯ ತರುಣರು ಕನ್ನಡದಲ್ಲಿ ಬರೆಯುವ ಕನ್ನಡದ ಮೂಲಕ ತಮ್ಮ ಅಂತರಂಗವನ್ನು ಅಭಿವ್ಯಕ್ತಿಗೊಳಿಸುವ ಹವ್ಯಾಸವಿಟ್ಟುಕೊಂಡಿರುವುದು ಅಚ್ಚರಿಯ ವಿಷಯವೇ. ಸಂತೋಷವೇಕೆಂದರೆ ತಮ್ಮ ತಾಯಿ ತಂದೆಯಿಂದ ಬಳುವಳಿಯಾಗಿ ಬಂದ ಸಾಹಿತ್ಯಕ್ಕೆ ಸಂಸ್ಕಾರವನ್ನು ಸುಕುಮಾರ ಅವರು ರೂಢಿಸಿ ತಮ್ಮ ಅಂತರಂಗದ ಶಕ್ತಿಯಾಗಿ ಮಾರ್ಪಡಿಸಿಕೊಳ್ಳುವ ಗಂಭೀರ ಯತ್ನದಲ್ಲಿ ತೊಡಗಿದ್ದಾರಲ್ಲ ಎಂದು.

ಕುತೂಹಲದಿಂದ ಸುಕುಮಾರ್ ಅವರ ಕವಿತೆಗಳನ್ನು ಓದಿದೆ. ಓದಿದಾಗ ಇವರು ಕನ್ನಡ ಆಧುನಿಕ ಕಾವ್ಯವನ್ನು ಆಳವಾಗಿ ಅಭ್ಯಾಸ ಮಾಡಿ ತಮ್ಮ ಕವಿತಾ ಶಕ್ತಿಯನ್ನು ಸಂಸ್ಕರಿಸಿಕೊಂಡಿದ್ದಾರೆ

ಎಂಬುದು ತಿಳಿಯಿತು. ಬೇಂದ್ರೆ, ಕುವೆಂಪು ಅವರ ಪ್ರಭಾವ ಇವರ ಮೇಲಾಗಿದೆ. ಆದರೂ ಇವರಿಗೆ ತುಂಬಾ ಪ್ರಿಯವಾದ ಕವಿ ಕೆ.ಎಸ್. ನರಸಿಂಹಸ್ವಾಮಿಗಳು ಸುಕುಮಾರರ ಕವಿತೆಗಳು ಮೈಸೂರ ಮಲ್ಲಿಗೆಯ ನೆನಪು ತರುವಂತಿದೆ.

ಭಾಷೆ ಮತ್ತು ಲಯದ ಮೇಲೆ ಸುಕುಮಾರ್ ಸಾಧಿಸಿರುವ ಹಿಡಿತ ಶ್ಲಾಘನೀಯವಾಗಿದೆ. ತಮ್ಮ ಮನಸ್ಸನ್ನು ಬಿಚ್ಚಿಡುವುದಕ್ಕೆ ಯುಕ್ತವಾದ ಭಾಷೆ ಅವರಿಗೆ ಕೈವಶವಾಗಿದೆ. ಮೇಲ್ನೋಟಕ್ಕೆ ಅವರು ಎಷ್ಟೇ ರೋಮ್ಯಾಂಟಿಕ್ ಆಗಿ ಕಂಡರೂ ಆಳದಲ್ಲಿ ಅವರು ವಾಸ್ತವವಾದಿ ಕವಿಯಾಗಿದ್ದಾರೆ'.

ಅಷ್ಟಕ್ಕೇ ಆ ನನ್ನ ಕ್ರಿಯಾಶೀಲ ಸೋದರರನನ್ನು ಬಿಟ್ಟುಬಿಡಲು ಸಾಧ್ಯವೇ? ಇಲ್ಲವೇ ಇಲ್ಲ. ನನ್ನ ಸಾಕ್ಷ್ಯಚಿತ್ರದಲ್ಲೂ ಅದ್ಭುತವಾಗಿ ಮಾತನಾಡಿದ್ದಾರೆ. ಅದನ್ನು ನಾನು ಹಿಂದೆಯೇ ದಾಖಲಿಸಿದ್ದೇನೆ. ಮತ್ತೆ ಕಳೆದ ವರ್ಷ ನನ್ನ ಆತ್ಮಕಥೆ 'ಹಾಡಾಗಿ ಹರಿದಾಳೆ' ಬಿಡುಗಡೆಯಾಯಿತು. ಅದರಲ್ಲೂ ಅವರದೇ ಮಾತು. ಜೊತೆಗೆ ಆ ಪುಸ್ತಕಕ್ಕೆ ಕಿರೀಟ ಪ್ರಾಯವಾಗಿ ಅವರದೇ ಮುನ್ನುಡಿ. ಅಷ್ಟು ಹತ್ತಿರದವರು ನನಗೆ ನನ್ನ ತಮ್ಮ ಎಚ್.ಎಸ್.ವಿ.ಯವರು.

ನಾನು ನನ್ನ ಮಗ ಸುಕುಮಾರ್ ಇತ್ತೀಚೆಗೊಂದು ದಿನ ಅವರ ಮನೆಗೆ ಹೋಗಿದ್ದೆವು. 'ನಿಸಾರ್ ಅಹ್ಮದ್ ನನ್ನ ಮೊದಲ ಕಾವ್ಯ ಗುರು' ಅಂತ ಶಿವರುದ್ರಪ್ಪನವರ ಪ್ರಭಾವ ತುಂಬಾ ಆಗಿದೆ ಎಂಬ ಮಾತೂ ಬಂತು. ಎಚ್.ಎಸ್.ವಿ. ಅವರ ಕವನಗಳನ್ನು

ಓದುವಾಗ ಶಿವರುದ್ರಪ್ಪನವರ ಕಾವ್ಯದ ಪ್ರಭಾವ ಇವರ ಕಾವ್ಯದ ಮೇಲಾಗಿರುವುದೂ ಸ್ಪಷ್ಟವಾಗಿ ಗೋಚರವಾಗುತ್ತದೆ. ಇವರ ಹಲವಾರು ಕವನಗಳಿಗೆ ನಾನು ರಾಗ ಸಂಯೋಜನೆ ಮಾಡಿ ಹಾಡಿಸಿದ್ದೇನೆ. ಆದರೆ ವಾಸ್ತವತೆಯ ಬದುಕಿಗೆ ಕನ್ನಡಿ ಹಿಡಿಯುವಂಥ ಇವರ ಮೂರು ಕವನಗಳು ನನಗೆ ತುಂಬಾ ಇಷ್ಟ.

ಇಷ್ಟು ಕಾಲ ಒಟ್ಟಿಗಿದ್ದು ಎಷ್ಟು ಬೆರೆತರೂ
ಅರಿತೆವೇನು ನಾವು ನಮ್ಮ ಅಂತರಾಳವ!!
ಕಡಲ ಮೇಲೆ ಸಾವಿರಾರು ಮೈಲಿ ಸಾಗಿಯು
ನೀರಿನಾಳ ತಿಳಿಯಿತೇನು ಹಾಯಿದೋಣಿಗೆ!!

**

ಸಾವಿರಾರು ಮುಖದ ಚೆಲುವು ಹಿಡಿದು ತೋರಿಯು
ಒಂದಾದರೂ ಉಳಿಯಿತೆ ಕನ್ನಡಿಯ ಪಾಲಿಗೆ!!

ಎಂಥಾ ವಾಸ್ತವತೆ ಇದು. ತೆರೆದಿಟ್ಟ ಪುಸ್ತಕದಂತೆ ನುಡಿದ ನಿತ್ಯ ಸತ್ಯವಿದಲ್ಲದೆ ಮತ್ತಿನ್ನೇನು? ಬಿ.ಕೆ. ಚಂದ್ರಶೇಖರ್ ತುಂಬಾ ಚೆಂದವಾಗಿ ರಾಗ ಸಂಯೋಜಿಸಿದ್ದಾರೆ.

ಯಾರೋ ಉತ್ತು ಯಾರೋ ಬಿತ್ತಿ
ಎಲ್ಲೋ ಬೆಳೆದ ತುತ್ತು
ನಮ್ಮದು ಈ ಹೊತ್ತು!!

ಎಲ್ಲೋ ಬಗೆದು ಏನೋ ಒಗೆದು
ಎಂದೋ ತೆಗೆದ ಚಿನ್ನ
ಇಂದು ನಮ್ಮದಣ್ಣ!!

**

ಯಾರೋ ಕವಿ ಎಂದೋ ಏಕೋ
ಮರೆತು ಹೋದ ಸಾಲು
ಇಂದು ನಮ್ಮ ಪಾಲು.

ಈ ಸಾಹಿತ್ಯ ನನಗೆ ತುಂಬಾ ಪ್ರಭಾವ ಬೀರಿದೆ. ಎಂಥಾ ನಿತ್ಯ ಸತ್ಯವಿದು. ನಾವು ದಿನ ನಿತ್ಯ ತಿನ್ನುವ ಅನ್ನ ಯಾವ ರೈತ, ಯಾವ ಹೊಲ, ಯಾವ ಗದ್ದೆಯಲ್ಲಿ ಬೆಳೆದದ್ದೋ ಯಾರು ಬಲ್ಲರದರನ್ನ. ರೈತರೂ ಗೊತ್ತಿಲ್ಲ ಅವರ ಶ್ರಮವೂ ಗೊತ್ತಿಲ್ಲ. ನಮಗೆ ಕಾಣುವುದು ನಾವು ತಿನ್ನುವ ಅನ್ನ ಮಾತ್ರ. ನಾವು ಧರಿಸುವ ಒಡವೆಗಳೂ ಅಷ್ಟೇ ಯಾರು ಯಾವ ಗಣಿಯಲ್ಲಿ ತೆಗೆದದ್ದೋ ಅದನ್ನ ಯಾರು ಬಲ್ಲರು? 'ಯಾರೋ ಕವಿ ಎಂದೋ ಏಕೋ ಮರೆತು ಹೋದ ಸಾಲು, ಇಂದು ನಮ್ಮ ಪಾಲು' ಈ ನುಡಿ

ಮಾತ್ರ ನನ್ನ ಮನದ ಪಟಲದ ಮೇಲೆ ಅಚ್ಚೊತ್ತಿ ನಿಂತುಬಿಟ್ಟಿದೆ. ಎಷ್ಟು ಸತ್ಯ ಅಲ್ವಾ? ತಲತಲಾಂತರದಿಂದ ಹರಿದು ಬಂದ ಸಾಹಿತ್ಯ, ಸಾಹಿತ್ಯ ಸಾಗರವಾಗಿಬಿಟ್ಟಿದೆ. ಆದರೆ ಇಂದೂ ಸಾಹಿತ್ಯದ ನದಿ ಹರಿಯುತ್ತಲೇ ಇದೆ. ಮುಂದೂ ಹರಿಯುತ್ತಲೇ ಸಾಗುವುದು. ಈ ಕವನ ನನಗೆ ತುಂಬಾ ಇಷ್ಟವಾಗಿ ರಾಗ ಸಂಯೋಜಿಸಿ ಹಾಡಿಸಿದ್ದೇನೆ. ಇನ್ನೊಂದು ಕವನ ನನ್ನ ಬಾಳಿಗೇ ನೇರ ಸಂಬಂಧಿಸಿ ನನ್ನನ್ನು ಗಾಢ ಯೋಚನೆಗೆ ಹಚ್ಚಿದ್ದು.

ಹೇಗೆ ನಿನ್ನ ಹುಡುಕಲಿ ವಿಳಾಸವಿಲ್ಲದೆ
ಊರು ಕೇರಿ ಗೊತ್ತು ಗುರಿ ಒಂದು ತಿಳಿಯದೆ

**

ಹಿಂದೆ ಕಂಡುದಿಲ್ಲ ನಿನ್ನ ಗುರುತು ಹಿಡಿಯಲು
ಕಂಡವರು ಕಂಡುದಿಲ್ಲ ಕಂಡು ಹಿಡಿಯಲು

ನಿನಗೆ ಬರೆದ ಒಲವಿನೋಲೆ ತಿರುಗಿ ಬರುವುದು
ಒಡೆಯದೋಲೆ ನನ್ನ ಮನೆಯ ಕದವ ಬಡಿವುವು.

ನಾನು ಅರ್ಥ ಮಾಡಿಕೊಂಡ ಹಾಗೆ ಇದೊಂದು ಆಧ್ಯಾತ್ಮ ಕವನ. ಪರಮಾತ್ಮನನ್ನು ಹೇಗೆ ಹುಡುಕುವುದು? ಅವನ ಊರಾವುದು? ಅವನ ವಿಳಾಸವೇನು? ಗುರುತು ಹಿಡಿಯೋಣವೆಂದರೆ ಹಿಂದೆ ಎಂದೂ ಕಂಡದ್ದಿಲ್ಲ ಅಥವಾ ಕಂಡವರೂ ಯಾರೂ ಇಲ್ಲ. ಇಲ್ಲಿರಬಹುದು ಎಂದು ಊಹಿಸಿ ಪತ್ರ ಬರೆದರೆ ಇಲ್ಲ. ಅವು ಒಡೆಯದ ಓಲೆಗಳು ಮತ್ತೆ ಹಿಂದಕ್ಕೇ ಬಂದು ನಮ್ಮ ಮನೆಯ ಕದವನ್ನೇ ಬಡಿಯುವುದು.

ಈ ಕೊನೆಯ ಎರಡು ಸಾಲುಗಳು ನನ್ನನ್ನು ವಿಪರೀತ ಕಾಡಿದವು. ಕಾರಣ ನಾನು ನನ್ನ ಹರಯದಲ್ಲೊಮ್ಮೆ ಕಾಣದ ಆ ದೇವರಿಗೆ ಒಂದು ಪತ್ರವನ್ನು ಬರೆದಿದ್ದೆ. ಏನು ಬರೆದಿದ್ದೆ, ಎಂತದು, ಯಾವುದೂ ನೆನಪಿಲ್ಲ ಈಗ ನನಗೆ. ಆದರೆ ಬಹಳ ಪ್ರೀತಿಯಿಂದ ಪುಟಗಟ್ಟಲೆ ಪತ್ರ ಬರೆದಿದ್ದೆ. ನನ್ನ ಪ್ರೀತಿಯ ದೇವರೇ ಎಂದು ಆರಂಭ ಮಾಡಿ ಆ ಪತ್ರವನ್ನು ತುಂಬಾ ಗಂಭೀರವಾಗಿ ತೆಗೆದುಕೊಂಡು ಒಂದು ಕವರಿನಲ್ಲಿ ಪತ್ರವನ್ನು ಹಾಕಿ ಗೋಂದಿನಲ್ಲಿ ಅಂಟಿಸಿದ್ದೆ. ಮೇಲೆ ವಿಳಾಸ ಬರೆಯಬೇಕಲ್ಲ, 'ದೇವರಿಗೆ' ಅಂತೇನೋ ಬರೆದೆ. ಆದರೆ ಮುಂದೆ ವಿಳಾಸ ಗೊತ್ತಾಗಲಿಲ್ಲ. ಹೊಳೆಯಲಿಲ್ಲ. ಕೊನೆಗೆ ಏನೂ ಅರ್ಥವಾಗದೆ ಪತ್ರವನ್ನು ಹರಿದು ಹಾಕಿದೆ. ಇದು ಆಗ ನನಗೆ ಹಿಡಿದ ಬ್ರಾಂತಿಯೋ ಇಲ್ಲ ಒಂದು ವಿಧದ ಉನ್ಮಾದವೋ ತಿಳಿಯದು. ದೇವರಿಗೆ ನಾನು ಪತ್ರ ಬರೆಯುವಾಗ ಅದೊಂದು ಸಹಜಕ್ರಿಯೆ ಎಂದೇ ಎನಿಸಿತ್ತು ನನಗೆ. ಎಲ್ಲರಿಗೂ ಪತ್ರ ಬರೆಯುವಂತೆ

ಇದೂ ಒಂದು ಅನ್ನಿಸಿತ್ತು. ನಂತರ ಘಟನೆ ಮರೆತಿದ್ದೆ ಎಚ್.ಎಸ್.ವಿ.ಯವರ ಕವನ ನೋಡಿ ನೆನಪು ಮರುಕಳಿಸಿತು. ಹೆಚ್.ಎಸ್.ವಿ. ಅವರಿಗೂ ಹೀಗೇನಾದರೂ ಆಗಿದ್ದಿರಬಹುದೇ ಎನಿಸಿತು. ಆದರೆ ಕೇಳಲಿಲ್ಲ ರಾಗ ಸಂಯೋಜನೆ ಮಾಡಿದ್ದೇನೆ.

ಇದು ನನ್ನ ಹಾಗೂ ಎಚ್.ಎಸ್.ವಿ.ಯವರ ಅಂಟಿನ ನಂಟು. ಅದೊಂದು ಸುಮಧುರವಾದ ಅಕ್ಕ ತಮ್ಮನ ಭಾವ ಬಂಧನದ ನಂಟು, ರಕ್ಷಾಬಂಧನದ ನಂಟು. ಈಗಲೂ ಫೋನ್ ಮೂಲಕ ನಮ್ಮ ಸಂವಹನ ಸಂಭಾಷಣೆ ನಡೆಯುತ್ತಲೇ ಇದೆ.

ಮರೆತ ಮಾತೊಂದಿದೆ. ಹಿಂದೆ ಮೈಸೂರಿನಲ್ಲಿ ದಸರೆಯ ಸಂಭ್ರಮದ ಸಂದರ್ಭದಲ್ಲಿ, ಆಗ ಅರಮನೆಯಲ್ಲಿ ಕವಿಗೋಷ್ಠಿ ನಡೆಯುತ್ತಿತ್ತು. ಅಂಥ ಒಂದು ಸಂದರ್ಭದಲ್ಲಿ ಅರಮನೆಯ ಕವಿಗೋಷ್ಠಿಯಲ್ಲಿ ಎಚ್.ಎಸ್.ವಿ.ಯವರು ಭಾಗವಹಿಸಿದ್ದರು. ನಾನು ಶ್ರೋತೃಗಣದಲ್ಲಿದ್ದೆ. ಆಗ ಎಚ್.ಎಸ್.ವಿ.ಯವರು ತಾವು ಬರೆದ ಕವನವೊಂದನ್ನು ತುಂಬಾ ಅಚ್ಚುಕಟ್ಟಾಗಿ ಓದಿದರು. ಅದೊಂದು ಕಥನ ಕವನ 'ಹೀಗೆ ಒಂದು ಹಳ್ಳಿ ಅಲ್ಲಿ ಒಬ್ಬಾನೊಬ್ಬ ಕಳ್ಳ' ಎನ್ನುವ ಕವನ. ಎಚ್. ಎಸ್.ವಿ.ಯವರು ಆ ಕವನವನ್ನು ಎಷ್ಟು ಚೆನ್ನಾಗಿ, ಆ ಕಾವ್ಯದ ದೃಶ್ಯ ನಮ್ಮ ಕಣ್ಣಿಗೆ ಕಟ್ಟುವಂತೆ ಓದಿದರು. ಒಬ್ಬ ಕಳ್ಳ ಕದಿಯಲು ಹೋಗ, ಅಲ್ಲೇ ಮನೆಯ ಮಹಡಿಯಲ್ಲಿ ಮಲಗಿದ್ದ ಚಂದುಳ್ಳಿ ಚೆಲುವೆಯ ರೂಪಕ್ಕೆ ಮರುಳಾಗಿ, ಬೇರೆ ಬೇರೆ ಕಡೆ ಕದ್ದಿದ್ದ ಸಾಮಾನುಗಳನ್ನು ಅಲ್ಲೇ ಬಿಟ್ಟು ಮನೆ ಕಡೆ ಓಡಿ ಹೋಗುತ್ತಾನೆ. ಕೊನೆಯ ನುಡಿಯಂತು ಎಷ್ಟು ಅದ್ಭುತವಾಗಿದೆ ಎಂದರೆ ಅದೊಂದು ಕಥಾ ಚಿತ್ರಣವಾಗಿ ಕಣ್ಮುಂದೆ ಕಟ್ಟುತ್ತದೆ. ಕಳ್ಳ ಮನೆಗೆ ಹೋದ ಮೇಲೆ ಏನು ಮಾಡ್ತಾನೆ

ಕನ್ನಡಿಯಲ್ಲಿ ನೋಡುತ್ತಾನೆ
ಎದೆಯಲ್ಲಿ ಒಂದು ಕನ್ನ
ಕಾಣುತ್ತಿಲ್ಲ ಕಳ್ಳನ ಹೃದಯ
ಕದ್ದವರಾರು ಅದನ್ನ.

ಎಂಥಾ ಮುಕ್ತಾಯ. ಒಳ್ಳೆಯ ಒಂದು ರೊಮ್ಯಾಂಟಿಕ್ ಕವನ ಗೋಷ್ಠಿ ಮುಗಿಯುತ್ತಿದ್ದ ಹಾಗೇ ನಾನು ಎಚ್.ಎಸ್.ವಿ.ಯವರ ಬಳಿಗೋಡಿದೆ. 'ದಯವಿಟ್ಟು ನೀವು ಓದಿದ ಕವನ ಕೊಡಿ, ತುಂಬಾ ಚೆನ್ನಾಗಿದೆ' ಎಂದೆ. ಆಗ ಅವರ ಪರಿಚಯ ಅಷ್ಟಾಗಿ ಇರಲಿಲ್ಲ ನನಗೆ. ನಗುನಗುತ್ತಾ ಕೊಟ್ಟೇ ಬಿಟ್ಟರು. ಪ್ರಾಯಶಃ ಅದು ಆಮೇಲೆ ಅಚ್ಚಾದದ್ದು.

ಹಾಗೆಯೇ ಶಿವರುದ್ರಪ್ಪನವರು ಅವರ ಕೊನೆಗಾಲದಲ್ಲಿ ನನ್ನನ್ನು ಕರೆಸಿ ಅವರ 'ತೀರ್ಥವಾಣಿ'ಯ ಕವನ ಸಂಗ್ರಹದಲ್ಲಿ ಕೃಷ್ಣನ ಹಾಡುಗಳನ್ನು ಆಯ್ಕೆ ಮಾಡಿ, ನಾನು ರಾಗ ಸಂಯೋಜಿಸಿ, ಅದಕ್ಕೆ ನಿರೂಪಣಾ ಸಾಹಿತ್ಯವನ್ನು ಎಚ್.ಎಸ್.ವಿ ಅವರೇ ಬರೆಯಬೇಕೆಂದು ಆಶಿಸಿದರು. ಎಚ್.ಎಸ್.ವಿ.ಯವರ ಬಗ್ಗೆ ಅಷ್ಟು ಪ್ರೀತಿ.

ಇದು ಅವರಿಬ್ಬರ ಸಂಬಂಧ. ಜಿ.ಎಸ್.ಎಸ್. ತೀರಿಕೊಂಡ ಮೇಲೆ ಆ ಕಾರ್ಯಕ್ರಮ ಬೆಂಗಳೂರಿನಲ್ಲಿ ನಡೆಯಿತು. ಎಚ್.ಎಸ್.ವಿ. ಬಂದಿದ್ದರು.

ಆ ಕಾರ್ಯಕ್ರಮದಲ್ಲಿ ತುಂಬಾ ಅದ್ಭುತವಾಗಿ ಶಿವರುದ್ರಪ್ಪನವರ ಬಗ್ಗೆ ಮಾತನಾಡಿದರು. ಶಿವರುದ್ರಪ್ಪನವರಿಗೂ ಎಚ್.ಎಸ್.ವಿ.ಯವರಿಗೂ ಇದ್ದ ಆ ಪ್ರೀತಿಯ ಬೆಸುಗೆ ಎಷ್ಟೊಂದು ಗಾಢ ಎನಿಸಿತು ನನಗೆ. ಆ ಕಾರ್ಯಕ್ರಮದಲ್ಲಿ ಬಳಸಿದ ಕೃಷ್ಣನ (ಪ್ರಾಯಶಃ) ಇಪ್ಪತ್ತೆರಡು ಕವನಗಳಿಗೂ ಎಚ್.ಎಸ್.ವಿ.ಯವರು ಎಂಥ ಚಂದದ ನಿರೂಪಣಾ ಸಾಹಿತ್ಯವನ್ನು ಬರೆದಿದ್ದಾರೆ. ಎಚ್.ಎಸ್.ವಿ.ಯವರ ಸಕ್ಕರೆ ಮನಸ್ಸಿನಂತೆಯೇ ಅವರ ಅಕ್ಕರೆಯ ಸಾಹಿತ್ಯ.

ಯಾರಿಗಾದರೂ ಸರಿಯೇ ನನಗಿಂಥ ಕವಿತೆ ಬೇಕು, ಇಂಥ ಸಂಗೀತ ರೂಪಕ ಬೇಕು ಎಂಬ ಆಸೆಯನ್ನು ಅವರ ಮುಂದಿಟ್ಟರೆ, ಅವರು ಯಾರಾದರೂ ಆಗಿರಬಹುದು,

ಅವರು ಬಯಸಿದ ಸಾಹಿತ್ಯವನ್ನು ತಪ್ಪದೆ ಬರೆದುಕೊಡುತ್ತಾರೆ. ಯಾವ ಹಮ್ಮು ಬಿಮ್ಮುಗಳಿಲ್ಲ. ಸರಳ ಸಜ್ಜನ ಮೂರ್ತಿ. ಮಗುವಿನಂಥ ಮನಸ್ಸು. ಇವರೇ ನನ್ನ ಪ್ರೀತಿಯ ಸೋದರ ಎಚ್.ಎಸ್.ವಿ. ಅವರು.

ವಂದನೆ ಅಭಿವಂದನೆ
ನಿನಗೆ ಪ್ರೀತಿಯ ವಂದನೆ
ಸರಳತೆಯ ಸಾಕಾರ ಮೂರುತಿ
ಸರ್ವಜನ ಸಂಪ್ರೀತನೆ
ಸಾಮರಸ್ಯದ ಪ್ರೇಮ ಮೂರುತಿ
ಸಕಲ ಸದ್ಗುಣಧಾಮನೆ

ನಿನ್ನ ಕೀರುತಿ ಗಗನದೆತ್ತರ
ನಿನ್ನ ಸಾಧನೆ ಭೂಮಿಯ ಬಿತ್ತರ
ನೀನು ನಡೆಯುವ ಹಾದಿಯೆಲ್ಲ
ಬೆಳಕ ಕುಡಿಗಳ ಆಗರ
ನೀನು ಕರ್ನಾಟಕದ ಕಣ್ಮಣಿ
ಭಾವ ಬಂಧುರ ದಿನಮಣಿ
ಪ್ರೀತಿ ಪ್ರೇಮದ ಭಾಗ್ಯದಾಗಣಿ
ನಿತ್ಯ ನಿರ್ಮಲ ಗುಣಮಣಿ.

ದೊಡ್ಡ ಮನುಷ್ಯರು ಎಂದೂ ದೊಡ್ಡ ಮನುಷ್ಯರೇ. ಅವರ ಸದ್ಗುಣ, ಸನ್ನಡತೆ, ಮನದಟ್ಟಾಗುತ್ತದೆ. ಅವರನ್ನು ಎದುರಿಗೆ ಕಂಡಾಗ ನನಗಂತೂ ಒಂದು ಮುಗ್ಧ ಮಗುವನ್ನು ಕಂಡಂತಾಯ್ತು.

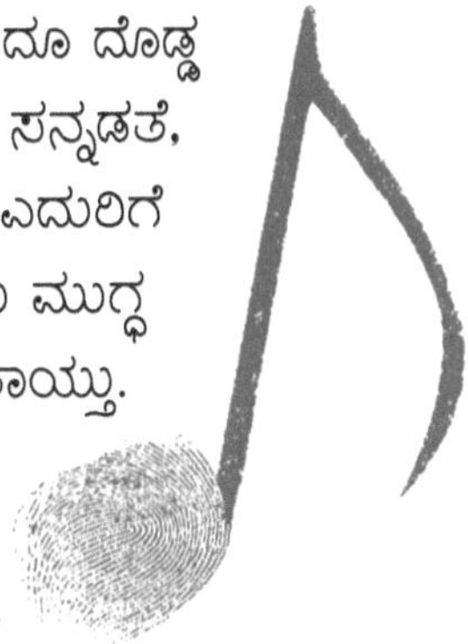

ಎದೆಯ ಬೇಗುದಿಯೇ ಬಂಡಾಯವಾಗಿ...

ಸಿದ್ದಲಿಂಗಯ್ಯ

1988 ಆಗಸ್ಟ್ ತಿಂಗಳ ಒಂದು ಹಗಲು. ಅಂಚೆಯವ ಬಂದು ಒಂದು ಪೋಸ್ಟ್ ಹಾಕಿದ ನನ್ನ ಕೈಗೆ. ಬಿಚ್ಚಿ ನೋಡಿದರೆ ಎರಡು ಪುಸ್ತಕಗಳು.

ಶ್ರೀಮತಿ ಎಚ್.ಆರ್. ಲೀಲಾವತಿ ಅವರಿಗೆ,
ಗೌರವಪೂರ್ವಕವಾಗಿ,
–ಸಿದ್ದಲಿಂಗಯ್ಯ
9–8–88

ಅಂತ ಬರೆದಿತ್ತು ಎರಡೂ ಪುಸ್ತಕಗಳ ಮೇಲೆ. 'ಹೊಲೆಮಾದಿಗರ ಹಾಡು', 'ಸಾವಿರಾರು ನದಿಗಳು' ಆ ಪುಸ್ತಕಗಳ ಶೀರ್ಷಿಕೆಗಳು. ತಕ್ಷಣ ಅರ್ಥವಾಯ್ತು ಇವು ದಲಿತ ಕವಿ ಸಿದ್ದಲಿಂಗಯ್ಯ ಅವರು ಕಳುಹಿಸಿರುವ ಪುಸ್ತಕಗಳೆಂದು.

ದಲಿತ ಎಂದ ಕೂಡಲೇ ನನ್ನ ಮನಸ್ಸು ಕನ್ನಡದ ಇತಿಹಾಸದತ್ತ ಇಣುಕಿ ನೋಡಿತು. ಯಾವುದೇ ಸಾಹಿತ್ಯ, ಸಂಗೀತ, ಕಲೆ ಎಂದೂ ಚಲನಶೀಲವಾದದ್ದೇ. ತಿಳಿದೋ ತಿಳಿಯದೆಯೋ ಕಾಲಘಟ್ಟದಲ್ಲಿ ಬದಲಾವಣೆಗಳು ಅನಿವಾರ್ಯ. ಸಾಹಿತ್ಯ ನಿಂತ ನೀರಲ್ಲ. ಬೆಳವಣಿಗೆಯ ದೃಷ್ಟಿಯಿಂದ ಸಾಹಿತ್ಯ ಹಾಗೂ ಕಲಾ ಸ್ವರೂಪಗಳು ಬೇರೆ ಬೇರೆ ರೂಪಗಳನ್ನು ತಳೆದು ಹೊಸ ಬಗೆಯ ಆವಿಷ್ಕಾರಗಳಿಗೆ ನಾಂದಿ ಹಾಡುತ್ತಲೇ ಇರುತ್ತದೆ. ಇದಕ್ಕೆ ಸಾಂಸ್ಕೃತಿಕ ಕಾರಣಗಳೂ ಇರಬಹುದು. ಜೊತೆಗೆ ವೈಯಕ್ತಿಕ ಕಾರಣಗಳೂ ಇರಬಹುದು. ಪ್ರತಿಭಾವಂತ ಚಿಂತನಶೀಲ ವ್ಯಕ್ತಿ ಹುಡುಕಾಟದ ನೆಲೆಗಟ್ಟಿನಲ್ಲಿ ಹೊಸ ಹಾದಿಯ ಜಾಡನ್ನು ಹಿಡಿದು ಹೆಜ್ಜೆ ಹಾಕುತ್ತಲೇ ಇರುತ್ತಾನೆ. ಹಾಗಾಗಿ ಸೃಜನಶೀಲ ಸ್ಥಿತ್ಯಂತರದ ಸಂಕೇತವಾಗಿ ಸಾಹಿತ್ಯವೇ ಆಗಲಿ ಬೇರೆ ಬೇರೆ ಕಲೆಗಳೇ ಆಗಲಿ ಕಾಲದಿಂದ ಕಾಲಕ್ಕೆ ಮಾನವ ಹೊಸ ಹೊಸ ಆವಿಷ್ಕಾರಗಳಿಗೆ ತನ್ನನ್ನೇ ತಾನು ತೆರೆದುಕೊಂಡು ಹೊಸ

ಸೃಷ್ಟಿಗೆ ನಾಂದಿ ಹಾಡುತ್ತಲೇ ಇರುತ್ತಾನೆ. ಹಾಗಾಗಿಯೇ ಜಗತ್ತಿನಲ್ಲಿ ಇಷ್ಟೊಂದು ಭಾಷೆಗಳ ಉಗಮವಾಗಿರುವುದು.

ಸಾಹಿತ್ಯದ ಮಟ್ಟಿಗೆ ಹೇಳಬಹುದಾದರೆ ಆದಿಮಾನವನ ಕಾಲದಿಂದ ಆಧುನಿಕ ಕಾಲದವರೆಗಾಗಿರುವ ಬದಲಾವಣೆಗಳನ್ನು ಕಂಡಾಗ ಆಶ್ಚರ್ಯವಾಗದೇ ಇರದು. ಮೊದಲು ಹುಟ್ಟಿದ್ದು ಧ್ವನಿ, ನಂತರ ಶಬ್ದಗಳು, ಕಾಲಕ್ರಮೇಣ ಭಾಷೆ, ಅಲ್ಲಿಂದ ಸಾಹಿತ್ಯದ ಉಗಮ. ಗ್ರಾಮೀಣರು ಆಯಾಯ ಪ್ರದೇಶಗಳಲ್ಲಿ ತಮ್ಮ ತಮ್ಮದೇ ನೆಲೆಗಟ್ಟಿಗೆ ಒಗ್ಗುವಂಥ ಭಾಷೆಗಳನ್ನು ಸೃಷ್ಟಿಸಿಕೊಂಡಿದ್ದಿರಬೇಕು. ಹಾಗಾಗಿಯೇ ಬೇರೆ ಬೇರೆ ಭಾಷೆಗಳ ಉಗಮವೂ ಆಗಿರಬಹುದು. ಇದು ಪ್ರಾದೇಶಿಕತೆಯ ಫಲ. ಹೀಗಾಗಿ ಕರ್ನಾಟಕವೆಂಬ ಪ್ರದೇಶದಲ್ಲಿ ಕನ್ನಡವೂ ಹೀಗೆ ಸೃಜನಶೀಲ ಸ್ಥಿತ್ಯಂತರದ ಫಲವಾಗಿ ಹುಟ್ಟಿದ ಭಾಷೆಯನ್ನಲಡ್ಡಿಯಿಲ್ಲ. ಜನಸಾಮಾನ್ಯರಿಗಾಗಿ ಹುಟ್ಟಿಕೊಂಡ ಭಾಷೆ ಈ ಪ್ರಾಂತೀಯ ಭಾಷೆ ಎನ್ನಲಡ್ಡಿಇಲ್ಲ. ಕನ್ನಡ ಭಾಷೆಯ ಹುಟ್ಟಿನಿಂದ ಈ ಆಧುನಿಕ ಕಾಲದವರೆಗೂ ಗಮನಿಸಿದಾಗ ಎಷ್ಟೊಂದು ಸ್ಥಿತ್ಯಂತರಗಳು. ಪ್ರಾಚೀನ, ಮಧ್ಯ, ಆಧುನಿಕ ಪೂರ್ವ, ಮತ್ತೆ ಆಧುನಿಕ ಭಾಷೆಯ ಅವತರಣಿಕೆಗಳು. ಹಾಗಾಗಿಯೇ ಹಳೆಗನ್ನಡ, ನಡುಗನ್ನಡ, ಆಧುನಿಕ ಪೂರ್ವ ಮತ್ತೆ ಆಧುನಿಕ ಭಾಷೆಯ ಅವತರಣಿಕೆಗಳು. ಹಾಗಾಗಿಯೇ ಕಾವ್ಯ ಸೃಷ್ಟಿಯಲ್ಲೂ ಅನೇಕ ಸ್ವರೂಪಗಳನ್ನು ಗುರುತಿಸಬಹುದು. ಹಳೆಗನ್ನಡ ಕಾವ್ಯ, ನಡುಗನ್ನಡದ ಕಾವ್ಯ, ಆಧುನಿಕ ಕಾವ್ಯ ಪ್ರಭೇಧಗಳು ಆಧುನಿಕ ಕಾವ್ಯದಲ್ಲಿಯೇ ಭಿನ್ನ ಶೈಲಿಗಳನ್ನು ಗುರುತಿಸಬಹುದು.

ನವೋದಯ, ನವ್ಯ, ದಲಿತ, ಬಂಡಾಯ ಇತ್ಯಾದಿ ಶೈಲಿಗಳು. ದಲಿತ, ಬಂಡಾಯ ಕಾವ್ಯ ಶೋಷಿತ ವರ್ಗದ ಪ್ರತಿಭಟನೆಯ ಕಾವ್ಯವೆನ್ನಬಹುದು. ಶತಮಾನಗಳಿಂದ ತುಳಿತಕ್ಕೆ ಒಳಗಾದ ಶೋಷಿತ ವರ್ಗದ ನೋವು, ಸಂಕಟಗಳ ಅಭಿವ್ಯಕ್ತಿ ಇದೆನ್ನಬಹುದು.

ಬಂಡಾಯ ಕಾವ್ಯಕ್ಕೆ ನಾಂದಿ ಹಾಡಿದವರು ಡಾ॥ ಸಿದ್ದಲಿಂಗಯ್ಯನವರು. ಸಿದ್ದಲಿಂಗಯ್ಯನವರು ಅವರ ಪುಸ್ತಕಗಳಲ್ಲಿ ಬರೆಯುತ್ತಾರೆ 'ಇವು ಹಾಡುಗಳೆಂದು ಮತ್ತೊಮ್ಮೆ ಹೇಳುತ್ತಿದ್ದೇನೆ. ಗಟ್ಟಿಯಾಗಿ ಲಯಬದ್ಧವಾಗಿ ಹಾಡಿದಾಗ, ಓದಿಕೊಂಡಾಗ ಮಾತ್ರ ನನ್ನ ರಚನೆಯ ಉದ್ದೇಶ ಸ್ಪಷ್ಟವಾಗುತ್ತದೆ' ಎಂದು. ಅವರ ಮಾತು ನಿಜವೇ. ಯಾವುದೇ ಕಾವ್ಯ ಹಾಡಿದಾಗ ಹೆಚ್ಚು ಜನರನ್ನು ತಲುಪುತ್ತದೆ. ಕವಿಯ ಉದ್ದೇಶ ಜನತೆಗೆ ಮುಟ್ಟಿ ಸಾರ್ಥಕತೆ ಪಡೆಯುತ್ತದೆ. ಜನತೆಯನ್ನು ಒಗ್ಗೂಡಿಸುವ ಉದ್ದೇಶದಿಂದಲೇ ಸ್ವಾತಂತ್ರ್ಯಪೂರ್ವದಲ್ಲಿ ಭಾರತೀಯರು ಗುಂಪು ಗುಂಪಾಗಿ 'ಪ್ರಭಾತ ಫೇರಿ'ಯಲ್ಲಿ ರಾಷ್ಟ್ರಗೀತೆಯನ್ನು ಹಾಡುತ್ತ ಜನತೆಯಲ್ಲಿ ಕಿಚ್ಚು ತುಂಬಿ, ಅನ್ಯಾಯದ ವಿರುದ್ಧ ಕಿಚ್ಚೆಬ್ಬಿಸುತ್ತಿದ್ದರು. ಅದೇ ಉದ್ದೇಶವಿದೆ ಬಂಡಾಯ ಗೀತೆಗಳಿಗೆ. ತುಳಿತಕ್ಕೆ ಒಳಗಾದವರ ಬಂಡೆಬ್ಬಿಸುವ ಹಾಡುಗಳು. ನೊಂದು, ಬೆಂದವರ ಹೃದಯದ ಕೂಗು. ರೊಚ್ಚಿಗೆದ್ದ ವಿಪ್ಲವದ ಕಾವ್ಯ. ಕ್ರಾಂತಿಕಾರಿ ಹಾಡುಗಳು. ಸಿದ್ದಲಿಂಗಯ್ಯನವರ ಎದೆಯಲ್ಲಿ ನೋವು, ಬೆಂಕಿಯಾಗಿ ಅರಳಿದ ಹಾಡುಗಳು ಇವು.

ಇಕ್ರಲಾ ವದೀರ್ಲಾ
ಈ ನನ್ ಮಕ್ಕಳ ಚರ್ಮ ಎಬ್ರಲಾ
ಎಲ್ಲಾರು ದೇವ್ರ ಮಕ್ಳು ಅಂತಾರೆ
ಹೊಲೇರ್ನ ಕಂಡ್ರೆ ಹಾವ್ ಕಂಡಂಗಾಡ್ತಾರೆ
ಹೋಟ್ಲು, ಬಾವಿ, ಮನೆ ಯಾವುದ್ಕೂ ಸೇರ್ಸಲ್ವಲ್ರೊ...
****
'ಕಾಳ ನೀಲ ಬೆಳ್ಳಿ ಗುರುವ ಚೆನಿಯ
ಚೋಮನ ಮಕ್ಕಳು ನಾವುಗಳು
ಕಣ್ಣಿನ ಒಳಗೆ ನೋವಿರುವವರು
ಮಣ್ಣಿನ ಒಳಗೆ ಮುಖವಿಟ್ಟವರು...
****
'ದಲಿತರು ಬರುವರು ದಾರಿ ಬಿಡಿ
ದಲಿತರ ಕೈಗೆ ರಾಜ್ಯ ಕೊಡಿ...

ಗಾನ ಯಾನ
ಕಾವ್ಯ ಮಿಲನ

ಇಂಥ ಕ್ರಾಂತಿಕಾರಿ ಗೀತೆಗಳನ್ನು ಬರೆಯಬೇಕಾದರೆ ಪುಟ್ಟ ಹುಡುಗ ಚಿಕ್ಕಂದಿನಿಂದ ತನ್ನ ಸುತ್ತಮುತ್ತ ಎಂಥ ಹೇವರಿಕೆಯ ಬದುಕನ್ನು ಕಂಡಿರಬೇಕು. ಬೆಳೆಯುತ್ತ ಬೆಳೆಯುತ್ತ ಆ ನೋವು, ಆ ದುಃಖ ರೊಚ್ಚಿಗೆದ್ದು, ತುಳಿದವರ ತುಳಿವ ಆಶಯದ ಗೀತವಾಗಿ, ಶೋಷಿತರ ಕಣ್ಣೀರ ಹನಿ ಕ್ರಾಂತಿಗೀತೆಯಾಗಿ ಮೂಡಿ ಬಂದಿರುವುದನ್ನ ಮೇಲಿನ ಕವನಗಳಲ್ಲಿ ಕಾಣಬಹುದು. ಇವು ತಪ್ತ ಮನದ ಆಶಾವಾದದ ಗೀತೆಗಳು ಇಂಥ ಕವಿಯ ಬದುಕಿನ ಅಂತರ್ಯವನ್ನೊಮ್ಮೆ ಮಿಡಿದು ನೋಡಬೇಕು.

ಬಡತನವನ್ನೇ ಹೊದ್ದು ಬೆಳೆದಂಥ ಬದುಕು. ವಾಸಕ್ಕೆ ದಲಿತರ ಕಾಲೋನಿಯಲ್ಲಿ ಒಂದು ಪುಟ್ಟ ಮನೆ. ತಂದೆ, ತಾಯಿ, ಅಜ್ಜ, ಅಜ್ಜಿ, ನಾಲ್ಕು ಮಕ್ಕಳು. ತುಂಬಾ ದುಃಖದ ಬಾಲ್ಯ, ನಾಲ್ಕು ವರ್ಷದ ಮಗುವಿದ್ದಾಗ ಶ್ರೀಮಂತರು ಹುಡುಗನ ತಂದೆಯನ್ನು ನೊಗಕ್ಕೆ ಕಟ್ಟಿ ಹೊಲ ಉಳುತ್ತಿದ್ದುದನ್ನು ಕಂಡು ಕಣ್ಣೀರಾಗಿದ್ದ.

ತಂದೆ ಮನೆಗೆ ಬಂದ ಬಳಿಕ ತಾಯಿ ಕುತ್ತಿಗೆಗೆಲ್ಲಾ ಎಣ್ಣೆ ಸವರಿ ನೋವು ಕಡಿಮೆ ಮಾಡುತ್ತಿದ್ದಳು. ಎಂತಹ ಕ್ರೌರ್ಯ ಇದು. ಅವರು ಹೇಳುವುದನ್ನು ಕೇಳಿದರೇ ಎದೆ ಝಲ್ ಎನ್ನುತ್ತದೆ. ಹುಡುಗನಿಗೆ ಚಿಕ್ಕವಯಸ್ಸಿನಲ್ಲಿ ಶಾಲೆಗೆ ಹೋಗುವ ಆಸಕ್ತಿ ಇರಲಿಲ್ಲ. ಕುರಿ ಕಾಯೋದು, ದನ ಮೇಯಿಸೋದು ಇದರಲ್ಲೇ ಖುಷಿ ಇತ್ತು. ಆದರೆ ಇವನ ದೊಡ್ಡಪ್ಪನಿಗೆ ಹುಡುಗ ಓದಿ, ಬರೆದು, ಬುದ್ಧಿವಂತನಾಗಿ ಮುಂದಕ್ಕೆ ಬರಲೆಂದು ಆಸೆ. ಹಾಗಾಗಿ ದೊಡ್ಡಪ್ಪ ಹುಡುಗನನ್ನು ಮಂಚನಬೆಲೆ ಸರ್ಕಾರಿ ಶಾಲೆಗೆ ಸೇರಿಸಿದರು. ಶಾಲೆಗೆ ಸೇರಿಸಿದ್ದಕ್ಕೆ ದೊಡ್ಡಪ್ಪನಿಗೆ ಬೈಗುಳ ಪೂಜೆ. ಮೊದಲಿನಿಂದಲೂ ಹುಡುಗನಿಗೆ ಅಜ್ಜಿ ತಾತನ ಊರು ತುಂಬಾ ಅಚ್ಚುಮೆಚ್ಚು. ಅಜ್ಜಿ ಹಾಡುತಿದ್ದ ಜನಪದ ಗೀತೆಗಳು, ಅವಳು ಹೇಳುತ್ತಿದ್ದ ಕಥೆಗಳು ಸಿದ್ದಲಿಂಗಯ್ಯನವರ ಮುಂದಿನ ಸಾಹಿತ್ಯ ಬೆಳವಣಿಗೆಯಲ್ಲಿ ತುಂಬಾ ಸಹಕಾರಿಯಾಯಿತು. 'ಅಜ್ಜಿಯೇ ನನ್ನ ಮೊದಲ ಗುರು' ಎನ್ನುತ್ತಾರೆ ಸಿದ್ದಲಿಂಗಯ್ಯನವರು. ಅಜ್ಜಿ ನೀಡುತ್ತಿದ್ದ ಟೀ ಹುಡುಗನಿಗೆ ಅಮೃತ ಸಮಾನವಾಗಿತ್ತು. ಚಿಕ್ಕಂದಿನಲ್ಲಿ ಟೀ ಕುಡಿಯುವ ಅಭ್ಯಾಸವಾದದ್ದು ಮುಂದೆ ಕವಿ ಬರಹಗಾರನಾದಾಗ ಟೀ ಕುಡಿಯದೆ ತನ್ನ ಬರವಣಿಗೆಗೆ ಸ್ಫೂರ್ತಿಯೇ ಬರುತ್ತಿರಲಿಲ್ಲ ಎನ್ನುತ್ತಾರವರು.

ಶಾಲೆಗೆ ಸೇರಿದ ಮೇಲೆ, ಓದಿನ ರುಚಿ ಕಂಡ ಮೇಲೆ ಅಕ್ಷರ ಸೇವೆಗೆ ಗಟ್ಟಿಯಾಗಿ ಅಂಟಿಕೊಂಡು ಬಿಟ್ಟರು. ಸದಾ ಓದು ಓದು ಓದು. ಓದಿನ ಹುಚ್ಚು ಇವರಿಗೆ ಅಂಟಿಕೊಂಡು ಬಿಟ್ಟಿತ್ತು. ಪ್ರೌಢಶಾಲೆಯಲ್ಲಿದ್ದಾಗಲೇ ಕವನಗಳನ್ನು ರಚಿಸಲು ಶುರು

ಮಾಡಿದ್ದರು. ಮತ್ತೆ ಇವರ ಮನೆ ಎಷ್ಟು ಚಿಕ್ಕದಿತ್ತೆಂದರೆ ಇವರ ಅಮ್ಮನನ್ನೋ ಅಪ್ಪನನ್ನೋ ನೋಡಲು ಯಾರಾದರೂ ಬಂದರೆ ಜಾಗವಿಲ್ಲದೆ ಇವರು ಹೊರಗೆ ಬಂದು ನಿಂತುಕೊಳ್ಳುವ ಪರಿಸ್ಥಿತಿ ಇತ್ತು. ಹಾಗೆಯೇ ಒಂದು ದಿನ ಮನೆಯಿಂದ ನಡೆಯುತ್ತಾ ನಡೆಯುತ್ತಾ ಬಂದರೆ dead end ಸಿಕ್ಕಿತು. ಅಲ್ಲಿ ಒಳಹೊಕ್ಕು ನೋಡಿದರೆ ಅದು ಒಂದು ಸ್ಮಶಾನ. ಓದುವ ಹುಡುಗನಿಗೆ ಅದನ್ನು ನೋಡಿ ಕಣ್ಣರಳಿತು. ಮನೆಯೋ ಕಿಷ್ಕಿಂಧೆ. ಬುಡ್ಡಿ ದೀಪದಲ್ಲಿ ಓದಬೇಕು. ಸ್ಮಶಾನದ ತುಂಬಾ ದೊಡ್ಡ ದೊಡ್ಡ ಮರಗಳು. ಒಳ್ಳೆಯ ಕಲ್ಲು ಬೆಂಚುಗಳು. ಧಾಳಾಗಿ ಉರಿಯುವ ದೀಪಗಳು. ಹಾಗಾಗಿ ಸಿದ್ದಲಿಂಗಯ್ಯನವರಿಗೆ ಸ್ಮಶಾನವೇ ಓದುವ, ಬರೆಯುವ ತಾಣವಾಯ್ತು. ಇವರು ಬಹಳಷ್ಟು ಕಾವ್ಯ ರಚನೆ ಮಾಡಿದ್ದು ಇಲ್ಲಿಯೇ. ಸ್ಮಶಾನದ ಅಮೃತಶಿಲೆಯ ಗೋರಿಯ ಮೇಲೆ ಕುಳಿತು, ಸಿದ್ದಲಿಂಗಯ್ಯನವರು ಬೆಳೆಯುತ್ತ ಬೆಳೆಯುತ್ತ ಸಮಾಜದಲ್ಲಿನ ಊಳಿಗಮಾನ್ಯ ಪದ್ಧತಿ, ಜಾತಿ ಪದ್ಧತಿ, ಶೋಷಣೆ ಕಂಡು ಎದೆಯ ಅಕ್ರೋಶ ತುಂಬಿಕೊಂಡಿತು. ಹಾಗಾಗೇ ಕಾಲೇಜು ದಿನಗಳಲ್ಲೇ ಬಂಡಾಯ ಗೀತೆಗಳನ್ನು ರಚಿಸುತ್ತ ಸಮಾಜ ಸುಧಾರಣೆಯತ್ತ ಗಮನ ಹರಿಸಿದರು. ಮೊಟ್ಟ ಮೊದಲ ಬಂಡಾಯ ಕವಿಯಾಗಿ ನಾಂದಿ ಹಾಡಿದವರು ದಲಿತ ಕವಿ ಸಿದ್ದಲಿಂಗಯ್ಯನವರು. ಸಮಾಜದೆದುರು ಬಂಡಾಯವೆದ್ದು ಮಾರ್ಕ್ಸ್‌ವಾದಿಯಾದರು. ಲೆನಿನ್‌ನನ್ನು ಆರಾಧಿಸಿದರು. ನಾಸ್ತಿಕರಾಗಿದ್ದ ಇವರು ರೈತರ ಚಳುವಳಿ, ಕಾರ್ಮಿಕ ಹೋರಾಟಕ್ಕೆ ಅಡಿ ಇಟ್ಟರು. ಅಂಥ ಚಳುವಳಿಗಳ ಮುಂಚೂಣಿಯಲ್ಲಿದ್ದು ಶೋಷಣೆಯ ವಿರುದ್ಧ ಬಂಡಾಯವೆದ್ದರು. ಅಂತಲೇ ಅವರ ಕವನಗಳಲ್ಲಿ ಅಷ್ಟೊಂದು ಆಕ್ರೋಶ ತುಂಬಿರುವುದು. ಅವು ದ್ವೇಷದಿಂದ ಬರೆದ ಕವನಗಳಲ್ಲ. ದಲಿತರನ್ನು ಹೊಡೆದೆಬ್ಬಿಸಲು ಬರೆದ ಕವನಗಳು. ನನಗೂ ಆ ಕವನಗಳನ್ನು ಓದಿದಾಗ ಒಂದು ಕ್ಷಣ ದಿಗ್ಭ್ರಮೆಯಾದರೂ, ಅದು ನೊಂದು ಬೆಂದ ಮನಸ್ಸಿನ ಉದ್ಗಾರ ಎಂದು ಅರ್ಥ ಮಾಡಿಕೊಂಡೆ. ಅದು ಅಸ್ಪೃಶ್ಯತೆಯ ಸಂಕಟ, ನೋವು, ಕೋಪವಷ್ಟೆ.

ಸಿದ್ದಲಿಂಗಯ್ಯನವರಿಗೆ ಮೊದಲಿನಿಂದಲೂ ಗ್ರಾಮ ದೇವತೆಗಳು ಎಂದರೆ ಏನೋ ಒಂದು ಸೆಳೆತ. ಗ್ರಾಮ ದೇವತೆಗಳು, ಅದರಲ್ಲೂ ದೇವರು ಮೈಮೇಲೆ ಬರುವ ಗ್ರಾಮದೇವತೆಗಳನ್ನು ಕಾಣುವ ಹಂಬಲ ಬಹಳ. ದೇವರು ಮೈಮೇಲೆ ಬಂದಾಗ ಕುಣಿಯುವುದು, ಜನಗಳನ್ನು ಚಾಟಿಯಲ್ಲಿ ಹೊಡೆಯುವುದು. ವ್ಯಕ್ತಿಗಳನ್ನು ಮಲಗಿಸಿ ಅವರ ಮೇಲೆ ನಡೆದುಕೊಂಡು ಹೋಗುವುದು. ಭವಿಷ್ಯ ನುಡಿಯುವುದು. ಇದನ್ನೆಲ್ಲ ಕಣ್ಣಾರೆ ಕಂಡವರಿವರು. ಹಾಗಾಗಿ ಇವರು ಡಾ॥ ಜಿ.ಎಸ್. ಶಿವರುದ್ರಪ್ಪನವರ ನೇತೃತ್ವದಲ್ಲಿ 'ಗ್ರಾಮ ದೇವತೆ' ವಿಷಯದ ಮೇಲೇ ಪಿ.ಎಚ್.ಡಿ. ಪಡೆದಿರುವುದು.

ಸಿದ್ದಲಿಂಗಯ್ಯನವರು ಮಹಾ ಕನ್ನಡ ಪ್ರೇಮಿ ಹಾಗೂ ಸ್ವಾಭಿಮಾನಿ. ಚಿಕ್ಕಂದಿನಿಂದಲ್ಲೇ ಸ್ವಾಭಿಮಾನದ ಕುರುಹು ಕಂಡಿತ್ತು. ಇವರು ಬೆಂಗಳೂರಿನ ಶಾಲೆಯಲ್ಲಿ ಓದುತ್ತಿದ್ದಾಗ ಅವರ ಮೇಡಮ್ಮು ಆಂಡಾಳಮ್ಮ ಎನ್ನುವವರು ಒಂದು ದಿನ ಶಾಲೆಯಲ್ಲಿ 'ಯಾರ್ಯಾರು ಬಡವರಿದ್ದೀರಿ ಕೈ ಎತ್ತಿ' ಎಂದರು. ಹಲಕೆಲವು ಮಕ್ಕಳು ಕೈ ಎತ್ತಿದರು. ಮೇಡಮ್ಮು ಅವರಿಗೆಲ್ಲಾ ನೋಟ್ ಬುಕ್ಕು ಹಾಗೂ ಬಣ್ಣದ ಪೆನ್ಸಿಲ್‌ಗಳನ್ನು ಕೊಟ್ಟರು. ಆದರೆ ಹುಡುಗ ಸಿದ್ದಲಿಂಗಯ್ಯ ಕೈ ಎತ್ತಲಿಲ್ಲ. ಬಡವ ಎಂದುಕೊಳ್ಳಲು ಸ್ವಾಭಿಮಾನ ಅಡ್ಡ ಬಂದಿತ್ತು. ಆದರೆ ತಂದೆ, ಮಗನನ್ನು ನೋಡಲು ಮಾಸಿದ ಚಡ್ಡಿ ಹರಿದ ಶರ್ಟು ಹಾಕಿ ಬಂದಾಗ ಇವನ ಬಡತನದ ಸ್ಥಿತಿ ಮೇಡಂಗೆ ಗೊತ್ತಾಯ್ತು. ನಂತರ ಇವನಿಗೂ ಬಣ್ಣದ ಪೆನ್ಸಿಲ್ ಹಾಗೂ ನೋಟ್ ಬುಕ್‌ಗಳನ್ನು ಕೊಟ್ಟರು.

ಸಿದ್ದಲಿಂಗಯ್ಯನವರು ಬೆಂಗಳೂರು ವಿಶ್ವವಿದ್ಯಾನಿಲಯದಲ್ಲಿ ಪ್ರಾಧ್ಯಾಪಕರಾದರು. ಕನ್ನಡ ಅಧ್ಯಯನ ಕೇಂದ್ರದ ನಿರ್ದೇಶಕರಾಗಿಯೂ ಕಾರ್ಯನಿರ್ವಹಿಸಿದ್ದರು. ಇವರು ಇವರ ಆಕ್ರೋಶವನ್ನು ವ್ಯಕ್ತಪಡಿಸಲು ಆಯ್ದುಕೊಂಡಿದ್ದು ಕಾವ್ಯ ಮಾಧ್ಯಮ. 'ಹೊಲೆಮಾದಿಗರ ಹಾಡು' 'ಸಾವಿರಾರು ನದಿಗಳು', 'ಕಪ್ಪು ಕಾಡಿನ ಹಾಡು', 'ಮೆರವಣಿಗೆ' 'ನನ್ನ ಜನಗಳು ಮತ್ತು ಇತರ ಕವಿತೆಗಳು' ಇತ್ಯಾದಿ. ಇವರು ನಾಟಕ ಕೃತಿಗಳನ್ನೂ ರಚಿಸಿದ್ದಾರೆ. ಜೊತೆಗೆ ಪ್ರಬಂಧಗಳು, ಅನೇಕ ಲೇಖನಗಳು ಪ್ರಕಟವಾಗಿವೆ. 'ಊರುಕೇರಿ' ಇವರ ಆತ್ಮಕಥೆ. ಇವರ ಕವನಗಳಲ್ಲಿ ಇರುವ ಆಕ್ರೋಶ ಇವರ ಗದ್ಯದಲ್ಲಿಲ್ಲ ಅನ್ನುವುದು ವಿಶೇಷ.

ಇಂಥ ಈ ಬಂಡಾಯ ಕವಿಗೆ ಪ್ರೇಮ ಕವನವನ್ನು ಬರೆಯುವ ಒಂದು ಸಂದರ್ಭ ಬಂದದ್ದೊಂದು ವಿಶೇಷ. ಇವರ ಕವನಗಳು ಪ್ರಕಟವಾಗಿ ಜನಮನದ ಕದವ ತಟ್ಟಿತ್ತು. ಬಹಳ ಶಕ್ತಿಯುತ ಬರಹಗಾರ ಎಂದು ಸಮಾಜ ಗುರುತಿಸಿತ್ತು. ಪುಟ್ಟಣ್ಣ ಕಣಗಾಲ್ ಅವರು ಅವರ ಚಿತ್ರ 'ಧರಣಿ ಮಂಡಲ ಮಧ್ಯದೊಳಗೆ'ಗೆ ಸಿದ್ದಲಿಂಗಯ್ಯನವರಿಂದ ಸಿನಿಮಾ ಹಾಡು ಬರೆಸಬೇಕೆಂದು ಬಯಸಿದರು. ಟಿ.ಎನ್. ಸೀತಾರಾಂರವರಿಗೆ ಕೇಳಿಕೊಂಡರು. 'ನಾನು ಬಂಡಾಯ ಕವಿ. ವ್ಯಾಪಾರಿ ಚಿತ್ರಕ್ಕೆ ಬರೆಯೋಲ್ಲ' ಎಂದು ಸೀತಾರಾಂಗೆ ಹೇಳಿ ಹಾಡು ಬರೆಯಲು ನಿರಾಕರಿಸಿದರು. ಆದರೆ ಸೀತಾರಾಂ ತುಂಬಾ ಬಲವಂತ ಮಾಡಿದ ಮೇಲೆ ಸ್ನೇಹಕ್ಕೆ ಮಣಿದು ಆ ಚಿತ್ರಕ್ಕೆ ಮೂರು ಹಾಡುಗಳನ್ನು ಬರೆದರು. ಆದರೆ ಅವರು ಸಿದ್ದಲಿಂಗಯ್ಯ ಎನ್ನುವ

ಹೆಸರನ್ನು ಬಿಟ್ಟು 'ಆದಿತ್ಯ' ಎಂಬ ಹೆಸರಿನಲ್ಲಿ ಸಿನಿಮಾ ಹಾಡು ಬರೆದರು. ಪ್ರೇಮ ಕವನ 'ಓ ಗೆಳತೀ ಗೆಳತೀ ಅಪ್ಪಿಕೋ ಅಪ್ಪಿಕೋ' ಎಂದು ಬರೆದೇ ಬಿಟ್ಟರು. ವಿಜಯ ಭಾಸ್ಕರ್ ಸಂಗೀತ. ಆ ಹಾಡಿಗೆ ರಾಜ್ಯ ಪ್ರಶಸ್ತಿ ಬಂದುಬಿಟ್ಟಿತು. ಪ್ರಶಸ್ತಿ ಪ್ರದಾನ ಸಂದರ್ಭದಲ್ಲಿ ಪ್ರಶಸ್ತಿಯನ್ನು ಪಡೆಯುವ 'ಆದಿತ್ಯ' ಯಾರು ಎಂದು ಜನರೆಲ್ಲಾ ನೋಡುತ್ತಿದ್ದರೆ ಸಿದ್ದಲಿಂಗಯ್ಯನವರು ಪ್ರಶಸ್ತಿ ಸ್ವೀಕರಿಸುತ್ತಾರೆ. ಆದಿತ್ಯ, ಸಿದ್ದಲಿಂಗಯ್ಯ ಇಬ್ಬರೂ ಒಂದೇ ಅಂತ ಜನತೆಗೆ ಗೊತ್ತಾಗಿಬಿಡುತ್ತೆ.

ಸರ್ಕಾರ ಇವರನ್ನು ವಿಧಾನ ಪರಿಷತ್ ಸದಸ್ಯರನ್ನಾಗಿ ಆಯ್ಕೆ ಮಾಡುತ್ತೆ. ಹನ್ನೆರಡು ವರ್ಷಗಳ ಕಾಲ ಸದಸ್ಯರಾಗಿರುತ್ತಾರೆ. ಆ ವೇಳೆಯಲ್ಲಿ ಸಿದ್ದಲಿಂಗಯ್ಯನವರು ದನಿ ಎತ್ತಿದ್ದು ಶೋಷಿತರ ಪರವಾಗಿ, ಕಾರ್ಮಿಕರ ಪರವಾಗಿ, ಕೃಷಿಕರ ಪರವಾಗಿ, ಪರಿಷತ್ತಿನ ಸದಸ್ಯರಾಗಿ ಎಷ್ಟೋ ಜನರಿಗೆ ಮಾಸಾಶನ ಕೊಡಿಸಿದ್ದಾರೆ. ಬಡವರ ಪರವಾಗಿ ವಕೀಲಿ ಮಾಡಿದ್ದಾರೆ. ತನ್ಮೂಲಕ ಶೋಷಿತರು, ಬಡವರಿಗೆ ಸಹಾಯ ಮಾಡಬೇಕೆಂದು ವಿಧಾನಸಭೆಯಲ್ಲಿ ಪ್ರತಿಪಾದಿಸಿ ಅವರ ಬದುಕಿಗೆ ಬೆಳಕಾಗಿದ್ದಾರೆ. ಅವರಿಗೆ ಅಸ್ಪೃಶ್ಯತೆ, ಬಡತನದ ಸಂಕಟ ಚೆನ್ನಾಗಿ ಗೊತ್ತಿತ್ತು. ಅಂಬೇಡ್ಕರ್, ಗಾಂಧಿಯವರ ಪ್ರಭಾವ ಅವರ ಮೇಲಾಗಿತ್ತು. ಸಮಾಜದ ಕೆಟ್ಟ ರೀತಿ ನೀತಿಗಳನ್ನು ಬದಲಿಸಿ ಸರ್ವರಿಗೂ ಸುಖ ಶಾಂತಿ, ನೆಮ್ಮದಿಯನ್ನು ತರುವ ಹಠ ಛಲವಿತ್ತು ಅವರಿಗೆ. ಹಾಗಾಗಿ ಕಾವ್ಯದ ಮೂಲಕ ಹೋರಾಡಿದರು. ವಿಧಾನ ಪರಿಷತ್ತಿನಲ್ಲಿ ಮಾತಿನ ಮೂಲಕ ಹೋರಾಡಿದರು. ಸಮಾಜ ಸುಧಾರಣೆಯ ಕೆಲಸವನ್ನು ಮಾಡಿದರು. ಬಡವ ದಲಿತರ ಮನೆಯಲ್ಲಿ ಹುಟ್ಟಿ ಅವರು ತಮ್ಮ ಆತ್ಮಬಲದಿಂದಲೇ ಫೀನಿಕ್ಸ್‌ನಂತೆ ಮೇಲೆದ್ದು ಬೆಳೆದದ್ದು ನಿಜಕ್ಕೂ ಅತ್ಯದ್ಭುತ.

ಸಿದ್ದಲಿಂಗಯ್ಯನವರು ಅವರ ಕವಿತೆಗಳನ್ನು ನನಗೆ ಕಳುಹಿಸಿದ್ದಾರೆ. ಪತ್ರಗಳನ್ನೂ ಬರೆದಿದ್ದಾರೆ. ನಮ್ಮ ಸುಗಮ ಸಂಗೀತ ಅಕಾಡೆಮಿಯ ರಜತ ಮಹೋತ್ಸವದ ಕವಿಗೋಷ್ಠಿಗಾಗಿ ನಾನು ಅವರನ್ನು ಆಹ್ವಾನಿಸಿದೆ. (2009–2010) ಒಂದು ವರ್ಷ ಪೂರ್ತಿ ಕಾರ್ಯಕ್ರಮವನ್ನು ನಡೆಸಿದೆವು. ಸಮಾರೋಪದಲ್ಲಿ ಕವಿಗೋಷ್ಠಿ ಏರ್ಪಾಡು ಮಾಡಿದೆವು. ಅಕಾಡೆಮಿಯ ಕೆಲ ಸದಸ್ಯರು 'ಮೇಡಂ ಅವರು ಈ ಅಕಾಡೆಮಿಗೆ ಬರಲ್ಲ. ಅವರು ಬಂಡಾಯ ಕವಿ' ಎಂದರು. ನಾನು ಪ್ರತಿಭಟಿಸಿದೆ, 'ಯಾಕೆ ಬರಲ್ಲ. ಖಂಡಿತವಾಗಿಯೂ ಬರ್ತಾರೆ' ಎಂದೆ. ಅವರ ಬಗ್ಗೆ ನನಗೆ ಮೊದಲಿನಿಂದಲೂ ಗೌರವ. ಶೋಷಣೆ, ತಾರತಮ್ಯದ ವಿರುದ್ಧ ದನಿ ಎತ್ತಿ ಬಂಡಾಯ ಮಾಡಿದವರವರು. ಮಾನವೀಯ ಗುಣಗಳನ್ನು ಬದುಕಿನಲ್ಲಿ ಅಳವಡಿಸಿಕೊಂಡಿದ್ದರು. ತುಂಬಾ ಸರಳವಾದ ವ್ಯಕ್ತಿತ್ವ. ಪ್ರಶಸ್ತಿಗಳ ಸರಮಾಲೆಯೇ ಅವರ ಕೊರಳನ್ನಲಂಕರಿಸಿವೆ. ಹಮ್ಮು ಬಿಮ್ಮು ಏನಿಲ್ಲ. ಕಾರ್ಯಕ್ರಮದ ಹೊತ್ತಿಗೆ ಸರಿಯಾಗಿ ಬಂದರು. ಕವಿಗೋಷ್ಠಿಯ ಅಧ್ಯಕ್ಷತೆ ವಹಿಸಿದ್ದವರು ಡಾ॥ ನಿಸಾರ್

ಅಹಮದ್ ಅವರು. ಪ್ರತಿಯೊಬ್ಬರೂ ಅವರವರ ಕಾವ್ಯಗಳನ್ನು ಓದಿದರು. ಡಾ॥ ಸಿದ್ದಲಿಂಗಯ್ಯನವರೂ ತಮ್ಮ ಕವನವನ್ನು ತುಂಬಾ ಅಚ್ಚುಕಟ್ಟಾಗಿ ಓದಿದರು. ಎಲ್ಲರೊಡನೆ ಬೆರೆತು, ಕಲೆತು ಮಾತನಾಡುತ್ತಿದ್ದರು. ಅಕಾಡೆಮಿ ಎಲ್ಲರಿಗೂ ಗೌರವ ಧನವನ್ನು ಸಮರ್ಪಿಸಿ, ಪ್ರಯಾಣ ವೆಚ್ಚವನ್ನು ನೀಡಿತು. ನಾನು ಅದನ್ನು ಡಾ॥ ಸಿದ್ದಲಿಂಗಯ್ಯನವರಿಗೆ ನೀಡಿದಾಗ ಗೌರವ ಧನವನ್ನಷ್ಟೇ ಸ್ವೀಕರಿಸಿ 'ಮೇಡಮ್ ನಾನು ಕನ್ನಡ ಪುಸ್ತಕ ಪ್ರಾಧಿಕಾರ ನನಗೆ ನೀಡಿರುವ ಕಾರಿನಲ್ಲಿ ಬಂದಿದ್ದೀನಿ. ಹಾಗಾಗಿ ಪ್ರಯಾಣ ವೆಚ್ಚವನ್ನು ಸ್ವೀಕರಿಸಲಾರೆ' ಎಂದು ಟ್ಯಾಕ್ಸಿಗಾಗಿ ನೀಡಿದ್ದ ದುಡ್ಡನ್ನು ಹಿಂದಿರುಗಿಸಿ ಬಿಟ್ಟರು. ನಿಜ ಆಗ ಅವರು ಕನ್ನಡ ಪುಸ್ತಕ ಪ್ರಾಧಿಕಾರದ ಅಧ್ಯಕ್ಷರಾಗಿದ್ದರು. ಆದರೆ ಅವರ ಆ ನೀತಿ ಸಂಹಿತೆಯ ನಡವಳಿಕೆಯನ್ನು ಕಂಡು, ಅವರ ವ್ಯಕ್ತಿತ್ವದ ಔನ್ನತ್ಯ ಎಷ್ಟು ಹಿರಿದು ಎನ್ನಿಸಿತು. ಶಿವರಾಮ ಕಾರಂತರೂ ಹೀಗೆಯೇ ಇದ್ದರು. ಒಂದು ದಿನ ಮೂರು ಕಾರ್ಯಕ್ರಮಗಳಲ್ಲಿ ಭಾಗವಹಿಸಿದ್ದರಿಂದ

ಮೂರು ಕಡೆಯೂ ಪೂರ್ಣ ಹಣವನ್ನು ಪಡೆಯದೆ, ಒಂದೊಂದು ಸಂಸ್ಥೆಯಿಂದ ಮೂರನೆಯ ಒಂದು ಭಾಗವನ್ನು ಮಾತ್ರ ಪಡೆದಿದ್ದ ಉಲ್ಲೇಖವಿದೆ. ದೊಡ್ಡ ಮನುಷ್ಯರು ಎಂದೂ ದೊಡ್ಡ ಮನುಷ್ಯರೇ. ಡಾ॥ ಸಿದ್ದಲಿಂಗಯ್ಯನವರ ಬಗೆಗೆ ನನಗಿದ್ದ ಗೌರವ ನೂರ್ಮಡಿಯಾಯಿತು. ಅವರು ಹೋರಾಡಿದ್ದು ಅಸ್ಪೃಶ್ಯತೆ, ಬಡತನ, ಬೇಧ, ಕೆಟ್ಟ ಪದ್ಧತಿಗಳ ಬಗ್ಗೆಯಷ್ಟೆ. ನ್ಯಾಯ, ನೀತಿ, ಮಾನವತೆ ಬಗ್ಗೆ ಅಲ್ಲ. ಅವರು ನಮ್ಮ ಅಕಾಡೆಮಿಯಲ್ಲಿ ನಡೆದುಕೊಂಡ ರೀತಿಯೇ ಅವರ ಸದ್ಗುಣ, ಸನ್ನಡತೆ, ಸುನೀತಿಯ ಬಗ್ಗೆ ಮನದಟ್ಟಾಗುತ್ತದೆ. ಅವರನ್ನು ಎದುರಿಗೆ ಕಂಡಾಗ ನನಗಂತೂ ಒಂದು ಮುಗ್ಧ ಮಗುವನ್ನು ಕಂಡಂತಾಯ್ತು. ಅಂತಲೇ ನನಗನ್ನಿಸಿದ್ದು ಸಿದ್ದಲಿಂಗಯ್ಯನವರು 'ಕೆಸರಿನಲ್ಲರಳಿದ ಕಮಲ'ವೆಂದು. ಇವರಿಗೆ ಮರಣೋತ್ತರ ಪದ್ಮಶ್ರೀ ಪ್ರಶಸ್ತಿ ದೊರೆತಿದೆ.

ಮೊಟ್ಟಮೊದಲು ಅವರು 'ಲೀಲಮ್ಮಾ' ಎಂದು
ಕರೆದ ಆ ಮುಗ್ಧ ಮಗುವಿನಂಥ ಧ್ವನಿಯನ್ನು
ಎಂದಿಗೂ ಮರೆಯಲಾರೆ.
ಎನ್ಕೆಯವರು ಎಲ್ಲರಿಗೂ 'ನಾನಿ ಕಾಕಾ'.

ಉಭಯ ಕುಶಲೋಪರಿಯ ಉತ್ಸಾಹಿ

ಎನ್.ಕೆ. ಕುಲಕರ್ಣಿ

'ಬೆಂಗಳೂರಿನಲ್ಲಿ ಒಳ್ಳೆ ಚಹಾ ಬೇಕೆಂದರೆ ಕಾಮತ್ ಹೋಟೆಲ್ ಒಂದೇ, ಹಿಂದುಸ್ತಾನೀ ಸಂಗೀತದ ಭಾವಗೀತವೆಂದರೆ ಎಚ್.ಆರ್. ಲೀಲಾವತಿ ಕಂಠ ಒಂದೇ' ಹೀಗೆಂದವರು ಬೆಂಗಳೂರು ಆಕಾಶವಾಣಿಯಲ್ಲಿ ಪ್ರೋಗ್ರಾಂ ಎಕ್ಸಿಕ್ಯೂಟಿವ್ ಆಗಿದ್ದ 'ಎನ್ಕೆ' ಎನ್ನುವವರು. ಎನ್.ಕೆ. ಕುಲಕರ್ಣಿಯಾಗಿದ್ದ ಅವರು ಎನ್ಕೆ ಎಂದೇ ಪ್ರಸಿದ್ಧರು. ನಾನು ಬೆಂಗಳೂರು ಬಾನುಲಿ ಕೇಂದ್ರದಿಂದ ಭಾವಗೀತೆಗಳನ್ನು ಬಿತ್ತರಿಸಲು ಅಲ್ಲಿಗೆ ಹೋಗುತ್ತಿದ್ದ ಕಾಲ ಅಲ್ಲಿ ಕಾರ್ಯಕ್ರಮ ನಿರ್ವಾಹಕರಾಗಿ ಕೆಲವು ಕಾಲ ಸಂಗೀತ ವಿಭಾಗವನ್ನೂ ನೋಡಿಕೊಳ್ಳುತ್ತಿದ್ದರು. ಹಾಗಾಗಿ ಪರಿಚಯ ಗಾಢವಾಗಲು ಹೆಚ್ಚು ಕಾರಣವಾಯ್ತು. ಸಾಕಷ್ಟು ಹಾಸ್ಯ ಲೇಖನಗಳನ್ನು ಬರೆದಿರುವ ಎನ್ಕೆಯವರು ಆಕಾಶವಾಣಿಯಲ್ಲಿ ಸೃಷ್ಟಿಸಿದ ಒಂದು ಹಾಸ್ಯ ಪ್ರಸಂಗವನ್ನೂ ಈ ಸಂದರ್ಭದಲ್ಲಿ

ಉಲ್ಲೇಖ ಮಾಡಿಬಿಡ್ತೀನಿ. ಆಕಾಶವಾಣಿಯಲ್ಲಿ ಕಾರ್ಯಕ್ರಮಕ್ಕೆ ಬರುವ ಪ್ರತಿಯೊಬ್ಬ ಸಂಗೀತ ಕಲಾವಿದರು, ನಾಟಕದ ಕಲಾವಿದರು, ಚಿಂತನ, ಮಹಿಳಾ ರಂಗ, ಮಕ್ಕಳ ಮಂಟಪ (ಕಾರ್ಯಕ್ರಮ ಮಕ್ಕಳ ಮಂಟಪ, ಮಹಿಳಾ ರಂಗ ಆದರೆ ಅವರ ಸಂಘದ ಹೆಸರು) ಹೀಗೆ ಎಲ್ಲರ ಹೆಸರಿನಲ್ಲಿಯೂ ಒಂದೊಂದು ಕಾರ್ಡ್ ಇರುತ್ತೆ. ಸಂಗೀತದ ಕಲಾವಿದರಾದರೆ ಕರ್ನಾಟಕ ಸಂಗೀತ ಕಲಾವಿದರು, ಹಿಂದುಸ್ತಾನಿ ಸಂಗೀತ ಕಲಾವಿದರೆಂಬ ವಿಭಾಗ ಜೊತೆಗೆ ಹೆಣ್ಣು ಮಕ್ಕಳ ಹೆಸರಿನ ಪಟ್ಟಿಯೆಲ್ಲಾ ಒಂದು ಕಡೆ. ಗಂಡಸರ ಹೆಸರಿನ ಪಟ್ಟಿಯೆಲ್ಲಾ ಒಂದು ಕಡೆ. ಕಾರಣ ಆಯಾಯ ಕಲಾವಿದರನ್ನು ಆಕಾಶವಾಣಿ ಕಾರ್ಯಕ್ರಮಕ್ಕೆ ಬುಕ್ ಮಾಡುವಾಗ ಸುಲಭವಾಗಲಿ ಎಂದು ಈ ಕ್ರಮ. ಅವರವರ ಕಾರ್ಡಿನಲ್ಲಿ ಹಿಂದೆ ಅವರನ್ನು ಬುಕ್ ಮಾಡಿದ ದಿನ, ಅವರ ಫೀಸು, ಅವರ ಗ್ರೇಡು ಎಲ್ಲಾ ದಾಖಲಾಗಿರುತ್ತೆ.

ಉತ್ತರ ಕರ್ನಾಟಕದ ಮಂದಿಗೆ ಅಂದರೆ ಎನ್ಕೆಯಂಥವರಿಗೆ ಕಲಾಕಾರರಲ್ಲಿ ಸ್ತ್ರೀ ಪುರುಷರನ್ನು ಹೆಸರಿನಿಂದ ಗುರುತಿಸುವುದು ಕಷ್ಟಸಾಧ್ಯವಾಗಿತ್ತು. ಒಮ್ಮೆ ಪ್ರೊಡ್ಯೂಸರ್ ಒಬ್ಬರು 'ವಲ್ಲಭಂ ಕಲ್ಯಾಣ ಸುಂದರಂ' ಅವರ ಕಾರ್ಡನ್ನು ಹುಡುಕಿ ಅದು ಸಿಗದೆ ಸುಸ್ತಾಗಿದ್ದರು. ಆ ಪ್ರೊಡ್ಯೂಸರ್ ಯಾರೆಂದರೆ ವೀಣಾ ದೊರೆಸ್ವಾಮಿ ಅಯ್ಯಂಗಾರ್ ಅವರು. ಅವರು ಸಂಗೀತ ವಿಭಾಗವನ್ನು ನೋಡಿಕೊಳ್ಳುತ್ತಿದ್ದರು. ಎನ್ಕೆಯವರು ತಟ್ಟನೆ 'ಇಲ್ಲೇ ಅದ ನೋಡಿ ಪುರುಷರ ವಿಭಾಗ 'ವಿ'ಸೀರೀಸ್‌ನೊಳಗ' ಎಂದಾಗ ದೊರೆಸ್ವಾಮಿ ಅಯ್ಯಂಗಾರರು ಬಿದ್ದೂ ಬಿದ್ದೂ ನಕ್ಕರಂತೆ. 'ಎನ್ಕೆಯವರೇ ವಲ್ಲಭಂ ಕಲ್ಯಾಣ ಸುಂದರಂ ಹೆಣ್ಣುಮಗಳು. ಇವರನ್ನು ಪುರುಷ ಕಲಾವಿದರ ಖಾನೇಲಿ ಹಾಕಿಬಿಟ್ಟಿದ್ದೀರಲ್ಲ' ಎಂದು. ಇದೊಂದು ಹೆಸರು ಅರ್ಥವಾಗದೆ ಆದ ಅಚಾತುರ್ಯ ಹಾಸ್ಯದ ನಗೆ ಬುಗ್ಗೆ ಚಿಮ್ಮಿಸಿದ ಪ್ರಸಂಗ. ಈ ಪ್ರಸಂಗವನ್ನು ಎನ್ಕೆಯವರು ಮತ್ತೆ ಮತ್ತೆ ಆಕಾಶವಾಣಿಯವರೊಂದಿಗೆ ಹಂಚಿಕೊಂಡು ಎಲ್ಲರನ್ನೂ ನಗಿಸುತ್ತಿದ್ದರು.

ಎನ್ಕೆಯವರು ಸಾಮಾನ್ಯ ಬಲ್ಲವರಿಗೆಲ್ಲ 'ನಾನಿ ಕಾಕಾ' ಹಾಗೆಂದೇ ಅವರನ್ನು ಎಲ್ಲರೂ ಗುರುತಿಸುವುದು. ಗದುಗಿನಲ್ಲಿ ಹುಟ್ಟಿದ ಎನ್ಕೆಯವರ ಆರಂಭದ ಶಿಕ್ಷಣ ಅಲ್ಲೇ ಆಯ್ತು. ಧಾರವಾಡದಲ್ಲಿ ಬಿ.ಎ. (ಆನರ್ಸ್) ಮಾಡಿ, ಮತ್ತೆ ಕನ್ನಡ ಹಾಗೂ ಸಂಸ್ಕೃತದಲ್ಲಿ ಎಂ.ಎ. ಪದವಿ ಪಡೆದರು. ಜೊತೆಗೆ ಬಿ. ಟಿ. ಪದವಿಯನ್ನೂ ಮುಗಿಸಿದರು. ಅದಾದ ನಂತರ ಒಂದು ವರ್ಷ ಗದುಗಿನ ಸಮಿತಿ ಹೈಸ್ಕೂಲಿನಲ್ಲಿ ಶಿಕ್ಷಕ ಕೆಲಸ. ಮುಂದೆ ದಾರವಾಡದ ಕೆ.ಇ.ಬೋರ್ಡ್ ಹೈಸ್ಕೂಲಿನಲ್ಲಿ ಶಿಕ್ಷಕ ವೃತ್ತಿ. ಮತ್ತೆ ಕನ್ನಡ ಸಂಶೋಧನಾ ಸಂಸ್ಥೆಯಲ್ಲಿ ಮೂರು ವರ್ಷಗಳು ಕುಮಾರವ್ಯಾಸನ

ಕುರಿತು ಸಂಶೋಧನೆ ಮಾಡಿ ಪ್ರಬಂಧ ರಚನೆ ಮಾಡಿದರು. ಆದರೆ ಡಾಕ್ಟರೇಟ್ ಬರಲಿಲ್ಲ, ಅವರು ಇದರಲ್ಲಿ ಮಾತ್ರ ದುರದೃಷ್ಟಶಾಲಿಗಳಲ್ಲ. ಅವರ ಬದುಕೇ ಒಂದು ರೀತಿಯ ದುರಂತಗಳ ಸರಮಾಲೆ. ಬಡತನದಲ್ಲಿ ಬೆಂದವರು. ಅದಕ್ಕಿಂತ ಹೆಚ್ಚಾಗಿ ಬಂಧು ಬಾಂಧವರ, ಹತ್ತಿರದವರ ಸಾಲು ಸಾಲು ಸಾವುಗಳನ್ನು ಕಂಡು ಕಣ್ಣೀರಾದವರು. ಒಂದೇ ವರ್ಷ ಅದು 1945ನೇ ಇಸವಿಯಲ್ಲಿ ಮಾವನವರು, ಹೆಂಡತಿ, ಮಗಳನ್ನು ಕಳೆದುಕೊಂಡಾಗ ಆ ಜೀವಕ್ಕೆ ಹೇಗಾಗಿರಬೇಡ. ಅದಕ್ಕೆ ಅವರ ಆತ್ಮಕತೆ 'ನಾನಿಯ ನೆನಹುಗಳು'ನಲ್ಲಿ ತಣ್ಣೀರಿನಲ್ಲಿ ಹಾಕಿದ ಸುಣ್ಣದ ಹರಳು ನಾನು' ಎಂದು ತಮ್ಮ ಬದುಕಿನ ಬಗ್ಗೆ ಹೇಳುತ್ತಾರೆ. ಸಾವು, ನೋವು, ಕಷ್ಟಗಳ, ಕಣ್ಣೀರಿನ ಕಥೆಯೇ ಅವರ ಬಾಳಾಗಿರುವಾಗ 'ಬದುಕಿರುವವರೆಗೂ ನಾನಿ ಬಾಳಿನೊಂದಿಗೆ ಬದುಕದೆ, ಸಾವಿನೊಂದಿಗೆ ಒಡನಾಟವಾಡಿದ' ಎಂಬ ಉದ್ಗಾರದಲ್ಲಿ ಮಡುಗಟ್ಟಿದ ದುಃಖ ವ್ಯಕ್ತವಾಗುತ್ತದೆ. ಇಷ್ಟೆಲ್ಲಾ ಕಷ್ಟ ಸಂಕಷ್ಟಗಳನ್ನು ಅನುಭವಿಸಿದ ಎನ್ಕೆಯವರ ಮನಸ್ಸು ಕಲ್ಲಾಗಲಿಲ್ಲ. ಬದಲಿಗೆ ಕೊನೆವರೆಗೂ ಪಾರಿಜಾತ ಪುಷ್ಪದ ಸೌಕುಮಾರ್ಯದ ಮೃದುತನ ಅವರ ಸ್ವಭಾವದಲ್ಲಿ ಉಳಿಸಿಕೊಂಡಿದ್ದು ಎನ್ಕೆಯವರ ಹಿರಿತನ. ಪೆಟ್ಟಿನ ಮೇಲೆ ಪೆಟ್ಟು ಅವರಿಗೆ. 1967ರಲ್ಲಿ ಮತ್ತೆ ಎರಡನೆಯ ಹೆಂಡತಿಯ ಸಾವು. ದೇವರಿಗೆ ಕಣ್ಣಿಲ್ಲವಾ ಎನ್ನಿಸಿ ಬಿಡುವುದು ಸಹಜವೇ.

ಎನ್ಕೆಯವರು ಶಿಕ್ಷಕರ ವೃತ್ತಿಯನ್ನು ಬಿಟ್ಟು 1946 ಸೆಪ್ಟೆಂಬರ್ ಒಂದನೇ ತಾರೀಖು ಮುಂಬಯಿ ಆಲ್ ಇಂಡಿಯಾ ರೇಡಿಯೋದಲ್ಲಿ ಉದ್ಘೋಷಕರಾದರು. ಮುಂಬಯಿಯಲ್ಲಿ ಸಾಕಷ್ಟು ಕನ್ನಡಿಗರೂ ಇದ್ದದ್ದರಿಂದ ಮರಾಠಿ, ಗುಜರಾತಿ, ಹಿಂದಿ ಕಾರ್ಯಕ್ರಮಗಳ ಜೊತೆಗೆ ಕನ್ನಡ ಭಾಷೆಗೂ ಒಂದಷ್ಟು ವೇಳೆ ಮೀಸಲಾಗಿತ್ತು. ಅಲ್ಲಿ ಪ್ರತಿದಿನ ಇಪ್ಪತ್ತು ನಿಮಿಷಗಳ ಕಾಲ ಹಳ್ಳಿಯ ಬಂಧುಗಳ ಕಾರ್ಯಕ್ರಮ ಇವರದ್ದಾಗಿತ್ತು. ಜೊತೆಗೆ ನಾಟಕದಲ್ಲಿ ಪಾತ್ರ ವಹಿಸಬೇಕಿತ್ತು. ಅಲ್ಲದೆ ಜಾನಪದ ಗೀತೆಗಳನ್ನು ರಚಿಸಿ ಹಾಡುವುದೂ ಇತ್ತು. ಇವರು ಮುಂಬಯಿ ಆಕಾಶವಾಣಿಯಲ್ಲಿ ಕೆಲಸ ಮಾಡುತ್ತಿದ್ದ ಸಮಯದಲ್ಲಿ ಬಿ.ಜಿ. ರಾಮನಾಥ್ ಎನ್ನುವ ಕನ್ನಡದ ಹೆಸರಾಂತ ಭಾವಗೀತಾ ಗಾಯಕ ಮುಂಬಯಿಯ ಸೆಂಟ್ರಲ್ ಫಿಲ್ಮ್ಸ್ ಡಿವಿಜನ್‌ನಲ್ಲಿ ಕೆಲಸ ಮಾಡುತ್ತಿದ್ದರು. ಅವರು ಕನ್ನಡದ ಹುಚ್ಚಿನವರು. ಕನ್ನಡದ ಪರಮಭಕ್ತ. ಎನ್ಕೆಯವರು ಬರೆದ ಹಾಡುಗಳಿಗೆ ರಾಮನಾಥ್ ಸ್ವರ ಸಂಯೋಜನೆ ಮಾಡಿದ್ದೂ ಉಂಟು. ಎನ್ಕೆಯವರು ಕವನಗಳನ್ನು ಬರೆದು ಸೀತಾ ಮುಲ್ಕಿ, ವಿಜಯ ದೇಸಾಯಿ, ಸುಶೀಲಾ ಟೇಂಬೆ, ತಾರಾ ಗದಗಕರ್ ಇತ್ಯಾದಿ ಕಲಾವಿದರಿಂದ ಹಾಡಿಸಿ ಮುಂಬಯಿ ಆಕಾಶವಾಣಿಯಿಂದ ಪ್ರಸಾರ ಮಾಡುತ್ತಿದ್ದರು. ಆಮೇಲೆ ಈ ಹಾಡುಗಳೇ ಎಚ್.ಎಂ.ವಿ ಕಂಪನಿಯಿಂದ ಧ್ವನಿತಟ್ಟೆಗಳಾದವು. ಒಂದು ವಿಶೇಷವೆಂದರೆ ಎನ್ಕೆಯವರು ಆಕಾಶವಾಣಿಗೆ ಸೇರಿದ ದಿವಸವೇ ಅವರು ಬರೆದ 'ನೋಡೇ ನೋಡೇ ರಮಣಿ ರಜನಿಯಾ' ಎಂಬ ಕವನ

ತಾರಾ ಗದಗಕರ ಅವರು ಹಾಡಿ ಮುಂಬಯಿ ಆಕಾಶವಾಣಿಯಿಂದ ಪ್ರಸಾರವಾಗುವ ಮೂಲಕ ಕನ್ನಡ ಭಾವಗೀತಾ ಪ್ರಸಾರಕ್ಕೆ ನಾಂದಿ ಆಯ್ತು ಎನ್ನಬಹುದು. ಎನ್ಕೆಯವರು ಮುಂಬಯಿ ಆಕಾಶವಾಣಿಯಿಂದ ಧಾರವಾಡ ಆಕಾಶವಾಣಿಗೆ ಬಂದರು. ಅಲ್ಲಿಂದ ಬೆಂಗಳೂರು ಆಕಾಶವಾಣಿ ಮತ್ತೆ ಧಾರವಾಡಕ್ಕೆ ಬರುವಂತಾಯಿತು. ಬೆಂಗಳೂರು ಹಾಗೂ ಧಾರವಾಡ ಎರಡೂ ಕಡೆ ಅವರು ಕಾರ್ಯಕ್ರಮ ನಿರ್ವಾಹಕರಾಗಿ ಅಂದರೆ ಪ್ರೋಗ್ರಾಮ್ ಎಕ್ಸಿಕ್ಯೂಟಿವ್ ಆಗಿ ಕೆಲಸ ಮಾಡಿದವರು. ಆಕಾಶವಾಣಿಯಲ್ಲಿ ಪ್ರಸಾರವಾಗುವ ಕಾರ್ಯಕ್ರಮಗಳನ್ನು ಕೇಳಿ ಸಾಕಷ್ಟು ಶ್ರೋತೃಗಳು ಪತ್ರಗಳನ್ನು ಬರೆಯುತ್ತಿರುತ್ತಾರೆ. ಆ ಪತ್ರಗಳಿಗೆ ಉತ್ತರವನ್ನು ಕೊಡುವ ಕಾರ್ಯಕ್ರಮವೇ ಪತ್ರೋತ್ತರ ಕಾರ್ಯಕ್ರಮ. ಉತ್ತರ ಕೊಡಲು ಒಂದು ಗಂಡು, ಒಂದು ಹೆಣ್ಣು ಧ್ವನಿ ಇರುತ್ತೆ. ಧಾರವಾಡದ ಪತ್ರೋತ್ತರ ಕಾರ್ಯಕ್ರಮದ ಹೆಸರು 'ಉಭಯ ಕುಶಲೋಪರಿ' ಅಲ್ಲಿಯ ಧ್ವನಿಗಳಾಗಿ ಎನ್ಕೆ ಮತ್ತು ಯಮುನಾ ಮೂರ್ತಿಯವರು 'ಚಂದ್ರಣ್ಣ–ನಂದಕ್ಕ' ಅನ್ನುವ

ಹೆಸರಿನಲ್ಲಿ ಕಾರ್ಯಕ್ರಮವನ್ನು ಸೊಗಸಾಗಿ, ರಸಭರಿತವಾಗಿ ನಡೆಸಿಕೊಡುತ್ತಿದ್ದರು. ಬೆಂಗಳೂರಿನಲ್ಲಿ ಪತ್ರೋತ್ತರದ ಹೆಸರು 'ನಾವು ಮತ್ತು ನಮ್ಮವರು' ಇಲ್ಲಿಯೂ ಎನ್ಕೆಯವರ ಜೊತೆ ಒಂದು ಹೆಣ್ಣು ಧ್ವನಿ ಇತ್ತು.

ಇನ್ನು ಎನ್ಕೆಯವರ ಬರವಣಿಗೆಯತ್ತ ಕಣ್ಣು ಹಾಯಿಸಿದರೆ ಅದು ಎಷ್ಟೊಂದು ವಿಸ್ತಾರವಾದುದು ಎಂದು ಅರ್ಥವಾಗುತ್ತದೆ. ಸಾಹಿತಿ, ನಾಟಕಕಾರ, ಪ್ರಬಂಧಕಾರ, ಕವಿ, ಬಾನುಲಿ ರೂಪಕಗಳ ರಚನಕಾರ, ವೃತ್ತಿ ರಂಗಭೂಮಿಯ ಲೇಖನಕಾರ, ಹರಟೆ, ಮೀಮಾಂಸೆ, ಜೀವನ ಪರಿಚಯ ಇತ್ಯಾದಿ ಇತ್ಯಾದಿ. ಇಷ್ಟೆಲ್ಲಾ ಬರವಣಿಗೆಯನ್ನು ಯಶಸ್ವಿಯಾಗಿ ಬರೆಯಬೇಕಾದರೆ ಅದರ ಹಿಂದೆ ಎಷ್ಟು ಪರಿಶ್ರಮ, ಸಾಧನೆ, ಇರಬೇಕು. ಪ್ರಾಯಶಃ ಎನ್ಕೆಯವರು ತಾವು ಇಂಥ ಬರವಣಿಗೆಗಳಲ್ಲಿ ತಮ್ಮನ್ನು ತಾವು ತೊಡಗಿಸಿಕೊಂಡು ತಮ್ಮ ದುಃಖ, ನೋವನ್ನು ಮರೆಯುತ್ತಿದ್ದರೇನೋ. ಅವರ ನೋವಿಗೆ ಬರವಣಿಗೆಯೊಂದೇ ದಿವ್ಯೌಷದವಾಗಿರಬೇಕು. ಅವರ ಜೀವನದ ನೋವಿನಲ್ಲೂ ಎಂಥೆಂಥಾ ಹರಟೆಗಳನ್ನು ಬರೆದಿದ್ದಾರೆ ಎಂದರೆ, ಆ ವ್ಯಕ್ತಿತ್ವದ ಆಶಾವಾದಿತ್ವ ಎಂಥ ಹಿರಿಯದು ಎನಿಸದಿರದು. 'ವ್ಯಕ್ತಿನಿಷ್ಠ ಬರವಣಿಗೆಯೇ ನನ್ನ ಹರಟೆಯ ಜೀವಾಳ' ಎನ್ನುತ್ತಾರವರು.

ಎನ್ಕೆಯವರ ಸಾಹಿತ್ಯ ಲೋಕವನ್ನು ಪ್ರವೇಶಿಸಿದಾಗ ಅವರ ಎಷ್ಟೊಂದು ಬರವಣಿಗೆಗಳು ಕಣ್ಣು ತುಂಬುತ್ತವೆ. ಹತ್ತು ಕಾದಂಬರಿಗಳನ್ನು ಬರೆದಿದ್ದಾರೆ. 'ಸಾವಿನ ಉಡಿಯಲ್ಲಿ', 'ವೈನಿ', 'ಎರಡನೆಯ ಸಂಬಂಧ', 'ಮೂರು ತಲೆಮಾರು', 'ಧಾರವಾಡದ ದತ್ತೂ ಮಾಸ್ತರ' ಇತ್ಯಾದಿ. ಇಲ್ಲಿ 'ವೈನಿ' ಕಾದಂಬರಿಯ ಕುರಿತು ಒಂದು ಮಾತು

ಹೇಳಬೇಕು. ಎನ್ಕೆ ಅವರ ವೈನಿ ಕಾದಂಬರಿ ಹಿಂದಿಯಲ್ಲಿ 'ಹಮ್ ಆಪ್ಕೆ ಹೈ ಕೌನ್' ಎನ್ನುವ ಚಲನಚಿತ್ರವಾಯಿತು. ಆದರೆ ವ್ಯಥೆಯ ಸಂಗತಿ ಎಂದರೆ ಎನ್ಕೆ ಅವರಿಗೆ ಅವರ ಕಾದಂಬರಿಯನ್ನು ಉಪಯೋಗಿಸಿದ್ದರ ಬಗ್ಗೆ, ಅದಕ್ಕೆ ಹಣ ಸಂದಾಯ ಮಾಡುವುದಿರಲಿ, ಅವರ ಹೆಸರನ್ನೂ ನೆನೆಯಲಿಲ್ಲ. ಎನ್ಕೆಯಂಥ ಮುಗ್ಧ ಮನದ ಪಾರದರ್ಶಕ ವ್ಯಕ್ತಿತ್ವಕ್ಕೆ ದೊರೆತ ಬೆಲೆ ಇದು. ಎಲ್ಲ ರೀತಿಯಲ್ಲೂ ಅನ್ಯಾಯವಾಗಿದೆ ಎನ್ಕೆಯವರಿಗೆ. ಕುಮಾರವ್ಯಾಸನ ಕುರಿತು ಸಂಶೋಧನಾ ಪ್ರಬಂಧಕ್ಕೆ ಡಾಕ್ಟರೇಟ್ ಕೂಡ ದೊರೆಯಲಿಲ್ಲವಲ್ಲ. ಅಮಾಯಕ ಮುಗ್ಧ ಜೀವಿಗಳ ಹಣೆಬರಹವೇ ಹೀಗೇನೋ. ಇನ್ನು ಅವರ ಏಕಾಂಕ ಸಂಗ್ರಹಗಳೂ ಸಾಕಷ್ಟಿವೆ. ಇಲೆಕ್ಷನ್, ಎನ್ಕೆ ಏಕಾಂಕಗಳು, ಬುಶ್ ಕೋಟು, ಕಾವ್ಯದ ಕಾರಖಾನೆ, ನಡುಮನೆಯಲ್ಲಿ ಇತ್ಯಾದಿಗಳು. ನಾಲ್ಕು ನಾಟಕಗಳನ್ನು ಬರೆದಿದ್ದಾರೆ. ಮಂದಿರ ಪ್ರವೇಶ, ವಿದ್ಯಾ, ಹಸ್ತಾಂತರ, ಖರೇ ಹೆಂಡತಿ ಆದರೆ ಖರೇ ಹೆಂಡತಿ. ಇವರ 'ಮಂದಿರ ಪ್ರವೇಶ' ನಾಟಕಕ್ಕೆ ರಾಜ್ಯ ಹಾಗೂ ಕೇಂದ್ರ ಸರ್ಕಾರದ ಪುರಸ್ಕಾರ ದೊರೆತಿದೆ. ಎನ್ಕೆಯವರು ಸಾಕಷ್ಟು ಹರಟೆಯ ಬರಹಗಳನ್ನು ಬರೆದಿದ್ದಾರೆ. ಮುಂಗಾಲ ಪುಟಿಗೆ, ಎನ್ಕೆ ಬರಹಗಳು, ಮೋಡಾಕಾಬಾಜಾರ, ಎನ್ಕೆ ಲಲಿತ ಪ್ರಬಂಧಗಳು. ಕುಮಾರವ್ಯಾಸನ ಕುರಿತು ಸಾಕಷ್ಟು ವಿಮರ್ಶಾ ಗ್ರಂಥಗಳನ್ನು ಬರೆದಿದ್ದಾರೆ. ಕುಮಾರವ್ಯಾಸ ಎನ್ಕೆಯವರ ಉಸಿರಿನೊಳಗೆ ಉಸಿರಾಗಿ ಬೆರೆತು ಹೋದ ಕವಿ. ಸಾಕಷ್ಟು ಜೀವನ ಚಿತ್ರಗಳನ್ನು ಬರೆದಿದ್ದಾರೆ. ವರಕವಿ ಬೇಂದ್ರೆ, ಬಂಕಿಮ ಚಂದ್ರರು, ಗರೂಡ ಸದಾಶಿವರಾಯರು, ಸವಾಯಿ ಗಂಧರ್ವ, ಗಂಗೂಬಾಯಿ ಹಾನಗಲ್ಲ, ಅಬ್ದುಲ್ ಕರೀಂಖಾನ್, ಶ್ರೀರಂಗ, ಗೋಕಾಕ್ ಇತ್ಯಾದಿ. ಎನ್ಕೆಯವರ ಬಾನುಲಿ ಬರವಣಿಗೆಯೇ ಸಾಕಷ್ಟಿವೆ. ಪ್ರಾಯಶಃ ನೂರಕ್ಕೂ ಹೆಚ್ಚಿರಬೇಕು. ಇವರು ರಚಿಸಿದ ರೇಡಿಯೋ ನಾಟಕ 'ಕಸಿ ಹೃದಯ ಕಣ್ತೆರೆದಿತ್ತು' ರಾಷ್ಟ್ರೀಯ ನಾಟಕವಾಗಿ ಪ್ರಸಾರವಾಯಿತು. ಮಂದಿರ ಪ್ರವೇಶ ನಾಟಕವೂ ರಾಷ್ಟ್ರೀಯ ನಾಟಕವಾಗಿ ಪ್ರಸಾರವಾಯಿತು.

ಇಷ್ಟು ವಿಫುಲವಾಗಿ ಬರೆದ ಬರಹಗಾರ ಎನ್ಕೆಯವರಿಗೆ ದೊರೆತ ಪ್ರಶಸ್ತಿ ಬಹುಮಾನಗಳು ಕಡಿಮೆಯೆಂದೇ ಹೇಳಬೇಕು. ರಾಜ್ಯ ಸಾಹಿತ್ಯ ಅಕಾಡೆಮಿ ಪ್ರಶಸ್ತಿ ದೊರೆತಿದೆ. ಕನ್ನಡ ಸಾಹಿತ್ಯ ಪರಿಷತ್ತಿನ ಗೌರವ ಸದಸ್ಯತ್ವ ದೊರೆತಿತ್ತು. ಇವರು ಕವಿಯಾಗಿ 'ಗಾಳಿ ಗೀತೆಗಳು' ಎಂಬ ಕವನ ಸಂಗ್ರಹವನ್ನೂ ತಂದಿದ್ದಾರೆ. ತಾವಂಥ ಪರಿಣತ ಕವಿಯಲ್ಲ ಎಂಬ ಸ್ವವಿಮರ್ಶೆ ಅವರಿಗೇ ಇತ್ತು. ಅದಕ್ಕೆ ಸಾಕ್ಷಿಯಾಗಿ ಅವರೇ ಬಂದು ಕಡೆ ಬರೆಯುತ್ತಾರೆ. ಅವರು ಕೆಲವು ಕವನಗಳನ್ನು ಬರೆದು ಬೇಂದ್ರೆ ಅವರಿಗೆ ತೋರಿಸುತ್ತಾರೆ. ಬೇಂದ್ರೆಯವರ ಮಾತಿನಲ್ಲೇ ಹೇಳುವುದಾದರೆ 'ನೀನು ಕವಿತಾ ಬರೀತಾ ಹೋಗು. ನಿನ್ನ ಗದ್ಯ ಸುಧಾರಿಸ್ತದ' ಬೇಂದ್ರೆಯವರು ಎನ್ಕೆಯವರಿಗೆ ಗುರು ಸಮಾನರು. ಕುಂತ್ರೆ, ನಿಂತ್ರೆ ಬೇಂದ್ರೆ ಧ್ಯಾನ ಎನ್ಕೆಯವರಿಗೆ.

ಗಾನ ಯಾನ

ಕಾವ್ಯ ಮಿಲನ

ನಾನು ಬೆಂಗಳೂರು ಆಕಾಶವಾಣಿ ಕೇಂದ್ರದಿಂದ ಭಾವಗೀತೆಗಳನ್ನು ಬಿತ್ತರಿಸಲು ಆಕಾಶವಾಣಿಗೆ ಹೋಗುತ್ತಿದ್ದೆ. ಅಂಥ ಒಂದು ಸಮಯ ನಾನು ಸ್ಟುಡಿಯೋದಲ್ಲಿ ಕುಳಿತು ಭಾವಗೀತೆಗಳನ್ನೆಲ್ಲ ಹಾಡಿ ಮುಗಿಸಿದ ಬಳಿಕ, ಸ್ಟುಡಿಯೋ ಬಾಗಿಲು ತೆರೆದು ಹೊರಗೆ ಬಂದೆ. ನನ್ನ ಎದುರಿಗೊಬ್ಬ ವ್ಯಕ್ತಿ ಬಂದು ನಿಂತು ತುಂಬಾ ಮೃದುವಾದ ಧ್ವನಿಯಲ್ಲಿ 'ಲೀಲಮ್ಮಾ' ಎಂದರು. ಪ್ರಾಯಶಃ ನನಗಿಂತ ಇಪ್ಪತ್ತು, ಇಪ್ಪತ್ತೆರಡು ವರ್ಷ ಹಿರಿಯರಿರಬೇಕು. ನಾನು ತಲೆ ಎತ್ತಿ ಅವರನ್ನು ನೋಡಿದೆ. ನಗುತ್ತ ನನ್ನ ಕಡೆಗೆ ನೋಡಿದ ಆ ಕಣ್ಣುಗಳಲ್ಲಿ ಎಂಥ ಸಾತ್ವಿಕತೆಯನ್ನು ಕಂಡೆನೋ. ನಗೆಯಲ್ಲಿ ಮಗುವಿನ ಮುಗ್ಧತೆಯನ್ನು ಕಂಡೆನೋ, 'ಎಷ್ಟು ಚಂದ ಹಾಡಿದೆಯಮ್ಮ ನನ್ನ ಕವನವನ್ನು' ಎಂದಾಗ ಅವರು ಎನ್ಕೆ ಕುಲಕರ್ಣಿಯವರೆಂದು ಅರ್ಥವಾಯಿತು ನನಗೆ. ಆಗಷ್ಟೇ ಎನ್ಕೆಯವರ ಕವನ 'ವೇದವಾಣಿ ಪುಣ್ಯ ಜನನಿ' ಕವನವನ್ನು ಹಾಡಿದ್ದೆ. ಹೀಗೆ ನನ್ನ ಎನ್ಕೆಯವರ ಮೊದಲ ಭೇಟಿ ಆದದ್ದು. ಈಗ ಅದು ಕಳೆದು

ದಶಕಗಳೇ ಆಗಿದ್ದರೂ, ಮೊಟ್ಟಮೊದಲು ಅವರು 'ಲೀಲಮ್ಮಾ' ಎಂದು ಕರೆದ ಆ ಮುಗ್ಧ ಮಗುವಿನಂಥ ಧ್ವನಿಯನ್ನು ಎಂದಿಗೂ ಮರೆಯಲಾರೆ. ಕಾರ್ಯಕ್ರಮ ನಿರ್ವಾಹಕರಾಗಿ ಕೆಲಸ ಮಾಡಲು ಧಾರವಾಡದ ಬಾನುಲಿ ಕೇಂದ್ರದಿಂದ ಅವರು ಇಲ್ಲಿಗೆ ವರ್ಗಾವಣೆಯಾಗಿ ಬಂದಿದ್ದರು.

ನಿಲಯದಲ್ಲೇ ಕವಿಯೊಬ್ಬರಿರುವಾಗ ಸಹಜವಾಗಿ ಅವರದೇ ಅನೇಕ ಕವನಗಳು ಪ್ರಸಾರ ಭಾಗ್ಯ ಪಡೆದುಬಿಡುತ್ತವೆ. ಹಾಗಾಗೇ ಇವರು ಮುಂಬಯಿಯಲ್ಲಿದ್ದಾಗ ಇವರ ಅನೇಕ ಕವನಗಳು ಅನ್ಯ ಭಾಷಿಕರಿಂದಲೂ ರಾಗ, ತಾಳದುಡಿಗೆಯುಟ್ಟು ಪ್ರಸಾರವಾದುದು. ಇದು ನನ್ನ ಮಟ್ಟಿಗೂ ನಿಜ. ನಾನು ಮೈಸೂರು ಆಕಾಶವಾಣಿಯಲ್ಲಿ ಕೆಲಸ ಮಾಡುತ್ತಿದ್ದುದರಿಂದ ನಾ ಬರೆದ ಅನೇಕ ಕವನಗಳು ಆಕಾಶವಾಣಿಯಿಂದ ಪ್ರಸಾರವಾಗಲು ಸಾಧ್ಯವಾಯಿತು. ಕವಿಗಳಿಗೂ ಗಾಯಕ ಗಾಯಕಿಯರಿಗೂ ಒಂದು ವಿಧದ ಹತ್ತಿರದ ನಂಟು. ಹಾಗಾಗಿಯೇ ಕವಿ ಎನ್ಕೆ ಹಾಗೂ ಗಾಯಕಿ ಲೀಲಾವತಿಯ ನಡುವೆ ಗಾಢವಾದ ಪರಿಚಯ ಬೆಳೆದದ್ದು.ಎನ್ಕೆಯವರು ಬರಿಯ ನನ್ನ ಬಾನುಲಿ ಬಂಧುವೆಂದರೆ ತಪ್ಪಾದೀತು ಅವರು ನನ್ನ ಪಾಲಿಗೆ ಪ್ರೀತಿ, ವಾತ್ಸಲ್ಯ, ಮಮತೆಯ ಮಳೆಗರೆದ ನನ್ನ ಆತ್ಮೀಯ ಸೋದರ, ಆಪತ್ಬಾಂದವ, ಹಿರಿಯಣ್ಣನಾಗಿದ್ದಾರೆ.

ಎನ್ಕೆ ಅವರ ಅನೇಕ ಕವನಗಳನ್ನು ನಾನು ಬಾನುಲಿ ನಿಲಯಗಳಿಂದ ಹಾಡಿದ್ದೇನೆ. ನನ್ನ ಶಿಷ್ಯರಿಂದ ಹಾಡಿಸಿದ್ದೇನೆ. ಅವರ ಅರ್ಥಪೂರ್ಣ ಸುಂದರ ಭಾವಗೀತೆಗಳಿಂದ ನಾನು ಸಂತೋಷಪಟ್ಟಿದ್ದೇನೆ. 'ರಾಮ ದರುಶನ ಪಡೆದ ದಿವ್ಯ ಚೇತನ', 'ತುಂಗಾ ತೀರದಿ ಶಾಂತ ಸಮೀರಣ', 'ವೇದವಾಣಿ ಪುಣ್ಯ ಜನನಿ ನಮೋ ಮಾತೃಭಾರತಿ',

'ಭಜಿಸೋ ರಾಮ ದಯಾಘನನ', 'ವಿಷಮ ಜಗದ ವಿಷವ ಕುಡಿದು', 'ಏಳು ಸೀತೆ ಈರೇಳು ವರುಷ', 'ಪ್ರೇಮ ಕುಸುಮ' ಬರೆಯುತ್ತ ಹೋದರೆ ಅದೊಂದು ಮುಗಿಯದ ಪಟ್ಟಿ. ಎಲ್ಲ ಕವನಗಳೂ ತುಂಬಾ ಸರಳ, ಸುಂದರ, ಒಂದಕ್ಕಿಂತ ಒಂದು ಚಂದ. ನನ್ನ ಪತಿ ರಘುರಾಂರವರಿಗೆ 'ರಾಮ ದರುಶನ' 'ಭಜಿಸೋ ರಾಮದಯಾಘನನ', 'ತುಂಗಾ ತೀರದ ಶಾಂತ ಸಮೀರಣ', ಬಹಳ ಪ್ರಿಯವಾದ ಹಾಡುಗಳು. ನಮ್ಮ ಮದುವೆಗೆ ಮುಂಚೆ ಎನ್ಕೆ ಅವರ ಈ ಹಾಡುಗಳ ಧ್ವನಿ ಮುದ್ರಿತ ಕ್ಯಾಸೆಟ್ ಅನ್ನು ಬಹುಸಾರಿ ಕೇಳಿಸಿದ್ದೆ ಅವರಿಗೆ. 'ಈ ಹಾಡುಗಳ ಕ್ಯಾಸೆಟ್ ಕೇಳಿಸಿ ಕೇಳಿಸಿ, ಮೋಡಿ ಮಾಡಿ ನನ್ನನ್ನು ಮದುವೆಗೆ ಒಪ್ಪಿಸಿಕೊಂಡು ಬಿಟ್ಟೆ' ಎಂದು ರಘುರಾಂ ಅವರು ಸದಾ ಕೀಟಲೆ ಮಾಡುತ್ತಿದ್ದರು. ಅಣ್ಣ ಎನ್ಕೆಯವರು ಕವನಗಳನ್ನು ರಚಿಸಿಯೇ ತಂಗಿಗೆ ವರನನ್ನು ಗೊತ್ತು ಮಾಡಿರಬೇಕಾದರೆ ಅದೇನು ಸಾಮಾನ್ಯ ವಿಷಯವೇ! ಇದೂ ಒಂದು ನನ್ನ ಬಾನುಲಿ ಬಂಧುವಿನ ವೈಶಿಷ್ಟ್ಯವೆನ್ನಲೇ ?

ನಮ್ಮ ಮದುವೆಯನ್ನು ಕುರಿತು ಎನ್ಕೆಯವರು ಒಂದು ಕಡೆ ಹೀಗೆ ಹೇಳುತ್ತಾರೆ.

> ಮದುವೆಗಳು ಸ್ವರ್ಗದಲ್ಲಷ್ಟೇ ಅಲ್ಲ ಆಕಾಶವಾಣಿಯಲ್ಲೂ ಆಗುತ್ತದೆ. (ರಘುರಾಂ ಬೆಂಗಳೂರು ಆಕಾಶವಾಣಿಯಲ್ಲಿ ಕೆಲಸ ಮಾಡುತ್ತಿದ್ದರು. ಅಲ್ಲೇ ನನ್ನನ್ನು ನೋಡಿದ್ದರು) ಇದಕ್ಕೆ ನಿಚ್ಚಳ ನಿದರ್ಶನ 'Down to earth' ಬದುಕಿನ ನಿಲುವಿನ, ವೃತ್ತಿಯಿಂದ ನ್ಯಾಯವಾದಿ (ಆಮೇಲೆ ಅದನ್ನೂ ಬಿಟ್ಟರು) ಪ್ರವೃತ್ತಿಯಿಂದ ಸಂಗೀತೋಪಾಸಕ ರಘುರಾಂ (ಆಕಾಶವಾಣಿಯಿಂದ ಭಾವಗೀತೆ ಹಾಡುತ್ತಿದ್ದರು) ಮತ್ತು ಕಲ್ಪನಾ ವಿಲಾಸದ ರಚಯಿತ್ರಿ 'ಒಲವೆಂಬ ಹೊತ್ತಿಗೆಯ ನೋಡ ಬಯಸುತ ನೀನು, ಬೆಲೆ ಎಷ್ಟು ಎಂದು ಕೇಳುತಿಹೆ ಹುಚ್ಚಾ', ಎಂದು ಒಲವಿನ ಮೌಲ್ಯವರಿತು ಸಾವಿರದ ಮಾತಾಡುವ, 'ಏನೋ ಅಂದರೆ ಏನೋ ಕಟ್ಟಿ ಹಾಡು ಹಾಡಾಂವ', 'ಒಲವೇ ನಮ್ಮ ಬದುಕು' ಎಂದು ತೃಪ್ತಿಯ ಹಾಡು ಹಾಡುವ, ಹಾಡಿ ತೃಪ್ತಿಯ ಪಡುತ್ತ, ಶ್ರೋತೃಗಳನ್ನೂ ತಣಿಸುತ್ತಲಿರುವ ಆಕಾಶವಾಣಿ ಸಂಗೀತ ನಿರ್ದೇಶಕಿ ಎಚ್.ಆರ್. ಲೀಲಾವತಿಯವರ ಅನ್ಯೋನ್ಯತೆಯ ವೈವಾಹಿಕ ಸಂಬಂಧದ ಮಂಗಲ ಸೂತ್ರ ಬಂಧ.' ಹೇಳಿ ಮಾಡಿಸಿದ ದಂಪತ್ತೂ ಎಂದು ಯಾರಿಗೆ ಕರೆಯಬೇಕೆಂದರೆ ಅದು ಲೀಲಾವತಿ, ರಘುರಾಂ ದಂಪತ್ತಿಗೆ. ದಂಪತ್ತಿನ ಸಂಪತ್ತಿಗೆ ಅಭಿರುಚಿಗಳ ಸಾಮ್ಯ, ಹವ್ಯಾಸಗಳ ಸಾಮ್ಯ, ಕೋಮಲಾಂತಃಕರಣಗಳ ಸಾಮ್ಯ ಎಲ್ಲವೂ ಇದೆ'.

ಒಮ್ಮೆ ಎನ್ಕೆಯವರ 'ಸ್ವೀಕರಿಸುವೆಯಾ ದೇವಾ, ಜೀವದ ಜಾವದ ಹೂವಾ' ಕವನವನ್ನು ವಾರದ ಹೊಸ ಹಾಡಾಗಿ ಹಾಡಿದೆ. ಆ ಹಾಡು ಬಹಳ ಜನಪ್ರಿಯವಾಯ್ತು.

ಖ್ಯಾತ ವಿಮರ್ಶಕರಾದ ಬಿ.ವಿ.ಕೆ. ಶಾಸ್ತ್ರಿಯವರು ಈ ಕವನದ ಬಗ್ಗೆ ಬರೆಯುತ್ತಾ 'ಈ ಗೀತ ಕುಸುಮವನ್ನ ದೇವರು ಸ್ವೀಕರಿಸಿದನೋ ಇಲ್ಲವೋ ಶ್ರೋತೃಗಳಂತೂ ಮನಃಪೂರ್ವಕವಾಗಿ ಸ್ವೀಕರಿಸಿದ್ದಾರೆ. ಎಚ್.ಆರ್. ಲೀಲಾವತಿಯವರು ಬಹಳ ಮಧುರವಾಗಿ ಹಾಡಿದ್ದಾರೆ' ಎಂದು ಪತ್ರಿಕೆಯಲ್ಲಿ ಬರೆದರು.

ಪ್ರಾಯಶಃ 1965–66ನೇ ಇಸವಿ ಇರಬೇಕು. ಖ್ಯಾತ ನೃತ್ಯತಾರೆ ಶ್ರೀಮತಿ ವೈಜಯಂತಿ ಮಾಲಾ ಅವರು ಮೈಸೂರು ಪುರಸಭೆಯಿಂದ ಸನ್ಮಾನ ಸ್ವೀಕರಿಸಲು ಬಂದಿದ್ದರು. ಆ ಕಾರ್ಯಕ್ರಮಕ್ಕೆ ನನ್ನದೇ ಪ್ರಾರ್ಥನೆ. ಎನ್ಕೆ ಅವರ 'ವೇದವಾಣಿ ಪುಣ್ಯ ಜನನಿ ನಮೋ ಮಾತೃಭಾರತಿ' ಎನ್ನುವ ಗೀತೆಯನ್ನು ಹಾಡಿದೆ. ಹಾಡು ಮುಗಿದ ಮೇಲೆ ನನ್ನನ್ನು ಅವರ ಬಳಿಗೆ ಕರೆದರು. 'ಯಾವುದು ಈ ಹಾಡು? ಯಾರು ಬರೆದಿದ್ದು?' ಅಂತ ಕೇಳಿದರು. ಅವರಿಗೂ ಸಂಗೀತ ಗೊತ್ತಿಲ್ಲ. ನಾನು

'ಎನ್.ಕೆ. ಕುಲಕರ್ಣಿಯವರು' ಎಂದೆ. ತುಂಬಾ ಚೆನ್ನಾಗಿದೆ ಹಾಡು. ಬಹಳ ಚೆನ್ನಾಗಿ ಹಾಡ್ತೀರಿ' ಅಂದರು. ಪ್ರಾಯಶಃ ಎನ್ಕೆಯವರ ಈ ಕವನ ಸಹಸ್ರ, ಸಹಸ್ರ ನಾಲಿಗೆಯ ಮೇಲೆ ನಲಿದಿದೆ. ವಿವಿಧ ಭಾರತಿಯಲ್ಲಿ ಸದಾ ಬರೋದು. ಯಾವೊಂದು ಭಾವಗೀತಾ ಸ್ಪರ್ಧೆಯಾಗಲಿ, ಬಾನುಲಿಯಲ್ಲಿ ಪ್ರಸಾರವಾಗುವ ಮಹಿಳಾ ರಂಗ, ಯುವವಾಣಿ ಕಾರ್ಯಕ್ರಮ ಮತ್ತು ಮಕ್ಕಳ ಕಾರ್ಯಕ್ರಮದಲ್ಲೂ, ಸಾಕಷ್ಟು ಸಾರಿ ನನ್ನ ಕಿವಿಗೆ ಬೀಳುತ್ತಲೇ ಇತ್ತು. ಎನ್ಕೆಯವರು ನನ್ನ ಗಾಯನ ಪ್ರಪಂಚದಲ್ಲಿ ಎಂದೆಂದಿಗೂ ಮಿನುಗುವ ಉಜ್ವಲ ತಾರೆಯಾಗಿದ್ದಾರೆ.

ಎನ್ಕೆಯವರು ಬಾನುಲಿ ಕೇಂದ್ರದಿಂದ ನಿವೃತ್ತರಾದರು. ಪ್ರಾಯಶಃ ನಾನು ಸುಮಾರು ಅದೇ ವೇಳೆಗೆ ಆಕಾಶವಾಣಿ ಕೇಂದ್ರದಲ್ಲಿ ಸಂಗೀತ ಸಂಯೋಜಕಿಯಾಗಿ ಕೆಲಸಕ್ಕೆ ಸೇರಿಕೊಂಡೆ. ಅದಾದ ಮೇಲೆ ನಾನು ನನ್ನ ಅಣ್ಣ ಎನ್ಕೆಯವರನ್ನು ಹಾಡಿಗಾಗಿ ಕಾಡುವುದು ಶುರುವಾಯ್ತು. 'ಅಣ್ಣ ನಾನು 'ಚೈತ್ರೋಲ್ಲಾಸ' ಅಂತ ಕಾರ್ಯಕ್ರಮ ಮಾಡ್ತಿದ್ದೀನಿ ನೀವು ಒಂದು ಕವನ ಬರೆದು ಕಳುಹಿಸಿ'. 'ಸಂಕ್ರಾಂತಿ ಬಂತು ಹಾಡು ಬೇಕು' 'ಕನ್ನಡ ನಾಡಿನ ಬಗ್ಗೆ ಹೊಸ ಕವನ ಬೇಕು'. ಹೀಗೆ ಸಂದರ್ಭಕ್ಕನುಗುಣವಾಗಿ ಹೊಸ ಹೊಸ ಕವನಗಳಿಗಾಗಿ ಬೇಡಿಕೆ ಇಟ್ಟು ಬರೆಸಿ ತರಿಸಿಕೊಂಡಿದ್ದೇನೆ. ಸಾಕಷ್ಟು ಗೋಳು ಹೊಯ್ದುಕೊಂಡಿದ್ದೀನಿ. ಅವರು ಬರೆದು ಪ್ರಕಟವಾಗದಿರುವ ಎಷ್ಟೊಂದು ಗೀತೆಗಳು ಈಗ ನನ್ನ ಇದೆಯೋ, ನನಗೊಬ್ಬಳಿಗೆ ಮಾತ್ರ ಗೊತ್ತು.

ಎನ್ಕೆ ಅವರ ಜೊತೆ ನನಗೆ ತುಂಬಾ ಸಲಿಗೆ ಇದ್ದದ್ದರಿಂದ ಅವರನ್ನು ಇನ್ನೊಂದು ವಿಷಯದಲ್ಲೂ ಕಾಡಿದ್ದೀನಿ. ನನಗೆ ಕವನಗಳನ್ನು ಬರೆಯುವ ಹುಚ್ಚಿದೆ. ಬರೆದ ಕವನಗಳನ್ನು ಯಾರಿಗಾದರೂ ತೋರಿಸಿ ಒಪ್ಪೋ– ತಪ್ಪೋ ಅಭಿಪ್ರಾಯ ಬೇಕಲ್ಲ. ಅದಕ್ಕೂ ನನ್ನ ಕಾಟಕ್ಕೆ ಗುರಿಯಾದವರು ಎನ್ಕೆ ಎಂಬ ಸಜ್ಜನ ಸಹವಾಸಿ. ನಾನು ಬರೆದ ಕವನಗಳನ್ನು ಟಪಾಲಿಗೆ ಹಾಕಿ 'ಓದಬೇಕು, ಓದಿ ಅಭಿಪ್ರಾಯ ತಿಳಿಸಲೇಬೇಕು' ಎಂದು ಕಾಗದ ಬರೆದು ಚಾತಕ ಪಕ್ಷಿಯಂತೆ ಉತ್ತರಕ್ಕಾಗಿ ಕಾದು ಕುಳಿತಿರುತ್ತಿದ್ದೆ. ಎನ್ಕೆಯವರು ಆಡೋಕಿಲ್ಲ, ಅನುಭವಿಸೋಕ್ಕಿಲ್ಲ ಎನ್ನುವ ರೀತಿ ನನ್ನ ಕವನಗಳನ್ನು ಓದುತ್ತಿದ್ದಿರಬೇಕು. ಪಾಪ ಬೇಸರಪಟ್ಟುಕೊಳ್ಳದೆ ಸೂಕ್ತ ತಿದ್ದುಪಡಿಯೊಂದಿಗೆ ಸಲಹೆಗಳೊಂದಿಗೆ ನಾಲ್ಕೇ ದಿನಗಳಲ್ಲಿ ನನ್ನ ಕಡತವನ್ನು ಮರಳಿ ಹಿಂದಕ್ಕೆ ಕಳುಹಿಸಿಕೊಟ್ಟಾಗ ಅವರ ಕೆಲಸದ ವೈಖರಿಗೆ ನಿಜಕ್ಕೂ ಆಶ್ಚರ್ಯಪಟ್ಟಿದ್ದೆ. ನನ್ನ ಅಣ್ಣ ಎನ್ಕೆಯವರಿಗೆ ಹೀಗೆ ಹತ್ತು ಹಲವು ಬಾರಿ ತೊಂದರೆ ಕೊಟ್ಟಿದ್ದೇನೆ. ಅಂದಾಕ್ಷಣ ಅದು ಅಷ್ಟಕ್ಕೇ ಮುಗಿದು ಹೋಯಿತೆಂದಲ್ಲ. ಅವರು ಬದುಕಿರುವವರೆಗೂ ಈ ತಂಗ್ಯಮ್ಮನ ಇಂಥ ಕಾಟ ಅಣ್ಣ ಎನ್ಕೆ ಅವರಿಗೆ ಒಂದಲ್ಲಾ ಒಂದು ರೀತಿ ಇದ್ದೇ ಇರುತ್ತಿತ್ತು.

ಎನ್ಕೆಯವರ ನನ್ನ ಬಾಂಧವ್ಯ ಕವಿತಾ ರಚನೆ ಗಾಯನಕ್ಕಷ್ಟೇ ಸೀಮಿತವಾದುದಲ್ಲ. ನನ್ನ ಬಾಳಿನ ನೋವು ನಲಿವುಗಳಲ್ಲಿ ಭಾಗಿಯಾಗಿ ನನ್ನ ನಲಿವಿನಲ್ಲಿ ಸಂತೋಷಪಟ್ಟು, ನನ್ನ ನೋವಿನಲ್ಲಿ ನನ್ನ ಕಣ್ಣೀರೊರೆಸಿದ ದೊಡ್ಡ ಜೀವ. ನನಗೆ ಅವರು ಲೆಕ್ಕವಿಲ್ಲದಷ್ಟು ಪತ್ರಗಳನ್ನು ಬರೆದಿದ್ದಾರೆ. ಎಲ್ಲವನ್ನೂ ಜೋಪಾನವಾಗಿ ನನ್ನ ಬೀರುವಿನಲ್ಲಿಟ್ಟುಕೊಂಡು ಅಮೂಲ್ಯ ಆಸ್ತಿಯಂತೆ ಕಾಪಾಡಿಕೊಂಡಿದ್ದೇನೆ.

ಧಾರವಾಡಕ್ಕೆ ಹೋದಾಗಲೆಲ್ಲ ನಾನು, ನನ್ನ ಪತಿ ರಘುರಾಂ ತಪ್ಪದೆ ಅವರ ಮನೆಗೆ ಹೋಗಿ ಅವರ ಆತಿಥ್ಯವನ್ನು ಸ್ವೀಕರಿಸಿಯೇ ಬಂದಿದ್ದೇವೆ. ಎನ್ಕೆ ಅವರು 1980ರ ದಶಕದಲ್ಲಿ ಅವರ ಮಗ ರವಿ, ಸೊಸೆ ಮಾಯ ಹಾಗೂ ಮೊಮ್ಮಗನೊಂದಿಗೆ ಬಂದು ನಮ್ಮ ಮನೆಯಲ್ಲಿ ಎರಡು ದಿನ ಉಳಿದುಕೊಂಡದ್ದು ಸವಿ ನೆನಪಿನ ಬುತ್ತಿ.

ತೀರಾ ಸರಳ ವ್ಯಕ್ತಿ. ಹಮ್ಮು ಬಿಮ್ಮರದ ಮುಗ್ಧ ಮಾನವ. ಅದಕ್ಕೇ ಅವರೆಂದರೆ ನನಗಿಷ್ಟ. ನಮ್ಮ ಬಾಂಧವ್ಯದ ರೆಕ್ಕೆ ಹಲವಾರು ಬಗೆಯಲ್ಲಿ ಪಸರಿಸಿತು. ಸಾಕ್ಷಿ ನನ್ನ ಮಗನ ಮದುವೆಯ ಸಂದರ್ಭದಲ್ಲಿ, ನಾನು ಸಂಗೀತ ನೃತ್ಯ ಅಕಾಡೆಮಿಯ ಅಧ್ಯಕ್ಷೆಯಾಗಿದ್ದಾಗ (2001–2004) ನಮ್ಮ ಮನೆಗೆ ಸಂಗೀತ ಕಲಿತ ಹೆಣ್ಣು ಮಗಳು ಸೊಸೆಯಾಗಿ ಬಂದರೆ ಮನೆಯ ಸಂಗೀತ ಪರಂಪರೆ ಬೆಳೆಯುತ್ತದೆ ಎಂಬ ಆಸೆ ನನಗೆ. ನನ್ನ ಮಗನಿಗೂ ಸಾಹಿತ್ಯ, ಸಂಗೀತವೆಂದರೆ ಅಪಾರ ಪ್ರೀತಿ. ಹಾಗೆ ಹುಡುಕುತ್ತಿರುವಾಗ ಅಕಾಡೆಮಿಯ ಸದಸ್ಯರಾಗಿದ್ದ ಕಮಲ ಪುರಂಧರೆಯವರು (ಅವರು ನನ್ನ ಮಗನನ್ನು ಅಮೇರಿಕದಲ್ಲಿ ನೋಡಿ ತುಂಬಾ ಇಷ್ಟಪಟ್ಟಿದ್ದರು) 'ಧಾರವಾಡದಲ್ಲಿ ನಿಮಗೆ ಇಷ್ಟವಾಗುವ ಸಂಗೀತದ ಹುಡುಗಿಯೊಬ್ಬಳಿದ್ದಾಳೆ.

ಹಿಂದೂಸ್ತಾನಿ ಸಂಗೀತ ಹಾಡ್ತಾಳೆ, ಆನಂದ ಕಬ್ಬೂರು, ಅವರ ಪತ್ನಿ ವಿನೋದಿನಿ ತುಂಬಾ ಸುಸಂಸ್ಕೃತರು. ಕಬ್ಬೂರ್‌ರವರು ಡಾಕ್ಟರು. ವಿಚಾರಿಸಿ ಬೇಕಾದರೆ. ನಾನೂ ಅವರಿಗೆ ಹೇಳ್ತೀನಿ' ಎಂದರು. ಎಲ್ಲಿಯ ಮೈಸೂರು, ಎಲ್ಲಿಯ ಧಾರವಾಡ? ಆಗ ನನಗೆ ಮೊದಲು ನೆನಪಾದವರೇ ಧಾರವಾಡದಲ್ಲಿದ್ದ ಎನ್ಕೆಯವರು. ಅವರಿಗೆ ನಾನು ವಿಷಯವನ್ನು ತಿಳಿಸಿದೆ. ನನ್ನ ಮಗ ಅವರಿಗೆ ಗೊತ್ತಿತ್ತು ಎಂಜಿನಿಯರ್ ಆಗಿ ಅಮೆರಿಕಾದಲ್ಲಿ ಇಂಟೆಲ್ ಕಂಪನಿಯಲ್ಲಿ ಕೆಲಸಕ್ಕಿರುವುದೂ ಗೊತ್ತಿತ್ತು. ಕಾರಣ ನಮ್ಮ ನಡುವೆ ಪತ್ರ, ಫೋನು ಎರಡೂ ಇತ್ತಲ್ಲ. ಅವರು ಹೇಳಿದರು 'ಕಬ್ಬೂರರವರ ಮನೆತನ ತುಂಬಾ ಗೌರವಾನ್ವಿತ ಸುಸಂಸ್ಕೃತ ಮನೆತನ' ಅಂತ. ಕಬ್ಬೂರವರೊಂದಿಗೂ ಮಾತನಾಡಿ ನನ್ನ ಹಾಗೂ ರಘುರಾಂರವರ ಬಗ್ಗೆ ಬಹಳ ಒಳ್ಳೆಯ ಮಾತುಗಳನ್ನಾಡಿದ್ದಾರೆ. ಮೈಸೂರು ಹಾಗೂ ಧಾರವಾಡದ ನಡುವಿನ ಮುನ್ನೂರು ಮೈಲಿ ಅಂತರದಲ್ಲಿ ಎರಡು ತೀರಾ ಅಪರಿಚಿತರ ಮನೆಗಳು ಸಂಬಂಧ

ಬೆಳೆಸಬೇಕೆಂದರೆ ಎರಡೂ ಕಡೆಯ ಮನೆಯವರಿಗೂ ಆತಂಕವಿದ್ದೇ ಇರುತ್ತದೆ. ಈ ಸಂದರ್ಭದಲ್ಲಿ ಎನ್ಕೆಯವರು ಎರಡೂ ಮನೆತನದ ಸೇತುವೆಯಾಗಿ ನಿಂತು ಬಾಂಧವ್ಯವನ್ನು ಕಟ್ಟಿಕೊಟ್ಟರು. ಎರಡು ಸುಸಂಸ್ಕೃತ ಮನೆಗಳೂ ಸೇರಿ ಒಂದು ಸುಸಂಸ್ಕೃತ ಭಾವೈಕ್ಯತೆಯಲ್ಲಿ ಬೆರೆತ ಪರಿಮಳದ ಮಲ್ಲಿಗೆಯ ಮಾಲೆಯಾದುದಕ್ಕೆ ನಾನು ಎನ್ಕೆಯವರನ್ನು ನೆನೆಯಲೇಬೇಕು. ನನ್ನ ಬಾಳಿನ ಹೆಜ್ಜೆ ಹೆಜ್ಜೆಗೂ ಎನ್ಕೆಯವರ ಆಶೀರ್ವಾದದ ನೆರಳಿದೆ.

ನಾನು ಸುಗಮ ಸಂಗೀತದ ಬಗ್ಗೆ ಪುಸ್ತಕ ಬರೆಯುವಾಗ ಉತ್ತರ ಕರ್ನಾಟಕದ ಕಲಾವಿದರ ಬಗ್ಗೆ ನನಗೆ ಮಾಹಿತಿ ಬೇಕಾಗಿತ್ತು. ಎನ್ಕೆಯವರಿಗೆ ಅಲ್ಲಿಯ ಕಲಾವಿದರು, ಕವಿಗಳು ಎಲ್ಲವೂ ತಿಳಿದಿರುತ್ತದೆ ಎಂದು ಅವರಿಗೆ ಪತ್ರ ಬರೆದೆ. ಅಲ್ಲಿಯ ಆಕಾಶವಾಣಿಯಲ್ಲೇ ಕೆಲಸ ಮಾಡಿದ್ದವರಾದ್ದರಿಂದ ಅವರಿಗೆ ಪೂರ್ಣ ಮಾಹಿತಿ ಇರುತ್ತೆ ಎನ್ನುವ ವಿಶ್ವಾಸ ನನ್ನದು. ಹಾಗಾಗಿ ಅವರನ್ನು ಕೇಳಿದೆ. ನನ್ನೆಣಿಕೆ ತಪ್ಪಾಗಲಿಲ್ಲ. ಭಾವಗೀತೆ, ಅದರ ಆರಂಭ, ಅಲ್ಲಿಯ ಕಲಾವಿದರ ಬಗ್ಗೆ ಎಲ್ಲ ಮಾಹಿತಿ ಕಳಿಸಿಕೊಟ್ಟರು.

ಎನ್ಕೆ ಅವರ ಬಗ್ಗೆ ಮತ್ತೇನು ಬರೆಯಲಿ? ಆ ನನ್ನ ಬಾನುಲಿ ಬಂಧು, ನನಗೆ ಹಿರಿಯಣ್ಣನಾಗಿ ಬಂದವರು. ನನ್ನ ಸುಖ ದುಃಖಗಳಲ್ಲಿ ಭಾಗಿಯಾದವರು. ಒಂದು ನಿಷ್ಕಲ್ಮಶ ಸರಳ ಸುಂದರ ಜೀವ. ಪ್ರಾತಃಸ್ಮರಣೀಯರು. ಪ್ರಕಟವಾಗದ ಅವರ ಅನೇಕ ಗೀತೆಗಳು ನನ್ನ ಬಳಿಯೇ ಇವೆ ಅದು ನನ್ನ ಆಸ್ತಿ.

ರಾಘವೇಂದ್ರ ಇಟಗಿ ಅವರ ಪರಿಚಯ ನನಗೆ ಆದದ್ದು ಅವರ ಕವನದ ಮೂಲಕ. 'ಬೆಳಕು ಬಂದಿದೆ ಮನೆಯ ಹೊಸ್ತಿಲವರೆಗೆ, ಕಿಟಕಿ ಬಾಗಿಲ ತೆರೆದು ಬರಮಾಡು ಒಳಗೆ' ಎಂಬ ಕವನ ನನ್ನ ಕಿವಿಗೆ ಬಿದ್ದು ಪುಳಕಿತಳಾದೆ.

ಬೆಳಕಿಗಾಗಿ ಕಿಟಕಿ ತೆರೆದವರು

ರಾಘವೇಂದ್ರ ಇಟಗಿ

ರಾಘವೇಂದ್ರ ಇಟಗಿಯವರು ಮೈಸೂರಿನ ಆಕಾಶವಾಣಿ ಕೇಂದ್ರಕ್ಕೆ ವರ್ಗವಾಗಿ ಬಂದಾಗ ನಾನವರೊಂದಿಗೆ ಕೆಲಸ ಮಾಡಿದ್ದೀನಿ. ಅವರು ತುಂಬಾ ಒಳ್ಳೆಯ ವ್ಯಕ್ತಿ. ಅವರು ಸರಸಿ ಕೂಡ. ನನ್ನೊಂದಿಗೆ ಅನೇಕ ಹಾಸ್ಯದ ಪ್ರಸಂಗಗಳನ್ನೂ ಹಂಚಿಕೊಳ್ಳುತ್ತಿದ್ದರು. ಅಚ್ಚುಕಟ್ಟಾಗಿ ಕಾರ್ಯಕ್ರಮಗಳು ನಿರ್ವಹಿಸುತ್ತಿದ್ದ ಅವರು ಬೆಂಗಳೂರು ಆಕಾಶವಾಣಿಯಲ್ಲಿ ಕೆಲಸ ಮಾಡುತ್ತಿದ್ದಾಗ ಅವರ ರಚನೆಯ ಒಂದು ಹಾಡು 'ನಾದ ಸುಖಕರ ಪ್ರಿಯಸಖಾ, ನುಡಿಸು ವೀಣೆಯ ವೈಣಿಕ' ಎಂಬುದನ್ನು ನನ್ನ ಗುರು ಪದ್ಮಚರಣರ ನಿರ್ದೇಶನದಲ್ಲಿ 'ತಿಂಗಳ ಹೊಸ ಹಾಡು' (ಆಮೇಲೆ 'ನವಸುಮ' ಎಂದು ಆ ಕಾರ್ಯಕ್ರಮಕ್ಕೆ ನಾಮಕರಣವಾಯ್ತು) ಕಾರ್ಯಕ್ರಮದಲ್ಲಿ ನಾನು ಹಾಡಿದ್ದೇನೆ. ಆ ವಿಶೇಷ ಕಾರ್ಯಕ್ರಮಕ್ಕೆ ಆಯ್ಕೆಯಾದ ಮೊಟ್ಟ ಮೊದಲ ಇಟಗಿಯವರ ಕವನ ಅದು.

ಗಾನ ಯಾನ
ಕಾವ್ಯ ಮಿಲನ

ರಾಘವೇಂದ್ರ ಇಟಗಿ ಅವರ ಪರಿಚಯ ನನಗೆ ಮೊದಲಾದದ್ದು ಅವರ ಒಂದು ಚೆಂದದ ಕವನದ ಮೂಲಕ. ಧಾರವಾಡ ಆಕಾಶವಾಣಿ ನಿಲಯದಿಂದ ಪ್ರಸಾರವಾಗುತ್ತಿದ್ದ ಭಾವಗೀತೆಗಳನ್ನು ನಾನು ಸದಾ ಕೇಳುತ್ತಿದ್ದೆ. ಒಂದು ದಿನ 'ಬೆಳಕು ಬಂದಿದೆ ಮನೆಯ ಹೊಸ್ತಿಲವರೆಗೆ, ಕಿಟಕಿ ಬಾಗಿಲ ತೆರೆದು ಬರಮಾಡು ಒಳಗೆ' ಎಂಬ ಕವನ ನನ್ನ ಕಿವಿಗೆ ಬಿದ್ದು ಪುಳಕಿತಳಾದೆ. ನಾನು ಯಾವುದೇ ಭಾವಗೀತೆಯನ್ನು ಕೇಳುವುದು ಬರಿಯ ಹಾಡಾಗಿ ಮಾತ್ರವಲ್ಲ. ಹಾಡಿನ ಸಾಹಿತ್ಯವನ್ನೂ ಗಮನಿಸುತ್ತ, ಸಾಹಿತ್ಯದ ಸಮೇತ ಹಾಡನ್ನು ಕೇಳುವ ಅಭ್ಯಾಸ ಮೊದಲಿನಿಂದಲೂ ನನಗಿದೆ. ಸಾಹಿತ್ಯದ ಜೊತೆ ಜೊತೆಗೇ ಹಾಡಿನ ಸೌಂದರ್ಯವನ್ನೂ ಅನುಭವಿಸುವವಳು ನಾನು. ಹಾಗಾಗಿ ಮೇಲೆ ಹೇಳಿದ ಹಾಡು, ಸಾಹಿತ್ಯದ ಮೂಲಕ ನನ್ನನ್ನಾಕರ್ಷಿಸಿತು. ಆ ಕವನದ ರಚನಕಾರರು ರಾಘವೇಂದ್ರ ಇಟಗಿಯವರು ಎಂದು ಕವಿಯ ಹೆಸರು ಪ್ರಸಾರವಾಯ್ತು.

ಮುಂದೊಂದು ದಿನ ಬೆಂಗಳೂರಿನ ಆಕಾಶವಾಣಿ ಕೇಂದ್ರದಿಂದ ಇಟಗಿಯವರ 'ನಾದ ಸುಖಕರ ಪ್ರಿಯ ಸಖಾ, ನುಡಿಸು ವೀಣೆಯ ವೈಣಿಕ' ಕವನವನ್ನು ನಾನೇ ಹಾಡುವ ಅವಕಾಶ ದೊರಕಬಹುದೆಂಬ ಕಲ್ಪನೆಯಾಗಲೀ, ಮೈಸೂರು ಆಕಾಶವಾಣಿ ಕೇಂದ್ರದಲ್ಲಿ ಅವರೊಂದಿಗೇ ಕೆಲಸ ಮಾಡುವ ಸುಯೋಗವೂ ದೊರೆಯಬಹುದೆಂಬ ಊಹೆಯೂ ಇರದಿದ್ದ ಕಾಲದಲ್ಲೇ ಕಾವ್ಯದ ಮೂಲಕವಾಗಿ ಇಟಗಿಯವರ ಪರಿಚಯವಾಗಿತ್ತು ನನಗೆ.

ಪ್ರಹ್ಲಾದಾಚಾರ್ಯ, ಸೀತಮ್ಮ ದಂಪತಿಗಳ ಸುಪುತ್ರನಾಗಿ ರಾಘವೇಂದ್ರ, ಗದಗ ಜಿಲ್ಲೆ ರೋಣ ತಾಲ್ಲೂಕಿನ ಇಟಗಿಯಲ್ಲಿ 1926ರಲ್ಲಿ ಜನಿಸಿದರು. ಇವರ ಮೊದಲ ವಿದ್ಯಾಭ್ಯಾಸವೆಲ್ಲ ತುಂಬಾ ಕಷ್ಟದಲ್ಲೇ ಕೊಪ್ಪಳದಲ್ಲಿ ಆಯಿತು. ನಂತರ ಹೈದರಾಬಾದ್ ಆಕಾಶವಾಣಿಯಲ್ಲಿ ಉದ್ಯೋಗ ಮಾಡುವ ಅವಕಾಶ ದೊರೆಯಿತು. ಅಲ್ಲಿ ಕನ್ನಡ ಕಾರ್ಯಕ್ರಮಗಳ ಜವಾಬ್ದಾರಿ ಇವರ ಪಾಲಿಗೆ ಬಂತು. ಇಟಗಿಯವರಿಗೆ ವಿದ್ಯಾಭ್ಯಾಸವನ್ನು ಮುಂದುವರೆಸುವ ಹಂಬಲವಿದ್ದುದರಿಂದ, ಮುಂದೆ ಹೈದರಾಬಾದಿನ ಉಸ್ಮಾನಿಯ ವಿಶ್ವವಿದ್ಯಾಲಯದಿಂದ ಬಿ.ಎ. ಹಾಗೂ ಎಂ.ಎ. ಮಾಡಿದರು. ಹೈದರಾಬಾದಿನಲ್ಲಿಯೇ ಇದ್ದದ್ದರಿಂದ ಅವರಿಗೆ ಉರ್ದು ಭಾಷೆಯನ್ನು ಕಲಿಯುವ ಒಂದು ಸದವಕಾಶವೂ ಸಿಕ್ಕಿತು. ರಾಘವೇಂದ್ರ ಇಟಗಿಯವರ ಉದ್ಯೋಗದ ನಂಟೆಲ್ಲಾ ಆಕಾಶವಾಣಿಯೊಂದಿಗೇ ಬೆಸೆಯಿತು. ಹಾಗಾಗಿ ಆಕಾಶವಾಣಿಯ ಬೇರೆ ಬೇರೆ ಕೇಂದ್ರಗಳಾದ ಮೈಸೂರು, ಬೆಂಗಳೂರು, ಧಾರವಾಡ, ಗುಲ್ಬರ್ಗ, ಪಣಜಿಯಲ್ಲದೆ ಶ್ರೀನಗರ ಆಕಾಶವಾಣಿ ನಿಲಯದವರೆಗೂ

ಪಸರಿಸಿತು. ಇವರ ಕನ್ನಡ ಭಾಷಾ ಪ್ರೇಮವಂತೂ ಅಗಾಧವಾದದ್ದು. ಅಂತಲೇ ಇವರ ಅಮೃತ ವಾಕ್ಯವೊಂದು ಹೀಗಿದೆ. 'ಕನ್ನಡದ ಶ್ರೀಗಂಧದಲ್ಲಿ, ಕಾಶ್ಮೀರದ ಕೇಸರಿಯನ್ನು ಬೆರೆಸಿದರೆ ಭಾರತದ ಪರಿಮಳ ಕಾಂತಿ ಪ್ರಜ್ವಲಿಸುವುದು' ಎಂದು.

ರಾಘವೇಂದ್ರ ಇಟಗಿಯವರ ಕಾವ್ಯ ಕೃಷಿ ಪ್ರಾರಂಭವಾದದ್ದು 1950ರಿಂದ. ಇವರು ಉರ್ದು ಭಾಷೆಯನ್ನೂ ಕಲಿತುದರಿಂದ ಆ ಭಾಷೆಯ ಕಾವ್ಯದ ಸೊಗಡೂ ಅರ್ಥವಾಗಿ, ಅದರ ಪ್ರಭಾವವೂ ಇವರ ಕಾವ್ಯರಚನೆಗೆ ಸಹಕಾರಿಯಾಯ್ತೆನ್ನಬಹುದು. ಇವರು ಕ್ಷಿತಿಜ ಕೋದಂಡ, ಸನ್ನದ್ಧ ಭಾರತ (ದೇಶಭಕ್ತಿ ಗೀತೆಗಳು) ಆಗಸ ತೊಳೆದ ಹೂಗಳು, ಬೆಳಕು ತುಂಬಿದ ಬಲ್ಬು, ಬಸವ ಗೀತೆ ಎಂಬ ಕವನ ಸಂಕಲನಗಳನ್ನು ಪ್ರಕಟಿಸಿದ್ದಾರೆ. ಇವರ ಕಥನ ಕವನಗಳು 'ನುಡಿಗೊಂಬೆ' ಹಾಗೂ 'ಅಂಗುಲಿಮಾಲ' ಮಕ್ಕಳಿಗಾಗಿ 'ವಸುಂಧರ ಗೀತೆಗಳು', ಉರ್ದು ಭಾಷೆಯ ಪ್ರಭಾವ ಕೆಲವು ಗಝಲ್‌ಗಳನ್ನೂ ರಚಿಸಿದ್ದಾರೆ. 'ಮಿನಿಮಿಂಚು' ಇವರ ಹನಿಗವನಗಳ ಸಂಕಲನ. ಇವರು ಇವರ ಆ ಹೆಸರು ರಾಘವೇಂದ್ರ ಇಟಗಿ ಎನ್ನುವ ಮೊದಲಕ್ಷರಗಳನ್ನು ಸೇರಿಸಿ, ಇಟಗಿ ರಾಘವೇಂದ್ರರವರು 'ಇರಾ' ಎಂಬ ಕಾವ್ಯನಾಮವನ್ನು ಇಟ್ಟುಕೊಂಡಿದ್ದಾರೆ. ಇವರ ಅನೇಕ ರೇಡಿಯೋ ನಾಟಕಗಳು ಆಕಾಶವಾಣಿಯಲ್ಲಿ ಪ್ರಸಾರವಾಗಿವೆ. 'ಕವೀಂದ್ರ ರವೀಂದ್ರ' ಎಂಬ ಹೆಸರಿನಲ್ಲಿ ರವೀಂದ್ರನಾಥ್ ಟ್ಯಾಗೂರರ ಜೀವನ ಚರಿತ್ರೆಯನ್ನೂ ರಚಿಸಿದ್ದಾರೆ. ಜೊತೆಗೆ ಕಾವ್ಯಾನಂದರೊಡನೆ ಸೇರಿ 'ಶ್ರೀಕಾರ' ಎಂಬ ಪ್ರಬಂಧ ಮಾಲೆಯ ಸಂಪಾದಕರು ಕೂಡ ಆಗಿದ್ದಾರೆ. ಹಾಗೆಯೇ ಚೆನ್ನವೀರ ಕಣವಿಯೊಂದಿಗೆ ಸೇರಿ 'ನಮ್ಮೆಲ್ಲರ ನೆಹರು' ಎಂಬ ಕವನ ಸಂಕಲನವನ್ನು ಸಂಪಾದಿಸಿದ್ದಾರೆ.

ಬೆಂಗಳೂರು ಆಕಾಶವಾಣಿಯಲ್ಲಿದ್ದಾಗ 'ತಿಂಗಳ ಹೊಸ ಹಾಡು' ನಂತರ 'ನವಸುಮ' ಎಂದು ಪ್ರಸಿದ್ಧಿ ಪಡೆದ ವಿಶೇಷ ಭಾವಗೀತೆಯ ಕಾರ್ಯಕ್ರಮದ ರೂವಾರಿ ರಾಘವೇಂದ್ರ ಇಟಗಿಯವರು.ಆ ಕಾರ್ಯಕ್ರಮಕ್ಕಾಗಿ ಕವಿಗಳಿಂದ ಹೊಸ ಕಾವ್ಯವನ್ನು ಬರೆಸಿ ಕವಿಗಳಿಂದಲೇ ಮೊದಲು ಓದಿಸಿ, ಅದೇ ಕಾವ್ಯವನ್ನು ರಾಗ ಸಂಯೋಜಿಸಿ ಹಾಡಿಸುವ ಹೊಸ ರೀತಿಯ ಕಾರ್ಯಕ್ರಮ. ಗತಿಸಿದ ಹಿರಿಯ ಕವಿಗಳ ಕಾವ್ಯವನ್ನು ಆಕಾಶವಾಣಿಯೇ ಆಯ್ಕೆ ಮಾಡಿ, ಓದಿಸಿ, ಹಾಡನ್ನು ಪ್ರಸಾರ ಮಾಡುತ್ತಿದ್ದರು.

ಇಟಗಿಯವರು ಮೈಸೂರು ಆಕಾಶವಾಣಿಗೆ ವರ್ಗವಾಗಿ ಬಂದ ಬಳಿಕ ನನ್ನ ಅವರ ಒಡನಾಟ ಹೆಚ್ಚಾಯ್ತು. ನಾನು ಮೈಸೂರು ಆಕಾಶವಾಣಿಗೆ ಸಂಗೀತ ಸಂಯೋಜಕಗಳಾಗಿ ಸೇರಿದ್ದು 1976ನೇ ಇಸವಿ ಮಾರ್ಚ್ 25ರಂದು. ಆ ವೇಳೆಗೆ ಆಗಲೇ ಇಟಗಿಯವರು ಅಲ್ಲಿ ಕಾರ್ಯನಿರ್ವಾಹಕರಾಗಿ ಇದ್ದರು.

ಸಂಗೀತ ವಿಭಾಗವನ್ನು ನೋಡಿಕೊಳ್ಳುತ್ತಿದ್ದರು. ನಾನು ಕೆಲಸಕ್ಕೆ ಸೇರಿದ ಆರನೇ ದಿನ 'ಸೀಗೆ ಗೌರಿ' ಪೂಜೆಯ ದಿನ. ಅದಕ್ಕೆ ಒಂದು ಸಂಗೀತ ರೂಪಕ ತಯಾರು ಮಾಡಿ ಅಂದುಬಿಟ್ಟರು. ನನಗೋ ಗಾಬರಿ. ಅದಕ್ಕಾಗಿ ಓದಿಕೊಳ್ಳಬೇಕು. ಹಾಡು ಹುಡುಕಿ, ರಾಗ ಸಂಯೋಜನೆ ಮಾಡಿ ಕಲಿಸಿ ಧ್ವನಿ ಮುದ್ರಿಸಿ, ಪ್ರಸಾರ ಮಾಡುವ ಜವಾಬ್ದಾರಿಯುತ ಹೊಣೆ ನನ್ನ ಹೆಗಲಿಗೇರಿಸಿಬಿಟ್ಟರು. ಯಾವ ಹಾಡಿಗೂ ಎಂದೂ ಹಿನ್ನೆಲೆ ವಾದ್ಯ ಸಂಯೋಜನೆಯನ್ನೇ ಮಾಡಿ ಅಭ್ಯಾಸವಿರಲಿಲ್ಲ. ಆದರೆ ಕೆಲಸ ಕೊಟ್ಟ ಮೇಲೆ, ಅದರ ಅಣತಿಗೆ ತಲೆಬಾಗಲೇ ಬೇಕಲ್ವಾ? ಅಭ್ಯಾಸವಿಲ್ಲದ ಪ್ರಕಾರವಾದ್ದರಿಂದ ಆ ಭಯ. ಹಗಲಿರುಳೂ ಹಾಡು ಹುಡುಕಿ, ರಾಗ ಹಾಕಿ, ಹಿನ್ನೆಲೆ ಸಂಗೀತಕ್ಕೆ ಸ್ವರಗಳನ್ನು ಬರೆದು ಅಂತೂ 'ಸೀಗೆ ಗೌರಿ ವ್ರತ'ವನ್ನು ತೂಗಿಸಿಬಿಟ್ಟೆ. ಮಾರನೆಯ ದಿನ ಇಟಗಿಯವರು ಅವರನ್ನು ಕಾಣಲು ಹೇಳಿ ಕಳುಹಿಸಿದರು. ನಾನು ಅಳುಕುತ್ತಲೇ ಅವರ ಬಳಿಗೆ ಹೋದೆ. ಅವರ

ಮುಖದಲ್ಲಿ ಒಂದು ಹುಸಿನಗೆ ಇತ್ತು. 'ಲೀಲಾವತಿ ಬನ್ನಿ ಕುಳಿತುಕೊಳ್ಳಿ' ಎಂದರು. ಬೆಂಗಳೂರು ಆಕಾಶವಾಣಿಗೆ ನಾನು ಹಾಡಲು ಹೋಗುತ್ತಿರುವವರೆಗೂ ಕವಿ-ಗಾಯಕಿಯ ಪರಿಚಯ. ಆರಾಮವಾಗಿ ಅವರೊಂದಿಗೆ ಮಾತನಾಡುತ್ತಿದ್ದೆ. ಆದರೆ ಮೈಸೂರು ಆಕಾಶವಾಣಿಯಲ್ಲಿ ನಾನು ಸಂಯೋಜಕಿಯಾಗಿ ಸೇರಿ ಅಲ್ಲಿಯ ಸಿಬ್ಬಂದಿ ವರ್ಗದವಳಾಗಿಬಿಟ್ಟಿದ್ದೆ. ಇಟಗಿಯವರ ಕೈ ಕೆಳಗೆ ದುಡಿಯುವ ಒಬ್ಬ ನಿಲಯದ ಕಲಾವಿದಳು. ಇಲ್ಲಿ ಆ ವ್ಯತ್ಯಾಸ ಬಂದಿತ್ತು. ಸಾಲದ್ದಕ್ಕೆ ಆಕಾಶವಾಣಿಯಲ್ಲಿ ನಾನು ತಯಾರಿಸಿದ ಮೊಟ್ಟಮೊದಲ ಕಾರ್ಯಕ್ರಮ ಬೇರೆ. ಭಯ ಸಹಜವಾಗಿತ್ತು. ಇಟಗಿಯವರು ಏನು ಹೇಳ್ತಾರೋ ಅಂತ ಸ್ವಲ್ಪ ಭಯದಿಂದಲೇ ಕುರ್ಚಿಯಲ್ಲಿ ಕೂತೆ. ನಾನು ಕುಳಿತುಕೊಂಡು ತಕ್ಷಣ ಗಟ್ಟಿಯಾಗಿ ನಕ್ಕುಬಿಟ್ಟರು. 'ಲೀಲಾವತಿಯವರೇ ನನಗೆ ನಿಮ್ಮ ಯೋಗ್ಯತೆಯ ಬಗ್ಗೆ ನಂಬಿಕೆ ಇತ್ತು. ಅದಕ್ಕೇ ಅದನ್ನು ನಿಮ್ಮ ಕೈಲಿ ಮಾಡಿಸಿದೆ. ಅತ್ಯಂತ ಚಂದವಾಗಿ, ಯಶಸ್ವಿಯಾಗಿ ಕಾರ್ಯಕ್ರಮವನ್ನು ಮಾಡಿದಿರಿ. Congrats ಅಂದರು. ಆಗ ನನಗೆ ಎಷ್ಟು ಸಂತೋಷವಾಯಿತೆಂದರೆ ನನ್ನ ಕಾಲ್ಗಳು ಭೂಮಿಯ ಮೇಲೇ ಇರಲಿಲ್ಲ. ನಾನು ಇಷ್ಟು ಒಳ್ಳೆಯ ಕಾರ್ಯಕ್ರಮಗಳನ್ನು ಮಾಡಬಲ್ಲೆ ಎಂಬ ಭರವಸೆ ನನ್ನ ಮೇಲೆ ನನಗೆ ಮೂಡಿತು. ಇಂಥದೊಂದು ಯಶಸ್ವಿ ಕಾರ್ಯಕ್ರಮಕ್ಕೆ ಕಾರಣೀಭೂತರಾದ ನನ್ನ ಪ್ರೀತಿಯ ಕವಿ ಇಟಗಿಯವರಿಗೆ ನಾನು ಆಭಾರಿಯಾಗಿದ್ದೇನೆ. ನನ್ನ ಸುಪ್ತ ಶಕ್ತಿಯನ್ನು ನನಗೆ ತೋರಿಸಿಕೊಟ್ಟು ನಾಂದಿ ಕಾರ್ಯಕ್ರಮವನ್ನು ಮಾಡಿಸಿದವರವರು. ಕಾರ್ಯಕ್ರಮ ಯಶಸ್ವಿಯಾದುದಕ್ಕೆ

ಆಗಲೇ ನನಗೆ ಕಾಫಿಯನ್ನು ತರಿಸಿಕೊಟ್ಟು ಮೈಸೂರುಪಾಕನ್ನೂ ಕೈಗಿತ್ತು ನಕ್ಕರು. ಇಲ್ಲಿ ಕವಿಯಾಗಲ್ಲ ಸಹೃದಯ ಅಧಿಕಾರಿಯಾಗಿ ಅವರಿಗೊಂದಿಸುತ್ತೇನೆ.

ಬೆಂಗಳೂರಿನಿಂದಲೂ ಕವಿ ಗಾಯಕಿಯ ಪರಿಚಯವಿದ್ದದ್ದು ಇಲ್ಲಿ ಒಟ್ಟಿಗೇ ಒಂದೇ ಸಂಸ್ಥೆಯಲ್ಲಿ ದುಡಿಯುತ್ತಿದ್ದುದರಿಂದ ಬಳಕೆ ಹೆಚ್ಚಾಯ್ತು. ಎಷ್ಟೋ ದಿನ ಅವರು ನನ್ನನ್ನು ಕೂರಿಸಿಕೊಂಡು ಹಲವಾರು ವಿಷಯಗಳ ಬಗ್ಗೆ ಮನ ಬಿಚ್ಚಿ ಮಾತನಾಡುತ್ತಿದ್ದರು. ಸುಖ ದುಃಖವನ್ನು ಹಂಚಿಕೊಳ್ಳುತ್ತಿದ್ದರು. ಅವರು ಹೇಳಿದ ಒಂದು ಘಟನೆ ಮಾತ್ರ ಈಗಲೂ ನನ್ನ ಹೃದಯದಲ್ಲಿ ಅಚ್ಚೊತ್ತಿ ನಿಂತು ಬಿಟ್ಟಿದೆ. ಹೀಗೇ ಮಾತನಾಡುತ್ತ ಒಂದು ದಿನ ಹೇಳಿದರು 'ಲೀಲಾವತಿಯವರೆ ಈಗ ಬಾಂಧವ್ಯಗಳು ಎಷ್ಟೊಂದು ಜಾಳಾಗಿವೆ ಎಂದು ಯೋಚಿಸುವಾಗ ಬೇಸರವಾಗುತ್ತದೆ. ಹಿಂದಿನವರಂತೆ ಬಾಂಧವ್ಯದ ಅಂಟಿನ ನಂಟು ಈಗಿಲ್ಲ. ಸ್ನೇಹ, ಪ್ರೀತಿ, ಪ್ರೇಮಕ್ಕೆ ಗಡಿ ರೇಖೆಗಳಿರಲಿಲ್ಲ. ಆಗ ನಿರ್ವಾಜ್ಯ ಪ್ರೇಮವಿತ್ತು. ನನ್ನ ತಂದೆ ಪ್ರಹ್ಲಾದಾಚಾರ್ಯರಿಗೆ ತಿಮ್ಮಯ್ಯ ಅಂತ ಒಬ್ಬ ಆತ್ಮೀಯ ಗೆಳೆಯ. ಒಬ್ಬ ಬ್ರಾಹ್ಮಣ, ಒಬ್ಬ ಒಕ್ಕಲಿಗ. ಒಬ್ಬರ ಮನೆಯಲ್ಲೊಬ್ಬರು ತಿನ್ನುತ್ತಿರಲಿಲ್ಲ. ಮೌಢ್ಯದಿಂದಲೋ, ತಿಳುವಳಿಕೆ ಇಲ್ಲದೆಯೋ ಲೌಕಿಕ ವ್ಯವಹಾರ ಅಂದರೆ ನಂಬಿಕೆಗಳಲ್ಲಿ ಇಬ್ಬರಲ್ಲೂ ಬಹಳ ಭೇದವಿದ್ದರೂ ಸ್ನೇಹದಲ್ಲಿ ಮಾತ್ರ ಪ್ರಾಣಕ್ಕೆ ಪ್ರಾಣ ಕೊಡುವ ಗೆಳೆಯರಾಗಿದ್ದರು. ನಂತರದ ಪೀಳಿಗೆಯ ಅವರ ಮಗ ಹಾಗೂ ನಾನು ಇಬ್ಬರೂ ಗೆಳೆಯರೇ. ಹಲವು ಸಲ ಒಂದೇ ತಟ್ಟೆಯಲ್ಲಿ ಊಟ ಮಾಡುತ್ತಿದ್ದೆವು. ಆದರೆ ಆ ಗೆಳೆತನದಲ್ಲಿ ನಮ್ಮ ಹಿರಿಯರಿಗಿದ್ದ ಆ ನಿರ್ಮಲ ಸ್ನೇಹವಿರಲಿಲ್ಲ. ಇದು ಬರಿ ತೋರಿಕೆಯ ಸ್ನೇಹವಾಗಿತ್ತು' ಎಂದಿದ್ದ ಅವರ ಮಾತು ನನಗಿಂದಿಗೂ ಬಾಧಿಸುತ್ತದೆ. ಈಗಿನವರ ಸ್ನೇಹವನ್ನು ಗಮನಿಸುವಾಗ ಎಲ್ಲವೂ ಜಾಳೇನೋ ಎನಿಸುತ್ತದೆ. ಬಹಳಷ್ಟು ಕಡೆ ಸ್ನೇಹವೂ ಹಣದ ಮೇಲೆ ಅಥವಾ ಮತ್ತಾವುದೋ ಸ್ವಾರ್ಥಕ್ಕೆ ವ್ಯಾಪಾರೀಕರಣವಾಗುತ್ತಿದೆಯೇ ಎಂದೆನಿಸುವುದೂ ಉಂಟು. ಯಾರು ಬಲ್ಲರು ಅದರ ಸತ್ಯಾಸತ್ಯತೆಗಳನ್ನು?

ಇಟಗಿಯವರು ನಮ್ಮ ಮನೆಗೂ ಬಂದು ನಾಲ್ಕಾರು ಗಂಟೆಗಳಿದ್ದು ಹರಟೆ ಹೊಡೆದು ಹೋದದ್ದೂ ಉಂಟು. ಯಾಕೋ ಗೊತ್ತಿಲ್ಲ ಏನೇನಿಸಿತು ಗೊತ್ತಿಲ್ಲ, ಮೂರು ವರ್ಷದ ನನ್ನ ಮಗನಿಗೆ. ಇಟಗಿಯವರು ನಮ್ಮ ಮನೆಗೆ ಬಂದಾಗ, ಅವನು ಎಡಬಿಡದೆ ಅವರ ಮುಂದೆ ಬಾಲ ನೃತ್ಯವನ್ನು ಮಾಡಿದ್ದನ್ನು ನೆನೆಸಿಕೊಂಡರೆ ನನಗೆ ಈಗಲೂ ಸೋಜಿಗವೆನಿಸುತ್ತದೆ. ಅವರಲ್ಲಿ ಸೂಜಿಗಲ್ಲಿನಂಥ ಪ್ರೀತಿಯ ಸೆಳೆತವನ್ನು ಕಂಡು ಮಾರುಹೋದನೇ? ಆಕರ್ಷಿತನಾದನೇ? ಗೊತ್ತಿಲ್ಲ. ಅದೊಂದೇ ದಿನ ಅವನು ಹಾಗೆ ಕುಣಿದದ್ದು. ವ್ಯಕ್ತಿಯ ಪ್ರಭಾವವೇನೋ? ಇಟಗಿಯವರು ಮೈಸೂರಿನಿಂದ ವರ್ಗವಾಗಿ ಬೇರೆ ಕಡೆಗೆ ಹೋದರು. ಅವರ ಮಗಳು ವಸುಂಧರಾ ಮದುವೆ ಬೆಂಗಳೂರಿನಲ್ಲಿ ನಡೆಯಿತು. ಅದಕ್ಕೆ ನಾವು

ದಂಪತಿಗಳು ಹೋಗಿದ್ದೆವು. ವಸುಂಧರಾ ಬೆಂಗಳೂರು ಆಕಾಶವಾಣಿಯಲ್ಲೇ ಕೆಲಸ ಮಾಡುತ್ತಿದ್ದಳು.

ಇಟಗಿಯವರು ತುಂಬಾ ಹಾಸ್ಯಪ್ರಿಯರೂ ಆಗಿದ್ದರು. ನಾ ಕೇಳಿದಾಗೆಲ್ಲ ಹೊಸ ಹೊಸ ಕವನಗಳನ್ನು ಬರೆದು ಕಳುಹಿಸುತ್ತಿದ್ದರು. ಮುಗಿಸುವ ಮುನ್ನ ನನಗೆ (ನನ್ನ ಬೇಡಿಕೆಯ ಮೇರೆಗೆ) ಕಳುಹಿಸಿದ ಒಂದು ಹಾಸ್ಯ ಕವನದ ಸಾಲುಗಳನ್ನೂ ನೀಡುತ್ತಿದ್ದೇನೆ.

'ಅಂತಿಂಥ ಗಂಡು ನೀನಲ್ಲ
ನಿನ್ನಂಥ ಗಂಡು ಬೇರಿಲ್ಲ
ಐದಡಿಗು ಮಿಕ್ಕಿ ನಿನ್ನ ನಿಲುವಿಲ್ಲ
ಕೊಟ್ಟಿರುವ ಪ್ಯಾಂಟು ಶರ್ಟು ಸಮನಿಲ್ಲ'

ಹೀಗೇ ಮುಂದುವರಿಯುತ್ತೆ ಅವರು ಕಳುಹಿಸಿಕೊಟ್ಟ ಹಾಸ್ಯ ಕವನ. ಆದರೆ ಅವರು ಕೊಟ್ಟ 'ಕ್ಷಿತಿಜ ಕೋದಂಡ', 'ಸನ್ನದ್ಧ ಭಾರತ' ಕವನ ಸಂಗ್ರಹಗಳು ಭದ್ರವಾಗಿ ನನ್ನ ಬಳಿ ಇನ್ನೂ ಇವೆ.

www.ingramcontent.com/pod-product-compliance
Lightning Source LLC
LaVergne TN
LVHW102039051026
849518LV00014B/2065